AF758778

BIỂN KHƠI - *tiểu thuyết*
Hương Dạ Thảo

Bìa: Uyên Nguyên Trần Triết
Dàn trang: Đỗ Huỳnh Đăng Ngọc
Nhân Ảnh xuất bản 2025
ISBN: 979-8-3485-8461-0

HƯƠNG DẠ THẢO

BIỂN KHƠI

tiểu thuyết

Nhân Ảnh 2025

BIỂN KHƠI...

(Truyện tình cảm xã hội)

Mùa xuân anh đi hái lộc ở lòng son
Mùa xuân bạn bè vui đối ẩm
Với em, tình xuân mãi mãi còn...
(Trích trong bài: Lộc Như Xuân, cùng tác giả.)

CHƯƠNG MỘT

Mặt trời hạ dần xuống núi người làm đồng cũng muốn về nhà, người làm rẫy cũng muốn rời nương. Từng đàn bò, trâu, ngựa cũng đủng đỉnh về chuồng. Mặt đất mờ dần biến vào đêm, mặt đất như sẫm hơn vì đã thiếu ánh nắng. Gió hiên như lùa nhẹ vào nhà. Bà Mậu đang chờ đợi Duy Phong về. Bà đang bực tức trong người thì thấy Duy Phong dắt xe đạp đi vào ngõ. Chờ không nổi nữa bà ra tận đầu hè khi Duy Phong dắt xe vô. Bực quá bà la lên:

- Thằng kia đi kiếm ông kiếm cha mầy ở đâu trường tan từ lúc bốn giờ, bây giờ mặt trời sụp núi mất đất mấy đời, mầy mới về. Bộ mầy mê con nhỏ Thanh Lê nhà ông Nguyễn Nhung hả mầy. Mày phải biết con nhỏ đó là con ngụy quân, ngụy quyền... Mày không được quen với nó.

Để cho mẹ nói hết một hơi. Duy Phong dựng chân xe một góc sân, anh đứng tần ngần giữa sân nghe. Rồi anh bình tĩnh vừa bước lên hè. Duy Phong vừa nói:

- Thời cuộc thì ai cũng phải làm việc thôi. Má nói như vậy hòa giải dân tộc làm gì? Hơn nữa bác ấy cũng tốt mà. Bác trai cũng như bác gái, cả hai đều tốt...

- À mày mê con gái người ta mày đững kêu tốt sao? Con nên nhớ con là gia đình liệt sĩ, không thể quen rồi lấy vợ con ngụy quân, ngụy quyền. Con sẽ không thể làm ông này ông nọ, làm quan mày biết chưa?

Vẫn còn đứng trên hàng ba vỉa hè lắng tai nghe mẹ. Duy Phong phân trần:

- Đâu cần làm ông này, hay ông nọ. Làm quan chi, con làm dân được rồi. Con nhỏ nhưng con biết "Quan nhất thời dân vạn đại" má ơi. Má đừng có phá con...

- Phá mày cái gì? Vô nhà đi mẹ nói con nghe.

Duy Phong theo mẹ vào sâu trong nhà. Bà bảo liền:

- Ngồi xuống ghế đàng hoàng cho mẹ nói chuyện. Tao nghe tụi nó nói mầy yêu con Thanh Lê, mê nó lắm. Nhà có mấy cái ổi xá lị chín cây là mày cũng ráng hái, chờ đi học đưa nhét cho nó. Mấy cây me phía sau hè vừa chín là mày leo lên hái gói, đợi đưa cho nó. Trời ơi hổng lo ăn học, mới lớn lo mê gái con?

Im lặng nhìn thái độ Duy Phong. Hồi bà Mậu nói tiếp:

- Con má chỉ có hai đứa con trai. Anh Hai đi ra Bắc học, giờ về lấy vợ chỗ ngon lành làm công an tỉnh... Còn con, còn nhỏ ở với má trong chiến tranh học cũng chậm vài năm. Lẽ ra năm nay mười tám tuổi là học mười hai xong. Nhưng giờ mới học lớp chín, học chung với con Thanh Lê rồi mê nó. Phải bắt chước anh Hai, noi gương anh Hai con. Giọng người mẹ rít lên nhưng Duy Phong vẫn bình tĩnh:

- Má dạy nhiều quá, mỗi người có một hướng đi, anh Hai là anh Hai, con là con. Anh Hai là Duy Việt, con Duy Phong...

- Mày nói vậy nghĩa là sao, thằng nhỏ hỗn láo!

- Anh Hai đi công an, còn con làm thầy giáo, làm ruộng cũng được.

- Nói vậy mày mê nó quá rồi, có mê nó không? Nói cho tao nghe coi. Trời ơi là trời, sao vậy con?

- Thì cô ấy học cũng giỏi, đẹp gái, hát hay, múa xinh con thích, con yêu có sao đâu? Tụi con còn trẻ như bạn bè thôi. Má nghĩ chi cho đau lưng, má đừng ngăn cấm, má tàn ác là không được? Con không thích má như vậy đâu.

- Đau lưng? Trời ơi con nói xui cho má hã? Ồ con không thích kệ con, nhưng má quyết định; và bắt buộc con phải nghe. Nghĩa là tao phải cấm mày yêu nó, và cấm mày đủ thứ!

- Trời ơi má thiệt mệt...

Như chẳng thèm nghe chi lời Duy Phong phản đối, nghỉ mệt lấy hơi một lát. Mẹ Duy Phong vẫn sừng sổ:

- Nghe đây. Không, nhất định là không được, tao cấm mày không được qua nhà nó nữa. Tao nghe cả hết, mày qua nhà con Thanh Lê, đẩy rơm cho cha nó vun trồng thành cây, gom rác cho ông ấy đốt cho sạch vườn tược. Khi sắp mưa tới, đạp lúa thế cho con Thanh Lê, má nghe hết con ơi...

- Con tới chơi rủ cô đi sinh hoạt, cô là một đội viên tốt. Tới nhà gặp ba cô làm, con góp, giúp người ta một tay có gì là xấu? Hơn nữa cô ấy tiểu thơ đạp chân yếu ớt. Con sợ đau chân cổ tội nghiệp, con đạp thế cho cô ấy có chút xíu, mà ai mét với má...

- Tao chà chổi trên đầu mày chứ nói sợ chân nó đau. Ai mét kệ, miễn tao biết hết thì thôi.

Vẫn không buông như uất hận bà Mậu nói tiếp:

- Tao biết hết, đêm đi họp đội viên về, con lẫn trong trăng vô nhà nó rồi hai đứa đi chơi. Mày ôm nó người ta thấy báo. Không có cái gì má không biết, chỉ chưa nói với con thôi. Đội viên gì mà cặp trai đi chơi là loại mất nết...

- Ô năm nay cô ấy lên mười lăm, cô vẫn muốn ở đội viên chưa lên thanh niên thì có gì má ngại? Đường đi tụi con còn xa lắm, má đừng cấm tội cho tụi con. Đi chơi chung trong làng, trong thôn, cách xóm có sao đâu... Má nghĩ lại đi... má cứ làm cho lớn chuyện thôi!

- Mày sa mê nó, say đắm nó không ngăn. Có ngày tao có cháu nội không chừng đó chứ không cấm cản? Vòng vo rồi cũng lòi ra cái đuôi mê nó hà. Làm sao làm đó tao qua nhà họ, tao chửi cho mà ăn. Cả gia đình dụ dỗ con trai tao... Và tao phải nói với con Thanh Lê cái đồ mất nết, mới mười lăm tuổi đời, mê trai đi học mà ôm trai xà nẹo mỗi đêm...

- Ý ý tại con chứ không phải tại cô ấy. Con thương Thanh Lê chứ không phải lỗi cô. Má đừng làm phiền cô ấy. Má làm quá con bỏ nhà đi hoang cho má vừa lòng.

- Nghe đây... Nói vậy không nên con trai à? Nè sao con không đi thương con nhỏ Lã, con nhà ông ba Lanh có hơn không? Gia đình nó có công với cách mạng như mình, để con tiến thân.

- Trời ơi cái cô đó xấu oảnh à, ăn nói lại vô duyên, vô nết, nghe cái tên không con cũng muốn bịnh. Thà con đi tu không vợ, chứ ai đời má biểu con lấy cô đó má.

- Con không thương thì nói vậy chứ nó đâu có xấu? Tên thì để gọi có ăn thua gì? Nhưng mà con phải bỏ con Thanh Lê, con nhà Ngụy Quyền kia mới được. Thiếu gì những cô gái đẹp lớn lên...

- Đời nào con bỏ cô gái nếu con đã thương. Má bận lòng cô nào chỉ là mất công. Con nói rồi má làm quá con tức, con bỏ nhà đi hoang cho má vui lòng...

Bà Mậu nghe Duy Phong tiếp tục suy định thế, bà cảm giác tưởng như những cây cột kèo, trong nhà mái xưa trính hương này đang lồng lộn, lung lay quay kia chắc, và toàn bộ căn nhà bà như chuyển hướng đổi đi... Bà tơ tưởng vẻ như đã đuối sức nơi mình, đổ mắt nhìn vào bàn thờ. Bà vẫn cố gắng nói:

- Ba mày mất rồi trong chiến tranh giặc bắn, khi ông là du kích, má chỉ có hai anh em mày là Duy Phong, anh Hai mày là Duy Việt, thì ra thằng Duy Việt dễ dạy và khôn hơn. Tao phải gọi nó về dạy cho mày.

- Anh Hai dạy con? Dạy con cái gì? Duy Phong nhìn mẹ đang quay mắt về mình.

- Dạy mày, mày phải biết từ bỏ con nhỏ đó, không thì mày không có tương lai. Mày chỉ húp cháo rùa... Phần tao phải gặp bà cô ruột nó, bà thường qua xóm đây ăn trầu xóm này, tao gặp ở các đám, bã làm bánh hỏi bánh cưới cho người ta. Tao nhất định phải nói nhắn với bã về con nhỏ đó, nó phải rời xa mày tức khắc. Còn nhỏ mà mê trai như sam, cả làng ai cũng biết. Hứ...

Bà Mậu nhấn chữ "hứ" cuối cùng, và bỏ đi xuống bếp.

Duy Phong ngồi gục đầu trên bàn, như không muốn nghe những gì mẹ anh tố tụng thêm? Rồi anh ngước nhìn lên bàn thờ với đôi mắt cay đỏ của anh, như vẻ cố xin lỗi người cha, người quá cố. Duy Phong lại gục đầu suy nghĩ thêm. Bởi anh dành tình cảm quá nhiều cho cô gái tên Thanh Lê, con của một gia đình được gọi là "ngụy quyền." Nên lòng anh như dâng lên cơn bão tố nhè nhẹ. Anh biết mẹ không thuyết phục nổi anh. Bà đã bỏ đi đâu rồi...

Duy Phong thấy thật buồn não nề nơi anh! Anh đưa

mắt nhìn chú chó Vện của anh đang nằm đó. Mình với má đang có một cuộc nội chiến mà nó im re. Má mình la mình dữ dội, má oanh tạc mình, đánh úp tinh thần mình, mà nó chẳng thèm dỏng tai ngó? Tai nó muốn cụp cụp xuống và nhè nhẹ rung rinh, nó nằm đó mà chán nghe, như có vẻ vô tư chẳng để ý tới ai? Hay có thể nó bảo vệ má Mậu, hay nó tỏ vẻ thông cảm ủng hộ cho mình đây? Duy Phong thì ra anh muốn nhìn chú chó Vện, và thấy thương nó làm sao đó chứ! Anh lại liên tưởng nó là loài có thể thông minh nhất mà lại vô tư nhất! Duy Phong chợt nhớ nhất về nó... Chuyện đi học về thỉnh thoảng nó chạy ra đón anh là quá bình thường. Anh thương thích nó hơn là; có những khi anh đi trèo hái trái ở cây cao, xoài, me, mít, ổi, mận, nó hay theo anh ra đứng dưới gốc, nó ngước cổ nhìn anh hái, như đang dõi mắt coi anh có gì rủi ro không? Đến khi an toàn, anh bước xuống gốc cây, nó lại ve vẩy đuôi đi bên anh, như cố tình chia sẻ, cứ hít hít hơi, tưởng chừng nó cũng vui sướng lắm với cậu chủ... Duy Phong nghĩ thế, những kỷ niệm với con Vện khó quên, anh đi đến chỗ nó, anh dạy rằng:

- Sao mày im re nằm đây, tao đúng hay má Mậu đúng. Hã cậu củn ngoan, Vện nhỉ?

Vện mở đôi mắt hơi buồn nhìn anh, như là nghe được câu hỏi anh vậy. Nó hôn hôn cái tay anh, và nó bỏ đi đến chỗ khác nằm...

Lạ chưa? Anh lắc đầu chưng hửng nhìn Vện thêm một hồi nữa, anh thương nó vô cùng, dù anh chưa tâm sự được gì với nó trong tình huống này, rồi anh quay lại cạnh bàn ngồi suy nghĩ nữa...

Sau một đoạn bà Mậu - Mẹ anh trở lại bảo:

- Như người ta nói chẳng sai lời mà! Nước này thì khó cản rồi. Nhưng má không để cho con thế đâu! Bà nói và cầm cái chổi lông gà cán gỗ bóng loáng, bà quét trên trang thờ lại, sửa sang một vài đĩa trái cây cho đẹp hơn. Lúc nào bàn thờ bà cũng nhiều trái cây vườn. Nào chuối, nào cam, đu đủ, xoài, mít, mãng cầu đủ thứ. Bà thích thế! Bà cũng nhìn quanh thấy con Vện đang nằm, bà chả buồn hỏi nó điều chi.

Phong lặng thinh, rồi đứng lên nắm tay mẹ. Anh thưa:

- Má đừng như vậy. Con năn nỉ má cứ để tụi con quen.

- Không được con phải quay về. Và hiểu con là ai, là con của ai?

- Con không cần con là ai. Má không thể khó khăn với tụi con quá. Duy Phong thưa nói cứng rắn, nhưng âm hưởng thật trong tha thiết. Anh nom ra ngoài trời đêm đã về sâu hơn. Anh đi dắt xe đạp bỏ hút vào nhà.

- Vậy thì đừng kêu mẹ là mẹ nữa, hay là má gì nữa nha, muốn làm gì làm đi. Bà Mậu nói và liếc xéo Duy Phong.

- Hãy cho con được vui chơi, thân ái với bạn bè. Thời nào rồi con người cũng phải làm việc. Quan trọng là đức hạnh của mỗi người thôi má à. Chứ không phải xã hội hay chế độ. Duy Phong đứng gần mẹ cố ý phân trần.

- Không được, trăm phần trăm là không được, không bạn bè gì cả. Cũng đừng giải thích gì hơn với má. Bà Mậu lắc đầu kiên quyết.

- Con không thể sống theo ý má, con xin lỗi má thôi…

Duy Phong bó tay vào lồng ngực, trả lời như thế. Trông ra ánh mắt anh thì trọng nghĩa mẹ lắm. Coi ra Duy Phong vẫn còn lễ phép. Bà Mậu biết, song bà không mong là như vậy đâu. Bà Mậu đứng nhìn chiếc áo sơ mi sọc trắng vắt ngang vài lằn xanh, nơi tà áo của Duy Phong có dính vài giọt mực nho nhỏ. Tại sao lại bị như thế? Bà mới mua cho Duy Phong cách đây hai tuần mà? Bà định hỏi lý do với con trai, mà rồi bà lại thôi…

CHƯƠNG HAI

Duy Phong thích Thanh Lê một tình yêu mới lớn. Duy Phong cũng chưa có ý nghĩ gì nhiều, song mẹ làm quá, cậu sợ hãi phát kinh. Suy nghĩ ngẩn ngơ, và rồi anh nảy ra ý táo bạo; phải tự tìm lối thoát, phải dẫn Thanh Lê đi xa, anh sẽ nuôi dưỡng tình yêu với Thanh Lê chứ? Nếu anh chậm, mẹ anh tới nhà Thanh Lê, coi như đổ vỡ hoàn toàn. Thanh Lê sẽ xấu hổ, thương cha mẹ, đoạn tuyệt anh, cắt đứt anh, mọi sự với anh sẽ chấm dứt, v.v...? Duy Phong nghĩ phải tìm cách, tìm cách nào thông minh nhất, để anh khỏi vụt mất tình yêu với Lê chứ. Sau đó chỉ ba hôm đắn đo, anh viết một lá thơ đi học về, gởi đến Thanh Lê. Trên tay nàng giờ tan trường Duy Phong đưa:

- Anh có chuyện này muốn nói với em.
- Chuyện gì vậy?
- Em cứ coi thơ đi hãy biết.
- Cái gì vậy anh?
- Coi đi sẽ biết mà!

Thanh Lê chưa kịp nói gì. Duy Phong quay đi kiểu lui gót, sau một phút anh trở chiều lại bước đi đàng hoàng. Nàng chỉ nhìn còn phía sau lưng của Duy Phong- Người con trai nàng có đem lòng luyến ái...

Duy Phong đi vào một quán phía Đông Nam cổng trường, anh mua thêm mực pilot, vài cây bút bi, cục gôm và vài viên kẹo, anh nhai kẹo cho đỡ buồn.

Thanh Lê thì đã đi về không chờ. Hôm ấy nàng mặc chiếc áo sơ mi cổ cánh sen màu xanh nhạt, chiếc quần sa tanh đen bình thường. Lúc này ăn mặc của học sinh cấp hai ở đây chưa đòi hỏi đồng phục lắm.

Nàng đi thật xa, anh đi sau đưa mắt ngắm. Thỉnh thoảng thì nàng chờ, nhưng hôm nay thì không, và nàng cũng không nhập chơi với bọn trẻ thơ kia. (Các trường tiểu học gần đó, các em hay ra về cùng thời gian.) Thanh Lê đi riêng lẻ một mình, nàng nhìn cây cỏ hai bên đường, mùa hè sắp tới chúng như muốn cháy sém, chúng đã đến lúc muốn héo rũ, mà cô thương, vì nó không còn xanh mướt khi khoảng vào xuân hôm nào nữa! Làm cô cảm giác hơi lạ hơn... Thanh Lê đưa mắt ngắm những viên sỏi nho nhỏ nghiêng ngửa qua lối đi, với độ dốc thoai thoải như cố tình làm cho cô gái trẻ thích nhìn chúng, và cô nhìn kỹ chúng hơn! Thanh Lê vội bâng khuâng những điều chi nữa... Thế rồi chẳng mấy chốc cô đến xóm nhà, Thanh Lê thường đi bộ, cô yêu thích lắm. Lâu lâu cô mới đi xe đạp. Còn Duy

Phong thì ngược lại, đi xe đạp nhiều hơn. Chàng đang lái xe chậm, để chàng len lén nhìn nàng... Khi yêu nhau Duy Phong cho rằng nhìn xa cũng thích, nhìn gần cũng thương, nhìn đối diện cũng đã, nhìn trộm nhìn lén vẫn mê, vẫn ham. Anh cố nhìn nàng cho tới khi khuất bóng vào lối rẽ. Thanh Lê đi qua một cây cầu bé xíu, người ta làm được, họ ghép vào bằng những ván gỗ nhỏ trông rất xinh. Lê theo lối ấy, về nhà mình. Nhà Thanh Lê ở gần nơi giữa xóm, nắng chiều kia vẫn rưới vàng hoe, như cố tình in đậm hơn đôi mắt của nàng...!

Lê vào nhà. Cả nhà đi vắng...

Nàng loay hoay lấy thơ của Duy Phong gởi ra đọc. Anh viết:

Thanh Lê yêu của anh!

Anh đau khổ vì yêu em, đã yêu em thật sự. Anh không thể quên em được, anh có thể chết đi được dưới trần gian này nếu anh không được gặp em, thấy em hằng ngày, và những nụ hôn với em. Em có yêu anh thật sự không? Thanh Lê cũng chỉ vì cái lý lịch của em? Anh không cần địa vị quyền cao, hay chức tước. Anh cần em thôi, em là tất cả trong đời sống của anh! Anh đã nghĩ cách trốn, dẫn em đến một phương trời xa khác ta sống, chúng mình sẽ hạnh phúc bên nhau không ai tách rời được... Vì anh yêu em! Nếu em không bằng lòng thì anh uống thuốc chết đi, anh sẽ chết như liễu rũ rêu phong! Chứ anh không có cách gì từ chối lời thỉnh cầu của mẹ anh.

Em yêu! Vậy anh khẩn khoản cho em biết tin, nghĩ về anh, nghe em. Chúng ta sẽ trốn đi ở dịp cắm trại sắp tới. Sau khi bế mạc trại. Anh và em dong về miền Buôn Mê Thuột xa lắc. Anh có ăn cắp số vàng bảy cây vàng thẻ của mẹ anh. Mẹ giấu kín từ buồng riêng chôn sâu trong hũ anh biết, anh lấy. Tương lai mình sẽ trả lại. Hãy tin anh, đừng cho gia đình em hay cũng rắc rối cho chúng ta!

Hôn em. Anh không thể sống xa em...

Duy Phong.

Trên đường đi Lê hồi hộp, song ít nghĩ. Về nhà nàng

thay đồ bộ bình thường rộng rãi hơn theo lệ thường đi học về. Sau thì nàng mới lấy ra thở dốc, rồi chui vào buồng chài ngồi đọc. Nhà Lê có một cái chài khá dài và rộng, để đồ đủ thứ, lỉnh kỉnh, nhiều nhất là dụng cụ làm nông. Nàng đến nơi đó, vì nàng vẫn sợ ba mẹ ở đâu đó về bắt gặp. Chiều rồi nhưng ba mẹ đi làm chưa về. Ngồi trong chài như thế chắc sẽ là ổn hơn, còn tự do hơn. Lê liền lật đi lật lại, coi kỹ hai, ba lần, thì ra nàng toát mồ hôi với những quyết định của Duy Phong, ý nghĩ mới mẻ của chàng lạ quá. Nàng lại không ngờ? Ôi chuyện tình trẻ con nàng đi đến nghiêm trọng vậy sao? Thật ra nàng thích Duy Phong vì anh ta thương Lê nhiều, hay chu đáo cho nàng. Duy Phong lại là người học giỏi, làm văn hay thế thôi! Lê thật sự chưa bao giờ nghĩ đến chuyện ngày sau với Duy Phong! Nhưng lá thư Duy Phong bảo là phải trốn đi vì mẹ chàng cấm đoán, không cho hai đứa yêu nhau gặp nhau, nếu nàng không trốn đi Duy Phong sẽ uống thuốc chết. Trời ơi! Chàng nói thảm quá, chàng nói như thế. Làm sao Lê phân minh đây? Thật rối tơ lòng nàng...!

Nếu đi thì sao? Còn nếu không đi thì sao? Như vậy không lẽ Lê để chàng chết, bà càng hận mình. Nàng chưa biết đường nào mà tính đoán...

Nếu đi với Duy Phong, nàng sẽ mang tiếng đồn nàng mới mười lăm tuổi bỏ nhà theo trai. Ba má sẽ buồn trách mình biết chừng nào? Trong hai thứ để chọn một ư? Thanh Lê càng nghĩ, càng thấy khó xử, với liệu ước bài toán hóc búa này? Nàng thấy đau thiệt, nàng nép ngực ngước nhìn từng chiếc cối xay lâu ngày bỏ mốc meo trong xó, Lê nhìn từng thùng phi thóc lúa kia được đậy kín, và những thùng than thô đã mở dây cho thoáng đãng, ba nàng sẽ chuẩn bị cho cả nhà mùa đông sưởi ấm ấy, và những dụng cụ cuốc xẻng, rổ rá, nong nia, bao bì, mọi vật dụng đựng những khi cần vô mùa nơi đó v v... Nàng như muốn nhìn tâm sự, bày tỏ. Nàng như muốn hỏi chúng để chia sẻ... Nhưng cô gái cảm giác tất cả đều nhìn nàng im lặng tựa như tờ, như cứ làm ngơ ngủ yên, chẳng được nói gì với nàng. Tại sao nó vô giác vô cảm với Lê quá nhỉ? Trong khi nàng nghĩ xa, nghĩ gần, lòng buồn như đến muốn rơi nước mắt... Cô gái lại buồn thêm và thôi ngắm chúng, nàng đọc coi thư tiếp. Rồi Lê phân vân tiếp...

Lê giả thuyết nếu đi với Duy Phong thì anh vui, nhưng tiếng đồn nàng có mười lăm tuổi, phải bỏ nhà theo trai ba má sẽ khổ sở. Gia đình Thanh Lê có ba người con gái, hai chị đã lấy chồng. Nàng là út, lại đem cho cha mẹ một sự tủi thân đáng tiếc? Còn các chị của nàng cũng quở trách, dòng họ sẽ phỉ nhổ. Thanh Lê là một đứa cháu đẹp nhất của dòng tộc, và hiền nhất... Ai cũng mến yêu Thanh Lê nhất mà! Nàng đang sợ một thực tế sẽ thay đổi đi nhiều!

Nghĩ tới, nghĩ lui Thanh Lê không biết tính làm sao cho ổn. Nàng cứ như muốn bỏ ăn. Một hôm cha nàng bảo nơi mâm cơm, khi họ ăn cơm chiều chung cả gia đình. Mà gia đình chỉ có là ba người: nàng, má cùng ba thôi. Các chị đi lấy chồng thì ở riêng bên phía họ hết rồi.

Ba của Lê bỗng nhiên hỏi:

- Sao ba không thấy thằng Duy Phong lại chơi. Con quen nó như chỗ bạn bè thôi. Lớn lên thì có bạn. Mà rằng con không thể ưng nó được vì ba là ngụy quyền. Gia đình nó có công cách mạng, cha nó là liệt sĩ đó...

Ba người đang quây quần trong mâm cơm dọn dưới nền nhà, được tráng bằng xi măng non thiếu nên tạo thành những vệt loang lổ, vì nó không đủ lượng độ để dẫn đều chất xi măng phân phát quân bình, song vẫn tạo một nét đẹp thiếu hụt, giản dị riêng của nó... Lê nhìn sàn nhà ngẫm chuyện... Và Lê đang ăn, nghe ba nói như mắc nghẹn. Cô đáp:

- Chúng con quen nhau vì học hành, họp lớp, họp tổ. Anh ấy thích con, anh cho quà vặt con, thế thôi ba đừng lo...

Mẹ của Thanh Lê chen vào:

- Có gì cho ba má hay. Mấy hôm nay con có vẻ buồn. Làm bạn thôi đừng yêu sớm khổ nghen con gái.

Lê ngước lên chạm vào đôi mắt hiền nghiêm của mẹ. Lê

thưa:

- Dạ con buồn bài văn con vừa rồi chỉ năm điểm. Khi con là học sinh giỏi văn. Thầy tin cậy, thầy trách con…

- Đôi lúc bài con làm chưa sâu sắc. Bởi chưa hạp với ý thầy cô yêu cầu.

- Biết vậy mà vẫn buồn, đương lúc anh Duy Phong vẫn điểm tám.

- Thôi so sánh làm chi con? Mẹ Thanh Lê cũng ngước nhìn Lê bằng đôi mắt tình thương rất kín đáo.

- Ảnh cười con. Nàng trả lời như cố gắng hiểu mẹ.

- Tưởng ai, chớ nó cười con thì chẳng tác hại gì? Mẹ Thanh Lê tỏ ra xuề xòa nói qua quít, lại cười buồn mà không nhìn con gái.

- Song con nghĩ tại sao con dở đi, con buồn chứ? Lê thắc mắc.

- Thôi cố gắng lần khác con à. Mẹ Lê an ủi nàng.

Người ba chen vào:

- Con học, học vậy thôi. Cho có tri thức hiểu biết một chút với người ta. Nhưng lên lớp mười, ba sẽ cho con nghỉ, học nghề và gả chồng. Mình lý lịch xấu. Học uổng phí thời gian, không làm gì được đâu. Ông nói một cách chậm rãi.

- Con nó học được mình cho nó học ông à. Biết đâu mai mốt họ có quy trình cải cách, canh tân. Bà nói mau mắn hơn.

- Chắc còn lâu lắm, mà tôi vẫn mong. Ông Nhung trả lời.

Sau hôm hầu chuyện với ba má ở mâm cơm. Thanh Lê không tài nào không suy nghĩ bức thư Duy Phong kia. Cô nằm trùm mềm suy nghĩ mãi. Hai ngày nữa là đi cắm trại. Nàng sẽ trả lời cách nào với Duy Phong đây?

Nghĩ quá muốn nhức đầu, Thanh Lê chưa trả lời được thì Duy Phong gởi ném thêm một lá thứ hai. Trong lúc Duy Phong nói với má Mậu là: "Đừng làm phiền nhà Thanh Lê, con nghe lời mẹ…" Anh chỉ trấn an mẹ thôi.

Bức thư được viết cho nàng lần này:

Em thân yêu!

Thanh Lê sao em không trả lời cho anh, lần cuối cùng

của thứ sáu vừa qua đã hơn hai hôm. Ngày mai chúng mình đi cắm trại huyện, của lịch trình đó. Mình trốn đi luôn. Anh hứa sẽ bảo bọc em. Em không nghĩ anh đổi tất cả để được sống bên em. Danh vọng là hư ảo, địa vị là trói buộc, quyền tước là gông cùm. Anh sợ nó và anh không cần gì, anh chỉ cần em. Là em đã biết anh yêu em như thế nào, hoặc em muốn anh chết đi. Sau đó em có người yêu mới, em đi lấy chồng quên anh...

Duy Phong – Em có biết anh yêu em hết cuộc đời này?

Suy nghĩ nát óc Thanh Lê thấy buồn ghê nơi, chưa chi Duy Phong hờn mát. Nàng phải nghĩ làm sao, hay là nàng phải quyết một lòng, Lê muốn đi theo chàng? Theo Duy Phong để trọn nghĩa tình yêu chăng? Chàng đã đổi tất cả để có mình. Vậy tại sao mình không sống vì tình yêu cho chàng, mà còn chần chờ? Suy qua, nghĩ lại nàng nhủ thầm mình có vẻ liều, và hơi hoang mang quá. Nhưng tình yêu nàng và chàng không liều là bế tắc? Không liều là hết, là xa nhau! Không liều là dang dở, không liều là mất tất cả với nhau. Không còn cách nào khác hơn! Xưa nay người ta yêu nhau vẫn phải liều, vẫn phải sống như thế, vẫn phải xảy ra những điều... Nàng đã toan xoắn tay cùng chàng trai để bảo vệ tình yêu đích thật của mình, của hai chúng ta! Ôi những bức thư tình tuyệt vời nơi chàng gởi, đã ru Lê bước thêm trong nồng nàn của mộng mị yêu đương...

**

Trại dịp hè nối kết giữa các xã được cắm. Từ các đơn vị lớp cuối cấp hai; lớp tám, lớp chín. Thanh Lê và Duy Phong là những nồng cốt của các học sinh ưu tú lớp chín.

Cơ duyên như định sẵn. Hai tâm hồn thơ trẻ nhưng đã quyết định. Đương lúc đi trại, Duy Phong cố đem bán hai cây vàng trong các thị trấn, mỗi tiệm chỉ mỗi cây, chàng bán rải ra như vậy mong rằng sẽ tránh được những bại lộ, có thể bất ngờ... Duy Phong vẫn ngừa lo sợ, chàng cố ngăn chặn sự hiểm họa, nếu mẹ biết hoặc phát hiện thì hỏng việc, và phiền phức như mở cửa, sẽ triệt tiêu chàng... Hai chủ tiệm mua vàng chàng, cũng hơi ngờ vực điều chi là lạ.

Song "khách hàng là thượng đế rồi, vàng thiệt đã thử lửa rồi." Thì họ đâu có đặt câu hỏi cho chàng mà làm gì? Coi như Duy Phong vui vẻ hớn hở, khi đã nắm được một chút tài chính trong tay...

Đêm hôm nay vầng trăng cao lơ lửng. Vâng chính đêm hôm nay là đêm diễn văn nghệ cuối cùng. Sáng mai là tuyên bố tổng kết, những giải thắng của cuộc thi. Mười hai giờ này là giới nghiêm, các đơn vị điểm danh nghỉ, ngủ. Nhưng đó chỉ là trên nguyên tắc giấy mực. Còn thỉnh thoảng có những học sinh ngoan cố vượt rào, vượt luật lệ, ẩn lẩn trốn đi tự tình, hoặc đi rảo bước, hoặc đi chơi khuya dưới trăng mơ màng... Trong đó có Duy Phong, Thanh Lê. Và từng tuổi này, lòng thơ ngây nhưng niềm hoài vọng đa cảm, chân thành... Thanh Lê đi chơi với người yêu, ngồi với người yêu. Nàng rồi bỗng thổn thức nhớ đến hai câu thơ tuyệt hay của đại thi hào nhất nước Vn... Nàng liền đọc thỏ thẻ bên tai cho chàng nghe:

"*Dưới trăng quyên đã gọi hè/ Đầu tường lửa lựu lập lòe đơm bông*"

Nàng lại nhoẻn miệng cười tươi hỏi thêm:

- Ồ anh có biết thơ của ai đó không nhỉ?

- Anh nói ra thì em cho anh cái gì nữa nè?

- Cho anh nụ hôn dài hạn, hôn miết nghẹn chịu không? Song em hỏi anh cho vui thôi. Anh mà không biết thì chắc là em ân hận phải cắn lưỡi chết mất...

- Vậy sao em yêu? Nếu anh không nhớ của ai phải moi óc ra mà nhớ chứ không người yêu anh cắn lưỡi chết thì anh sống với ai đây ta. Và cuộc đời anh đâu còn ý nghĩa gì đẹp nữa em. Của thi hào này phải không Lê:

- Trăm năm trong cõi người ta/ Chữ tài chữ mệnh thật là ghét nhau. Trải qua một cuộc bể dâu/ Những điều trông thấy mà đau đớn lòng.

Nàng nối tiếp: *Lạ gì bỉ sắc tư phong.*

Trời xanh ghen thói má hồng đánh ghen.

Cảo thơm lần giở trước đèn/ Phong tình cổ lục còn truyền sử xanh: Rằng năm Gia Tĩnh triều Minh/

Bốn phương phẳng lặng, hai kinh vững vàng.

Có nhà viên ngoại họ Vương/ Tư gia nghĩ cũng thường thường bực trung.

Một trai con thứ rốt lòng. Vương Quan là chữ nối dòng nho gia.

Đầu lòng hai ả tố nga/ Thúy Kiều là chị, em là Thúy Vân/ Mai cốt cách, tuyết tinh thần/ Mỗi người một vẻ mười phân vẹn mười.

Chàng tiếp:

Vân xem trang trọng khác vời/ Khuôn trăng đầy đặn nét ngài nở nang/ Hoa cười ngọc thốt đoan trang/ Mây thua nước tóc, tuyết nhường màu da/

Nàng vẫn tiếp:

Kiều càng sắc sảo mặn mà/ So bề tài sắc lại là phần hơn/ Làn thu thủy nét xuân sơn/ Hoa ghen thua thắm liễu hờn kém xanh/ Một hai nghiêng nước nghiêng thành/ Sắc đành đòi một, tài đành họa hai...

Giọng nàng là một niềm rung động da diết, được bắn qua một hồn thơ và âm vọng sâu sắc. Khiến Duy Phong đã bị chinh phục ở cửa miệng người yêu mình một cách hoàn mỹ. Rồi chàng hôn lên mí mắt, làn môi, tóc tai, eo ót, vai cổ nơi người yêu để thầm khen ngợi nàng...

Lê vẫn có cảm nghĩ rằng Duy Phong thuộc thơ và giọng đọc thơ không thua mình ở khí khái và tâm tưởng. Nhưng khen chàng nữa thì dư mất, lại thêm tốn thì giờ. Nàng chỉ đón đợi những nụ hôn của chàng ban tặng mà thôi…

Những đêm trại đó Thanh Lê, Duy Phong lại có thêm cơ hội gần nhau. Và hai người càng yêu nhau (dính như mủ mít, gỡ không ra, lối ở quê người ta nói như vậy. Quấn nhau mỗi tối, đố ai có biết những gì?) Thật sự thì cũng chưa có gì, nhưng hình như cả hai trái tim đã cho nhau thì thầm, hòa chung nhịp đập, và không thể thiếu nhau được nữa. Đêm đến ở một ụ đất hai đứa tự tình, ụ đất xa mô trại khoảng mấy trăm mét về phía Đông. Nơi phía trước mặt có một hàng trúc xinh, cây của nó thẳng dong dỏng dựng cao, lá nó hình thù nho nhỏ, vẻ cũng dễ thương thanh mảnh lắm, gần đó là những cây dừa xinh xắn, cỡ trung chưa già, đang trải lá vươn cành trong gió, như những thiếu nữ đẹp, dịu dàng chải tóc giữa buổi chiều xuân... Và bên kia là đường ray cấm lộ, vài cây bạch đàn mới trồng nhưng đã lớn, cũng rung cảm thì thầm hòa mình trong đêm vắng...

Thanh Lê nằm bên Duy Phong khóc làm nũng:

- Ồ nếu em đi với anh biết chúng mình có trọn vẹn không? Em là gái, chuyện gì mất mát. Chứ anh là trai anh đâu thua lỗ.

- Nói chi xa xôi vậy em. Đã hứa mà đi với anh đi, không đi là anh chết cho em vừa lòng.

- Mong anh đừng bỏ em giữa đường nha?

- Ừ anh yêu em mà, tin anh đi em yêu.

Sau lần cắm trại huyện, bạn bè về nhà. Song Duy Phong, Thanh Lê không về làng xóm mình nữa. Hai đứa kế hoạch như đã tính, xếp mùng màn, quần áo cất vào mấy túi xách, để dong xa tận vùng sâu, vùng xa của xứ Ban Mê, gần chỗ dân tộc Ba Na. Nơi mà một ít người kinh đang lập nghiệp tại xứ đó...

CHƯƠNG BA

Trên đoạn đường xe khách về miền Tây Nguyên Buôn Mê, Phong cứ ôm Thanh Lê vào lòng hôn hít nhẹ, thân ái với nàng. Dẫu ai nhìn anh cũng chẳng ngại và anh không cần để ý tới ai. Vì họ là khách bốn phương, được mấy xếp lơ chấp nhận vẫy tay mời vào cho xe để đủ lượng người quân số nơi xe. Như vậy khách trên những tuyến đường rải rác sau khi rời bến, và họ đã bốc khách để hội tụ đủ khách xe. Mấy anh em lơ xe chỉ hơn nửa tiếng sau, giờ chỉ còn xước mía ăn, tán dóc, kháo chuyện, nói nhảm vài thứ cho vui miệng, hoặc nhìn mỗi hành khách khác nhau, tư thế phong thái, và rồi cũng nhìn để nhớ họ xuống sớm hơn bến chính nếu có thể theo ý họ. (Vì có vài ba người nào đó, họ đòi hỏi là như vậy xuống sớm, không xuống bến xe.) Duy Phong nhìn lơ và nhìn họ cho có nhìn mà thôi. Anh hoàn toàn bị mê hoặc với khuôn mặt, tay chân, tóc tai, và vóc dáng người tình mình mà thôi. Anh không sợ ai nhìn người tình, người yêu anh đâu? Họ nhìn thì cứ để họ nhìn đi. Vợ anh Thanh Lê đẹp mà. Họ nhìn vợ anh ví như hoa được thêm nước để tươi thôi. Kể cả khi Thanh Lê mắc cỡ bẻn lẻn, họ cũng chẳng bắt cóc nụ cười đó, sắc đẹp đó nơi nàng, dù chỉ là một ý tưởng nhỏ. Kể cả những lúc mấy tên lơ lén nhìn vợ tương lai anh, họ khâm phục hoặc đem lòng ganh tỵ với anh. Duy Phong hiểu và chấp nhận. Anh không sợ nàng phải lòng với bất cứ ai và phản bội anh gấp gãy trong lúc này đâu? Anh như chỉ sợ giữa đường nàng đổi ý vì thương ba mẹ, vì chạnh lòng nhớ họ hàng giòng tộc, nếu nàng chạy trốn về thì công anh như mất toi, hỏng hết thôi! Nhưng mà rồi Thanh Lê cũng quyết cho tình yêu lên tiếng gọi! Mặc dầu cô còn thơ ngây non nớt, hoặc tuổi tác còn bé dại lắm...

Tuy nhiên, những khi qua đèo, xe chạy đi nghe gió như vi vút hú gọi thê lương, nàng nhớ quê nhớ mẹ một cách vô cùng, nhưng nàng đã đi xa... xa lắm rồi. Lê đã chọn mà, nàng cảm giác, lòng Lê buồn rười rượi như lá sầu đông dầm mưa nhiều ngày... Dẫu là hai đứa xa làng vào ngưởng cửa của mùa hè yêu dấu... Duy Phong hiểu được trái tim nàng, người con gái đã nặng lòng yêu anh, và nghe lời anh. Duy Phong càng thương, càng nhìn nàng, anh như thêm đong đầy nỗi cảm xót...

Một ngày hơn thì xe đò đã đổ bến. Cuối cùng mọi khách hàng xuống xe, giang ra đi tứ phương. Duy Phong, Thanh Lê vừa xuống xe, hai đứa trừ trờ, rồi tìm về một hướng lạ...

Đến với Buôn Mê Thuột huyện Crông nô. Duy Phong, Thanh Lê sau khi xuống xe tại nơi này. Đất lạ quê người nàng lẽn bẽn theo Duy Phong. Trông nàng mệt mỏi vì đường xa, lo lắng và sợ hãi. Duy Phong thấy thương nàng hết mức! Anh thương như không biết để vào đâu cho hết. (Chắc để vào trái tim thôi.) Anh nghĩ vậy... Thế là cả hai chỉ có hai cái xách tay đựng áo quần, một cái mùng, một cái mền cho vào bao nylon gọn ghẽ, ngoài ra họ không còn gì cả! Song Thanh Lê đi không kịp Duy Phong, nàng lại thèm lắng nghe tiếng nhạc nơi một quán nhỏ bay ra, nhạc tình đượm buồn say đắm. Nàng nghe bồi hồi lời ca"*Bên ven bờ Hiền Lương chiều nay ra đứng trông về đôi mắt đượm tình quê, đôi mắt đượm tình quê, xa xa đoàn thuyền nan, buồm căng theo gió xuôi dòng... Bỗng trong sương mờ không gian trầm lắng nghe câu hò ...*" Mà tiếng ca Thu Hiền hát cao có, trầm có, thật da diết. Duy Phong thấy thế bảo người yêu:

- Mình vào uống nước đâu đó đi em. Nghe nhạc gì mà thẩn thờ vậy?

- Thu Hiền hát hay quá, làm em nghe ké dọc đường mà ngẩn ngơ.

- Em tới chết chắc cũng còn mê nhạc. Mê tiếng hát Thu Hiền phải không?

Thanh Lê không nói, không trả lời mà cười buồn, nhìn chàng bằng ánh mắt thật trong sáng.

- Muốn không, anh dẫn vào nghe chút nha em?

- Thôi đi đi anh, mình xin nhà ở, trời sắp tối rồi. Em không khát nước.

- Đưa anh xách hết cho. Em có vẻ mệt lắm tội nghiệp em.

Thanh Lê lại đưa xách qua tay chàng mà không nói gì.

Gió chiều như đã ngưng. Tóc Thanh Lê mềm mại xõa nhẹ trên vai. Duy Phong nhìn nàng trông thật đáng yêu, đáng thương quá. Một đoạn chàng nghe nàng trả lời thật tội nghiệp.

- Em cũng không mệt, mà biết đi về đâu vậy anh Duy Phong? Lê như muốn hỏi lại ở cuối câu.

- Theo anh đi, mình cứ đi đại, gặp người nào anh dọ hỏi. Em đừng lo, đừng sợ. Duy Phong nói anh bấm nhẹ tay nàng.

Bỗng nhiên Duy Phong nhìn thấy, có một người lái chiếc xe Honda 50 phân khối chở rau quả lạ hoắc kia, nhưng xe đang bị chết máy giữa đường chăng? Nó cách phía trước họ chừng khoảng hai chục mét. Vội không bỏ qua cơ hội, Duy Phong lướt nhanh tới hỏi bằng sự tò mò:

- Xe bị sao vậy chú? Máy hư hã chú?

- Không biết tại sao nữa? Máy đang nổ bỗng ngưng kỳ

quá. Chú nói giọng thật thấm mệt.

Duy Phong hỏi tiếp:

- Cháu có thể phụ giúp chú được không?

Rồi Duy Phong quay sang với Thanh Lê:

- Em cứ đi theo anh, anh phụ đẩy cho chú nhé, tội nghiệp chú dắt nặng lắm đó em!

Lê gật đầu hiểu, vẫn lẽo đẽo đi theo.

Người chở xe rau xanh lại bảo:

- Được lắm chứ, nhưng cháu về đâu mà phụ đẩy?

- Dạ cháu... Duy Phong ấp úng.

- Vào đây uống nước kể cho chú nghe đi thử.

- Hai cháu không có nhà, hai cháu ở phương xa đến.

- Sao như vậy được chứ, chắc chăng là hai đứa yêu nhau, và lý do gia đình mà bỏ nhà đi phải không? Thoáng thấy chú có thể nghi rồi, nhưng vào đây...

Nhìn đôi mắt Duy Phong, người chú vui vẻ nói tiếp:

- Vào đây đi, vào uống nước đi nào, kể chú nghe. Chú có thể giúp.

Trông chú chở rau xanh rất cởi mở và tốt bụng. Duy Phong chợt nghĩ, cảm thấy ấm áp nơi lòng.

Trên các lộ đường, phải nói kể ra những quán nước cứ lai rai trên các dọc đường, dù xập xệ hay khang trang tùy theo khách chọn yêu chuộng, có âm nhạc nghe cũng vui lây, giảm buồn thật! Thử hỏi ở đời mấy ai không mê âm nhạc...

Chú xe rau cũng lắng nghe, chú định dắt dựng xe mình vào một góc quán bên đường đó. Song Duy Phong lên tiếng:

- Thôi chú, người yêu cháu mắc cỡ. Cháu không vô quán kể được đâu. Cháu đẩy cho chú, nếu chú thương tình cho chúng cháu ở trọ nhờ. Hoặc giới thiệu một nhà ai đó, cho tụi cháu kiếm việc làm sinh sống với nhá.

Vừa đẩy xe, hai vai còn mang hai giỏ xách. Mùng mền cũng đã nằm trong xách gọn. Duy Phong buông lời thêm:

- Cháu có sức khỏe đi làm, và dần dà cháu sẽ gây dựng nhà cửa chú ơi...

Người chở rau ngắm thêm Duy Phong, một chàng trai

mới lớn đẹp mã, tướng con nhà khá giả, phong cách thanh lịch, rồi thốt thêm lời:

- Tình yêu là một cái chi mà nhiều người phải khổ. Chú đã từng khổ vì tình yêu, cũng quyết đấu tranh cho tình yêu để vượt lên, để chiến thắng. Bây giờ lại chắc, hai cháu trong trường hợp "hữu tình ta lại gặp ta." Chú không nỡ chối từ đâu. Đi theo chú về nhà, chú cháu sẽ nói chuyện coi.

Người đàn ông đẩy xe rau liếc nhìn Thanh Lê bước theo thoăn thoắt, tóc dài bóng mượt, hai mắt thì to sáng ngời, ăn vận bình thường, nhưng cô bé có vẻ đẹp lạ thường! Chú thêm cảm động nói với Duy Phong:

- Cháu thì chân cứng đá mềm, chỉ tội cô bé này có vẻ tiểu thơ lắm...

- Ơ vợ cháu người yêu cháu vậy chứ giỏi lắm chú ơi, đừng lo chi. Với lại con làm nuôi vợ con. Cô ấy còn nhỏ lắm, mới mười lăm thôi. (Không hiểu sao Phong lại đổi xưng con thay cháu.)

- Chú cũng đoán vậy thôi, không quá mười bảy...

Cả ba vừa đi vừa nói chuyện ở trạng thái, xe bị đẩy vì tắc máy. Thấm thoát mà họ về đến nơi, một ngôi nhà gần đường lộ. Trong xóm nhà còn thưa thớt của dân kinh tế mới. Ngôi nhà đó hiện lên. Người đàn ông cùng Duy Phong hỗ trợ phụ cho xe vào gian nhà dự trử rau quả phía sau, khi trở ra chú thở phào nhẹ nhõm:

- Nhà nầy của hai vợ chồng chú. Chú tên là Trung Dũng, chú ở đây chín năm rồi, chú có được hai đứa con trai. Con trai đầu của chú lên tám, đứa thứ hai lên năm. Hôm nay nghỉ học cả hai ra chợ chơi hết... Vợ chú có quày hàng rau ở đó. Chú đi lấy hàng các nơi trong bãi họ, rồi đem chở về bán.

Trung Dũng không đợi ai phản ứng. Chú liền nói thêm nhanh:

- Hai cháu tên gì vào nhà uống nước, kể chú nghe rõ hơn được không? Thấy hai cháu tội nghiệp quá, chú nhìn rất động lòng.

Duy Phong, Thanh Lê theo chú Trung Dũng vào nhà.

Hồi nãy giờ họ đứng ngoài giếng nước, chờ chú Trung Dũng rửa tay, họ nhìn mặt nhau rõ hơn. Cả hai Duy Phong và Thanh Lê cũng đã rửa tay xong nơi một thau lớn chứa nước. Chú quay bằng hệ thống ròng rọc để lấy nước khi dùng.

Hàng hiên của chú Trung Dũng hơi thấp. Nhưng trước nhà có một vài cây bông điệp, bông sứ được trồng nhìn trông chúng hữu tình quá. Rồi Thanh Lê cùng Duy Phong theo chân chú Trung Dũng vào nhà.

Nhà chú chia ra cũng được bốn ngăn, trước nhất phòng khách. Kế bên hai phòng ngủ, tiếp theo căn bếp sau, nối liền với gian nhà dự trữ hàng mua bán của chú thím. Thoáng nhìn một chút Duy Phong nói liền:

- Cháu tên là Duy Phong người yêu cháu, vợ cháu cô ấy tên là Thanh Lê.

- Ngồi xuống ghế nghỉ chân đi cô bé. Chú Trung Dũng bảo, và nhìn Thanh Lê.

Thanh Lê giờ mới gật đầu:

- Cám ơn chú, chú rất tốt, cháu...

Thanh Lê vẫn như ấp úng mà tiếp rằng:

- Cháu không biết lấy gì đền ơn sau này...

- Đâu có sao cháu. Chuyện nhỏ mà. Đừng ngại gì cả.

- Chúng cháu đội ơn chú. Còn cô chừng nào về chú? Duy Phong như ngắt lời Thanh Lê để hỏi vội nhanh.

- Khoảng sáu giờ cô về. Bây giờ là bốn giờ rồi, nhưng tùy nếu bán đắt cô ấy về sớm hơn cơm nước, chú đỡ vất vả. Có khi bận rộn, cô mua luôn ở chợ về ăn thôi... Trung Dũng đưa đôi mắt nhìn lại Duy Phong.

Im lặng một lúc Trung Dũng cởi mở hơn:

- Cứ tạm ở đây vài hôm chú có một người quen. Họ chỉ thích ở rẫy canh tác, không biết họ lấy nhau hồi nào, mà hai vợ chồng già không có con cái. Nếu tụi cháu ở với họ chắc họ mừng lắm. Ở với họ tụi cháu tự do hơn. Ở đây cũng được, nhưng có mấy em lăng xăng, sợ hai cháu không thích đâu.

- Không sao chú ạ, cháu ở tạm với chú hoặc vợ chồng

già kia cũng được. Có hai em vẫn là niềm vui thôi mà. Chừng khoảng nếu tính được rồi nhé, nhờ chú bảo lãnh cháu có thể mua đất cất nhà... Nói thiệt với chú, cháu có mang tiền theo khá, cả vàng nữa...

- Vậy là khá hơn chú rồi, chú và cô là một mối tình, gia đình cô thì giàu, chú thì nghèo cha mẹ cô không gả. Cô chú lên đây với hai đôi bàn tay trắng.

- Ô thật vậy sao chú?

- Không lẽ chú nói láo để làm gì?

- Trời ơi vậy là cháu vui lắm. Có người thông cảm. Có người tri kỷ. Cô chắc không ghét tụi cháu đâu, cô sẽ hiểu được vợ cháu, thật là mừng như thoát chết đó chú! Duy Phong nói với giọng vui hơn.

Thanh Lê nghe và đưa mắt ra nhìn những cành hoa sứ, hoa điệp bên ngoài lung lay một chút thoảng trong gió nhẹ. Cô bé thấy hơi vui vui lạ.

- Chắc chắn là như vậy. Thế trời khiến xe chú chết máy là có mục đích mà cháu! Trung Dũng trả lời.

- Cháu cũng tin một khoảng ít ở số mệnh. À chú, vậy cho vợ cháu đi tắm một chút, để rồi còn đón vợ chú về nha.

- Ừa ừa nhà tắm có đó, mà để vợ cháu đi tắm trước, cháu đi sau, hay thích hai đứa tắm một lượt.

- Vợ cháu mắc cỡ không chịu đâu. Để cháu tắm sau. Duy Phong chưa muốn cười, nhưng câu nói chú Dũng vừa rồi như chọc. Anh cười mim mỉm rồi mở miệng thành lời, nhìn người yêu dấu, quay bảo sang Thanh Lê:

- Mình có trời thương rồi em... Mới đầu đã gặp may mắn, gặp chú tốt quá. Em đi tắm trước đi nghen.

Thanh Lê một tiếng "dạ" lấy đồ để bước đến phòng tắm.

Trung Dũng chế trà nước từ bình thủy pha, ngồi nói chuyện với Duy Phong thêm:

- Tôi giỏi, chú còn giỏi hơn. Con nhà ai đẹp quá. Còn nhỏ xíu sao chú em dụ hay? Tội nghiệp con bé còn nhỏ quá!

- Chẳng giấu gì chú. Cô ấy con của một nhà ngụy quyền, cháu thì con gia đình cách mạng, má cháu theo quan niệm bảo thủ của má, má chẳng chịu. Cháu thương cô ấy quá muốn dẫn đi. Chắc như bắp, cháu ăn cắp vàng của má cháu, quyết xa làng lập nghiệp, không thể xa cô ấy được.

- Tôi nhìn chú em mà, tôi biết chú gan lắm. Tuy tướng cũng không làm quê giỏi...

- Ơ không, cháu làm được tất. Mai cho cháu phụ chú coi. Ai kêu trồng tỉa gì chú cứ lãnh, cháu sẽ đi làm được hết!

- Chú định tạm thời cho vợ cháu ra phụ bán hàng với cô. Người ta tưởng vợ chú có đứa cháu Sàigòn lên xinh quá, biết đâu bán đắt đỏ ý.

- Hy vọng vậy nghe chú!

Bỗng Duy Phong còn muốn hỏi thêm:

- Cháu đang mong cô về. Cô dễ tính như chú không nhỉ?

- Cô không dễ cũng không khó lắm. Nhưng giúp người hoạn nạn trường hợp hai cháu, cô không chối từ đâu!

Nhìn cách ăn vận của chú Trung Dũng, vẻ lam lũ bình dân, vậy mà cách nói chuyện của chú rất dồi dào, hiểu biết, tri thức. Duy Phong đem lòng kính trọng, và mừng lắm...

CHƯƠNG BỐN

Mới đó thời gian thấm thoát hai đứa đã ở hơn ba tháng, có ngày thì Thanh Lê phụ bán hàng rau cho vợ Trung Dũng. Có ngày vào rẫy phụ cho vợ chồng già, trồng các loại hoa màu. Hai vợ chồng này thích nhất canh tác bắp ngô, đậu, mì xanh. Hằng ngày Thanh Lê phụ cho bà. Và lại cô biết nấu ăn, chế biến thức ăn. Thanh Lê học từ mẹ của nàng, bây giờ mỗi bữa ăn cơm, cô làm khác nhau, tuy đơn giản... Lê đã cho vợ chồng già yêu quý, mừng rơn như đứa con gái từ trên trời rớt xuống giúp! Duy Phong, Thanh Lê giúp họ được. Họ tươi lắm, lúc này như mùa xuân về giữa không bằng?

Duy Phong sức khỏe mạnh bạo, anh cuốc đất lật cỏ, chăm chỉ làm. Nhớ Thanh Lê anh chạy vào hôn mấy cái, là đi ra rảo làm ào ào. Mảnh đất tỉa đậu không có anh, người già này làm trong hai tuần không xong. Song Duy Phong làm chỉ hai ngày, chưa tính Thanh Lê ra phụ. Duy Phong yêu Thanh Lê nhưng anh không chán việc, mà anh càng hăng say làm giỏi hơn, sức trai mới lớn anh dư giũ... Tối về thường thì anh và Thanh Lê ra chòi xa, lắng nghe khí trời về đêm. Họ đi chơi chung quanh rẫy nói chuyện. Duy Phong, Thanh Lê đã thích nghi cuộc sống mới nơi này rất lẹ!

Nhân một hôm phong cảnh yên tĩnh vắng vẻ. Hai người thích làm sao! Họ càng cảm thấy nồng ấm hơn, hấp dẫn hơn, họ chẳng cô đơn chút nào khi có hai con tim kề cận... Thích lắm, hôm đó nằm bên nhau giữa thiên nhiên đất trời thanh thản của bãi cỏ nhỏ, bãi cỏ cũng rất đẹp... Gần nơi ấy có cái chòi canh. Có lẽ chòi canh đó, họ làm đơn giản để nghỉ chân khi ra rẫy, hay để canh chừng bọn khỉ rừng kéo đến theo mùa, chúng sẽ bẻ bắp mang đi... Thường là cái chòi này thì hai người họ sẽ đến sau...

Duy Phong nhìn Thanh Lê tâm sự:

- Ông bà cho đất mình cất nhà, anh lại bảo anh đem vàng còn năm cây, còn tiền mặt khoảng một cây, anh muốn mua. Em thích mua ở lộ buôn bán như vợ chú Trung Dũng hay ở đây?

- Em muốn ở đây thôi. Thanh Lê đưa tay bức cộng cỏ dại yếu ớt gần nàng, và nàng trả lời.

- Tại sao như vậy em nhỉ? Chàng hỏi và thuận tay cầm lấy cộng cỏ dại đang trên tay nàng. Nàng hiểu ý và đưa sang cộng cỏ cho chàng ngắm.

- Em muốn ở đây chừng nào hai ông bà qua đời, chúng ta hãy ra ngoài không muộn anh ơi.

- Nhưng rồi em có con, nếu như ở trong này tội nghiệp cho con. Hai vợ chồng già không có con, họ mới ở đây chứ?

- Em chưa có con đâu! Không có con đâu.

- Làm sao em biết khi mình ăn ở với nhau.

- Em còn nhỏ...

- Khi em đã là cô gái mười lăm, đàn bà con gái mười bốn tuổi vẫn có con mà em? Nếu em chưa muốn con, anh sẽ có cách. Bây giờ khoa học cũng tiến bộ một chút rồi. Chàng nói và đưa cộng cỏ yếu ớt đó lại cho nàng.

Nhưng Lê cầm ngắm tý nữa coi như đủ. Vì cộng cỏ yếu ớt đó nhưng lại có cái bóng bông cỏ nhỏ xíu khá xinh, nàng để xuống bên hông mình phía ngoài.

- Không, em không muốn cách đó. Em chỉ muốn tự nhiên thôi mà...

- Em nhỏ mà ham lắm, còn hơn anh nữa. Có ngày làm mẹ bây giờ...

- Bậy bạ không anh ơi, đừng nói xui xẻo. Thanh Lê phụng phịu ngượng ngùng trả lời như thế, nhưng rồi ôm bá cổ chàng, trong lúc chàng đã quay ra nằm nghiêng.

Duy Phong cười vui, nói lãng sang chuyện khác:

- Em thích ra ngoài nhà chú thím không? Thím nhắn với chú, và chú nói lại với anh, cũng nhớ em đó mà.

- Hết tuần này em mới ra ngoài chú thím. Em thương ông bà già này quá. Họ già... nhưng hạnh phúc anh há!

- Mai mốt anh già em có thương anh như vậy đâu nè?

- Lúc anh già em cũng đâu còn trẻ nè.

- Vậy mình hứa suốt đời yêu nhau em nhé. Duy Phong nói và quay ôm tròn Thanh Lê vào lòng hôn. Chàng ngắm nàng say sưa và đã đưa thân đối diện với mắt nàng hơn...

- Nếu không yêu anh. Em đâu bỏ cha, bỏ mẹ để đi. Thanh Lê trả lời trong cơn xúc động...

Hai người đã tự hiểu nhau hơn, họ đứng dậy đi vào thăm chòi kia. Vì những lần ra đây họ đều là như vậy... Cả hai bước chừng mười mấy bước là tới. Rồi cả hai ngồi xuống nơi chòi ấy, họ thong thả người để vui chơi nơi này như một thói quen rồi, khi màng đêm buông xuống. Cái chòi tranh giản dị làm họ thích thú, cùng cảm xúc nhìn nhau trong khung cảnh mà ít nói hơn. Vạn lời nói đã không bằng hai hơi thở họ đang kề cận bên nhau...

Một đoạn Duy Phong tiếp tục nhìn nàng bảo:

- Tội nghiệp em! Anh hứa cuộc đời anh chỉ yêu một mình em, và đánh đổi tất cả không thể mất em.

Mắt Duy Phong long lanh niềm vui chen chút bùi ngùi, anh nói với một giọng êm ái làm Thanh Lê thêm cảm động, làm con người nàng như mềm xuống hơn. Nàng vội ngước nhìn vào đôi mắt chàng, như với độ cảm kích sâu thẳm hơn... Nhưng Thanh Lê đã thả lỏng một cảm giác gì, rồi nàng nhìn cánh dơi bay vội ngang qua khoảng không, rồi vụt đến những vòm lá kia... Đêm thấp thoáng mờ nhạt, những ngôi sao ẩn hiện lấp lánh tận nơi phương xa, mà hình như nó được trốn tận vào trái tim nàng, để làm nàng yêu thêm, nồng nàn thêm trong từng cảm giác bên chàng...

Trời đã về khuya, gió sông hắt thêm vào lạnh ngắt, vài khóm đậu xanh, đậu đen, như đang hút nhả khí trời ban đêm của yên bình... Duy Phong đưa mắt mình nhìn ra sông, lòng anh dâng đầy cảm xúc an lành và mộ điệu vô cùng, có khác chi nàng...

Một đoạn khoảng chừng không lâu lắm. Chàng muốn đứng lên ngắm quanh quẩn rồi hỏi nàng:

- Đố em, em có biết từ đâu, và em có biết tại sao lại có trăng sao, có mây trời, có gió đưa, có nước trôi trên dòng sông lạnh ban đêm kia không?

- Em biết chứ vì trời đất sinh ra đủ thứ mà anh, để làm đẹp cho bầu trời, cho vũ trụ và sinh động hơn, đáng yêu hơn, cho mọi người nhìn ngắm thích thú...

- Em nói sai hết rồi, lệch hết rồi?

- Sao lại sai anh?

Chàng cười hì hì:

- Anh chấp nhận lời của em yêu, nhưng chưa chuẩn thôi. Nghe đây nè người yêu bé nhỏ của tôi ơi: Sở dĩ tại sao có những thứ đó, dâng trước mặt chúng ta, là vì chúng thương chúng ta, chúng là bạn tâm giao của chúng ta, chúng muốn chứng nhận cho tình yêu chúng ta trong những giờ phút thiêng liêng này, khắc khoải đáng quý này chứ.

Trời ơi người yêu của em thật tuyệt vời. Anh thật là có lý trong đời em quá. Lê xin cám ơn anh... Nàng dịu dàng đứng lên và sung sướng hôn chàng.

Duy Phong lại được một trận hôn nàng ban tặng anh thật thỏa thích. Anh vẫn hôn đền nàng không thua kém đâu. Song nhìn nàng thấy thời gian ở ngoài này quá đủ.

Anh đưa tay ôm lấy vai người con gái anh yêu, anh vui vẻ bảo:

- Thôi vô nhà ngủ đi em, ở chi chòi lạnh lẽo quá em Lê?

- Em thích ở đây hơn. Những ngôi sao xa xôi, ẩn núp nhưng nhấp nháy trông đẹp quá, chúng đang nhìn mình kìa anh ơi... Và ngủ với anh không có chỗ nào còn làm em lạnh cả... Vì mình không lẻ loi mà anh, đúng không nè! Thanh Lê nói và đưa thân nhẹ nhàng nằm xuống chòi nhanh, như một cách ngon trớn của nàng đến lẹ... Và nàng cũng không quên đưa tay vòi vĩnh chàng phải ngồi xuống bên nàng.

Chàng cười hì hì:

- Em lãng mạn lắm, bởi anh không chết vì em sao được. Đi vô nhà đi mình ở căn sau, đâu có ai chọc phá mình đâu... Đi đi em, về đi em. Chàng đã toan đứng dậy.

Thanh Lê làm như vẻ chống chế vậy thôi, chứ nghe chàng nói có vẻ xuôi tai, nàng đứng dậy theo rồi. Và cũng về khuya quá rồi. Chân trời về đêm như mở rộng ra, huyền bí thêm... Nàng đứng lên bâng khuâng, với bao điều mơ mộng khó nói... Cả không khí tan đi và ấm lại, như muốn hòa điệu cùng tâm tư nơi nàng...

Thanh Lê đang thổn thức nhiều hơn. Duy Phong bất chợt hôn nàng nữa, anh ôm eo Thanh Lê dìu nàng đi vào nhà chính. Nhà chính cách chòi đêm, không xa lắm. Đêm càng trở về khuya sâu hơn, như âm thầm hôn nhẹ bước chân hai người, trói lại với nhau thành một... Ngoài đó những cây bắp nếp, chúng có vẻ mau lớn hơn đang rủ lá, xòe cành, lả lơi, dịu ngọt và liếm mạnh những ống chân hai người, khi họ bước qua nhanh như hơi thở họ...

Cha mẹ nuôi được chú Trung Dũng giới thiệu đó. Họ đã ngủ say từ lúc nào, chắc là lúc hai kẻ yêu nhau, của đôi trai tài gái sắc nhưng lệch nhau mắc kẹt nhau về lý lịch, khiến họ đau thương rồi phải bỏ xứ đi xa, đi tìm đến cuộc sống hạnh phúc cho chính họ. Mà người con trai Duy Phong là người chủ xướng, và hoạch định tất cả, nàng cô gái Thanh Lê chỉ là trái chín tình yêu mời gọi nàng đi theo. Vì nàng còn quá trẻ dại, nhưng đã biết cảm xúc với người con trai vì mình. Nàng đã thuộc về chàng bởi nàng cũng đã thổn thức mê chàng, Duy Phong chàng đẹp trai quá, còn yêu nàng say đắm, còn đòi sống chết vì nàng nữa thì làm sao nàng đành khước từ? Họ đang từ khi ngồi nơi bãi cỏ, và họ đã chuẩn bị xong, đi đến qua chòi tranh để nhìn một dòng sông với gió đêm... Thì hai ông bà già cha mẹ nuôi họ đã ngon một giấc say nồng từ lúc này, của gió đêm, của trời đêm, và bao cảnh vật mơ màng của trời đêm thanh vắng...

**

Mấy hôm sau Duy Phong, Thanh Lê xin phép cha mẹ nuôi, ra lộ thăm chú thím nuôi và mua đồ ăn cho cha mẹ. Lúc đầu thì Thanh Lê, Duy Phong gọi vợ chồng Trung Dũng là chú cô. Nhưng vợ chồng Trung Dũng không thích kêu chú cô hay chú thím. Nên đôi lúc Thanh Lê và Duy Phong đổi kêu bằng anh chị cho thân gần hơn.

Về phần cha mẹ nuôi rất mừng vì mùa tới đã có người thu hoạch giùm cho ông bà. Mướn công không ra, đậu bắp hai vợ chồng già làm thu không kịp, mưa xuống thường thì thu mới ba phần. Một phần còn lại, đôi khi nhờ chú Trung Dũng kêu công không kịp, chú không phụ được, là hoa quả ông bà phải làm mồi cho chim chóc, đất cát một phần. Điều đó ông bà cũng không buồn, nhưng hôm nay có thêm hai đứa con nuôi xinh đẹp, hiếu hạnh với ông bà, thì họ vui lắm rồi. Họ vui còn hơn tết! Tên của ông là Nọ, bà là Cầm, dân ở đây gọi là Nọ Cầm ghép chung. Ông bà Nọ Cầm cảm động sợ mất, khi Thanh Lê, Duy Phong rời khỏi nhà họ. Nên người vợ chỉa trầu ăn, bà căn dặn rằng:

- Về nhé con, ba mẹ nhớ lắm đó. Nhớ mua cho ba thuốc để hút, mua cho mẹ trầu cau... Mẹ buồn, nhai ăn cho vui miệng nha.

- Dạ được. Con sẽ mua mà mẹ ơi. Thanh Lê đáp.

- Nhớ bảo chú Trung Dũng gởi đến mẹ thêm gạo.

- Dạ hai con sẽ đem về. Từ nay có hai con chăm sóc ba mẹ. Miễn ba mẹ cho tụi con ở nhờ và sinh sống, là tụi con vui lắm. Thanh Lê bịn rịn khi nói lời tạm biệt, để cô ra lộ mấy hôm.

- Tụi bay nên có con với nhau, cho tao nhìn một chút rồi theo ông bà cũng được. Tổ ông giải con nhà ai mà tao thương quá. Ba mẹ này mến tay chân rồi, đừng bỏ đi luôn nha. Bà già nuôi, mỏm mẻn nói trông tội nghiệp, gây cho Thanh Lê xúc cảm nhiều. Nhất là nàng nghe đoạn... Nàng bẻn lẽn mắc cỡ. Vì bà đã nói muốn nàng có con...

Người vợ nói nhiều líu lo. Riêng ông chồng ít nói hơn ông chỉ dặn dò:

- Nhớ bố nha, đi mau về nha!

Tuy thế bà ngồi trại nhà. Còn ông đưa hai đứa ra khỏi khu vực rẫy ông, ông mới chịu quay lại.

Ngôi nhà quang cảnh, từng bước chân, dấu đất níu, Thanh Lê khó quên. Với nàng mỗi lần xa, là một lần lưu luyến! Nàng nhìn mãi cho đến khi khuất bóng! Từng ngọn cỏ, lá rau, đu đủ đươm bông, chùm gai treo móc, lối rẽ nhỏ hẹp đi vào... Tất cả Thanh Lê tưởng chừng như có hồn, như có âm điệu, một khúc hát quê hương, trong lòng nàng từng gắn bó, nó trở nên máu thịt nơi Thanh Lê tự bao giờ!

Tội nghiệp cho hình bóng đôi vợ chồng già Thanh Lê đã mang họ vào tim mình để nhớ. Bàng hoàng, cô bước đi trong niềm rung động, cứ dào dạt bên cô...

Duy Phong không sâu sắc bằng Thanh Lê. Nhưng cũng không quên họ được. Đường đi ra lộ gần bốn cây số, có những đoạn khúc khuỷu gập ghềnh nhiều chỗ, song Duy Phong lúc nào cũng sẵn tay để dìu nàng qua lối khó bước đó... Thỉnh thoảng có vài chiếc xe bò đi ngang. Chủ, và khách trên xe có mời, nhưng Lê cười xin cám ơn; có lẽ nàng thích đi như vậy bên người yêu dấu... Còn Duy Phong chỉ mỉm cười nhìn họ qua loa và quay lại nhìn Thanh Lê. Rồi anh lẹ đưa mắt hướng về tập trung hơn, để nhìn với những chú bò nhẫn nại chịu đựng trong kham khổ kéo chiếc xe kia, chân chúng như có vẻ nặng nề nhưng chịu hợp tác và hiền hòa bước đi kia, anh vẫn cảm thấy thương chúng nó quá...

Rồi anh thoáng bâng khuâng, chợt nghĩ một điều rất lạ của tình yêu mà người lớn hơn anh, họ đã từng trải nghiệm và hay nói "Không gì đi nhanh, không gì mất mau với thời gian yêu nhau ở bên nhau, đi chơi chung với nhau...!" Duy Phong cứ liếc nhìn đồng hồ ở tay mà mong con đường dài thêm cây số, nhưng đoạn đường đâu có thể nào dài hơn mà nó cứ ngắn lại kia chứ? Thỉnh thoảng anh hôn tóc nàng, vai nàng, bàn tay nàng, và đứng lại siết ngực nàng vào lòng. Ôi bao nhiêu đi nữa Duy Phong cũng cảm thấy thiếu thiếu... Nàng thì cảm xúc vô bờ nhưng miệng cứ bảo:

- Thôi mà anh. Có ai nhìn mình kìa anh.

- Họ nhìn kệ họ. Anh đâu có sợ ai em yêu.

Thanh Lê nói thế nhưng cũng muốn được thưởng thức bao nụ hôn chàng ban tặng. Và cũng tham lam muốn có nhiều hơn nữa, bao vòng tay ôm nồng ấm nơi chàng, nàng còn quá trẻ nhưng đã lãng mạn và hạp với Duy Phong vô cùng, mà tâm tư nàng không thể chối cãi...

Thiệt ra hôm ấy ngoài những chiếc xe bò đi qua, con đường gập ghềnh khúc khuỷu hôm nay cũng vắng người thật... Tất cả như đãi ngộ cho tình yêu của họ quá nhiều. Thỉnh thoảng trên những dặm đường đi có những loài cỏ dại, những loài hoa mọc bên đường thấp lúp xúp, và cả loại sang chãnh hơn ở trên cao. Hai người nhìn thấy ngẩn ngơ, nhiều loài hoa nhiều màu sắc, tím vàng xanh đỏ. Và rồi chàng bất chợt nhìn ngắm một loài hoa dại nhưng cao cao tầm thước, và chàng cố níu hái hoa để mà cắm lên trên tóc nàng cho đẹp thêm. Thanh Lê vui sướng mỉm cười gỡ lấy xuống nhìn đôi chút, rồi nàng đưa lại cho chàng cắm như ý Duy Phong đang thích.

Song lần thứ ba là Thanh Lê bảo rằng:

- Được rồi anh ơi để hoa người ta ngắm. Anh hái cắm lên tóc em làm chi, mình đi nó cũng rơi xuống uổng thôi. Phí mà anh, và tội cho hoa anh Phong ơi?

- Trời ai dạy em câu nói hay vậy ta?

- Em nghĩ và nói thôi, đâu có ai dạy.

Duy Phong ôm đầu nàng hôn, anh thật là thương Lê lắm. Một mùi hương nhẹ nhàng dìu dịu bồ kết nàng mới gội hôm qua vẫn còn thoang thoảng đâu đây, ngây ngất cả trong chàng khi ngửi lấy... Thật là anh yêu nàng lắm lắm, làm sao để anh diễn tả hết bằng lời...

Rồi cả hai cứ đi như thế hơn tới tiếng rưỡi đồng hồ mới về đến nhà chú Trung Dũng. Những cặp xe bò nhẫn nại, và cả khi chúng ung dung bước, để hoàn thành sứ mệnh, sẵn sàng kham khó phụ giúp cho con người kia, chở theo cùng đồ đạc và bao vật dụng chất quanh họ, có lẽ cũng đã về đến lộ lớn, hoặc tới nhà chủ của nó hết rồi. Duy Phong chợt nghĩ là như thế, và Thanh Lê cũng mường tượng ra như vậy - Của một chuyến hai đứa đi bách bộ đầy thú vị, từ rẫy nơi ông bà già nuôi Nọ Cầm, để về nhà lộ chú thím nơi Trung Dũng.

**

Tại nhà ngoài lộ Trung Dũng bàn với Duy Phong một cách nghiêm túc:

- Cháu Duy Phong, cháu cùng vợ ở tạm với ông bà già Nọ Cầm cho vui đi. Nhà họ có mấy gian, nhà trại tuy ở rẫy. Ngày xưa chú thím ở trong một thời tá túc vậy. Rồi lúc khi có con, thì nghĩ đến tương lai cho con cái.

Nghỉ một chút chú Trung Dũng nói tiếp:

- Giờ hai cháu cũng thế. Chú rất cảm thông, thương hai cháu như chú ngày xưa. Nhiều người cùng tốt, giúp cho hai chú thím ban đầu. "Giúp người người lại giúp ta, làm ơn chẳng thiệt sao mà quảng công." Thật câu thành ngữ hay không nhầm đó. Tụi cháu cứ ở chung với họ đi. Khi nào có con cái, ta sẽ ở tách riêng họ. Chúng ta sẽ tính cách khác nha...

- Chú nói thì có lý quá. Nhưng để cháu nghĩ lại và có lẽ bàn qua Thanh Lê nữa nha chú?

Thì chú và cháu đàn ông bàn ở đây thôi. Để Duy Phong nghĩ ra mà định liệu. Nhưng mà có vẻ cháu thương vợ, và chiều vợ nhất thôi phải không? Hay là hai cháu tự đi theo bản tính tự do mình đi cũng không sao?

- Dạ cháu sao cũng được. Nhưng có lẽ cháu hội ý Thanh Lê thử.

- Ý là... Duy Phong đã học cái câu "Nhất trời nhì vợ sớm

quá nha." Phải không nè cậu trai trẻ?

- Dạ cháu nghĩ chú cũng đã từng như vậy chứ?

- Không có đâu vợ tôi nghe theo tôi nhiều hơn.

- Mỗi người mỗi cảnh mà chú, mỗi điều kiện khác nhau nữa. Với Thanh Lê con nghĩ cho cô ấy có tiếng nói thì tốt hơn.

- Chú hiểu. Thuận vợ thuận chồng thì tốt lắm. Nói chứ chú cũng chiều vợ lắm chứ Duy Phong.

- Con biết mà... Dễ gì chú dám... Ha ha. Duy Phong bỗng phá lên cười to.

Cuộc nói chuyện của Duy Phong, chú Trung Dũng đại loại như vậy.

**

Sau khi bàn thảo, Duy Phong đi đến quyết định nghe lời Thanh Lê hơn ai hết. Lê nói khi hai đứa nằm trên một góc có giường phía sau gần gian bếp, mà chú thím Trung Dũng cho hai đứa ở tá túc, những lúc về lộ. Giọng Lê nhỏ nhẹ:

- Em muốn cất căn nhà riêng. Cho là rất gần nhà của ông bà già, nhưng em thích riêng hơn. Có cái nhà của mình riêng nha? Dù lớn bé, nhỏ to, hay sang hèn, vẫn là của mình. Mặc dầu em rất thương ông bà già anh ơi.

Im lặng một chút chờ Duy Phong có phản ứng gì không? Thanh Lê nói tiếp:

- Em vẫn muốn độc lập. Em vẫn muốn riêng tư. Muốn sở hữu một cái nhà anh Phong ơi.

- Ừa anh lắng tai em à. Em nói hết ý đi. Anh yêu em, em ưu tiên mà.

- Em muốn thế. Thanh Lê ôm chàng nhỏ nhẹ tiếp:

- Em rất thương cha mẹ ruột. Nhưng phải bỏ ra đi theo anh, cho cái sở hữu riêng mình. Ba má nuôi thế nào cũng vui vẻ chấp nhận thôi! Vậy em muốn mình hoàn toàn tự do. Có một căn nhà, dù nhỏ bé là ý nguyện, là lý tưởng... Làm người ai cũng ao ước điều đó, mặc dầu mối quan hệ vẫn yêu thương thân thiết gần gũi, liên hệ họ... Đúng không anh?

- Đúng! Anh không trách em. Anh vẫn mong thế. Như vậy nha, anh sẽ làm theo ý em nha...

- Thương anh nhiều, mãi mãi...

- Mãi mãi thương em. Hai người lại ôm nhau hôn say đắm nồng nàn của tuổi mới lớn, và chín chắn như đã từng trải qua tuổi đắng cay... Nhưng sự thật cả hai thì đang ở ngưỡng cửa của đắm say và nồng nàn của tuổi mới lớn. Vì tình yêu họ, đang thiết tha dâng đầy với nó kia thôi...

CHƯƠNG NĂM

Hai đứa đi chợ mua những thứ cần thiết, và đi thăm lại nơi thím Trung Dũng bán hàng. Cuối cùng Duy Phong bàn với Trung Dũng là Thanh Lê muốn cất nhà, hơn là ở chung với ông bà già nuôi Nọ Cầm. Chú Trung Dũng lúc nào không thiên vị cho cháu Thanh Lê xinh đẹp? Đã nhất trí ủng hộ, rồi cho phần đến họ... Chú đi tìm với Duy Phong mua vật liệu xây dựng kiểu đơn sơ, không có gì là to lớn, song hầu như đầy đủ như ý. Mọi việc được thâu tính đúng dự định. Chú Trung Dũng đã mướn cho xe bò chở vào... Và họ đi vào trại với nơi ông bà già Nọ Cầm...

Đang lo chạy đôn đáo để cất nhà, căn nhà đang dựng lên sơ sài. Cha mẹ nuôi cũng rất vui khi thấy Duy Phong, Thanh Lê trở lại nhanh chóng, muốn cất nhà kế cận bên. Không sao, họ vẫn sống gần nhau ấy mà? Ông bà Nọ Cầm cảm nghĩ. Họ vẫn một lòng hân hoan lắm! Họ không có gì buồn nơi tâm tưởng...

Lúc Thanh Lê phụ cho chồng làm nhà cô đang loay hoay mà lòng vui vẻ hết mức, nụ cười tươi Lê luôn nở trên môi. Nhưng rồi một hôm đó Trung Dũng mang giấy vào bảo là:

- Thôi nguy rồi, nguy rồi, quá là nguy rồi Phong ơi...

Duy Phong ngồi trên cao nóc nhà hỏi:

- Thứ gì mà nguy chú?

- Trang mục của báo nông nghiệp chú thường coi, chú muốn học hỏi cách canh tác, chăm sóc ngừa các bịnh ở báo này rất hay. Song hôm nay có lời của báo đăng gián tiếp thay lời mẹ. Duy Phong nè nghe đây con.

"*Có đăng tin tìm con... Nếu không về người mẹ sẽ uống thuốc chết cho hả giận tức. Tên này, hình này của cháu. Ai biết chỉ giùm...*"

Trung Dũng đọc tiếp:

- Và mục này nữa Thanh Lê "*Cha mẹ cũng đăng tìm hình này của Thanh Lê. Nếu con không về và mê trai. Ba uất hận lòng nên nghĩ ngợi, mà xảy ra sưng phổi. Cũng mong con về gấp*" *Ai biết chỉ giùm.*

- Đây hai lời của một tờ báo đã đăng như vậy đó. Hai cháu nghĩ sao?

Nghe Chú Trung Dũng đọc tin và hỏi. Duy Phong từ trên đòn dông đi dần xuống, rồi nhảy xuống sàn nhà một cái phịch. Duy Phong mà rằng:

- Thật là rắc rối, uống thuốc, uống thuốc cái gì? Cháu không thích địa vị, hư danh thì cháu đi sống với người yêu cháu có gì đâu? Cháu không về đâu, bã có chết thì thôi.

- Cháu không nói vậy được, thôi về đi rồi lên lại. Nguy đó cháu. Chú khuyên nên tính vậy cho trọn tình, trọn nghĩa.

Rồi quay sang chú Trung Dũng hỏi Thanh Lê:

- Còn cháu nghĩ thế nào Thanh Lê?

- Lê cũng chưa biết tính sao. Nhưng nghe tin ba đau phổi, Lê đau lòng quá, không yên tâm được chú ơi. Lê đứng gần đó đổi ra nét mặt buồn thiu.

- Nói vậy cháu định về với gia đình phải không?

- Cháu nghĩ. Mà còn tùy anh Duy Phong quyết định. Cháu chỉ biết đi theo ảnh thôi hà.

Trung Dũng nói thêm:

- Thì chú cung cấp thông tin này. Coi như biết chỉ giùm và liên hệ cho hai cháu định liệu. Chú rất thương hai đứa.

Duy Phong lấy tờ báo coi lại, một đoạn thưa:

- Cám ơn chú nhiều, để cháu suy nghĩ. Cháu có phần thương cho ba Thanh Lê hơn. Mẹ cháu, cháu bực lắm, toàn kiếm chuyện phá cháu...

- Đó thì cháu nghĩ lại đi. Chú mang thông tin này, coi như là chú biết chỉ giùm thôi.

Chú Trung Dũng nói rồi bỏ đi để lại tờ báo cho hai đứa nhìn coi kỹ, rồi suy nghĩ thêm. Chú đi chú sẽ trở lại sau. Bóng chú khuất dần, cả hai đứa Duy Phong và Thanh

Lê mãi nhìn chú Trung Dũng bước đi trong ung dung pha lẫn chút suy tính gì đó? Rồi hai đứa lại nhìn nhau thương nhau, nói không hết lời với nhau. Và cộng thêm bối rối, họ nhìn tờ báo đăng tin kia... Thanh Lê ngã vào vai chàng như muốn khóc:

- Em khổ quá anh ơi.

Duy Phong bảo:

- Anh hiểu chứ em... Chàng như có một trăm lời định nói, mà chưa nói hết với người yêu dấu trong lúc này...

**

Tuy thế nhưng rồi Duy Phong nghĩ lại thương mẹ. Anh đành bàn với Thanh Lê, nhân một đêm nằm bên nhau nơi căn nhà phía sau đôi vợ chồng già Nọ Cầm. Vì nhà anh, mới lợp được mái tranh, chung quanh vách dựng lá kè còn chưa xong.

Duy Phong nói với Thanh Lê:

- Em nghĩ thế nào hỡi em? Ba em cũng đau nặng quá. Anh phải đưa em về thôi, không chừng ba mất đi em lại ân hận anh!

Thanh Lê tủi lòng chảy nước mắt bảo:

- Không về thì em chắc thương ba đau ốm, nghĩ nhiều về em. Song giờ này về, biết đâu rồi mình không còn sống lại với nhau. Anh là con trai còn được, chỉ có em là gái mang nhiều tai tiếng, thiệt thòi...

- Em đừng nói như vậy. Anh mãi mãi yêu em, không có cha mẹ hay ai tách rời anh và em được. Hai ta là một múi với nhau mà. Hãy tin tưởng tình yêu nơi anh không thay đổi, vĩnh cửu và duy nhất...

Duy Phong đưa tay lau nhẹ những giọt nước mắt chảy trên má người tình. Cô đang nằm gối đầu trên đùi anh. Anh nói thêm:

- Em đừng buồn nữa, không có trở lực nào ngăn cản anh được. Dầu có về anh cũng tạ tội. Xin sống chung với em thôi, sẽ lên trên này trở lại... Anh quyết lập nghiệp trên này.

- Em tin anh đã đi theo anh. Bây giờ cũng tin theo anh

đi về. Vậy anh đừng bao giờ thay đổi quên em nha?

- Chắc chắn rồi. Làm sao anh quên em được chứ. Anh về, là anh thương em, thương ba em. Chứ mẹ anh, anh chẳng thiết nghĩ mấy. Mẹ anh chỉ hù dọa để anh về, chưa chắc bã dám uống thuốc đâu?

Thanh Lê vẫn làm thinh thúc thít khóc, nàng khép đôi mắt buồn, đôi mắt trong suy nghĩ. Duy Phong hôn lên đôi mắt ấy, nụ hôn chồng lên những giọt lệ như còn đang chảy... Duy Phong như an ủi thêm:

- Vậy em đừng giận anh nha. Anh đưa em về vì thương em, thương ba em, anh nhắc lại.

Thanh Lê đáp:

- Em hiểu, em luôn yêu anh mà.

Duy Phong rằng:

Anh muốn nói với em điều này cũng quan trọng.

- Chuyện gì anh?

- Anh sẽ đưa cho em số vàng còn lại, em giữ phòng hờ.

- Thôi. Anh cầm đi, đưa em sợ rủi ro. Em cầm bị rớt...

- Không, ngày mai em phải may bỏ vào trong xó nách em, hoặc nơi ngực em, không sao cả. Lâu lâu em kiểm tra, bằng một cái túi nhỏ em ghim vào.

- Thôi anh à. Anh nên đem về, kẻo má giận em đó... Thanh Lê tỏ vẻ muốn từ chối.

- Không, anh có cách nói chuyện với má anh.

Duy Phong cố giải thích hơn nữa:

- Anh nói anh mua nhà, mua đất hết rồi. Má anh có nghĩ cho em chút đỉnh cũng không sao. Anh Hai, anh làm công an cửa biển thu nhập khá lắm. Em đừng lo, anh phải thương em và lo cho em là trên hết!

Lê nghe Duy Phong nói cảm động lắm, nằm trên đùi người yêu lâu. Cô sợ anh mỏi, chính cô vẫn đã mỏi. Thanh Lê đứng dậy, cô đi tìm một mẩu bánh xí muội mua để dành, cô bỏ vô miệng ăn nhẹ nhàng... Chàng biết tánh tình Thanh Lê thường ăn vặt, nhưng lúc này có vẻ cô ăn vặt "hơi bị nhiều"! Cô lại đứng bên Duy Phong, và nhìn rất tình cảm vào anh, để cô nói:

- Thôi em lấy một cây thôi, anh cứ cầm hết đi.

- Không được, tệ nhất em phải cầm hai hoặc ba cây.

- Chỉ còn có ba cây, chứ mấy mà anh bảo em cầm tệ nhất ba cây.

- Anh chỉ cầm số tiền còn lại là được rồi.

- Nếu anh ép quá thì em chỉ lấy một cây.

- Không được, tệ nhất em không cầm ba, thì thôi hai cây là em phải cầm. Nhưng mà em phải cầm luôn ba cây đi.

- Mà vàng không phải là mục đích của em. Mục đích là em sống lại bên anh thôi.

- Anh hiểu, song anh muốn số vàng này em có thể lấy bán ra mua thuốc cho ba. Nói là anh muốn lo cho ba, còn em nếu như em đau bịnh mất sức khỏe, cứ bảo mẹ hốt thuốc cho em uống. Xa anh thế nào em cũng buồn lâm bịnh! Anh phải nghĩ trước em à, anh rất yêu em!

Ngay giờ phút đó, Duy Phong đã đưa những thẻ vàng bằng cái túi cho Thanh Lê. Vốn xưa nay, trước đây anh giữ. Cô đứng ôm chàng mà hai hàng nước mắt vẫn cứ rưng rưng.

Thanh Lê nói thêm:

- Em không thể xa anh, em chờ anh, ta nối lại tình... Xa anh, em không sao sống nổi. Anh biết hôn?

- Anh hiểu lắm, anh luôn thương nhớ em. Như vậy hai hôm nữa chúng mình lên đường sớm. Em thấy sao?

- Tất cả đồ đạc gởi lại cho chú thím hả anh?

- Chúng mình chỉ có mấy cái nồi, mấy cái chén mấy đôi đũa, nơi ba mẹ này thôi mà. À em...? Chàng như ngưng lại câu nói dở dang.

- Gì anh? Lê thắc mắt nhìn chàng vẻ âu yếm.

- Em đừng nói gì cả với ông bà, cha mẹ nuôi nha. Cứ nói tạm biệt như về với chú thím, rồi mấy hôm vô như mọi khi.

- Chúng mình lại nói dối?

- Đôi lúc phải vậy. Anh không muốn họ xúc động khi biết mình đi lâu ngày em à...

- Em buồn lắm, phải xa anh.

- Anh cũng thế vì ba em bịnh, chúng ta sẽ gặp lại mà!

- Nghen anh Phong?
- Hứa với em, tin anh nha Lê.
- Thật buồn cho em.
- Ráng đi, anh đâu có vui hơn em!
- Em muốn về thăm ba má rồi lên lại nghen anh.
- Đương nhiên.
- Em tin anh thôi, nhưng anh đừng quên em!
- Chắc chắn, là anh không sai lời khi hứa.

Nói thật nhiều vậy mà Lê vẫn cứ ôm Duy Phong muốn khóc mãi, anh thấy lòng thêm buồn và tan nát. Anh bảo:

- Nín đi, anh mãi mãi yêu em mà!
- Hừm nhớ anh lắm anh ơi...! Khổ cho em...
- Anh sẽ đền cho. Hỡi người yêu duy nhất nơi lòng anh!
- Hu hu.... ?

CHƯƠNG SÁU

Duy Phong, Thanh Lê quay lại với gia đình. Hai đứa một lần nữa giã từ vùng đất đỏ bazan, giã từ những gì gắn bó với họ mấy tháng. Mây trắng và trời xanh nơi đây đã chứng minh cho cuộc tình họ. Họ có nhau trên bảy tháng... để rồi giờ này trở về với gia đình. Thanh Lê theo người yêu đầu đời của nàng lên xe đò, xuôi ngược về miền duyên hải, thoáng chút Tây Bắc Trung Du của B.Đ... Ở bất cứ nơi đâu Duy Phong cũng ôm nàng vào lòng, không rời nửa bước. Cuộc đăng trình họ, Duy Phong thấy bình thường hơn, Thanh Lê thì vô cùng bùi ngùi, biến động! Nàng khắc khoải trong những cánh lá, những phiến rừng, những con suối, những lối mòn hay một cơn gió nhẹ lướt qua... Thanh Lê xúc cảm bâng khuâng da diết, như có một sự chia tay lớn...

Nhưng việc gì đến sẽ cứ đến...

Duy Phong về thấy mẹ mình nằm bịnh liệt giường thì chàng thương tâm lắm! Duy Phong biết mẹ chàng là người đàn bà đầy đặn phúc hậu, mà bây giờ ốm o tiều tụy, như con chim sẻ lạc loài. Xa Duy Phong bà nhớ thương, lo nghĩ, mà trở nên có một thân hình hoàn toàn khác hẳn. Duy Phong không ngờ được, chàng ôm mẹ vào lòng nói như trút cạn con tim khi thương mẹ:

- Anh Hai đâu? Không lo cho má để má ốm yếu vầy?

- Anh Hai con có biểu má về Quy Thành sống, mà má không đi, má nhớ con quá, má lâm bịnh.

Nghe mẹ nói, Duy Phong thương mẹ, song Duy Phong vẫn trả lời:

- Lỗi do má, con về thăm má. Má phải cho con sống lại với Lê. Con không thể sống xa cô ấy, cô là vợ của con rồi.

- Từ từ má tính cho. Anh Hai con bảo má bán nhà vào Quy Nhơn sống. Nhưng má chưa muốn, đợi con về. Má cũng muốn bán nhà, và con phải vào trỏng. Từ ngày con đi rồi thiên hạ dèm pha, con mê gái bỏ mẹ ra đi…

- Họ phải hiểu chứ, tại má không cho con yêu cô ấy mà.

- Thôi đừng nói chuyện đó nữa. Chỉ vì má muốn con sung sướng địa vị thôi.

- Con nói con không cần địa vị, danh dự gì cả. Cuộc đời con là con tự chọn. Con về thăm má, rồi con sẽ ra đi lập nghiệp. Con đã mua đất đai trên đó.

Im một chút Duy Phong nói thêm:

- Và con đang cất nhà cửa.

- Trời ơi thôi bỏ đi, má biết con moi vàng má mang theo, nhưng má không buồn. Má chỉ buồn xa con, nhớ con không vâng lời má thôi!

- Con có cho cô ấy hai cây, cô ấy đã là vợ con.

- Con cho nó mấy cây má chẳng tiếc. Ngày xưa ông nội con đi trầm được. Trầm bán bà nội đổ vàng, má bán nuôi kháng chiến giờ vẫn còn nhiều. Má giấu nhiều nơi, con an tâm má không buồn đâu. Bây giờ con về thăm má là được rồi. Con phải bán nhà để má đi vào Quy Nhơn mà sống. Anh Hai con nói thành phố muốn gì cũng có. Má già cần thuốc thang, bảo hiểm thành phố chăm sóc tốt hơn v.v...

- Được… Nay mai con sẽ bán nhà nhưng nhất định, con chỉ đưa má vô đó gởi cho anh Hai chăm sóc. Con không ở lại phố Quy, ngoại trừ má chấp nhận đi cưới Thanh Lê cho con.

- Về đây rồi từ từ má sẽ tính. Chưa chắc họ cho con gái

họ đi lại với con đâu.

- Chuyện đó má khỏi lo. Ở bển họ rất thương con, tại má mắng nhiếc họ, nên ba Lê tủi hận thành ra đau đớn thôi.

- Má chưa bao giờ mắng nhiếc họ nha? Từ ngày con dẫn nó đi, họ tủi thân khi con gái họ bị con xỏ mũi chớ!

- Được con sẽ đến xin lỗi. Và tìm cách cho họ cảm thông.

- Thôi con ơi. Con về đây lo cho má, cho gia đình mình, khoan đã ai biết được lòng người. Con qua đó, anh em nhà nó chú bác đông lắm. Biết đâu có đứa thù ghét con, nó sẽ đánh con gãy xương sống, hoặc bịnh tật luôn cả đời đó. Hãy cẩn thận, từ từ... Dòng họ nhà nó, nhiều con trai như tướng đình, tướng núi, lụi con là bể phổi, nát sườn chứ không phải dễ đâu?

Duy Phong cứ để cho mẹ ngưng, rồi bà nói tiếp cho hết ý. Đúng bà Mậu tiếp tục kêu ca:

- Dẫn con cháu người ta đi, người ta cũng bực lắm.

- Má cứ nói cho cố. Chàng đã lên tiếng phản đối.

- Thanh Lê mới có mười lăm tuổi con nên nhớ. Cô ấy là cô gái đẹp nhất của dòng tộc. Họ quý nó như ngọc con có biết không?

- Thôi được con hiểu, từ từ con tính mà.

Duy Phong nói thêm:

- Nhưng chiều nay con phải gọi y- bác sĩ Hiền lên chuyền vài bình nước, vài bình đạm cho má trước.

- Con nghe lời má, thì má mau phục hồi hơn bất cứ loại thuốc nào vào tim mạch, cơ thể.

- Nhưng má thiếu nước và đạm lắm, con phải lo trước.

- Được con cứ kêu họ, má bằng lòng. Mà má chẳng đau gì đâu, rầu buồn nhớ con thôi!

Duy Phong không trả lời câu má chàng vừa rồi, mà chỉ lặng lẽ thưa:

- Má nằm nghỉ. Con xin phép má con ra đây chút sẽ vào.

Duy Phong nói rồi đi ra thăm lại căn nhà phía sau, phía trước, bãi giếng, ghềnh rau. Lòng anh thấy yêu vô cùng khi trở lại mái nhà xưa. Nhưng vì sao anh xa nó, là một điều tất yếu. Anh ngập ngừng lửng thửng bước đi, bao dư âm vọng về trong anh, tan nát lẫn mừng vui xa vắng...

Hút một điếu thuốc ngó vườn khá lâu. Rồi sau đó anh quay vào pha cho mẹ thêm một cốc nước có trà sâm lượng, để trên bàn, sẽ sẵn đem lên cho mẹ. Anh lại tần mần coi lại tủ thuốc gia đình, coi thử anh Hai - Duy Việt đã mua gì? Chuẩn bị cho mẹ lúc tuổi già sức yếu nơi hiểm nghèo này là gì! Duy Phong tò mò nhìn ngó khá lâu từng nhãn hiệu thuốc đau đầu, nhức mỏi, sổ mũi, cảm gió, khó tiêu, ớn lạnh v.v...

Con chó Vện Lu anh xa cách mấy tháng, nó đi đâu giờ mới về sà vào lòng anh, nó cứ cỏ như vừa mừng, vừa tủi, vừa trách móc anh chắc. Duy Phong lại nói với nó:

- Ta không quên mày Lu ơi, nhưng mà...

Con chó khôn như hiểu điều chi, nó ve vảy cái đuôi trông rất dễ ghét. Mắt nó lại nhìn anh có chút gì sáng quắc, hiền lành lắm, như thể hiện nỗi mừng khôn xiết, nói không hết lời. Song thì Duy Phong hiểu tới đó thôi, anh lại đi bưng nước lên cho mẹ anh đã đợi...

Con Lu Vện vẫn theo sát chân anh. Điệu bộ nó tỏ vẻ tươi vui thú vị, và hớn hở lắm!

CHƯƠNG BẢY

Nói về Thanh Lê cô cũng quay về, cũng giống như Duy Phong trở về nhà thì thấy ba nằm trên giường ốm yếu, đau bịnh. Nàng không sao cầm được dòng lệ. Khi Thanh Lê bước vào nhà, nơi phòng ốc, cô nhìn hình bóng người cha, hai chân cô như muốn rão, cô quỳ xuống nước mắt chảy theo:

- Trời ơi, ba ơi! Nàng như nghẹn lại bởi ngạc nhiên không ngờ được. Lê vội vã nói tiếp:

- Con cúi đầu xin lỗi ba, tạ tội cùng ba. Con đã bỏ nhà theo anh Duy Phong cho ba suy nghĩ, ba đau thương tiều tụy. Con hứa là sẽ không đi nữa, không để ba buồn, ba khổ ba xấu hổ như vầy nữa. Con thật có lỗi...

Thanh Lê nấc lên ức ức, tủi lòng tiếp thêm:

- Con thật là một đứa con bất hiếu không xứng đáng với

dòng tộc... Con hư lắm xin ba thương con!

Thấy con gái quỳ gối, cúi đầu chân thành với lời yêu thương mình. Ông Nhung lấy làm thương con lắm. Ông bảo:

- Con về đây là ba mừng lắm rồi. Con đừng nói vậy. Ba rất hiểu con sống cho tình yêu. Hơn nữa con nhỏ dại, khi Phong nói chuyện hay, con dễ xiêu lòng.

- Ôi ba của con... Lê xúc động cầm tay ba.

Ông nghẹn ngào giây lát mà rằng:

- Con về đây thì ba vui mừng hơn hết. Và Duy Phong cũng đã thương con ra đi. Ba, ba hiểu được...

Ngưng một đoạn, hơn nửa phút ông rưng rưng nước mắt nhìn Thanh Lê. Ông nói tiếp:

- Chỉ tội cho má con. Bị cô con, chú bác trách mắng má "Con hư tại mẹ, cháu hư tại bà." Câu tục ngữ ngày xưa quái ác ông bà ta nói gán cho đó. Nhưng ba đứng lên chịu sào bảo: "Con đi theo Duy Phong không có lỗi ai cả. Tuổi trẻ, tình yêu và dấn thân..." Họ cười vô ba, trách ba binh vợ, binh con "Con hư tại ba, vợ hư tại chồng binh vực..."

- Ôi ba của con. Con cám ơn, ba vì thương con ba bảo vệ má. Mà ba ơi con thấy lỗi giờ này rồi. Con biết, con không đi đâu nữa. Lê quẹt nước mắt nhìn ba Nhung hỏi sang chuyện:

- Má con đâu rồi ba?

- Má mới xuống nhà chị Lành con, có chuyện chi nó nhắn.

- Ba ơi ba có uống thuốc gì chưa?

- Có! Ba đang uống thuốc Bắc trị cho bổ phổi, bổ gan, mát máu, bồi bổ và nhiều thứ.

- Con sẽ ở lại đây lo cho ba, chừng nào má về con nhớ má lắm?

- Chắc vài tiếng nữa thôi. Mà không, gần về rồi đó, đã đi hơn hai tiếng rồi. Ông Nhung đáp.

Thanh Lê nghe ba. Cô nói tiếp tục:

- Vậy hã ba? À mà ba ơi, anh Duy Phong có cho con ba cây vàng, con không chịu lấy. Nhưng ảnh bảo vàng ảnh cho, bán đi mua thuốc cho ba trị bịnh. Và ba yên tâm ảnh sẽ đến xin lỗi ba. Để mong ba tha thứ ảnh đã dẫn con trốn đi nghe ba?

Thanh Lê nói. Làm ông Nhung rướm thêm nước mắt cảm động hơn, ông tỏ bày:

- Thằng Duy Phong rất thương con. Nó là người có đạo đức, không phải là đứa sở khanh. Chỉ tội một bản lý lịch con, mà nó giận đời dẫn con trốn đi.

Ngưng một tý lấy hơi hơn, ông sẵn lòng chia sẻ:

- Thôi ba thấy con về đỡ nhớ quá. Con đi tắm rửa má con sắp về rồi đó. Ồ má con đi lấy thuốc chị ba Lành con sắc cho ba. Má con sắc không được, hổng hiểu sao ngồi suy nghĩ gì đâu. Thuốc cháy khét mấy lần, chị ba Lành con thấy vậy nói, để nó sắc cho má chỉ xuống lấy thôi. Tội nghiệp cho má con, nhớ con lắm cũng ốm nhiều.

Nàng lập lại:

- Cho con xin lỗi ba má thật nhiều, và thật nhiều nha ba.

Hai cha con đang nói chuyện, Thanh Lê định lấy đồ đi tắm rửa, chưa kịp đi thì thấy dáng mẹ về. Thanh Lê reo lên, chạy đến ôm mẹ, hôn mẹ từ bước chân bà ngoài sân:

- Má con về nè, con bỏ má đi lâu. Con nhớ má lắm nè.

Đi vào nhà để chum thuốc xuống trên bàn khách, bà Nhung ôm đầu Thanh Lê hôn nhẹ. Rồi lại ôn tồn bảo:

- Trời ơi bỏ ba mẹ đi đâu vậy con gái. Tại sao không nói cho má hay. Coi con có phần ốm đó Lê?

- Không sao, con đi đường xa hốc hác tí thôi. Con sẽ bình phục mà.

Im lặng nhìn mẹ, rồi Thanh Lê cầm tay mẹ thưa:

- Anh Duy Phong không cho con nói. Ảnh yêu con, muốn con trốn đi, vì má ảnh không chịu ảnh quen con. Thôi con hư, má tha lỗi cho con nha, con không đi nữa. Ảnh cưới con hay không là tùy. Giờ con yêu ba má không đi đâu nữa.

- Lạ gì ở ba má thì nói vậy, có nó thì lại khác hơn. Dễ gì nơi mật ngọt tình yêu má hiểu! Nhưng con biết má tủi nhục không? Vì cô chú ruột con mắng má nhiều lắm.

- Để con đi xin lỗi tất cả.

- Được rồi, quan trọng là ba con nhớ con đau bịnh. Họ thì cứ kệ mặc.

- Thôi con đi tắm chút, sẽ nói chuyện với má thêm. Xin má tha lỗi cho con dại dột. Rồi Lê cầm tay mẹ hỏi thêm:

- Ồ các anh chị, mấy cháu vẫn mạnh chứ má?

- Tất cả đều bình an và nhớ con.

- Mai chiều con sẽ đi thăm tất cả... Má vào ba đi. Con ra tắm mình chút. Con sẽ trở vào...

- Ờ má nhớ con lắm đấy... Bà Nhung nói và nhìn Lê bằng cặp mắt không thể nào tả hết của tình mẹ con.

- Dạ con biết. Nàng đáp.

Thanh Lê nói xong bước đi. Bà Nhung nhìn Thanh Lê vẫn như ngày nào, còn non nớt và bụng dạ ngây thơ quá. Bà hết mực thương nàng!

Bà rồi ngồi đợi con gái lấy đồ ra tới phòng tắm nơi giếng mấy tháng nay nó đã vắng bóng cô chủ nhỏ. Tuy là nhà ở quê, thời kỳ nghèo túng của gia đình. Nhưng ông bà Nhung vẫn tươm tất cho một nhà tắm rửa vệ sinh, để mỗi cá thể gia đình được ra ngoài đó tắm gội một cách kín đáo. Ôi đúng là mấy tháng rồi Lê mới tìm lại được nơi phòng ốc nàng từng cận kề tắm gội. Lê thương nhớ như muốn hôn từng kỷ vật, vách tường gạch, có một loại lọ hoa tím giả nhưng đẹp, bồn xây đơn giản, gáo nước, ly cầm, chum đựng xà phòng dầu gội, giây móc treo đồ đạc v.v... Thành bờ giếng cũng kế bên vài bước đi ra. Lê vừa thương vừa thấy có lỗi với nơi này. Còn người mẹ mới quay vào đi rót thuốc sắc ra ly nhỏ cho chồng, bưng đến cho ông Nhung. Ông bưng nước thuốc uống một cái ực xong ngay:

- Ồ con nó về rồi đó, tôi vui lắm. Thấy trong người như khỏe ra. Bà cũng đừng trách nó tội cho con.

- Tôi là mẹ ruột chứ đâu phải mẹ ghẻ mà ông lo vậy. Mà con nó về lâu chưa ông?

- Độ khoảng chừng hơn nửa tiếng.

- Hèn chi mắt trái tôi giật miết.

- Bà nói tướng cũng trúng lắm đó nha. Mà này má nó ơi?

- Gì hã anh?

- Cả hai chị nó, chị Liễu, chị Lành bà cũng nên nói. Em về là mừng chớ chê trách nó, nó tủi thân có hại nghen.

- Tôi hiểu lòng tôi, thương nó không thua ông đâu. Các chị nó cũng thế mà.

- Vậy thì tốt. Và bà... Tôi biết nó cũng giống bà hồi đó. Ngoại nó đâu gả cho tôi. Bà cũng quyết chí ưng tôi.

- Nhưng con gái mà Lê giống cha, giống ông như đúc, người ta nói: "Con gái giống cha giàu ba họ." Sao con mình mới lớn đã khổ và gian truân?

- Giàu nghèo là một tương lai dài, bà thấy bây giờ được sao?

- Tướng thì tiểu thơ, tâm hồn thì lãng mạn, còn hơn ông sao giàu được?

- Nhưng tôi đâu có nghèo lắm chứ?

- Thì nghèo hơn những người giàu.

- Bà nói chuyện về vốn. Thôi để tôi nghỉ một tý...

- Ông nghỉ đi. Tôi chờ nó tắm vô nói chuyện.

- Để con đi ngủ đi. Đường xa nó mệt, tội nghiệp con mà.

- Tôi chỉ hỏi vài câu, ông đừng lo.

- Được, bà đừng làm con tôi buồn.

- Bộ con ông, chứ không phải con tôi hã?

- Bà nên nhớ, nó là đứa con tôi cưng nhất.

- Cưng quá mới vậy đó.

- Đâu có sao chứ?

- Thì nhớ nó, ông đau làm khổ tôi. Hành tôi chứ sao.

- Vợ chồng bà chăm sóc thì tôi biết ơn mà.

- Thôi ngủ đi cho khỏe, con về vui nói nhiều quá.

- Phải rồi, phải rồi. Thôi được rồi, tôi im ngủ đây nè. Ông nằm xuống và đắp cái mền, khi uống thuốc xong ông hay kỹ như vậy. Bà Nhung nhìn thấy một chiếc chân ông còn hở ra mấy ngón, bà nhẹ nhàng kéo chăn mền phủ kín cho lối thích của ông. Rồi bà ra phòng khách đứng ngồi thấp thỏm, chờ đứa con gái tắm xong đi vào đây. Bà sẽ nhìn nó và nói chuyện thêm với nó, mấy câu cho đỡ nhớ...

CHƯƠNG TÁM

Nói về gia đình Duy Phong. Có người đã sẵn sàng mua nhà nên Duy Phong đồng ý cho mẹ ký bán. Hơn nữa, anh nghĩ vào thành phố có người anh Hai lo mẹ sẽ tốt hơn. Mặt khác anh đang tham vọng là: "Mẹ anh không còn nhìn ngó nhà Thanh Lê, nếu anh có bỏ xứ đi lại Tây Nguyên cùng với Thanh Lê ắt sẽ dễ dàng, đẹp ý anh hơn. Ắt là chắc như bắp thôi, bà sẽ không để ý nhiều..." Tóm lại bán nhà là một lợi điểm cho anh hơn là không bán! Duy Phong nghĩ đến thế.

Người mua đã cuối cùng đồng ý và chồng tiền. Nhiệm vụ khác Duy Phong phải dẫn mẹ vào thành phố. Duy Phong đang cố gắng lo cho mẹ nơi nhà anh Hai Việt. Chàng cố gắng lãng quên Thanh Lê trong những ngày để làm việc cho gia đình mình. Mục đích anh cũng là phát quang, mở đường rộng cho anh và Thanh Lê đi thôi! Thiệt ra anh nhớ Thanh Lê đến chết, đến khùng điên luôn, nhưng anh ráng chịu. Thế anh mới biết con tim của tình yêu lên tiếng gọi nếu khi xa vắng nhau là... Những lúc căng thẳng đầu óc anh ra phố biển một mình miên man nhớ Thanh Lê, lòng như dậy sóng yêu đương... Anh ước gì có nàng đứng bên anh, nhìn biển kia cùng hưởng hạnh phúc, cùng nuôi ước mơ. Nhưng hạnh phúc của ước mơ hiện giờ chưa có nơi tầm tay... Tay chàng lạnh lẽo hình không nhớ bóng...! Chàng thường buồn, nhìn mây trắng trời xanh tự hỏi: "Tại sao trời xanh mây trắng kia nỡ hững hờ không chúc phúc cho ta! Tại sao nỡ gây tình yêu cho ta đau khổ đoạn trường thế sao...? Nàng đang ở đâu có nhớ ta không? Trời ơi mây trắng ơi đừng có ác với ta nhé... Ta nhất định sẽ gặp lại nàng chứ, ta không thể xa nàng lâu đâu?" Chàng thầm trách xa xôi, và mong ơn trên cứu độ cho tình yêu, rồi cũng hơi hờn tủi nơi chính mình. Chàng như tự hỏi, một lời như an ủi nơi mình rằng: "Đời sao cứ tạo làm cho khác ý mình rồi nhỉ? Chướng ngại nào sẽ dễ đến với ta sao, lung lay ta được sao, chán thật đấy?" Chàng lại lắc đầu phân vân trong cảm nhận. Duy Phong nặng trĩu mơ hồ, thoáng chiếm ít nhiều của buồn đau...

Một tuần, hai tuần, ba tuần, bốn tuần, năm tuần, sáu tuần, anh vẫn chưa quay về thăm gia đình Thanh Lê với nhiều lý do... Nhất là những lời nói của mẹ chàng, không nên đi thăm vội, biết đâu nhà, dòng họ Thanh Lê sẽ có người làm hại đến con? Những suy nghĩ này làm anh đau lên, tê dại... Nhưng anh cũng phải lắng nghe mẹ một chút, cho an toàn!

Thanh Lê đang có vẻ buồn giận Duy Phong. Ở trạng thái cảm thấy khó chịu, con người khi ăn uống khó khăn, buồn nôn, lạ miệng. Mẹ nàng nghi ngờ phải chăng Thanh Lê có chuyện? Và đúng thật sau đó bà lén lút dẫn Thanh Lê vào bác sĩ phụ khoa. Bác sĩ đi tới kết luận "Thanh Lê có mang gần ba tháng..."

(Nghĩa là nàng về đây hai tháng, và đã có bầu trước chừng một tháng.)

Tin như sét đánh Thanh Lê cũng không ngờ như vậy. Đâu có thể nào nhanh như thế được. Nhưng với một cô gái mười lăm, mười sáu chung sống với một người con trai, có bầu thì chuyện không có chi là lạ, trên thế gian? Gia đình sau đó định liệu bàn tán, bà Nhung nói với chồng ông Nhung. Rồi bà bàn tính với Thanh Lê. Nghĩa là Bà Nhung đi đến một quyết định mới:

- Con à thôi bây giờ, ba con cũng không mắng mỏ khi chuyện con như lỡ... Nhưng mẹ đã bảo với ba. Là mẹ sẽ đưa con lên Tây Nguyên lại. Gởi con sinh nở cho người ta nuôi. Để rồi con về lại gia đình, coi như con không có gì hết. Tin tức ấy cứ chôn vùi nha...

- Con không ngờ con hư như vậy. Không cần báo với anh Duy Phong hã má? Thanh Lê nói và khóc.

Bà Nhung vuốt tóc con gái an ủi:

- Vậy thôi. Thôi chuyện lỡ rồi con. Thì đúng là không cần, nếu con báo thì thêm rắc rối. Ai cũng có thể biết về con hết. Chuyện cứ để... Sau này mình có cơ hội sẽ tìm lại...

- Con nghĩ là... Mà thôi cũng được tùy má. Nếu báo ra, ai cũng biết con hư hết. Con nghĩ má nói đúng.

- Thì đó.

- Nhưng má ơi!

- Nhưng sao con?

- Má ơi...

- Nói đi má nghe.

- Dạ má ơi. Tốt hơn để con đi lên trên đó một mình. Con có chú thím nuôi, ba mẹ nuôi. Con năn nỉ họ... Vì hoàn cảnh họ thương tình. Còn nếu má đi, họ sẽ thiếu thông cảm hơn. Với lại má thương cháu ngoại, má có thể không nỡ tâm cho ai, con nghĩ vậy...

- Cũng có thể là con nói đúng. Có thể là má nuôi rồi, khi thấy cháu má khó dứt bỏ. Con gái má gánh niềm đau vào tâm tư, nên đã trở nên già dặn hơn tuổi.

- Vì con suy nghĩ ra thôi.

- Đúng mà. Má sẽ buộc bụng con cho nhỏ. Con cứ ở lại đây ba, bốn tháng nữa hãy đi. Tuy nhiên nếu thằng Duy Phong có ra, con không được gần nó, không nói với nó về chuyện này nghen?

- Bây giờ ảnh lên thành phố... Chắc cũng quên con rồi. Hơn hai tháng, không thấy về?

- Má chẳng biết sao? Má vẫn nghĩ Duy Phong không phải là người mất nghĩa.

- Thì con nghĩ vậy con mới đi theo ảnh. Con cám ơn má đã không nghĩ xấu về con, và ảnh. Song chuyện đời con vẫn không hiểu được hết má? Biết đâu ảnh có người khác quên con rồi.

Nói thì nói, mà lòng Thanh Lê vẫn mong được gặp lại Duy Phong, vậy nhưng không hiểu vì sao chàng im hơi bặt tiếng. Thời gian thấm thoát đến tháng thứ ba, tính luôn thai nhi thì tháng thứ tư nàng vẫn chưa được gặp lại Duy Phong. Tức là gần hơn một trăm hai chục ngày chứ ít ỏi gì? Kể từ ngày nàng đã có mang, và về nhà đến nay. Thanh Lê thật sự thất vọng về chàng. Không thấy Duy Phong đến với gia đình. Nàng tỏ ra buồn rầu, oán thù đòi mẹ ra đi ngay lập tức. Nàng lên tiếng:

- Má ơi bụng con một ngày một lớn, con không muốn ai

biết. Con muốn đi lên đó. Con sẽ có cách cho mẹ tròn con vuông. Sau con sẽ về, trở lại gia đình mà.

- Thủng thẳng đã... Mẹ Thanh Lê có vẻ cản ngăn.

- Không thể chờ đợi, ngày mai con lên đường. Chú thím nuôi sẽ giúp con, và con có số vàng anh Duy Phong cho con ba cây, giờ con gởi lại cho họ nuôi con sinh nở.

- Mẹ chỉ sợ con một mình lên sớm, con gái mẹ sẽ bơ vơ. Chậm chậm tý hãy đi Lê con.

- Càng sớm càng tốt. Con ở đây bụng lớn con dị lắm. Con không mong cần gặp anh Duy Phong đâu. Bây giờ ảnh cũng học làm họ Sở hồi nào rồi.

- Nó nghĩ còn mới, những đứa con chú mày đập nó.

- Con không nghĩ lý do... Mấy tháng rồi mới gì má?

- Thời gian lẹ như người ta chưa kịp nghĩ. Hay chuyện nhà nó cần giải quyết gì trỏng? Hoặc mẹ nó đau ốm, nó rối như tơ trong đó chẳng hạn, thiệt ra cũng chỉ có ba tháng...

- Thôi đừng nhắc tới ảnh nữa, mai con quyết đi rồi.

Im lặng một lúc. Thanh Lê nói tiếp:

- Bây giờ con chỉ thương ba mẹ thôi. Anh Duy Phong con coi như cỏ rác rồi. Vậy má nhá, ngày mai con tạm xa nhà, rồi con sẽ về trong những dự định. Con nhất định gởi con con cho người ta nuôi, sau khi con ở lại một tháng nghen má. Con sẽ cắn răng về với gia đình, làm lại cuộc đời mới. Bởi con lỡ dại má ơi... Thanh Lê nói với giọng thật buồn. Má Nhung nhìn Thanh Lê bảo:

- Tội nghiệp cho con. Nhưng má không làm sao khác hơn, ba cũng đồng ý như con vậy. Con phải cho con bé sơ sinh, lập lại cuộc đời mới, ngày sau tìm lại...

- Má thông cảm cho con, thương con... Con sẽ về lại gia đình như ý ba má, khi sanh xong một tháng, và con sẽ làm lại cuộc đời khác như Lê hứa. Ngày mai con xa, chúc ba má khỏe con sẽ về. Con quyết định hổm giờ như thế rồi!

Bà Nhung ôm Thanh Lê vào lòng, mà dạ nghe thương con xót lắm, bà như tan nát tâm tư, như mây trời chiều buồn tan ra từng mảnh xé vụn, bà từng nhìn và cảm giác. Bây giờ bà mới thấm thía câu "Con dại lái phải mang, răng hở môi lạnh, hoặc máu chảy ruột mềm." Bà thấy thương Thanh Lê vô bờ, dẫu Lê đã sai lầm một nước đời, hoặc một nước cờ khá lớn trong đời...

CHƯƠNG CHÍN

Thanh Lê đi lại Tây Nguyên lần này một mình, bao nhiêu kỷ niệm hiện về. Thanh Lê nàng nhớ quay quắt. Có những kỷ niệm khi người ta muốn quên mà lòng vẫn cứ nhớ? Có những kỷ niệm muốn nhớ, lòng người ta vẫn phải quên? Thanh Lê thất thỏm với bao kỷ niệm ngọt ngào, lẫn cay đắng mà nàng cùng Duy Phong trải qua. Nàng như không còn muốn nhớ nữa? Tuy nhiên trên chuyến xe trở về Tây Nguyên nàng luôn trầm ngâm, suy tưởng, định giác...

Trước mắt là Lê nghĩ phải chắp tay nhờ gia đình Trung Dũng thương yêu và đùm bọc. Nàng âm thầm nghĩ ngợi. Lần đến đó vào một đêm tối mịt trời. Gió rét bên ngoài nghe vi vút lạnh lẽo vẻ như hờn dỗi, hay thương tiếc cho ai, chim non đâu đó cũng ngủ quên, hoặc ngậm ngùi cùng thời tiết, bao giọt nước cũng trở mình trong thổn thức, đau đớn của mãn khai... Ôi như những chuyến tàu đêm chắc mong cập bến sau cùng, những chuyến xe đò đêm cũng mong về tới bãi đậu cuối... Hoặc là như những ngọn hải đăng thu mình làm việc cao cả, cho biển lớn bao la... Hay rồi như số phận bông điệp bông sứ kia, ngậm sương đêm mơ màng một lẽ chua xót từ đâu. Nàng không dám nhìn nó với bao cảnh vật thực tế và chạy tận trong trí não mình, và không dám tưởng tượng ra, hình dung ra tất cả... để tủi buồn cùng chia sẻ đến với mình! Gỗ đá kia có biết tim nàng đang nhức nhối đó chăng?

Rồi Thanh Lê cứ mạnh dạn gõ cửa. Chú thím Trung Dũng hiện ra, không ngờ khi thấy nàng trở lại một mình. Và nhìn đôi mắt Thanh Lê ai cũng đoán chừng, biết có gì không hay? Đến khi vô nhà Thanh Lê đã lược kể, vì sao nàng trở lại một mình nơi đây. "Đó là sự vô tình của Duy Phong khi đưa nàng trở về với gia đình, chàng im bặt đến phụ phàng. Chàng bán nhà cùng mẹ vào thành phố, không thấy trở lại quê từ đó... Và nàng cũng không ngờ mình đã mang thai, khi Duy Phong quay lưng..." Nàng kể hết những dự định của ba má nàng. Chú thím Trung Dũng sẵn lòng nghe đầy đủ. Sau chú Trung Dũng bảo:

- Đó là tùy gia đình cháu khi sự thể xảy ra như vậy. Nhưng chú không nghĩ là Duy Phong thay đổi con người mau lẹ vậy được? Hãy để xem thử.

Vợ của chú Trung Dũng thì ít nói, song giờ chỉ có một câu theo ý mình hơi dài một chút:

- Chú thím coi con như đứa em, đứa cháu từ lâu trong gia đình này, thì cứ để cho việc sinh nở yên lành, không cần nói gì nữa hết. Trước mắt lên đây là Thanh Lê ở nhà phụ cho thím mấy việc linh tinh, dọn dẹp nhà cửa, quét dọn chuồng gà, chuồng thỏ, hoặc làm cho mấy món đồ chua ở thau to vớt bỏ vào hũ nhỏ sẵn, lọ nhỏ sẵn, lo cơm nước cho mấy em, phụ chú thím linh tinh. Chút vậy thôi, nếu Lê thấy khỏe trong người những khi.

- Dạ con nghĩ con làm được.

Lê ở với gia đình chú thím Trung Dũng, và cô làm giúp cho họ những việc linh tinh như thím nhờ bảo. Tội nghiệp Lê thương thân con, và thương lấy thân mình. Nàng hiểu điều này lắm... May mà vợ chồng Trung Dũng thương yêu đùm bọc bảo nàng nghỉ ngơi hơn. Nhưng lúc nào Lê cũng siêng năng làm giúp đỡ họ, nàng muốn làm việc cần mẫn, xông xáo, để sinh con nhanh lẹ như ông bà mình thường bảo, nàng đã từng nghe.

Lần hồi thời gian đã đến ngày giờ sanh nở. Ngày giờ sinh nở đúng một tháng sau đó, khi Lê khai nhụy sinh con. Lê sanh bé gái. Lê sanh con đầu lòng nơi trạm xá, không khó mấy. Nàng sinh nhanh, trót lọt dễ dàng và mau mắn đáng kể. Chắc trời còn thương một điều này. Chú thím Trung Dũng ai cũng mừng cả.

Và rồi thì giờ trôi nhanh, như tháng lụn, ngày qua, năm tàn cứ giáp. (Đã một tháng.) Tuy còn thơ, nhưng sinh con ra rồi ai chẳng hà tất thương con? Mà rồi thì giờ quyết định đi đến. Nàng đã chọn lựa con đường xa con. Lê nói với vợ chồng Trung Dũng nơi nhà nàng tá túc:

- Con xin gởi lại ba cây vàng cho chú thím, cố gắng chăm sóc con của con. Nếu chú thím không có thời gian, chú thím gởi ai tốt bụng, chú thím cứ gởi vàng họ nuôi giùm con Lê. Có một ngày cơ hội thì Lê đoàn tụ với con.

- Nếu có một ngày Duy Phong tìm lên, có cho Duy Phong biết không? Vợ Trung Dũng vội hỏi.

- Chắc chắn là không nên để anh ta biết.

Để cho cảm xúc lắng xuống chút. Thanh Lê tỏ bày thêm:

- Cháu và ảnh có lẽ mất nhau vì hoàn cảnh. Cháu không muốn con cháu ở với mẹ ghẻ.

Thanh Lê nắm tay thím Trung Dũng nhắn nhủ thêm:

- Cháu đau lắm mà không thể chọn khác hơn. Mong chú thím hiểu cho. Nàng chớp đôi mắt trông có vẻ yếu ớt nhưng thật cảm động.

Thanh Lê lại nôi võng nhìn, con bé o e nhẹ, chép chép miệng, và nó đang ngủ ngon, trẻ thơ trong tháng thì ngủ hơi nhiều. (Lê nghe người ta nói, giờ nàng đã rõ biết.) Thanh Lê nước mắt ràn rụa. Lê thương con lắm. Lê nhìn lần cuối cùng đứa con nằm khóc oe e đang trở giấc, mà cô phải chia tay. Nước mắt cô cứ cay cay chảy dài trên má thấm thêm, khiến cô tưởng tượng bài hát làm cô tủi thân hết sức! Vì mình chưa xứng đáng với bài hát câu ca đó:

Lòng Mẹ bao la như biển Thái Bình rạt rào,
Tình Mẹ tha thiết như giòng suối hiền ngọt ngào,
Lời Mẹ êm ái như đồng lúa chiều rì rào.
Tiếng ru bên thềm trăng tà soi bóng Mẹ yêu.

Lòng Mẹ thương con như vầng trăng tròn mùa thu.
Tình Mẹ yêu mến như làn gió đùa mặt hồ.
Lời ru man mác êm như sáo diều dật dờ.
Nắng mưa sớm chiều vui cùng tiếng hát trẻ thơ.

Thương con thao thức bao đêm trường,
Con đà yên giấc Mẹ hiền vui sướng biết bao.
Thương con khuya sớm bao tháng ngày.
Lặn lội gieo neo nuôi con tới ngày lớn khôn.

Dù cho mưa gió không quản thân gầy mẹ hiền.
Một sương hai nắng cho bạc mái đầu buồn phiền.
Ngày đêm sớm tối vui cùng con nhỏ một niềm.
Tiếng ru êm đềm mẹ hiền năm tháng triền miên.
Mẹ hiền ru con...

Mười lăm tuổi đã sinh ra con, Thanh Lê thấu hiểu được bài hát đó nhưng tại sao nàng không làm được? Nàng cảm thấy xấu hổ khi ruồng rẫy con thơ. Vì định mệnh đã tạt vô mặt nàng nỗi đau bất hạnh cay nghiệt. Đã đẩy Thanh Lê vào bức tường trấn thủ. Ngang trái thật, song nàng không biết làm sao hơn khi đã chọn lựa. Nàng sẽ không được gần con, để ru con ngủ, thấy con cười, hoặc nghe con thơ khóc.

Thanh Lê nói như nước mắt đã chảy ràn rụa:

- Mẹ phải xa con. Con gái mẹ thương mẹ, đừng làm khổ mẹ, ngoan nha con. Khi con bé đã ngủ lại ngon. Con bé ngủ say quá. Thanh Lê thấy thêm não nề mà bảo:

- Mẹ phải xa con đừng giận mẹ! Mẹ phải nghe lời ông bà ngoại, con ngủ ngon nghe, đừng giận mẹ Lê nha. Nàng bịn rịn vô cùng với câu "đừng giận mẹ nha." hai lần.

- Được rồi thím sẽ chăm sóc nuôi nấng. Lê phải giữ gìn sức khỏe, coi bộ Lê còn yếu lắm!

- Không sao thím. Lê mặc áo lạnh và khăn trùm đầu kín cổ. Đã hơn tháng rồi, nếu ở nữa Lê sẽ không bỏ nó được. À nhớ đặt tên cho nó là Kỷ Niệm nha thím.

- Được, tôi sẽ gọi tên nó thế! Đã đành biết sao hơn. Thôi Lê lên xe kẻo người ta đợi lâu. Chú thím có trách nhiệm lo. Con bé lớn giống Lê lắm, đẹp lắm đó ai cũng phải mê nữa...

- Thôi thôi, đừng giống Lê nữa khổ lắm thím ơi. Cho con xin đi. Nàng vừa nói vừa lau nước mắt, tủi thân mình. Chiếc xe ôm chờ sẵn. Thanh Lê chỉ còn phả tay chào mọi người, rồi leo lên xe để đi, trong khi con bé ngủ ngon giấc lại. Chiếc xe boong boong chở cô. Chẳng mấy chốc nó đến điểm chính, biểu đồ bến xe đò về lại miền Trung. Lê trùm kỹ rất là kín đầu, có khăn quấn cổ, nàng kiểm tra đâu đó gọn gàng. Tất cả nó cũng thật chặt và đủ ấm. Vì nàng sợ mới sanh sức còn non yếu, Lê vẫn sợ gió nhập vào như lớp cha mẹ ông bà mình thường khuyên bảo. Nơi người mới sanh phải làm thế, để bảo vệ tốt cho sức khỏe, Lê đang cố gắng để thực thi nếp giáo huấn truyền thống, nên nàng làm trong thương đau và ngậm ngùi cho số phận mình...

Lê sẽ phải đi về lại gia đình, bỏ lại sau lưng một tình thâm sâu máu mủ, gió kia rủ rê bên tai nàng ngàn lần yêu dấu, nhưng chiếc khăn vuông dài đã che chắn... Nàng buồn bã về sự sinh nở của mình, cô hiu hắt, như đứt từng đoạn ruột...

CHƯƠNG MƯỜI

Thanh Lê vốn là một cô gái tài hoa từ nhỏ. Lúc từ mười ba cho đến mười lăm tuổi đoàn nghệ thuật nào về huyện nhà, lại không muốn rút cô đi. Từ múa dẻo, ca hay, diễn đẹp. Lê tuyệt vời, thanh sắc vẹn toàn. Chỉ có nghệ thuật là họ không xét lý lịch lắm. Vì người trưởng đoàn có quyền lớn, bình lấy, tìm kiếm khả năng nhân tài, trên khắp các nẻo đường lưu diễn... Song Thanh Lê không dám bước đi, cha mẹ nàng không mấy thích thú khi con đi vào con đường ca hát. Thanh Lê luôn luôn vâng lời cha mẹ. Nhưng chỉ có duy nhất tình yêu Duy Phong làm nàng mờ đi tất cả. Bây giờ bước đường tình nơi Duy Phong tan vỡ, chia xa. Duy Phong không còn nghĩ đến, nàng thật sự như gần tám tháng, hơn của nửa năm xa cách...

Đối với Lê là một thiên niên kỷ, may là cha mẹ nàng không chửi mắng! Lê mới còn sức sống đến giờ! Buồn đau cho cuộc đời còn rất trẻ. Thanh Lê tự mặc cảm xấu hổ với bạn bè. Nàng muốn đi xa, đi xa để làm một cái gì, có thể tìm lại cuộc đời. Nàng đi tìm lập một gia đình mới để nguôi ngoai...

Hôm đó, một hôm đi chợ huyện thấy đoàn Ca Nhạc Múa Kịch Bông Sen đang quảng cáo diễn tại rạp hát huyện. Nàng tò tò đến ngắm những tranh ảnh quảng cáo. Cô gái nảy ra quyết định làm theo ý nghĩ mới. (Nàng đi gặp trưởng đoàn xin theo. Nàng thấy được cuộc sống của gánh hát - đoàn ca nhạc kịch này nàng lại thích hợp. Và Lê cũng đã tìm đến thử giọng thật sự.)

Sau khi về nhà nàng thưa với mẹ cha:

- Ba má ơi con muốn gia nhập vào đoàn ca nhạc Bông Sen, con đi ca cho khuây khỏa nỗi buồn, không thì con chết mất! Và có điều kiện con sẽ có chồng, con sẽ đi vào Nam. Nơi đó không ai biết con.

- Con đừng phiêu lưu quá. Cứ ở đây đám nào đi hỏi cưới đàng hoàng, ba má sẽ gả. Đâu ai có thể biết được con đã lầm lỡ chuyện gì, tại sao lại muốn đi xa? Bà Nhung lên tiếng như hờn trách.

- Con buồn lắm nên con muốn đi hát. Đi hát ít xét lý lịch và đoàn hát thường là của tư nhân, hoặc hợp doanh. Bây giờ cứ coi con y như đi lấy chồng xa.

- Lại đi xa ba má nữa con? Ông Nhung có vẻ cũng không chịu.

- Con sẽ về thăm. Con không có trốn đi theo ai mà. Làm nghệ thuật cũng cao cả, họ đi khắp miền đất nước mà ba!

- Không, má không cho con đi đâu. Các chị con không thích con đi xa đâu.

- Thiếu gì người ở đây họ đi lấy chồng trong Nam, hay Hà Nội mà vẫn về thăm ba mẹ. Con quyết định rồi. Ông trưởng đoàn có thử giọng con chiều hôm qua rồi, chờ con đồng ý là họ bốc đi thôi. Đơn giản vậy thôi, đoàn tư nhân...

- Thân gái dặm trường lại nghiệp xướng ca phức tạp lắm con. Ông Nhung phản đối nhè nhẹ thêm.

- Nhưng ở nhà con buồn quá, nhớ nhung đủ thứ. Thôi cứ cho con đi lần này. Biết đâu con sẽ kinh nghiệm, đứng lên.

- Khổ quá không cho con đi thì nó buồn. Cho nó đi mình sẽ lo buồn ông à. Ông nghĩ sao? Bà Nhung đưa mắt lo lắng hỏi chồng.

- Tôi cũng không biết tính làm sao đây? Ông Nhung đáp.

- Con năn nỉ mà. Hai ngày nữa đoàn rời bãi, sẽ vào Quy Nhơn. Lê lại cứ ỉ oi.

- Hay muốn vào Quy Nhơn kiếm thằng Duy Phong chứ

gì? Mẹ nàng nhìn nàng hỏi vẻ dò xét.

- Không đâu, con quên ảnh rồi. Con muốn đi hát thực sự, mà có diễn Quy Nhơn con cũng không xuất hiện nữa là khác. Con không bao giờ muốn thấy anh ta nữa. Và con không bao giờ cho gặp mặt anh ta nữa.

- Thật khó quyết định ba không biết sao đây. Ba Nhung lắc đầu.

- Hồng nhan là bạc mệnh, đẹp như con, má thấy khổ rồi đó. Bà Nhung nói thêm.

- Con năn nỉ mà. Lê ngước đôi mắt đẹp buồn nhìn mẹ nữa.

- Hừ mệt quá... Con ơi là con. Bà Nhung chống cằm ngồi xuống ghế gần đó.

- Thôi một lần nó ngã đổ, kể như cho nó đứng lên đi. Đi tìm lại lý do để xây lại cuộc đời mới. Tôi nghĩ, tôi đồng ý cho nó đi đó bà. Bỗng dưng ông Nhung quyết định trở chiều.

- Đừng ở nhà rồi nhớ nó rồi bịnh, hành tôi sắc thuốc. Mẹ của Thanh Lê phản ứng với một thái độ còn rầu rĩ.

- Cái kia đi theo trai họ dèm pha, tôi tức tôi bịnh. Còn cái này bước làm nghệ thuật. Hai cái khác nhau chứ. Ba của Thanh Lê phân trần.

- Nói vậy ông đồng ý cho con đi?

- Ừa cũng liều theo ý Lê. Tôi biết nó sẽ trưởng thành qua một lần gãy đổ. Tôi cảm tưởng ra điều... Mà con phải thường về thăm ba má nha?

- Thì thôi má biết làm sao. Má cũng cho con đi. Nhưng con phải thường về thăm ba má. Má chỉ mong vậy thôi, nhớ nha! Má của Lê buông xuôi thuận theo ý ba nàng.

Năm đó bà Nhung trên bốn mươi. Gia đình lại rơi vào hoàn cảnh sa sút. Song bà Nhung vẫn còn giữ được một, một vóc dáng thân hình mảnh khảnh, khỏe khắn, tuy hơi ốm. Bà thường mặc áo bà ba vừa sang, vừa đẹp vừa đằm thắm biết chừng nào! Dù nghèo bà vẫn giữ được nét của một phụ nữ, một người mẹ hiền lành sang thanh, tú nhã. Đúng thế bà chỉ thay các màu sắc; đỏ vàng, hồng cam, xanh nâu, tím trắng và nền hoa thôi. Nói chung triền miên hằng ngày bà vẫn ưa mặc áo bà ba là nhiều!

Ông Nhung nhìn vợ không chớp mắt, rồi nhìn Lê đứng đó thương con gái làm sao. Lê liền vòng tay thưa với ba má:

- Con xin đội ơn ba má dạy bảo. Vậy là ba má cho con đi rồi. Con hứa không làm gì để tồi tệ nữa.

**

Đoàn ca nhạc Bông Sen xuất phát thành lập từ Nha Trang, do một số anh em hoạt động trong nghề lâu năm. Từ các thành viên đoàn thương mến nhau họ lập ra đoàn mang tính chất tư nhân hợp doanh. Đoàn hoạt động ca nhạc chính, nhưng vai trò thể hiện nhiều hình thức sân khấu - Từ chính kịch, đến bi, hài, đơn ca, song ca, dân ca, đến các làn điệu, nhạc xanh, nhạc sống, nhạc hồng v.v... múa kiếm, múa ba lê, múa dơi, múa võ v.v... xen kẽ, đủ hết. Thế là Thanh Lê đã bước chân vào đoàn ca nhạc Bông Sen. Điểm khởi đầu là tỉnh thành ra đi. Nàng vẫn mang theo một cây vàng của Duy Phong cho còn lại.

Mới đầu Thanh Lê diễn ca nhạc trên đoàn. Ba bản ruột tuyển chọn của nàng. Thanh Lê vào cô thường hát đơn ca đó là bài "Có Một Bài Ca Không Quên" bài thứ hai là "Biển Hát Chiều Nay" bài thứ ba"Giữa Mạc Tư Khoa Nghe Câu Hò"...

Tiếng hát nàng được nhiều người ưa thích. Có lẽ là một nhan sắc đẹp trên sân khấu, nàng để lại nhiều ấn tượng mỹ miều cho người xem. Song có một điều rất lạ, từ hồi nàng vô đến giờ, đoàn chỉ diễn những điểm Phan Thiết, Phan Rang, Phan Rí, Bình Thuận, Nha Trang, Phú Khánh, Cao Lãnh, Sông Cầu... Nàng chẳng hề thấy ra Trung ngoài vùng Quy Nhơn, hay Quảng Ngãi. Đoàn chỉ lưu diễn từ miền ngoài Sông Cầu Nha Trang đổ vô. Nàng cũng lấy làm mừng. Trong lòng Thanh Lê thề khi đến Quy Nhơn nàng sẽ không hát, vì nàng không muốn Duy Phong đâu đó, sẽ thấy nàng. Như trời chiều lòng Thanh Lê, chưa cập bến lại thành phố biển Quy bao giờ nữa...! Cũng là một điều rất lạ. Lưu diễn khắp Miền Nam mà không ra Trung xa lắc, như trước kia. Lê cũng hổng hiểu tại sao, nơi kế hoạch, tính ước của đoàn?

Sau khi diễn ở Bông Sen mấy tháng Trưởng đoàn Đồng Tháp 9, là anh ruột của đoàn Bông Sen thấy tiềm năng của Thanh Lê đóng được đào chính, anh thỏa thuận với người em trưởng đoàn Bông Sen và mời Thanh Lê về đoàn Đồng Tháp 9. Cộng tác chuẩn bị cho Thanh Lê lên một cô đào trẻ, triển vọng cho gánh Đồng Tháp 9. Trước mắt Thanh Lê hát phần ca nhạc đầu cho chương trình phụ diễn. Còn cô đào thì tính dài lâu. Mai hậu về sau...

Trời sinh Thanh Lê khổ nạn nhiều, khổ nạn lớn. Nhưng trong nàng là một tài năng lớn, thiên phú lớn. Sau đó nàng được trưởng đoàn Đồng Tháp 9 cân nhắc Thanh Lê, bỏ công tập dợt cho cô, để cô lên vai Mạnh Lệ Quân xen cho cô đào chính nửa màn đầu là Thùy Trang. Thanh Lê thông minh, lanh lẹ, chịu khó nhập vai, chịu học tập dợt, cô đã có thành công nhanh. Được khán giả các tỉnh phía Nam ái mộ bậc nhất nhì trong vai Mạnh Lệ Quân, Giáng Kiều, Mùa Xuân Ngủ Trong Đêm. Xin Một Lần Yêu Nhau, Trưng Nữ Vương. Hoa Mộc Lan. Nàng Son. Tình Yêu Và Bạo Chúa. Chuyện Tình An Lộc Sơn... Đặc biệt thấy nàng xuất hiện đâu đâu bên ngoài, khán giả họ cứ kêu là "Mạnh Lệ Quân. Mạnh Lệ Quân kìa." Nàng hết sức mắc cỡ và e dè...

Tội nghiệp cho Thanh Lê sớm gãy đổ tình yêu. Trái tim nàng như băng tuyết, nàng chẳng thiết tha mấy đến tình yêu, hay là tình nàng vẫn còn vương đọng, còn nồng nàn chưa nhạt nhòa với Duy phong? Trong hai vấn đề, không biết cô ở trong trường hợp nào. Hát xong biết bao người ái mộ, nhưng nàng chỉ cười buồn, rồi lủi thủi về phòng riêng mình. Nàng vẫn chỉ là, hình không đối bóng với chính mình...

Cần nói thêm là, đặc biệt về chế độ ăn uống nơi nàng. Nàng cô đào chánh nhất có chế độ ưu tiên, song Thanh Lê bao giờ cũng nhường phần hơn của mình để chia sẻ cho những nghệ sĩ già đi hát lâu năm, dày sương dãi gió, giờ đã vì tuổi tác mất khả năng. Hoặc cho các em làm lụng, đấu kiếm, múa dơi, hoặc dựng phong sân khấu, giúp để màn ảnh những đêm diễn... Hôm ấy chủ bếp dì Tuyết - Người làm bếp đem giỏ xách thức ăn nấu cho Thanh Lê, nơi phòng nàng cạnh một góc của căn nhà dân chúng, được căn màn che kế bên. Tuyết bày biện ra và bảo:

- Lê ơi đây là những món ăn của con. Thời buổi hơi khó một chút, nên vợ trưởng đoàn chỉ muốn ưu tiên hơn cho đào kép chính, tùy theo thứ bậc một chút. Lê sẽ được hơn ở phần canh khổ qua và thịt heo hầm. Còn có cả ít thịt bò nhúng giấm, có hai kiểu đây, một nhúng cuốn bánh tráng với rau. Thứ hai thịt đã nhúng dấm chấm thẳng với mắm nêm. Ăn liền đi kẻo nguội lạnh quá, sẽ dở cô đào chánh ơi. Hi hi.

- Trời ơi. Vậy đa phần nghệ sĩ trong đoàn có gì để ăn thưa dì Tuyết.

- Họ có cá cơm, rau dưa, xà lách, dưa leo, canh chua rau muống.

- Trời ơi con không thích vậy đâu. Con chỉ muốn như tất cả mọi người.

- Không được đâu. Vợ trưởng đoàn nói Thanh Lê ưu tiên, cần bồi dưỡng cho cô, coi như một nguyên tắc.

- Ồ con có tiền hơn mà. Thèm gì con tự đi ra ngoài tự mua ăn. Mấy người già hơn, lớn tuổi cần có sức để khỏi đau bịnh vì thiếu thốn. Những thanh niên bưng vác, dọn dẹp, giàn bao giúp sân khấu kia cần thiết cho họ ăn. Vả lại họ thèm cũng không có tiền mà hoang phí hay đủ để xa xỉ. Con dù sao giá lương vẫn, vẫn ưu tiên rồi. Đâu cần vậy dì Tuyết?

- Đành biết, nhưng đây phần, phần ăn tôi nấu cho ông bà trưởng đoàn. Và họ bảo thế. Đem riêng cho cô.

- Dạ thực sự Lê cám ơn anh chị trưởng đoàn và dì Tuyết quan tâm. Nhưng Lê không cần phải như thế đâu.

- Vậy bây giờ cô tính sao hã?

Lê mỉm cười tươi tắn:

- Đơn giản dì Tuyết mang lại cho ai. Họ ốm yếu và cần nhất.

- Không được, ông bà Nhuận Nhu sẽ la tôi.

- Không sao mà. Có gì Lê sẽ tới nói sau.

- Thiệt tình cô Lê ơi, tôi phải làm sao nè.

- Dạ Lê cần ăn cơm đói bụng rồi. Dì Tuyết cứ mang đi đi, chỉ cần để lại cho con hai món trên chiếc bàn nhỏ kia là được rồi. Có gì thích Lê sẽ mua ăn thêm. Lê thích ăn trái cây.

- Ồ trái cây cô nhắc tôi mới nhớ. Tôi quên mất, vợ trưởng đoàn Nhu có bảo tôi đem thanh long, nho, táo, nhãn và bưởi cho cô đó chứ?

- Dạ Thanh Lê đi mua, hoặc có người bưng bán tới nơi Lê sẽ mua không sao mà. Lê chỉ nói vậy thôi. Những gì chị Nhu bảo dì Tuyết đem cho Lê. Giờ dì Tuyết cứ đem cho mấy em, mấy anh, mấy chú, những người nơi chuẩn bị sân khấu đêm diễn, để họ làm việc có sức hơn rất là cần đấy. Có rất nhiều người cần hơn Lê. Khó khổ mình chia sẻ là tình thương mà dì Tuyết...

- Cô thật đặc biệt quá. Mong chúa ban phước cho cô. Tuyết có đạo thiên chúa, nên bà nói và đưa tay ra dấu thánh.

Sau đó họ nói gì một chặp nữa... rồi Tuyết phải ra về mang theo thức ăn Lê gởi lại. Lê đã bắt đầu ngồi ăn cơm. Mỗi lần ăn cơm, nàng rất nhớ cha mẹ khi xưa ngồi ăn cơm với mình thật đầm ấm. Mà giờ đây cuộc sống và định mệnh xô đẩy, đã làm Lê đành xa họ. Nàng tươi mấy rồi cũng phải buồn khi trong lòng có những việc riêng...

Thấy nàng có tâm trạng, trưởng đoàn rất thương tâm. Nhưng anh không bao giờ hỏi. Những bông hoa ca nhạc diễn viên, các cô đào của anh lúc nào vẫn cởi mở với khán giả. Đi khuya về muộn, trò chuyện với khán giả, riêng tư của họ, hoặc "chơi xả láng sáng về sớm." Mà còn cô bé này lại khác, nhút nhát, e lệ, và hình như có một tâm sự buồn lo, hồi hộp gì bên trong? Và nhất định không phải là cao ngạo. Nhưng rất lạ kỳ... Anh như hiểu được, nên thường chú ý đến Thanh Lê. Vợ anh cũng thấy thế. Vợ của trưởng đoàn Đồng tháp 9, tên là Lợi Nhu, là nghệ nhân hóa trang cho diễn viên, đồng thời làm thủ quỹ cho chồng. Là người phụ với chồng theo dõi, lên lịch kịch bản để đem ra diễn. Thanh Lê được hai ông bà đánh giá cao cả hai mặt tài năng, và đức hạnh. Rồi cũng chẳng bao lâu không biết may hay là rủi, đoàn đang lớn mạnh. Vậy mà, đoàn lại chung cộng với một số người hùn vốn muốn đóng thuyền đi ra nước ngoài. Sau lần diễn cuối đêm đó, vợ trưởng đoàn Lợi Nhu bàn hỏi Thanh Lê.

- Thanh Lê, chị để ý thấy tánh cách em rất là dễ thương. Anh chị sắp có thuyền ra đi nước ngoài, đi Mỹ đó. Chuyện bí mật chị chọn em danh sách được theo tàu. Em nghĩ thế nào?

- Ý chị nói em chưa hiểu? Thanh Lê ngơ ngác.

Lợi Nhu giải thích:

- Không cần có tiền bạc gì đóng góp cả, nhưng chị chọn em vì thấy em hiền lắm, có một dễ thương. Có một cái gì đó rất là khác hơn những diễn viên số đông... Chị muốn em được đứng vào danh sách ưu tiên của chị để đi...

- Tại sao chị lại nghĩ đến em như vậy? Thanh Lê ngơ ngác hỏi như vậy lần nữa!

- Thấy em ăn nói từ tốn, nhiều đức hạnh khiêm nhường, không tranh hơn thua, chỉ biết hát xong về phòng, nên chị thương. Tấm lòng lại thơm thảo, khác lạ hay nhường nhịn, chị thích. Anh Nhuận cũng thương em lắm. Nên chị chọn em.

Thanh Lê nở nụ cười tươi nhất, kể từ ngày đó đến giờ và cô nói:

- Em cám ơn anh chị, nếu như anh chị có lòng.

- Tàu đã sẵn sàng không bao xa nữa ra đi. Em có thể về nói với ba mẹ, để xa gia đình ba mẹ biết nha...

- Vâng em sẽ về nói. Em không hiểu điều này đến với em mơ hay thật?

- Là thật chứ. Em nên sẵn sàng?

- Dạ. Thấy Thanh Lê vẻ xúc động bối rối. Lợi Nhu đưa tay cầm tay Thanh Lê, cả hai nhìn nhau xúc động thêm. Trong đôi mắt Thanh Lê như chứa một lời thề bảo mật, và biết ơn chị Lợi Nhu rất nhiều...

CHƯƠNG MƯỜI MỘT

Một đêm tối trời Thanh Lê đã về lại gia đình đột nhiên. Khi cha mẹ chưa ra mở cửa, nàng nói vội với người xe ôm:

- Mai ông lại đây bốn giờ sáng rước tôi đi lại bến xe.

Người lái xe ôm lẳng lặng nhận tiền, chỉ nói một câu để giữ lời nhau:

- Đúng hẹn nha. Tôi cám ơn, xin chào cô.

- Được rồi.

Người xe ôm cho xe quay đầu ra. Hai người nhìn nhau như biết được giá trị của một hiệu lệnh! Chiếc xe bắt đầu chạy ngược ra lộ, phóng mình… Lòng đất, nơi phong thủy nhà nàng như chưa kịp gởi gấm đến người khách lạ một điều gì "tâm thư" khi ông đã đưa cô về nhà, rồi y lại đi nhanh! Còn nàng đi xăm xăm vào nhà gõ nhẹ cánh cửa. Cha mẹ ra mở cửa, đêm đã về khuya. Con thằn lằn trên trần nhà trên rơi cái phịch và chạy biến mất, cũng làm ông bà cả Thanh Lê giật mình. Rồi ông bà Nhung hơi ngạc nhiên đứng trố mắt nhìn Thanh Lê đứng trước mặt mình. Trông nàng có vẻ đẹp, dù có một cái gì biểu hiện trong gương mặt nàng khẩn khoản, hơi căng thẳng của người con gái.

Thanh Lê nhập đề liền:

- Chắc ba má ngạc nhiên lắm khi con về, mà không thư báo trước. Má ba ơi số con lại phải đi xa hơn. Con về thăm và tháng sau, đoàn đã đóng tàu đi Mỹ con được chọn để đi, người ta hỏi con, con chịu… Nên về đây báo cho ba má hay. Thanh Lê có vẻ xúc động nàng ngưng lại thở, rồi nói tiếp:

- Con mong ba má yên lòng cho con đi, như bao người đã ra đi.

Mẹ nàng vội hỏi, khi người cha chỉ đứng im.

- Tại sao đoàn ca nhạc lại đi đóng thuyền vượt biên?

- Con không rành nhưng họ hùn vốn nhau: góp sức, góp phần làm ăn kinh tế và chọn đem con đi. Thôi đêm hôm nói "Gió bay tai vạ bất ngờ" khổ nữa. Số con vậy nên thành thử…

- Cuộc đời con sao luôn biến chuyển. Ba má thương cho số mệnh con lắm, con ơi. Má Nhung nhìn Thanh Lê như còn đau đớn nơi lòng, bà nói giọng thật gấp gãy.

- Không sao má à. Đã là số mệnh thì nào ta tránh khỏi. Nhưng con cũng được hên, chị vợ trưởng đoàn chọn con. Cũng như bao người khác đã ra đi xứ ngoại thôi má à. Con về đây chỉ tin vậy. Má ba đi ngủ lại đi, và thương con nha... Con sẽ tắm rửa tý con ngủ sau. Sáng mai Lê phải dậy sớm, con có hẹn đi lại trước khi bốn giờ với khách xe.

- Trời ơi, chuyện sao cứ đến như chiêm bao. Đêm nay má muốn ngủ với con...

Ba nàng ông Nhung đứng im ở đó, chưa mở ra được ngôn nào. Lê nhìn má rồi nhìn ba thật thương mà nói rằng:

- Thôi má cứ đi ngủ với ba. Con cần ngủ sáng đi sớm. Nằm bên má, hai má con không ngủ được, mai con trễ thì kẹt lắm. Vậy nhé ba?

Giờ ông Nhung mới hở môi:

- Ba thật thương con lắm. Ba không muốn con đi xa điều con nói, nhưng thôi con chọn rồi mà, phải không?

- Dạ thưa ba...

Riêng bà Nhung nhìn vào gương mặt Lê đắm đuối thương con. Bà biết bao lần nhìn Lê như thế, tính ra vẫn không dư. Tình má con? Bà xúc động khó nói, bà lại đứng im ở đó một hồi.

Lê nhìn má thương yêu hơn nữa. Rồi cô bảo:

- Con yêu má lắm. Nhưng con đã chọn má ơi... Ba má đi ngủ đi, con báo vậy thôi. Con cũng cần đi ngủ sớm nè.

- Ừa, vậy thì thôi chúc con may mắn. Sao đời con quay như chong chóng má ngại quá Lê ơi.

- Không sao má, đã bảo là ai cũng có số mà má yêu! Riêng con nghĩ bây giờ con không còn hư nữa, là đủ rồi má. Má ba cũng đừng liên lạc với con của con. Sẽ rối lên, hãy cứ để nó trôi đi theo thời gian má nha. Con sợ má thương nó, sẽ kéo ra nhiều hệ lụy?

- Má hiểu con nói điều ấy. Và ừa thì con liệu giữ thân mình. Má không biết tính sao với con nữa?

- Má đi ngủ với ba đi. Con xin ba má vững tin con. Thanh Lê nói hai giọt lệ muốn tuôn ra, vì nàng thương cha mẹ lắm, nhưng nàng cố ngăn...

- Cố gắng để trưởng thành ba mong con. Ông Nhung bảo.

- Con sẽ nghe lời ba. Thôi ba má đi ngủ đi, đêm quá rồi.

Ba má nàng quay gót đi xuống vào giường họ, phòng họ ngăn dưới. Nhà được cất theo lập lăng L. Nhà mái.

Thanh Lê rửa tắm sơ rồi lên giường, chiếc giường nằm giáp ranh giữa nhà trên và ngăn đôi nhà dưới. Lê ôm gối, ôm chiếu và hôn nhẹ. Khúc cấu trúc phòng này trồi ra, nhưng nơi đây người ta gọi là phòng lầu. Ở quê nàng gọi như thế. Thanh Lê thả mình nằm xuống phòng lầu. Cô không dám suy nghĩ gì nhiều thêm. Lê ráng thiếp đi một hồi, cô đã choàng dậy ngay, của mười lăm phút thiêm thiếp trôi qua...

Loay hoay Lê đi đốt nhang nơi trang nhà trên và thì thầm cầu nguyện. Sau cô đến để cây vàng dưới gối cùng bức thư cho ba mẹ. Cô đã viết vội lời thơ để lại, cô sờ tấm chiếu, chiếc mềm lần cuối cùng thấy thương làm sao? Rồi Lê phải rời nhà không cho ba má hay. Lê len lén nhìn ba mẹ đang ngủ ngon giấc. Có phải đây ngày tạm biệt, hay là vĩnh biệt sau cùng? Nàng nhiều phần hoang mang, xúc động lớn! Lê đưa tay gạt những giọt lệ ra, và chính bàn tay đó cô gái pha phả để gọi là từ giã ba mẹ ra đi. Một mình, cô mím môi thật chặt, Lê lấy gượng cho sức thăng bằng và dời gót chân...

Ba mẹ không hay, gió ngoài trời gần sáng mà rít mạnh, hơi sương thấm lạnh. Chiếc xe đến sớm hơn giờ định, Lê phải ra xe, leo lên yên ngồi để đi nhanh. Người tài xế xe ôm chở cô lao đi vùn vụt trong đêm, khi trời chưa tan sáng... Sao trời như còn nhấp nháy tận phía xa! Vũ trụ đêm và ngày như chuyển tiếp. Mà ý tưởng nàng như đang chùng lại, ví như tư tưởng từng không ngưỡng mộ nàng, mà cố vẻ ra sức gây chống lại, tâm tư hoài bão nàng...

Nhưng không, Thanh Lê đành nuốt cay đắng vào lòng, nàng phải bỏ lại sau lưng một ngôi nhà, mà nàng hình như không bao giờ muốn xa nó. Song trời già như đã bắt phải nàng...

Chỉ tí tắc ông bà Nhung dậy thì nàng vừa đi rồi. Ông bà ra cửa nhìn, không còn trông thấy bóng dáng của Lê đâu cả, chỉ trông thấy một lá thư nàng để dưới gối. Ông bà cầm đọc:

Ba Má kính mến!

"Con đi không biết sự rủi may. Ba má cứ yên tâm cũng có thể con chết trên biển cả cùng bao nhiêu người. Cũng có thể con vào được một đất nào đó xa xôi yên lành... Nếu con sống, con nguyện phấn đấu làm một cái gì đó để chứng tỏ mình hơn xưa. Và chắc chắn mong gặp lại được ba má!

Con:Thanh Lê

P/s con có gởi lại cho ba má một cây vàng dưới gối giường, mà anh Duy Phong bỏ trong cái khăn thêm cho con hồi đó... Con không cần nó nữa. Mọi việc có anh chị trưởng đoàn lo cho con.

Chào tạm biệt. Con... TL

Ông bà đọc thơ mà rưng rưng nước mắt. Riêng bà Nhung như ngã vào lòng chồng ông Nhung, mà tìm niềm an ủi. Bà chỉ muốn khóc chứ không muốn nói gì trong lúc này. Vì bà biết bà có thể xa đứa con vĩnh viễn mà bà từng yêu quý nhất, đẹp nhất, dễ thương nhất. Ông Nhung như hiểu thấu. Và nhìn bà nơi đôi mắt yêu thương tình nghĩa của vợ chồng, ông muốn gói trọn cho bà. Ông biết bà đang yếu đuối lắm...

Thế nhưng là sau đó Thanh Lê ra đi với chiếc thuyền vượt biển, vượt qua bao sóng gió gian nan, để đến với vùng đất họ mong đợi. Thanh Lê vô tình bị bốc ăn theo đoàn...

CHƯƠNG MƯỜI HAI

Nói về Duy Phong ra nhà thăm khi Thanh Lê đi lại Tây Nguyên hai ngày. Và sau khi Thanh Lê đi sinh nở, cô đã đi vào đoàn ca nhạc Bông Sen. Cha mẹ cô luôn giữ bí mật:

- Thanh Lê muốn quên con rồi. Nó đi vào Nam. Vì chờ đợi con lần đầu tiên khá lâu trên ba, bốn tháng, con không ra thăm nó. Nó mỏi mòn ngóng trông. Sau đó Thanh Lê có người chú họ bà con xa xa, dắt vô Nam làm ăn, gả chồng rồi.

- Tỉnh nào. Huyện nào ở đâu? Thưa chú thím có thể cho con biết với.

- Hình như Rạch Giá Kiên Giang, Mỹ Tho Sa Đéc. Hay Tây Ninh Hà Tiên. Hay Thuận Mẫn, Bà Rịa gì. Ôi nó đi lung tung theo phía bên chồng. Con không nên tìm kiếm nó nữa, con từng làm cho Thanh Lê khổ. Con biết nó có mười lăm tuổi bỏ nhà đi với con. Biết bao hối hận cho gia đình. Tại chú thím hiền nên không oán trách con nhiều thôi.

- Con biết điều này nên cúi đầu tạ ơn chú thím. Ba, bốn tháng đó mẹ con đau nặng bất tỉnh, con cần chăm sóc. Với lại mẹ con nói, nếu còn sớm quá con ra liền, sợ anh em dòng họ nhà Thanh Lê chưa nguôi kịp, sẽ đập con một trận, sẽ chết hụt đi, nát đầu, chảy máu, bể óc v.v... Nên mẹ và anh không cho con vội vàng...

- Họ cố tình ngăn cách vậy thôi. Đây là lần cuối cùng đến thăm gia đình chú thím nhé. Thanh Lê đã quên con thật rồi. Nó nhỏ dại dột. Về sau hối hận, nó không còn nhớ con đâu...

Duy Phong nhỏ hai giọt nước mắt, rồi quệt. Anh vừa thương Lê vừa tức. Khi nào cũng là lần ra về với dáng đi thất thiểu. Chàng không ngờ Thanh Lê lại quên chàng, và ra đi nhanh chóng vậy. Anh nghĩ rằng Thanh Lê đẹp mà? Chắc là gả chồng cho cô ấy đi xa anh? Mà tại sao cô gái đó lại tàn ác với anh. Không chờ thêm một tý, cho anh gặp, đặng anh biết được chứ? Nàng quả là con người quá bội bạc thôi...

Khi Lê vừa lên tây nguyên Duy Phong có ra một lần, và sau này có ra thăm đôi ba lần nữa. Song ông bà Nhung như đinh đóng cột vẫn một lời như thế. Là để nhớ lời dặn của Thanh Lê. Ông bà Nhung cũng muốn chuyện cũ vùi chôn trong quên lãng thì hay hơn. Cho cả hai bên đều ổn thỏa hơn. Để cho Duy Phong tìm kiếm cuộc sống mới hơn...

**

Hai năm sau Duy Phong lấy vợ, vợ anh là một con nhà hoạt động cách mạng. Cha vợ là giám đốc cửa nhập khẩu tỉnh. Mẹ vợ là chủ tịch hội phụ nữ phường. Vợ anh là chuyên viên kế toán thương nghiệp. Duy Phong đi học tại chức lại. Anh cũng có văn bằng đại học, đang là phó chủ tịch tỉnh, chủ tịch hội văn nghệ văn hóa tỉnh. Thời gian mãi trôi, dòng đời như lặng lờ xuôi chảy đôi bờ... Mười sáu năm trôi qua Duy Phong sống trong ký ức rất nhiều. Chàng không thể hình dung Thanh Lê ở đâu? Và làm gì? Nhiều lúc anh vẫn nhớ đến dấm dứt, đau điếng ray rứt cả tâm hồn anh...

Thỉnh thoảng nhớ quá, anh phải về quê ghé lại thăm cha mẹ Thanh Lê đó chứ, anh biếu chút quà cho "cha mẹ vợ hụt." Ông bà Nhung vẫn nói Thanh Lê lấy chồng trong Nam, mà khổ quá không về thăm được, vì bận bịu v.v...

Duy Phong lòng thành tin thật:

- Con cho tiền, mong cô ấy về thăm cha mẹ.

Cha mẹ Thanh Lê đon đả cám ơn:

- Nó mặc cảm lắm. Tôi sẽ chuyển lời chú hỏi thăm là được rồi. Nói vậy chứ, chúng tôi cũng biết chú yêu nó lắm cơ!

Trong pocket của Duy Phong có giữ cất một cái hình Thanh Lê thật sâu khi đi cắm trại chụp, anh móc ra. Anh đưa khoe cho ông bà xem, để minh chứng thêm cho lời nói mình:

- Mãi đến hôm nay con vẫn yêu Thanh Lê nhất.

- Đừng để cho vợ thấy được, hạnh phúc cháu cũng lung lay. Ba Lê ông Nhung nhìn Duy Phong bảo thế.

- Không sao đâu. Vợ cháu không thể xía vô giữa cháu và Lê trong quá khứ. Vợ cháu ít kiểm soát cuộc sống cá nhân cháu lắm. Cháu biết trách nhiệm người chồng với cô ta rồi.

- Hai chú thím chỉ lo ngại thôi. Cháu về thăm là cám ơn rồi, quà cáp chi tốn kém. Mẹ Lê cũng xía vô nói nhìn Phong.

Duy Phong rối lên khi "cha mẹ vợ hụt nói chuyện với mình." Nên lúc anh xưng con, lúc hô cháu... Song cũng chỉ là danh từ bình thường dùng cho người thấp cấp hơn thôi.

- Chuyện nhỏ mà, con biết. Anh thẳng thắng trả lời vui

vẻ nhìn đôi vợ chồng họ, lẽ ra anh đã là rể của họ...

Cứ những đợt anh về thăm quê, là ghé vô thăm như thế... Nhưng thì cũng khá thời gian lâu lắm, chàng mới về một lần.

CHƯƠNG MƯỜI BA

Thời gian! Ôi thời gian trôi vùn vụt, biển dâu khó tả khôn lường. Và rồi lần đó một dịp đại hội liên hoan văn nghệ các tỉnh miền Trung: các tỉnh từ Gia Lai, Kon Tum, Phú Bổn, đến Buôn Mê Thuột, từ Phú Khánh, Phú Yên, Bình Định, Quảng Nam, Quảng Ngãi đổ vào Nha Trang. Tổng cộng tám tỉnh và những đơn vị trực thuộc huyện nào muốn tham dự.

Ngồi trước hàng giám khảo Duy Phong vẫn phải toát mồ hôi khi thấy một cô bé xuất hiện, từ đơn ca, nhạc kịch, múa, độc tấu tiếng đàn Tây Nguyên v.v...

Ban giám khảo ai cũng ngẩn ngơ trước vẻ đẹp tuyệt mỹ của cô bé mười sáu tuổi. Song không ai biết rằng vị giám khảo Duy Phong còn ngạc nhiên, ngớ ngẩn đi nhiều nhất. Anh cắn bút suy nghĩ mỗi khi cô xuất hiện - Ở đây thi theo đơn vị. Đơn vị nào là diễn hết phần đơn vị đó, để giám khảo có cái nhìn sắc bén, tập trung chấm thi từng mục, đối với các đơn vị cũng dễ chuẩn bị hơn, theo sự tuần tự, không bị chi phối rối rắm bởi thời gian. Cách này mới, rất thoáng đạt, thoải mái nhẹ nhàng, trình tự. Và để dễ so sánh với các đơn vị khác qua điểm tổng kết. Đến dịp đợt cô ta đơn vị Tây Nguyên, Huyện Crông Nô.

Duy Phong hình dung cô gái này giống như người yêu chàng năm xưa không phải 99% mà là hoàn toàn 100%. Rồi anh dụi mắt nhìn, anh cảm giác có khi nào anh hoang tưởng không? Mơ trăng đáy nước không? Rõ ràng là không! Rõ ràng đây thực mà! Một cô gái, một cô bé hệt là Thanh Lê hồi đó. Giống như một cái hạt chẻ đôi đều đặn, hay như một giọt nước nào đó, được kéo ra hai luồng như nhau... Anh xốn xang đứng lên ngồi xuống, khi anh nghe giới thiệu về cô. Với cái tên Kỷ Niệm đơn ca qua bài "Như Hoa Phong

Lan" và anh không chấm được, anh bỏ đi. Song Duy Phong vẫn phải trở vào là một thành viên giám khảo!

Mọi người ngơ ngác nhìn, anh cũng trở về theo dõi cho buổi hội diễn...

Và rồi đơn vị của cô đạt rất nhiều giải nhất, đơn ca, song ca, múa, vũ kịch...

Rồi bông hoa ưu tú nhất dành cho cô bé thiếu nữ Kỷ Niệm mười sáu tuổi thiếu hai tháng. Người MC đã nhìn ngày tháng, năm sanh từ giấy ghi của thí sinh đưa đến. MC đọc trừ khấu ra, minh họa tiểu tiết nói thêm, cho có phần hấp dẫn, vui vẻ, và lạ kỳ...

Tươi như hoa ở phần trao giải thưởng, những bông hoa ưu tú. Kỷ Niệm chụp hình với những giám khảo ái mộ cô. Riêng Duy Phong anh không chụp với cô. Anh cứ đứng nhìn Kỷ Niệm không chớp mắt.

Bế mạc xong, Duy Phong cố tìm cho được người trưởng đoàn Tây Nguyên - Buôn Mê Thuột để hỏi chuyện:

- Xin lỗi với tư cách là phó chủ tịch tỉnh, chủ tịch hội văn nghệ văn hóa Bình Định, và là trong ban giám khảo một ý nghĩ rất trong sạch trong tôi, Lịnh có thể biết một xíu về cô bé bông hoa, tên Kỷ Niệm từ hội diễn ở đơn vị anh không? Duy Phong mím chặt đôi môi dày đầy nghiêm nghị...

- Anh muốn hỏi về lĩnh vực gì? Trưởng đoàn Lịnh bảo.

- Là cha mẹ cô ấy có được không? Duy Phong trả lời.

- Tôi không rành lắm. Nhưng nghe nói cô ấy không có cha mẹ ruột. Cô chỉ có cha mẹ nuôi. Cô lớn lên trong tình yêu cha mẹ nuôi. Lịnh nhìn Duy Phong nói sơ như thế.

Nghe nói vậy, chân tay của Duy Phong run lên như cây không gốc, không kìm được. Phong đã không giữ nổi bình tĩnh:

- Có thể, có thể là... Chàng tỏ ra ấp úng nhiều hoang mang.

- Là sao anh nói kỹ hơn, là gì nào? Người Trưởng đoàn Buôn Mê Thuột, Đàm Lịnh phản ứng.

- Anh có thể cho tôi gặp cô ấy được không? Chuyện gì

tôi sẽ nói sau kỹ hơn nha. Chắc chắn không có gì đen tối. Anh đừng ngại. Tôi... tôi...

- Ô hay, cái gì mà anh hấp tấp, như cà lăm thế nhỉ? Được anh yêu cầu thì tôi cho phép và xuất trình thôi, nhưng không giỡn chơi nha... Hoa hồng thường có gai sớm đó.

- Anh đừng nghĩ lung tung sai quấy hết, thậm chí tội lỗi đó nghen, thưa ngài trưởng đoàn văn nghệ hào hoa.

- Ô tôi hiểu hơn... Nhưng anh hãy nói là anh là chủ tịch mặt trận nào đó. Là giám khảo muốn nói chuyện với cô ấy. Thì tôi thấy anh có cơ hội hơn.

- Vâng! Cám ơn, cám ơn anh được rồi, chừng nào đơn vị anh về. Duy Phong giữ thái độ gắng gượng cho bình tĩnh.

- Chúng tôi còn đi thăm các khu du lịch của Quy Nhơn. Đàm Lịnh ôn tồn đáp và mỉm cười hồn nhiên.

Sau đó Duy Phong đặc biệt chú ý đến Đơn vị Tây Nguyên Buôn Mê Thuột. Từ bãi biển đi chơi hay bất cứ nơi đâu, cũng được anh xen vô đi chung. Mặc dầu anh chỉ xuất hiện đến chào rồi ra đi, vì anh luôn bận bịu công việc hành chánh, với công việc kinh doanh riêng của anh nữa...

Và rồi Duy Phong gởi đến Kỷ Niệm một lá thư xinh. Anh nhờ Trưởng đoàn Tây Nguyên - Đàm Lịnh đưa lại.

Nhận được lời mời riêng tư của Duy Phong. Kỷ Niệm rất bồn chồn trong thư những lời văn ghi:

Thân Ái Gởi Kỷ Niệm.

Tôi mong có chút hân hạnh được tiếp cận với Kỷ Niệm. Tôi với mục đích trong sáng hoàn toàn. Xin Kỷ Niệm đừng hiểu lầm. Mà rất quan trọng cho tôi và cả cô...

Nếu được sự đồng ý, mong được tiếp đoán cô tại nhà hàng Hotel Viễn Đông... Số phòng 125. Nhưng điểm hẹn này còn chờ sự hữu ý của cô nữa...

Lúc khoảng 2 PM. tháng... năm... Ngày mai nhé.

Xin cô không làm tôi thất vọng. Tôi: D.P

Kỷ Niệm trả lời với trưởng đoàn Đàm Lịnh là cô thấy có điều chi lạ quá... Cô đắn đo, nhưng rồi cô đồng ý chấp nhận.

Đúng ngày hẹn. Đến một hôm, Duy Phong được gặp Kỷ

Niệm trong một nhà hàng Hotel khá sang của Viễn Đông. Duy Phong đến trước ngồi chờ khá lâu hơn nửa tiếng, so với thời gian hẹn. May mà trời thương còn có cơn mưa rào nhỏ chợt đến giăng ngang bay bay, anh ra cửa sổ đứng ngắm thấy hay hay, những hạt mưa nhẹ nhàng phủ rơi tuyệt đẹp, đẹp lắm, mà sao cứ làm cho lòng anh chợt ấm hơn. Rồi anh cứ đi lại lui tới, nhìn phong cảnh bên ngoài, rồi nhìn căn phòng, và các vật dụng nơi đó. Lòng anh có một chút bối rối, có một chút ung dung, lại có một chút lo âu. Thì một đoạn Kỷ Niệm mới đến. (Cô đến bằng phương tiện taxi loại thường.) Nơi Kỷ Niệm khác chi, tâm tư cô cứ hồi hộp, lo ngại chần chừ, đan chen niềm vui lâng lâng. Song cô vẫn bước đi, những bước chân nhẹ nhàng thoải mái, như chính phong cách cô. Kỷ Niệm đến nhanh ở phòng tiếp tân để báo cho họ biết và chụp hình gọn, nhằm lấy chứng cớ, tránh những việc lầm lỡ cho khách sạn lớn hôm nay. Đó như một điểm sáng chế mới, thủ tục an toàn nơi của những khách sạn cao cấp...

Và cô nhìn đồng hồ đeo tay sắp đúng hẹn rồi hai giây nữa... Cô đi tìm đúng số phòng 125. Cô gõ cửa.

Duy Phong bước ra đón:

- Rất hân hạnh khi cô tới. Tôi là Duy Phong một trong những người lãnh đạo mặt trận văn hóa tỉnh ở đây.

- Dạ xin chào chú ạ. Cháu hân hạnh, cháu đến từ Tây Nguyên, đơn vị trực thuộc huyện Crông Nô. Kỷ Niệm nói và bước hẳn vào phòng khi nhìn đôi tay Duy Phong như tha thiết mời. Và ông nhanh nhảu:

- Cô cứ ngồi vào ghế tự nhiên đi. Tôi cần nói chuyện với cô khẩn cấp nơi đây một tý. Xin cô an lòng không có gì nguy hiểm cho cô đâu. Mong cô thiện chí... Duy Phong nói và đưa mắt nhìn ra bầu trời bên ngoài, hình như cơn mưa nhỏ đã hết khi nào Duy Phong cũng chả hay! Bầu trời có vẻ thoáng đãng hơn...

- Dạ. Cháu xin cám ơn. Kỷ Niệm xoe đôi mắt tròn trong veo, thơ ngây nhìn ông.

Kỷ Niệm vén chiếc áo dài màu trắng có đính mấy hột

kim cương giả nhưng rất đẹp, nó được vắt ngang qua một loài hoa Tigôn tím xanh, và chừng như cô đang ngồi xuống ghế. (Cô đã thử mặc ba kiểu áo để gặp Duy Phong sao cho nó hợp? Cuối cùng cô chọn kiểu áo này.) Duy Phong ngồi xéo hơn đối diện, ông có vẻ ngần ngại, nhưng liền bảo ngay:

- Nhìn cô tôi liên tưởng đến một người. Xin lỗi cho tôi hỏi thăm ba má cô làm gì? Ở buôn nào, hình như tôi có liên quan đến ba má cô.

- Dạ thật sự cháu không có cha mẹ ruột, từ hồi cháu mới sinh. Kỷ Niệm nói, bỗng dưng cô buồn vẻ như muốn chảy nước mắt, song cô ráng ngăn lại, chỉ còn chớp chớp đôi lông mi, vì nơi lòng cô có chút ngậm ngùi.

- Cháu có thể kể tiếp đi. Duy Phong sốt ruột.

- Người nuôi cháu không kể rõ hết, nhưng họ nói rằng ba mẹ cháu yêu nhau lắm. Sau đó gia đình ba cháu cấm chi đó. Mẹ cháu đã mang bầu, cũng không cho ba cháu biết và sanh ra cháu...

Duy Phong đau lòng mím môi, cố giữ bình tĩnh:

- Giờ mẹ cháu đâu?

Kỷ Niệm bật khóc, không ráng được nữa, và không nhìn vào Duy Phong nữa, miệng cứ bảo:

- Cháu lớn lên mười sáu năm, chẳng thấy mẹ, ba và cả nội ngoại... Cháu thật tủi thân đôi khi...

Duy Phong chịu không được nói:

- Trời ơi... con là con của ba 100%. Tại sao má con nhẫn tâm không nói cho ba hay? Duy Phong lật đật thâu nắm tay Kỷ Niệm nói thế.

- Con không tin chú là ba con. Kỷ Niệm nhẹ gỡ tay Duy Phong ra. Đôi mắt bé thật tình cảm nhưng nghiêm nghị và chí cốt.

- Tại sao? Như thế này trời ơi. Con là con của ba đúng không? Chính xác mà con, không sai không lầm lẫn đâu?

- Chú đừng hỏi thì hay hơn chú ơi... Tự nhiên Kỷ Niệm không còn thở nhẹ được khi nghe một vị khách đang thổ lộ...

Kỷ Niệm phản đối từ lòng, cô đứng lên, cô lại ngoảnh

nhìn xuống đường phố qua khung cửa sổ. Từng lớp người đi đi lại lại rối ren dọc hai lộ đường, mưa đã tạnh dứt lâu rồi, những hiên nhà đâu đó còn nhỏ hạt lưa thưa vài giọt... Kỷ Niệm đưa mắt xa về những con lộ bình yên hơn. Nàng cảm giác không còn thân thiện như lúc đầu gặp Duy Phong nữa. Cố nhiên Kỷ Niệm có một chút gì tự ái lẫn căm phẫn. Cả hai đang ở lầu bốn của nhà hàng và là khách sạn VĐ. Kỷ Niệm vẫn giữ tâm trạng đứng đó, im như một pho tượng lặng câm, nhưng nàng bé như biết giận, biết hờn...

- Chắc chắn con ạ, con giống má như đúc. Từ khi con xuất hiện ba như người lạc vào cõi mộng. Ba không làm giám khảo được...

- Nhưng con không dám nhận ba, hơn nữa ba bỏ má con... Nên má mới không dám báo. Con hận ba, con hận ba đến chết. Nếu chú thật sự là ba con. Kỷ Niệm nói và hô to, tỏ ra kiên quyết lắm, nơi làn nước mắt cô ở đâu rướm mạnh, muốn chảy ra. Tuy nhiên linh hồn trong tròng mắt cô, long lanh kia, như đã chứa đựng thuở thời nào, cô được sâu cảm chuyện gì xa xôi, bất trắc nơi bố mẹ...

Tình thế thay đổi một tý. Duy Phong thấy hơi chới với hơn. Cả hai quay về mỗi phía của cảm nghĩ đau đớn đan chen. Song Duy Phong vẫn cố ôn tồn:

- Cho ba xin lỗi tất cả. Giờ ba biết, ba là ba của con. Ba sẽ lo thu xếp, ba sẽ lo tương lai cho con. Ba nhất định phải đi tìm mẹ con. Dầu mẹ đã có chồng, hoặc ở đâu, dù chân trời hay gốc biển nào đi nữa... Ba Phong cho là như thế. Điểm khởi đầu từ con gái ba. Ba sẽ đi tìm ngay...

- Con không muốn nghĩ tới. Con ở với bố mẹ nuôi từ đó đến giờ. Ba đừng đi tìm, ba đừng làm một lần nữa đau thương con, và cha mẹ nuôi. Thật sự con không muốn... Nếu ba là ba của con. Con xin nhắc lại.

- Không đau thương đâu. Con ba, ba lo cho tương lai chứ. Ba Phong sẽ hậu hĩ cho họ, họ cưu mang nuôi con. Con lớn, con cũng phải xa họ tìm tương lai? Chắp cánh bay thôi. Không có gì tạo ra đau thương cả. Ba quyết tìm! Rất đúng chuyện, con phải hiểu chứ...

Im lặng một chút trong đau đớn. Duy Phong nói tiếp:

- Thôi được, con đem danh thiếp này về nói là con gặp ba con. Người này nơi dịp hội diễn "Những gương mặt văn học-nghệ thuật."

Im một tý, Duy Phong tiếp tục chia sẻ luôn:

- Ba có số điện thoại riêng. Họ muốn nói chuyện gọi ba bất cứ lúc nào. Nhưng có lẽ ba gọi họ trước. Ba sẽ cho con một điện thoại, con gọi cho ba.

- Con cám ơn ba nhưng tất cả con không dám.

- Nhất định ba sẽ về bên ngoại đẻ của con, để hỏi ra vụ này. Tất cả giấu gạt ba, hơn gần mười sáu năm. Trời ơi... Nó không phải là lỗi của ba mà?

Kỷ Niệm vẫn đứng lặng thinh. Duy Phong bảo tiếp:

- Thôi bây giờ đi ăn uống với ba trước đã.

- Con ngại đây là thành phố ba, ba có tiếng tăm. Ba đã có má khác, những phóng viên báo, sẽ săn chụp hình nói về ba.

- Ba không sợ ai cả ngoài ông trời. Con đừng lo, vợ ba sau này biết ba từng yêu một cô gái là má con. Tình yêu đó không có tội, yêu không bao giờ quên được! Con đừng phải sợ họ. Cuộc sống ai cũng có quá khứ, ai cũng muốn tự do.

- Nhưng con không muốn đi cùng ba. Con thật sự... Kỷ Niệm đưa tay lên trán suy nghĩ, chấn ngang qua chong mày đậm dài của mình và bảo thế.

Duy Phong chờ đợi. Kỷ Niệm bảo ngọt thêm:

- Con thật sự xin lỗi ba. Con không thể đáp ứng điều ba vừa yêu cầu.

- Cho ba xin lỗi mà. Hãy cho ba Phong một ước muốn. Dẫu sao, không phải là lỗi của ba. Con nên cho ba một ân huệ. Con là một phần của ba mà con gái?

Kỷ Niệm làm thinh. Duy Phong cố nói tiếp:

- Vậy con nhé. Dù mai này con cố chạy trốn ba. Ba cũng xin tha thiết mong buổi hôm nay. Ba tha thiết thỉnh nguyện giờ khắc này.

Kỷ Niệm vẫn lặng thinh nửa hồn rạn nứt đau thương, dù là đầy ắp tình cha con, mà nàng vẫn muốn hồ đồ chối bỏ...

- Lẽ nào con không cho ba, tình máu mủ một lần biết nhau, được gặp gỡ rồi chia tay vạn nẻo, hoặc là phải nghìn trùng xa cách thiên thu...

Kỷ Niệm vẫn còn làm thinh, nàng lấy đôi tay mình vuốt cánh mũi và ôm mặt, ôm mắt như cố tìm ra một ý gì nơi lòng.

Thế rồi, nhưng Duy Phong cũng đã chinh phục được Kỷ Niệm thông cảm dần. Sau một hồi Kỷ Niệm im lặng, lắng nghe, mà lòng cô chết cứng ở đó.

Cuối cùng Kỷ Niệm như muốn mở rộng lòng hơn, nàng tha thứ cho ba. Và hai cha con đi vào một nhà hàng lớn khác ở đất Quy Nhơn. Mà cả đời hình như đã gần mười sáu tuổi, Kỷ Niệm chưa bao giờ được bước đến...

CHƯƠNG MƯỜI BỐN

Thanh Lê qua Mỹ gần mười sáu năm. Cô vừa đi học đi làm, đến hôm nay cô là một bác sĩ tâm lý học đang viết luận án cho mình.

Từ ngày mới qua, anh chị ở North California. Anh chị trưởng đoàn Đồng Tháp 9 hùn hạp với bạn bè mở nhà hàng và tiệm phở, Thanh Lê vừa đi học vừa phụ anh chị. Đến khi anh chị bán tiệm, chuyển về Georgia Altanta. Thanh Lê cũng chuyển theo, với một lối làm ăn mới mua bán địa ốc, của anh chị Nhuận, Nhu. Có một người em trai của Lợi Nhu thành đạt trong mua bán nhà đất, đã kéo theo chị Nhu, anh Nhuận. Thanh Lê thì vừa đi học vừa phụ tá kế toán, kế ước chi đó. Cuộc sống cô vẫn ở riêng một Apartment khá sang trọng. Hôm nay viết luận án xong. Thanh Lê nằm mơ, giấc điệp hiện về. Bao hình ảnh chạy qua não cô, tái hiện. Hình ảnh ngày cô mới lớn với ngôi trường làng nơi quê hương, Duy Phong đón đợi nàng đi học cùng về. Thanh Lê và Duy Phong học chung cùng lớp. Hình ảnh nàng lẽo đẽo chạy theo Duy Phong khi rời bước bến xe Buôn Mê, nàng ngơ ngác sợ hãi lo âu... Hình ảnh Duy Phong gặp Trung Dũng và đẩy xe rau cho chú Trung Dũng... Hình ảnh nàng cùng chàng ra chòi, gần sông trong đêm khuya, thanh vắng v.v... Đến hình ảnh về thăm ba mẹ trước khi ra đi với bao luyến lưu. Rồi hình ảnh như nơi một khách sạn đâu đó nàng được gặp lại con nàng, đứa con giống nàng như đúc. Duy Phong cũng đứng gần nơi đó, đau đớn cho những gì xảy ra. Anh đang ôm đầu, mà lòng buồn tái tê chua xót. Còn nàng ôm con vào lòng, nó đang trổ mã một thiếu nữ, nó đẹp hơn mình cả khi xưa. Và nàng nói:

- "Má đã sinh ra con mười sáu năm về trước..." Thế rồi sau đó Thanh Lê mơ ngược lại nữa. Nàng mơ thấy lại chuyện ra đi của mình ngày ấy, vượt trùng dương với chiếc thuyền vượt biên, vượt sóng gió lênh đênh, tìm đến vùng đất xa lạ Hoa Kỳ. Thanh Lê, nàng biết mình có duyên nợ cùng anh chị trưởng đoàn, thương yêu Lê, và cho nàng nhiều ưu ái. Họ mang mình đi ra biển bằng một đường sông hẹp thuyền nhỏ bơi đến, để gặp tàu lớn xúc tiến về đêm mà đi... Bao hình ảnh của giấc mơ chồng chéo cứ hiện ra...

Thật trời cũng không phụ lòng nàng. Thanh Lê trộm nghĩ xa gần mọi thứ. Rồi Thanh Lê chợt bừng tỉnh, đang bàng hoàng trong giấc mộng chiêm bao ấy. Của mười sáu năm xa cách ấy...

Ôi mười sáu năm xa cách, bể dâu... Nàng chẳng hề liên lạc với gia đình. Nàng lo toan ăn học. Vừa học, vừa làm, bận rộn. Hơn nữa với Thanh Lê sẽ cố gắng, và cố gắng hết mức. Là giấc mơ để có thật, để bù lại những gì mà tuổi ngây thơ lầm lỗi. Nàng như chờ đợi, gần mười sáu năm xa cách thăm thẳm, nàng đã có những thái độ xử sự như vậy! Thanh Lê có vẻ ngu dại chăng? Nhưng nàng đợi ngày vinh quang, ngày của những thành tích bến bờ!

Nàng mong sự ngạc nhiên, trong công thành danh toại đó... Ngày Thanh Lê ra đi xa quê hương ba má chỉ hơn bốn mươi tuổi. Nàng không liên lạc, song hằng tâm Lê luôn nguyện cầu, nguyện cầu một ngày Lê gặp lại ba má trong niềm vui, của bao năm xa cách hoài mong. Dù cảnh đời có nghiệt ngã, hoặc bao vật đổi sao dời...!

Choàng tỉnh giấc mơ hoa, phải chăng đây là niềm vui hay nỗi buồn, may mắn hay xui rủi? Thanh Lê lệ buồn nơi khóe mắt hoen mi, mà niềm vui cũng dào dạt qua con ngươi từng cảm... Không thể chần chừ nữa. Vâng! Nàng nghĩ phải ghi thư về ngay bây giờ! Chắc không sớm lắm, so với những gì nàng có dự định? Giấc mơ là một cơ hội, thôi thúc, cấp bách trong lòng Lê sự cất giữ đã bao năm? Tựa hồ như một bản thảo của sách cất nơi lòng bao lâu, nay nàng được dịp mang ra in. Thanh Lê ngẫm và lấy giấy ra trước mặt viết liền tay:

Thư Gởi Cho Cha Mẹ Hiền.

Con là đứa con mang tên Thanh Lê gần mười sáu năm xa cách... Từ ngày lênh đênh trên biển cả, và cũng được an bình cập bến của một đất nước Hợp Chủng Quốc Hoa Kỳ. Con có lỗi không liên lạc với ba mẹ, nhưng con nghĩ dành cho ba mẹ; một ngày gặp lại trong niềm vui, con chuộc lại những lỗi lầm của tuổi thơ con. Mười sáu năm vừa đi học vừa đi làm, con để dành được tiền. Trước mắt con gởi cho ba má mười ngàn đô. Tách ra cho con của con năm ngàn, ba má bốn ngàn, cho bà con làng xóm, một niềm vui chung là một ngàn... Ba má hãy liên lạc với anh Duy Phong giùm cho con, tìm lại đứa con. Con bây giờ cần nói cho anh ấy biết, trước khi con muốn làm giấy hợp thức hóa xin con. Và sẽ trả tiền hậu hĩ cho Kỷ Niệm đã sống với ai bất cứ giá tiền nào...

Cúi đầu lạy tạ công ơn cha mẹ như trời biển bao la. Mà con đem lại cho ba má bao nỗi nhọc nhằn phiền lụy. Thật sự là con còn sống trên trái đất, học và làm việc. Con trưởng thành, sắp là một bác sĩ tâm lý học. Ba má ơi con đang hoàn thành luận án... Những năm gian khó con quyết học để bù lại những gì con đã mất mát, tủi hổ....

Số điện thoại con là 011- 678- 462-4754.

Bây giờ con có thể nói chuyện với Duy Phong để cho anh ta biết. Khi con có ý định bảo lãnh Kỷ Niệm, con của con.

Tạ ơn ba má. Con: Thanh Lê.

Cánh thư được gởi về, ông bà Nhung nhận vào một ngày sáng sớm. Bà Nhung hết sức ngạc nhiên khi ông bóc thư xem đọc. Bà ôm ông như ôm nghi vấn, và thả nên lời nói:

- Không lẽ nó còn sống đó sao? Ông ơi làm ơn đốt thêm cây nhang trên trang nhà đi ông?

- Bà không thấy chăng? Mỗi đêm tôi đều khấn vái sao? Ngày ngày tôi cứ mãi trầm ngâm, nhìn mây bay bốn phương trời gởi lòng theo gió cho con…

Bà Nhung xúc động mà ngắt lời ông:

- Tôi không ngờ trời còn thương cho chúng ta. Nó không chết trên biển cả. Nhưng sao mãi đến bây giờ nó mới liên lạc chậm thế ông?

- Trời sinh mỗi người mỗi tánh. Nó chắc bị vấp ngã, nên không muốn cái gì vội vàng nữa. Có thể là để chờ, khi nó hoàn thành xong một cái gì to tát hơn đó chứ?

- Trời ơi là trời, tội cho con tôi mang nhiều cay đắng. Bà Nhung nói mà nước mắt như muốn có giọt ngắn giọt dài.

Ông nhìn bà tóc như muốn bạc, mấy sợi phía trước trán. Song có vẻ sang hơn. Lòng ông bỗng thương bà làm sao. Ông nói tiếp:

- Bây giờ chắc sóng gió như đã hết. Nó yên tâm gởi thơ về báo tin đó thôi. Thôi bà đừng ngày khóc, đêm thương nữa nha!

- Tôi khóc quá mà trời động lòng đó chớ ông? Bà Nhung nói với vẻ rất thành tâm. Rồi bà nắm tay ông kéo chỉ ra phía sau nhà:

- Hôm qua nay có con chim khách kêu miết trong lùm cây sầu đông. Tôi không biết chuyện gì. Thì ra tin vui này.

- Vậy được rồi, chiều nay tôi xuống nhà hai chị nó báo tin này chớ.

- Ngay bây giờ đi chiều gì nữa? Tôi và ông cùng đi báo tin vui.

- Ôi như giấc chiêm bao em ơi.

- Thì đúng vậy. Nhưng không chiêm bao nha anh.

- Thì đúng vậy má nó em ơi… (Ông Nhung thì kêu bà Nhung tới những ba danh từ: Em ơi, má nó, khi thì bà ơi.)

**

Xuống dưới nhà hai con cho tin. Các chị Thanh Lê mừng rỡ khôn xiết. Lại bày vẽ ra "Phải đi chùa tạ ơn... Chùa gần nhất, Thạch Trụ LS gần nhà mình nhất nè."

Sau đó hai hôm, thì ông bà Nhung đi chùa. Có các chị và các cháu đi theo. Dân làng quen biết đi nhiều để hưởng ứng. Có người được mời giấy, có người không. Ông bà Nhung chưa đủ thời gian đi mời hết thôn xóm. Nhưng rất nhiều người chỉ nghe long ngóng, họ nói chuyền tin nhanh: "Thanh Lê con ông bà Nhung đi Mỹ ở nước ngoài gởi tiền về cho quê hương sau mười mấy năm. Ai có lòng thương nó cứ đến chung vui..." Bà con nghe tin lạ, và cũng mừng cho gia đình ông Nhung có con gái không chết mà còn sống, họ đi đến tham dự khá đông, lũ lượt. Như thế lễ hương nghi ngút vui vầy. Ba má Thanh Lê đem tiền trích ra cúng dường, đon đả mời bà con nghèo được nhận tiền. Miệng vui cứ bảo: Thanh Lê gởi về với: "*Tấm lòng của ít lòng nhiều, tâm lành từ thiện, là yêu con người.*" Lời văn nhân nghĩa ấy, được ông Nhung chấp bút, giăng lên như một khẩu hiệu sáng trưng, treo nơi một bản vẽ trước cổng chùa, có đèn hoa nhấp nháy chung quanh...

Tại chùa Thạch Trụ quê nhà, được coi là ngôi chùa linh thiêng. Và còn mướn đoàn hát bội có múa lân diễn tại chùa cho bà con thưởng thức một khi có chuyện vui, như ý các chị của Thanh Lê đề nghị. Ông bà Nhung đã làm đầy đủ...

CHƯƠNG MƯỜI LĂM

Niềm vui tiếp tục mở rộng. Vài ngày sau đó dòng họ vừa đến nhà ông Nhung chia vui. Các chị Liễu, chị Lành về, chú ba, thím ba, chú bốn, thím bốn, chú năm, thím năm, cùng con cháu lớn nhỏ nơi dòng tộc đến tham dự, cùng ăn uống đề huề, coi phim chưởng, nghe nhạc từ video đã đời vui thú. Và lần lượt ra về, ý còn bà cô Ba; cô Ba chị ruột ông Nhung. Bà nấn ná một hồi bà cũng bước qua ngõ tắt về luôn. Chỉ còn ông bà Nhung, hai vợ chồng đứng lại phía lan can nấn ná, họ định quay vào nhà, để ngồi xuống ghế. Bất chợt nhanh như cắt Duy Phong từ đâu phóng xe thẳng vô sân rộng. Anh xuống xe dream một cách lẹ làng bước vào nhà. Ông bà Nhung nhìn chưa kịp mở lời, thì Duy Phong liền thưa trong hơi thở:

- Con về thăm ba má, cho phép con được gọi như vậy.

Âm thanh Duy Phong muốn ôn tồn, nhưng cộng với sự vội vã hấp tấp, nên anh nói run run thêm:

- Ba má thật ác cho con. Con và Thanh Lê có con sao ba má giấu con, không cho con biết? Mười sáu năm, ôi đúng gần mười sáu năm, quả thật con không ngờ!

Im chỉ hai giây Duy Phong bảo tiếp:

- Con mới gặp con của con, trong một cuộc hội diễn văn nghệ miền Trung. Vì nó giống Thanh Lê không thể tưởng, con mới nhận ra. Vậy Thanh Lê hiện ở đâu? Cho con hay? Con không thể sống trong tư tưởng vợ con như vậy được. Con năn nỉ ba mẹ và mong ba mẹ thương xót giùm!

Im lặng một tý. Cảm xúc vẫn không lắng xuống. Vẫn sôi nổi Duy Phong trút tiếp tâm tư:

- Dẫu cho cô ấy lấy chồng, con cũng có thể gặp vì chuyện của quá khứ. Chúng con đã có con với nhau mà...

Ông bà Nhung nghe thế thì thấy có sự lạ lùng trùng khớp, khi thơ của Thanh Lê gởi về chưa quá một tuần? Ông bà cố hết sức bình tĩnh, nhưng vẫn như muốn run lên. Nhất là ông Nhung gắng lòng lẳng lặng, trầm ngâm đôi chút.

Sau đó ông thốt ra từng lời để kể. Duy Phong thì lắng nghe. Khi bà Nhung vẫn đứng bên ông mừng vui khấp khởi. Vì ông Nhung đang kể chuyện quá khứ:

- Duy Phong con, đây là một điều sự thật. Khi Duy Phong đưa Thanh Lê về trở lại với gia đình, nó đã mang thai rồi. Và Thanh Lê phải một mình trở lại Tây Nguyên mà sanh nở. Hoàn cảnh buộc thế cũng phải cho người dưng nuôi, để xóm làng khỏi biết, khỏi chê cười nó, để cho nó lấy chồng khác. Song nó buồn rầu và vì cậu, bốn tháng cậu quay lưng không trở lại, tính kể từ trước khi nó sinh nở.

- Trời ơi tôi... Duy Phong chịu không nổi anh thốt lên.

- Thì đó chứ. Thanh Lê rồi nó quá buồn, nó xin tôi cùng má nó, đi theo một đoàn ca nhạc lập nghiệp. Nhưng rồi đoàn họ đóng thuyền đi vượt biển, nó lại đi theo...

- Có thật vậy không? Hay là con đang mơ nè trời đất ơi... Duy Phong đau khổ lẫn xúc động, nơi anh đánh trống ngực rất mạnh thình thịch như một cậu trai trẻ mới lớn.

- Thật đó không mơ đâu? Nó mới gởi thơ về cách đây một tuần tôi nhận. Nó bảo tôi cố gắng liên lạc với cậu để biết. Và thương lượng với người ta, nó muốn làm hồ sơ bảo lãnh cho con nó. Đây có số điện thoại nó gởi về, may quá, vừa cậu đến...

- Trời ơi là trời... Duy Phong bưng mặt trong cảm xúc tràn tim.

- Như vậy Thanh Lê rất có tình có nghĩa. Nếu không nó không cần cho cậu hay đâu. Ba Thanh Lê nói thế luôn, ông nhìn Duy Phong.

- Thanh Lê là một phụ nữ rất tình cảm, và tiết hạnh con biết... Nhưng mọi thứ như có ông trời sắp xếp. Con thật tình có lỗi quá nhiều. Con mới gặp con gái của con cách đây không quá một tuần. Trời ơi là trời! Duy Phong rên rỉ la lên, nhưng giọng anh nhỏ lại và có vẻ yếu ớt hơn...

- Nó có gởi tiền cho vợ chồng tôi, con gái nó một ít, và bà con nghèo khổ một ít. Thật là tội cho nó...

- Con thật là có lỗi, khi con hiểu ra mọi chuyện. Trong một sự thật oan nghiệt...

- Thôi mọi chuyện đã qua, ai cũng có số mệnh. Con nên ngồi uống nước đi. Ông Nhung chế trà thêm và mời.

Riêng bà Nhung xuống nhà bếp, kiếm đâu ra hai trái dừa mang lên, cùng cái rựa nhỏ bảo Duy Phong:

- Con chặt dừa đi uống cho mát, còn vài trái tụi nó hái chiều hôm qua. Cây dừa xiêm này con Lê ngày đó, ba nó trồng nó tưới nước miết... Bao năm dừa vẫn ra trái, đứng đợi ngóng trông, mà nó chưa về...

Nghe bà Nhung nói. Duy Phong lòng quặn đau thêm. Anh ngồi chồm xuống lấy rựa chặt trái dừa, chế ra ba cái ly bà Nhung để sẵn. Rồi anh xách vỏ hai trái dừa mới chặt, anh thảy ra nằm chung trong đống vỏ phía trước sân nhà, ở đó có cái đã sẫm màu nâu, có cái vỏ vẫn còn màu xanh mới. Anh tiến ra ngoài đó luôn, như một cái gì níu chân anh. Duy Phong đứng lại nơi, bỗng anh lắng nghe tiếng gió réo lạnh đưa về... Lòng Duy Phong thêm bồn chồn, ray rứt xôn xao... Duy Phong chưa muốn vào nhà, anh châm điếu thuốc hút nhìn trời mây, như được uống nghe ngàn lời yêu dấu, từ đâu vọng về... Hình như nó đổ vào trái tim chàng, nỗi mừng rỡ hân hoan lẫn đau thương ngậm đắng...

Ông bà Nhung cứ để cho chàng đắm chìm trong giây lát... Sau đoạn lâu ông Nhung lên tiếng:

- Vào uống nước dừa đi con Phong. Đứng chi lâu vậy con.

- Dạ thưa con vào đây. Chàng như giật mình được trở về với thực tại. Duy Phong dụi điếu thuốc thảy vô trong đống vỏ dừa khô có, ướt có kia. (Vì có cả vỏ dừa lâu ngày đã biến hóa màu nâu, vỏ nào còn mới thảy ra thì còn màu xanh mơm mởn tươi trắng đó.) Rồi Duy Phong lặng lẽ bước đi vào nhà. Tuy nhiên lòng chàng như muốn nghe cho đủ một bản nhạc, cơ hồ từ đâu xa vắng thổi vào tâm tư mình... Mà có lẽ là ông bà Nhung khó biết trong tâm tư chàng đang suy nghĩ gì?...

CHƯƠNG MƯỜI SÁU

Sau cuộc chia tay từ nhà cha mẹ Thanh Lê. Duy Phong xốn xang hình ảnh, Thanh Lê cứ hiện về nơi trí tưởng chàng. Nhưng chàng cắt ngang không dám. Duy Phong tự hỏi. Không biết Thanh Lê đã có chồng nữa chưa? Nước Mỹ là một nước có cao trào bậc nhất của tiến bộ? Có chồng, có con vẫn theo đuổi được việc học mà? Họ đi học không hạn chế, luôn tự do, phóng khoáng, và có nhiều cách học mới.

Ô hay! Tại sao mình lại vô duyên nghĩ đến chuyện đó làm gì? Đã một lần làm Thanh Lê khốn khổ không đủ sao? Giờ còn mơ mộng gì nữa? Chàng thấy xấu hổ cho mình. Chàng cứ lấy tay dụi mắt của những lần nghĩ tới.

Duy Phong cắt đứt những ước mơ không đâu, có vẻ

ích kỷ đó... Mình phải nghĩ rằng, mong rằng nàng có được hạnh phúc chứ. Chàng cố nghĩ như thế cho có lý, và đúng nghĩa hơn chứ! Tuy thế chàng giấu kín chuyện lòng... Một ngày Phong đã đến khách sạn để gọi cho Thanh Lê một cách thoải mái.

Phong chàng thật sự muốn sử dụng kiểu gọi nói thấy mặt. Nhưng không, bởi không thể đường đột, nếu Lê chưa cho phép. Chàng phải lịch sự với người yêu năm xưa chứ. Chàng một thời sống chết vì nàng mà! Phong nghĩ và bâng khuâng rẽ tóc, điểm ngôi. Rồi anh gọi qua bằng cuộc gọi thường.

Tay bắt đầu như không bình thường, tự nó quờ quạng như run xê dịch. Dù anh cố gắng giữ thăng bằng, bấm máy 011-678- 462- 4754. Tiếng điện thoại reo và có tiếng động nhấc máy. Duy Phong mừng rỡ.

Bên kia đầu phone có phát ra tiếng nói:

- Xin lỗi tôi là Thanh Lê, ai bên kia đầu giây, đầu phone cho biết tên làm ơn nhé?

- Ô anh là Duy Phong xin chào em. Anh rất muốn được nói chuyện với em. Thanh Lê hãy cho anh một cơ hội. Em nỡ nào không cho anh biết, khi em có con với anh. Em biết, bao năm qua, anh đâu bao giờ nghĩ rằng em có con với anh? Em biết anh yêu em đến mức độ nào không? Anh đã sầu đau nghĩ về em thế nào không?

Nghe Duy Phong nói đến đó không hiểu sao Thanh Lê tủi thân khóc. Những giọt nước mắt chạy lui về quá khứ, và cô chen vào giọng đầy trách trả.

- Em dại dột còn nhỏ, nghe lời anh dụ dỗ. Đã bỏ nhà, bỏ cha mẹ theo anh. Em có bầu em nào biết. Nhưng từ khi quay về, anh quên em như quên một ánh nắng của buổi chiều tà miền quê. Anh làm Lê đau khổ một cuộc đời con gái. Lê đã phải sợ thiên hạ bà con chê cười, khi anh bỏ em, em phải giấu giếm sinh con, phải cho người ta nuôi. Không được anh trở lại một lần thăm hỏi... Anh thật độc ác với em.

- Trời ơi là trời. Duy Phong chen vô bảo thế.

Thanh Lê tiếp tục kể lể:

- Gần đầy một năm tủi hổ, em phải xin ba mẹ ra đi làm một ca sĩ bất đắc dĩ, rồi em phải theo một anh chị nuôi, họ đóng tàu đi xuất ngoại... Sau mười lăm năm hơn, bây giờ em muốn báo cho anh hay, vì em có dự định bất chấp mọi tiền bạc, phải trả bao nhiêu. Em sẽ thương lượng, tìm cách bảo lãnh con em sang Hoa kỳ. Và nhất định em sẽ kể sự thật, tấm đời bi thương của em cho con. Mong nó hiểu được, để mẹ con đoàn tụ...

Lắng nghe Thanh Lê nói. Giọng Lê bây giờ vẫn còn thanh mảnh, vẫn còn trong trẻo phần nào, nhưng được đổ vào âm hưởng đậm đà sắc nét hơn. Đợi đến lúc Lê ngưng. Duy Phong mới có điều kiện tâm sự cho Lê nghe:

- Như vậy thật oan cho anh, em biết không? Anh có con với em, anh đâu nào ngờ? Nhưng trời còn thương xót cho chúng ta rất nhiều. Anh được gặp lại con, trước khi anh biết tin tức về em.

- Vậy sao? Anh Phong không được thêu dệt hồ đồ nha.

- Trời ơi... Làm gì anh dám thêu dệt hồ đồ em?

Duy Phong kể lại cuộc gặp gỡ giữa anh và cô bé mang tên là Kỷ Niệm. Một bông hoa ưu tú thuộc về Kỷ Niệm, của đợt thi hội diễn văn hóa- nghệ thuật các tỉnh Miền Trung, và Cao Nguyên. Anh cao giọng kể tiếp:

- Trời ơi chỉ vì nó giống em quá, anh không thể bình tĩnh làm giám khảo vì anh là phó chủ tịch tỉnh. Và là chủ tịch chuyên môn của văn hóa, văn nghệ tỉnh. Anh Phong đã có dịp gặp nó. Thì nó nói, nó không có cha mẹ ruột. Lòng anh đau như cắt, bởi anh biết chính xác nó là con anh.

Im lặng như để lấy hơi một tý Duy Phong nói tiếp:

- Tại sao Lê nỡ nhẫn tâm với anh...

- Em nhẫn tâm, hay anh nhẫn tâm với em? Anh chiếm được em, anh không cần nghĩ đến em nữa. Anh muốn có vợ để làm quan, để có địa vị để có chức tước, để có nhiều tiền. Bằng chứng bây giờ anh là chủ tịch phó chủ tịch gì đó, anh mới nói v.v...

- Lê, em đừng đay nghiến anh như vậy. Anh xa em lâu

lắm, ba năm sau anh mới... Bởi ba má em nói. Em đi lấy chồng trong Nam rồi...

- Anh cũng không bao giờ ghé vào bản làng xưa ngày trước. Anh đưa em đến đó. Anh rất bạc tình, bạc nghĩa, vô tâm...

Nuốt nước miếng nơi cổ. Duy Phong trả lời:

- Thật là oan cho anh. Đến làm chi không có em thêm buồn. Anh đâu có biết chúng ta có con... Em có biết lúc má anh có đau nặng lâu... Và khi anh ra cứ tưởng em đi lấy chồng trong Nam như ba má nói. Thiệt tình là anh không cố ý, và anh không biết gì cả giữa chúng ta xảy ra....

Im một tý. Như lấy hơi chàng tiếp tục bảo:

- Thôi hãy tha thứ cho anh, đừng trách anh nữa. Anh sẽ nói chuyện tiếp với con, về em là mẹ của Kỷ Niệm. Em ở Mỹ, có nói chuyện với anh cũng trong giai đoạn này nhé? Em chịu không Lê?

- Được, tốt chứ. Thank you! Em đang cần mà. Anh hãy tìm con đi, dẫn về ngoại. Em có gởi chút quà cho con. Nhưng anh cũng nên kỹ lưỡng. Vì vợ anh, nếu người vợ ích kỷ không thông cảm. Anh lại đổ vỡ hạnh phúc...

Im lặng hai giây. Nàng hỏi tiếp:

- À cho em xin lỗi hỏi. Anh có vợ, hiện giờ anh có được mấy người con?

Nàng dành nói luôn, chưa cho Duy Phong kịp trả lời.

- Vợ anh chắc đẹp lắm, và làm gì? Anh Phong có vui sẵn lòng kể em nghe, còn không cũng không sao.

- Anh hiện có hai người con trai. Đứa lên mười một tuổi, đứa lên chín tuổi. Còn vợ anh không xấu nhưng anh chẳng yêu, nhưng anh phải lấy.

- Em không tin, anh không yêu nhưng phải lấy? Rõ không thật tý nào.

- Anh không yêu cô gái nào ngoài em. Tình yêu anh dành cho em duy nhất và tất cả. Nhưng gia đình hạnh phúc đời người còn lại, anh chỉ biết lấy vợ. Và anh không thể chọn khác hơn khi đã mất em... Anh chỉ sống như một bổn phận.

- Thôi anh Phong ạ, cám ơn anh nói rằng anh yêu em vẫn đầy, vẫn nhiều. Nhưng hãy làm một người chồng xứng đáng, chuyện chúng mình như qua lâu...

- Anh luôn luôn đối xử với vợ anh tốt. Song anh không yêu như bằng em được...

- Em đã nói chuyện chúng mình qua lâu. Anh phải phòng ngừa, em không muốn vợ anh hiểu lầm. Em chỉ muốn báo cho anh biết, và con biết ba nó, trước khi em hợp thể thức hóa hồ sơ để bảo lãnh cho con thôi. Vì quả đất vốn dĩ tính tương đương quá tròn, em sợ có ngày cha con gặp nhau, sẽ không biết tình thâm máu mủ, lại có thể xảy ra ngoài sức tưởng tượng. Trên đất Hợp Chủng Quốc này người ta thường nói, chuyện vô lý gì nhất cũng có thể xảy ra, và không thể hoang tưởng. Chỉ có bấy nhiêu. Ngoài ra Lê không còn gì dính líu tới anh...

- Thanks em đã nghĩ cao cả và chu đáo quá. Nhưng nãy giờ em hỏi anh, giờ cho anh xin phép hỏi em.

- Hỏi gì?

- Chắc em đã có người hạp ý trung nhân rồi chứ?

- Em chưa nghĩ tới chuyện, em chỉ ăn học để chọn mình một tương lai, bù lại lỗi lầm lúc còn thơ dại. Lê chỉ nghĩ đưa con qua hồ sơ lo cho xong, rồi Lê mới nghĩ đến chuyện hôn nhân. Lê một lần làm vợ anh cũng đủ rồi... Em bây giờ nghĩ sống cho mọi người, hơn là sống cho chính mình.

- Em sống cao cả là tốt, mà phải nghĩ cho mình một chút chứ em.

- Em quên em từ lâu rồi, hầu như vậy.

- Trời ơi... Người yêu duy nhất của tôi.

- Cám ơn anh đã xúc cảm, nhưng muộn mằn tất cả anh Phong. Anh đừng nói nữa em thêm đau.

- Buồn thiệt. Thanh Lê ơi em có nghĩ là chừng nào em về thăm Việt Nam chứ?

- Không xa lắm kể từ hôm nay, anh nên liên lạc gặp con và cho em hay.

Im năm giây nàng lại bảo nhanh:

- Ồ anh Phong nè? Em muốn nói.

- Gì em, hởi em? Duy Phong cũng có một câu hỏi ngắn lại nàng.

- Ồ lần đó anh gặp con, nó có chịu nhận anh là ba không, có dễ dàng không anh? Em muốn nói, là hỏi anh...

- Đúng là thoạt đầu nó không chịu. Nhưng mà anh mãi thuyết phục sau đó, tới đến thời điểm bây giờ thì nó chịu rồi.

- Ồ vợ anh có biết về Kỷ Niệm con anh chưa?

- Chưa. Anh nghĩ anh sẽ nói chuyện này vào chủ nhật tuần này, hôm nay đã thứ sáu.

- Anh cố gắng đừng để xảy ra phiền phức, em ngại lắm.

- Em đừng lo. Anh không yêu vợ anh nhiều, nhưng cô ta yêu anh nhiều, chiều anh, cũng rất là hiền... Nếu bằng không, anh chia tay, anh chả sợ...

- Anh Duy Phong hãy vì con anh nhá. Anh có hai trai với người ta còn gì?...

Không hiểu sao nói đến chỗ này, giọng Thanh Lê đầy xúc cảm và có vẻ chùng xuống.

Xong nàng nói tiếp:

- Chúng ta nói chuyện cũng khá lâu hẹn dịp khác. Anh nhớ liên kết với con. Giờ này em không còn xấu hổ nữa. Anh đưa nó về bên ngoại, lấy số phone con, cho em sẽ gọi nó.

Thanh Lê không muốn nói nhiều hơn. Mục đích của cô là vì đứa con nhỏ, con nàng là Kỷ Niệm để đưa đi. Chứ không phải ở chỗ Duy Phong. Nàng muốn tất cả tình yêu của nàng, và Duy Phong dù có đẹp đến mấy, cũng hãy đi vào bình yên và quên lãng...

Sau ngày hôm đó Duy Phong gọi cho Kỷ Niệm, hơn một tuần anh dàn xếp công việc, nhưng chưa thăm nơi con gái được. Ở trên một giải đất Việt anh còn bận, huống hồ chi đất Mỹ. Phải rồi anh không trách Thanh Lê. Lần này anh gọi cho con anh. Khi chia tay hội diễn anh nhận ra con, anh có mua tặng Kỷ Niệm cái iPhone trước khi về lại Buôn Mê. Niệm không lấy, anh phải hoài công năn nỉ dữ dội nó đã nhận.

Duy Phong lòng phập phồng một tin mới lạ để báo với con là Kỷ Niệm, có mẹ và đang sống ở nước ngoài, là Hoa Kỳ - Một Hợp Chủng Quốc. Nghĩ làm sao để nói chuyện với con nghe đây? Không biết Kỷ Niệm có mừng không? Hay Kỷ Niệm giận hờn nữa. Vì người mẹ bỏ mình trên gần mười sáu năm? Với Duy Phong còn có lý do; Là Duy Phong không biết. Còn Thanh Lê mang giọt máu trong người của mình. Chính nàng sinh ra, rồi lại cho người ta. Nàng bỏ đi như một cánh chim trời không dấu vết, như một chiều dài lịch sử, không hề liên lạc. Với sự việc anh và Thanh Lê khác hoàn toàn. Giờ này Kỷ Niệm lớn khôn, không biết con có chịu nhìn nhận mẹ hay không? Song chàng vẫn phải nói cho Kỷ Niệm phải biết đầy đủ. Mặt khác Duy Phong cũng thi hành nhiệm vụ mà Thanh Lê nhờ vả, trông cậy...

Chàng sửa soạn ăn mặc đẹp như đi đâu. Nhưng rồi Duy Phong định cầm phone lên, nói chuyện với con gái Kỷ Niệm trong một phòng riêng của anh tại nhà. Anh thấy cũng OK lắm. Duy Phong nghĩ thế, bấm bụng gọi cho con. Duy Phong đang gõ số máy, có nói được mấy câu. Thì vợ Ngân lại thấy lâu khi chờ đợi, nàng lên một bữa ăn sáng cho anh. Bởi khách đặt hàng đem đến sớm hơn. Ngân bày biện đủ thứ... Sợ thức ăn nguội... Vợ Ngân anh, thì luôn hồn nhiên, hiền lành quan tâm tới anh. Chứ nàng chả làm khó dễ gì, khi Duy Phong muốn làm gì làm. Chính thế mà hai người ở với nhau hai mặt con vẫn không có gì sóng gió. Dẫu tình yêu họ không được lãng mạn lắm. Nhưng họ cũng đủ duyên để chung sống một nhà...

Ngân nghĩ đến chồng, và nàng vô gõ cửa phòng gọi anh:

- Nên ăn sáng đi anh Phong, thức ăn đang nóng ngon. Người ta đã đem tới, em dọn ra bàn ăn rồi.

Duy Phong đứng trong phòng nói vang ra, Ngân vẫn nghe đủ tiếng chàng báo:

- Em ơi, em cứ dùng đi kẻo nguội... Anh biết, mà anh có chuyện phải đi, anh đi gấp chút Ngân nhé...

Chàng nói và ra xe nhanh. Chẳng đợi nàng nói gì thêm. Chàng rời nhà, rời hẳn phòng riêng chàng. Chàng ngẫm phải lái đến một khách sạn riêng của chàng, gần dọc theo biển Quy, khu Ghềnh Ráng. Phong đã mua khách sạn này hơn hai năm. Có lẽ nơi này chàng nói chuyện với con, sẽ thích thú hơn ở nhà... Chàng không cố tình giấu vợ. Nhưng chưa phải là lúc để chàng tiết lộ cho Ngân biết những tin này.

Đến nơi, Duy Phong nhanh chóng tiếp tục gọi cho Kỷ Niệm. Chàng đứng một góc nhìn ra biển Quy Nhơn đẹp mơ màng... Chàng nhìn con nước nên thơ trước mặt, mà âm vọng chàng bỏ vào cái iPhone.

- Ba đây con Niệm, ba có chuyện muốn nói với con. Ba đã gặp được má con trên phone, má con ở xa lắm... cách một bờ đại dương.

- Sao hồi giờ ba không nói con nghe, từ khi con biết ba. Sao hôm nay mới cho con hay biết?

Kỷ Niệm thì đang ở một tiệm sách lớn lựa mua sách. Nàng bé vừa về tới nhà.

- Thì chính ba Phong cũng mới biết đây, không quá hai ngày. Nên ba mới thố lộ điều này với con. Má con đã đi theo số người xuất ngoại bằng tàu và hiện sinh sống ở Mỹ Quốc. Má con học xong, nay sắp trở thành bác sĩ tâm lý học, đang hoàn thành luận án. Má con mới gởi thư về lần đầu tiên cho ông bà ngoại, và muốn tìm lại con...

- Má con thật ư? Má vẫn còn sống mà đợi đến ngày hôm nay mới liên lạc? Trong khi con đã lên mười sáu tuổi, một thời gian dài sao bỏ, không nhắc nhở hỏi thăm con, còn sống hay chết nơi cõi đời này? Má con, ngoại con tất cả đều độc ác... Dù má có là một vị tổng thống con cũng không nhận đâu!

- Không, con đừng nghĩ vậy. Mỗi cuộc sống đều có khó khăn bên trong tâm lý. Hơn nữa tất cả đều định liệu bởi số phận mà ra. Con hãy tha thứ cho má.

- Cho con hỏi, má con có chồng, có ba sau rồi phải không ba? Làm gì ba liên lạc biết má!

- Nghe ba kể đây chứ. Từ khi gặp con, ba Phong phải ra bên ngoại để xác nhận về con. Không ngờ cơ hội tự nhiên lại trùng phùng. Má con gởi thư về cho ông bà ngoại cũng lần đầu tiên. Mong nhờ ba tìm con. Ba được tin này, khi ba tìm đến nhà ông bà ngoại con, để nói rằng ba đã gặp con. Là như vậy đó...

- Chuyện thật như mơ ba ơi. Nhưng mà con không nhận má và ông bà ngoại đâu. Tất cả đã bỏ con từ tuổi thơ sinh mới lọt lòng. Kỷ Niệm tự nhiên giận dỗi. Sau nàng nói thêm:

- Con nhất định là như thế thôi!

Duy Phong cố gắng giải thích hơn:

- Bởi vì ba xa má. Má con và bên ngoại sợ mang tiếng xấu cho dòng tộc, họ hàng. Con hãy vì thông cảm mà bỏ qua quá khứ. Hãy nhận má Lê đi con Niệm.

Chàng tiếp tục phân minh:

- Kỷ Niệm ơi. Những lỗi lầm, con người đâu dễ gì sống, giải quyết cho suông sẻ hết. Cuộc đời vốn dĩ trái ngang... Hãy biết yêu quý hiện tại, thứ dung đi con!

- Má mong ba tìm con để làm gì? Sao má không về thăm?

- Trước mắt là cho con biết để nối lại tình mẹ con. Thứ hai má có dự định hợp thức hóa để đưa con sang Mỹ.

- Hai trường hợp với con đều là con số dzêro to. Con không nhận má. Con không sang Mỹ. Tuy nhiên con có thể nói chuyện với má. Hỏi vì sao má không thể về thăm con?

- Ba nói chuyện với Niệm để nối kết. Con có dịp khác gặp má trên phone, má sẽ gọi con trước. Má con ngày xưa giống con như hai giọt nước. Nhưng tính, con lại giống ba cương nghị rắn rỏi. Mẹ con thì khi còn trẻ yếu mềm, bi lụy hơn.

- Con cũng yếu mềm lắm. Con có người yêu, con không muốn đi xuất ngoại. Ba không hiểu đó thôi.

Kỷ Niệm kể cho Duy Phong nghe cô đang yêu một sinh viên y khoa năm thứ hai. Sau cuộc nói chuyện. Kỷ Niệm có thêm nguồn tin về mẹ và có số phone về mẹ. Nhưng cô đợi người mẹ gọi cho cô. Hơn gần mười sáu năm, bỏ cô ra đi biền biệt, xa cách... Bụng cô vẫn còn giận như sóng ngầm...

Thanh Lê bồn chồn lo ngại cuộc nói chuyện với con. Ôi

hơn mười lăm năm nàng phải sống và cố gắng. Công thành danh toại, giờ hầu như đạt đến mục đích cuối cùng rồi. Giờ nàng mới mong tìm lại đứa con sau một lần yêu đương, lỡ lầm non dại, kết quả như thế. Liệu con có nhận mình không? Khi mình bỏ rơi nó trong một khoảng thời gian dài đăng đẳng. Thanh Lê vẫn thầm khấn, van vái bề trên cho mọi việc ngang trái trôi qua, thuyền như êm xuôi, mát mái sẽ trở về...

Và rồi giấc mơ đến, thúc đẩy nàng khai triển dự định sớm hơn. Thanh Lê gọi điện đến Kỷ Niệm. Kỷ Niệm đã nói chuyện với Thanh Lê. Thanh Lê không ngờ đứa con mình sanh lại giống mình như đúc, như hai giọt nước song song, nhìn kỹ; Kỷ Niệm có vẻ đài các và quý phái hơn, thiên thần hơn. Lê thì có một khuôn mặt ướt lệ hơn, thương tâm hơn, đem lại sự quyến rũ hơn. Ai nhìn cũng nghĩ thấy ra điều đó và nói. Chứ không phải một cảm nghĩ ở nơi nàng đâu? Nhưng nhìn chung Thanh Lê, Kỷ Niệm khác nhau chỉ một vết mờ nhỏ...

Thanh Lê rất là bồi hồi khi tiếp chuyện với đứa con gái. Nàng vẫn sợ những câu trách trả của Kỷ Niệm. Song Lê phải đối diện với thực tế. Nàng phải dũng cảm làm việc này. Thì đúng vậy, lúc chào con và tự giới thiệu qua phone mình:

- Má là má của con. Tên là Thanh Lê gần mười sáu năm xa cách. Cho má nhìn lại đứa con yêu dấu, má lỡ rứt ruột để xa lìa...

Kỷ Niệm đang giận dỗi bảo ngang:

- Má có thật là má của con không? Tại sao hơn mười lăm năm, mười sáu năm má mới liên lạc.

- Hoàn cảnh má phải lìa xa con. Bao sóng gió với má rất buồn tủi, có người thương giúp đỡ má đi xa, đi tàu đến Mỹ.

- Thời gian lâu vậy, mà má làm thinh.

Im lặng một chút Thanh Lê nói tiếp:

- Vâng! Đất Mỹ không phải là thiên đường, đất Mỹ chỉ là một cơ hội nhưng giá trả rất đắt. Má phải vượt lên tất cả, phải nổ lực, phải bận rộn, má muốn tập trung cho công việc làm, và ăn học... Khi thành tài má mới quay ra tìm con. Thật sự má rất bận rộn cho những mục đích chỉ vì con...

- Con không ngờ má có trái tim sắt đá với con vậy. Sao ngày ấy má lại bị ba cám dỗ, đi theo ba rồi mang thai con...

- Một lần má té ngã, là tự đứng lên. Má có thể là như vậy, một nỗi đau kinh nghiệm... Hơn nữa má cũng yêu ba con nhiều. Ba hy sinh không thèm địa vị, không màng danh phận gì cả, chỉ thích sống bên má lúc đó. Tuổi trẻ má dại dột. Nhưng má sống cho tình yêu và đã có con...

Kỷ Niệm nghe thì cũng xúc động, song cô vẫn giả vờ tỉnh bơ hỏi:

- Sao má đi lâu vô cùng, vẫn không liên lạc với ông bà ngoại?

- Má đã nói thật sự má rất bận rộn. Tất cả má đã khép lại hết, để lo cho tương lai sự nghiệp. Má có lỗi, ở đời này khó vẹn toàn hết. Niệm phải hiểu cho má, má có dự định xin con tha thứ cho. Má Thanh Lê muốn làm giấy tờ hợp thức hóa để bảo lãnh Niệm sang Mỹ. Má với cái học vị đang có là bác sĩ tâm lý học, má đang hoàn thành luận án về nó. Rồi mệt nhoài, đến nằm mơ thấy gặp lại con. Và má đã xúc tiến tìm con. Ước mơ chôn giấu đã chờ lâu trong lòng...

- Cám ơn má nghĩ về Niệm, muốn cho con sang Mỹ. Má về thăm con má sẽ thấy con cũng có một tình yêu. Con chắc không muốn đi xa người mình yêu dấu.

Nghe đến đây Thanh Lê thấy giật mình, buồn và hụt hẫng, rồi chỉ một giây trôi qua, nàng cũng thấy lòng mừng khấp khởi, như than hồng ấm lửa reo vui. Khi Kỷ Niệm nó lớn và trưởng thành lắm. Con nàng vì ái tình, và ái tình nơi con vẫn chiếm ngự trên tất cả... Nàng âm thầm so sánh mình ngày đó rời xa cha mẹ, đến vùng đất xa xôi hẻo lánh với người con trai đang yêu, cũng không phải là mình vì ái tình đó sao? Thanh Lê nghĩ trấn tĩnh tâm tư, rồi ôn tồn nói:

- Vậy má có thể bảo lãnh con đi du lịch con bằng lòng chứ.

- Có thể như vậy. Mà khi nào má về Việt Nam thăm con?

- Khoảng chừng có lẽ là hai tháng sau...

- Niệm chờ má. Má ơi con nói chứ con thương má lắm... Má có một cuộc đời, con không nỡ trách má đâu. Má rất giàu nghị lực và cả tình yêu... Bây giờ má có thể vui khi gặp con. Con mong vậy. Mọi việc sẽ trôi qua như tháng ngày đã trôi qua má ơi.

Thanh Lê lắng sâu nghe con nói. Kỷ Niệm lại hỏi:

- À má?...

- Gì con.

- Má có liên lạc với ngoại chưa?

- Má đang sửa nhà cho ngoại, có nói chuyện với ngoại. Má có phần gởi cho con năm ngàn đô làm tin, là quà con đó.

- Ba có nhiều tiền lắm, ba cho Niệm. Má để lo cho má.

- Con biết ba làm sao nhiều tiền vậy không?

- Nghe đâu ba nói ngày xưa ông cố đi tìm trầm được trúng ổ. Đem bán đổ ra vàng. Ngày ba dẫn má đi chỉ lấy một chỗ nhỏ, bà nội còn cất nhiều chỗ lớn hơn. Sau này ba hay đấu thầu các công trình nuôi tôm, công trình xây dựng. Ba mở nhà hàng khách sạn... coffee, bãi tắm v.v... ba thành công. Nên ba có nhiều tiền là vậy đó.

- Má sợ nhất là ba con lấy tiền trên mồ hôi nước mắt dân nghèo, tham ô lãng phí.

- Không có đâu, ba con không tồi vậy.

- Vậy thì má mừng. Không sao con cứ nhận tiền má gởi, để má vui. Con nhớ cùng ba về thăm ngoại ruột nha.

- Con sẽ đi trong tuần tới.

Khi nói chuyện với con, lòng Thanh Lê như nhẹ nhõm, như bay lên không trung được, mặc dầu Kỷ Niệm không chịu xuất ngoại. Không sao, Thanh Lê hiểu, nàng từng khổ với tình yêu, và từng yêu say đắm, lẽ nào nàng ép buộc con? Nỗi lòng của con là của nàng khi xưa, nhất định cho nó tự do tự chọn. Tình yêu bao giờ cũng đẹp nhất... Nàng muốn con có được hạnh phúc ngọt ngào của tình yêu, không bị sóng gió tách chia như nàng. Lê nghĩ con nàng rồi có thể đi du lịch sang thăm. Cuộc sống nàng đang trên đất nước Hợp Chủng Quốc, hoặc nàng về thăm con, thăm quê hương cội nguồn đang mở cửa?

Suy nghĩ vậy Thanh Lê cũng thấy ổn lắm rồi. Mọi sự tốt đẹp như đang có trong vòng tay ấm áp nơi nàng. Con ruột của mình đã chấp nhận mình, người mẹ sau bao năm xa cách thì hạnh phúc nào bằng. Nàng luôn luôn cám ơn trời cao, biển rộng, đất dày vẫn còn thương nàng, những đấng anh linh đã chú ý, nghĩ đến cho nàng. Và còn hết sức đãi ngộ với nàng - Một cái tên Thanh Lê mà cha mẹ đã đặt cho...!

CHƯƠNG MƯỜI BẢY - CHƯƠNG KẾT

Và mùa xuân lại về trên đất Mỹ người dân xa xứ đều tổ chức ăn tết cộng đồng. Thanh Lê cùng đi với một người bạn, anh tên là Minh Hiển một chuyên viên địa ốc, em ruột của vợ Trưởng đoàn Lê Nhuận, Lợi Nhu ngày ấy. Minh Hiển rất thích Thanh Lê, mặc dầu cô luôn coi anh như một tình bạn, cô chối từ tình yêu anh. Nghe vị chủ tịch cộng đồng người Việt đọc xong diễn văn chúc tết. Thanh Lê nói với Minh Hiển:

- Chúng ta đi ra ngoài uống nước một tý. Thanh Lê muốn đi ra xa ngoài để thay đổi không khí.

- Ừa được anh chiều Lê mà! Chàng đáp.

-Thanks! Thanh Lê nói rồi nhìn Minh Hiển nở nụ cười thật tươi.

Hai người không uống những quày phục vụ ở đó, mà đi bách bộ xa ra các vùng lân cận khu vực. Họ ghé vào một quán nước và coffee chung tên biển hiệu là Coffee Gold, người Việt làm chủ quán này. Còn nữa quán có cả vườn hoa, nhiều hoa hồng thật đẹp.

Ngồi xuống Thanh Lê còn ghé mắt, như đưa lời hỏi thăm các "nàng hoa"cô thương yêu kia! Thì Minh Hiển quan tâm nhìn menu để chọn thực đơn nước uống. Anh gõ tay xuống bàn nhè nhẹ, và chỉ nơi ấy để người phục vụ biết. Thanh Lê hết nhìn hoa rồi quay về rất ấm cúng bên Minh Hiển, song cô không cho đó là tình yêu, cô từng bảo bao nhiêu lần. Hôm nay Thanh Lê với câu nói cũ "xưa như diễm ấy" lại tái hiện. Đương lúc nàng bưng ly nước cam uống hết một phần tư của người waiter đem ra, và nàng bảo:

- Anh còn trẻ địa vị công danh có… Sá chi Thanh Lê một người phụ nữ từng có con. Tôi ngang tuổi anh tôi không chọn anh đâu?

- Không phải là tôi không có người yêu. Nhưng thật sự tôi chỉ muốn Thanh Lê làm vợ tôi thôi. Bây giờ tất cả như được mỹ mãn, chần chừ gì nữa. Tại sao Thanh Lê không chịu nhận kết hôn với tôi nhỉ?

- Tôi trả lời với anh nhiều lần rồi mà. Chúng ta mãi mãi là bạn thì tốt hơn. Nếu tôi lập gia đình, tôi phải lấy người đó hơn tôi năm, mười, mười lăm tuổi. Hoặc hơn nữa. Anh so ra còn trẻ quá. Anh phải hiểu giùm cho tôi…

- Nhưng chúng ta ngang tuổi nhau. Ông bà Việt Nam có câu "Vợ chồng một tuổi lủi thủi làm ăn." Cô không nhớ sao? Minh Hiển thì ra anh chàng sợ quên tiếng Việt. Nên lúc nào vẫn có, những câu tục ngữ ca dao thuộc sẵn để nằm lòng, để anh lấy ra sử dụng, làm chứng tích.

Minh Hiển cười câu nói, anh cho là đắc thắng của mình. Lê vốn không thua kém văn chương, nàng phản công ngay:

- "Chồng già vợ trẻ là duyên. Vợ già chồng trẻ như điên với khùng" Anh vẫn còn dư biết câu này chứ!

- Ôi trời ơi trông Thanh Lê vẫn còn trẻ hơn tôi. Tôi cam đoan như vậy mà.

- Chắc chắn là tôi không làm vợ anh đâu. Hãy chuyển đổi tư tưởng kẻo muộn nha.

- Tôi sẽ chờ khi nào Thanh Lê lấy chồng. Tôi mới chuyển đổi tư tưởng.

- Thôi chúng ta hãy nói sang đề tài khác hơn đi Minh Hiển à?

- Chẳng hạn như gì?

- Mùa xuân. Cảm xúc anh khi đi hội xuân chẳng hạn…

- Cũng khá vui. Tôi thì nghe chị chủ tịch đọc diễn văn hôm nay rất nhớ Việt Nam.

- Anh thấy bài diễn văn ấy như thế nào nhỉ?

- Hay, tình cảm lắm, có tính chất thuyết phục cao nữa.

- Như vậy anh lắng tai đấy chứ.

- Mấy năm trước anh cũng nghe diễn văn của chị ấy. Nhưng văn chương không đủ hay bằng, lời văn khô khan và không sinh động như hôm nay. Chị ấy vào tết lo cộng đồng nhiều, không có thời gian soạn một bài diễn văn, cho văn xuất sắc được đâu? Người nào soạn hộ chị ấy đó, tầm văn chương hôm nay phải như ngang em.

- Thì anh đoán thử ai trong ban tổ chức của chị?

- Nếu cho phép anh nghĩ... Thì anh nghĩ em làm viết giúp chị ấy phải không nào?

- Anh nói chi cho cố vậy.

- Anh nói thiệt mà. Vì anh biết văn hay thiên bẩm của em, của cô gái Thanh Lê.

- Anh thật hay há, anh đúng rồi. Em thảo ra giúp chị.

- Thấy chưa? Anh đoán không sai mà "ngôi sao"?

- Gì mà gọi ngôi sao giữ vậy.

- Anh chơi chữ đùa cho vui thôi. Hì em, hỡi em...

- Ôi em có tài soạn văn. Mà em không có tài lãnh đạo, và nhiệt tình hoạt động như chị ấy được. Lê nói và mỉm cười.

- Đúng rồi. Trời cho mỗi người một tài hoa riêng mà em?

Thanh Lê định nói gì đó thêm. Cô chưa nói ý mình, bỗng điện thoại cô reo chuông lên.

Minh Hiển đứng lên định bỏ đi, Thanh Lê đưa tay ra cản:

- Không sao, ba của Kỷ Niệm gọi. Thanh Lê cúp rồi, lát nữa Thanh Lê gọi back lại. Hôm nay là ngày tết của cộng đồng. Chúng ta nên enjoy nơi đây mà.

- Cám ơn Thanh Lê đã nói lên điều đó. Nhưng có khi nào Thanh Lê, trong tâm hồn vẫn còn yêu người năm xưa...

Minh Hiển định bỏ đi tiếp, Thanh Lê đưa tay cản nữa:

- Không đâu, chuyện dĩ nhiên lùi về quá khứ. Đôi lúc anh ấy gọi cho Thanh Lê, như gọi cho một người bạn...

- Nếu như vậy thì chúng ta quen nhau lâu rồi, nhân lễ tình yêu tới anh muốn xúc tiến kết hôn Thanh Lê. Anh đã muốn, chúng ta nên là sống chung với nhau.

- Ôi trời ơi nè. Anh đừng nghĩ gì khác hơn, Thanh Lê

nhắc lại. Thanh Lê không xứng đáng với anh, và sẽ không thể kết hôn với anh.

- Xin đừng có nói câu đó, hãy làm ơn cho đi. Thanh Lê rất không đúng nha.

- Lê đôi lúc vẫn nghĩ đến chuyện vợ chồng. Mà một lần đau khổ, nên lòng chỉ muốn lạnh giá như băng sơn.

- Thanh Lê nếu không có nghĩ đến người đàn ông cha của bé Niệm. Thì đâu có giá băng sơn, hay băng tuyết như vậy được chứ? Minh Hiển nói cười buồn cho câu nói, như nửa đùa nửa thật của mình.

Bỗng dưng Lê trả lời trong mơ màng:

- Thanh Lê nghĩ về thăm con trước...

- Minh Hiển muốn cùng đi một chuyến về Việt Nam. Thanh Lê có can đảm mang mình về không?

- Chắc chắn là được thôi. Sao lại không nhỉ? Thì giống như bạn bè đi chung. Đâu có gì để đặt thành vấn đề?

- Nhưng hôm nay là tết, là xuân, Minh Hiển muốn đặt vấn đề quan hệ chúng ta không thể bạn bè mãi? Trái tim Minh Hiển chờ Thanh Lê quá lâu. Anh có thể nghi ngờ Thanh Lê lại đi chờ đợi một người khác...

- Người nào?

- Ba của bé Niệm.

- Không đời nào. Sao cứ đa nghi vậy. Trời ơi Tào Tháo thời nay quá đi...

- Hi hi. Phụ nữ không đời nào chấp nhận khi người khác nói, và đánh giá trúng với trái tim mình đang sống?

- Thanh Lê lắc đầu:

- Triết quá, nhưng sai ẩu lệch, hỏng hết nha. Không hẳn như vậy đâu. Hãy cho em một thời gian. Thôi được sau chuyến đi này về. Nếu anh xin đặt lễ kết hôn Lê đón nhận.

- Nhớ nhé đừng làm anh thất vọng.

Hai người lại để hồn vào vài bản nhạc xuân, mà quán đã mở từ lúc nãy giờ. "Ác thật" họ đang mở bản nhạc Nếu Xuân Này Vắng Anh - Như Quỳnh ca, điệu đàng và lả lướt quá. Cả hai nghe của yêu thương, của cảm giác mộng mơ ...! Xin ghi một đoạn lời bài hát dễ thương.

(Xuân đã về anh có hay/ Hoa bướm vui mùa xuân về/ Nơi phương trời anh có nhớ/ Một người luôn nhắc tên anh/ Và mơ duyên lứa đôi.../ Nếu xuân về vắng anh/ Ong bướm thôi dệt duyên lành/ Giây tơ chùng cung lỡ phím/ Cho khúc hát ái ân/ Từ nay lỡ tơ duyên.... Thu qua đông tàn/ Nàng xuân mới sang muôn sắc huy hoàng/ Xuân này nếu vắng anh/ Lạc bầy chim yến bay/ Ngày xuân như đau buồn/ Nếu xuân này vắng anh/ Như lá khô buồn xa cành/ Như giao thừa in tiếng pháo/ Mãi úa sắc bên hiên/ Thì đừng đến xuân ơi...)

Nghe nhạc và Lê nhìn sâu vào Minh Hiển, chuyển sang đề mục mới mẻ khác:

- Thôi uống nước, bây giờ hết khát nước rồi. Chúng ta trở lại vào hội trường xem chương trình múa lân, sau đó ca nhạc, rồi có cuộc thi hoa hậu áo dài hằng năm đó anh? Chúng ta chia sẻ với họ bằng những tràng vỗ tay ủng hộ anh Hiển à. Lê nói bằng một chất giọng tình cảm, trong sáng và nhỏ nhẹ.

- Ừa phải thế chứ em. Minh Hiển nhìn nàng trả lời.

Minh Hiển lại đến tính tiền cho cashier và quay lại, trạng thái một tâm tình hơn:

- Hôm nay ngày đầu xuân Lê mang cho anh niềm hy vọng chớ đánh mất nha.

Minh Hiển đi bên cạnh Thanh Lê, anh cố nhắc lại câu đó. Lê gật đầu. Họ sắp rời shop quán Coffee Gold để ra cửa. Nhạc vàng vang vang như còn muốn níu chân, níu cả tâm hồn họ. Nhưng họ phải đi thôi...

Ngay lúc đó phone reo lần nữa Thanh Lê nói:

- Ba bé Niệm gọi. Nhưng không chúng ta vào xem lễ đi.

Cô nói thêm:

- Chắc chúc tết thôi. Có thể cần trao đổi một tý gì về nơi bé Niệm...

Minh Hiển nhún vai không nói gì. Anh liền mua một cánh hồng thơm ngát từ tiệm coffee này tặng cho Thanh Lê. Nàng nhận lấy hít nó, rồi mỉm cười thêm tươi. Họ vẫn còn nghe nhạc Việt trong quán loáng thoáng bên tai mình, những bài tình xuân khác như có lẽ, nhạc đã cố tình nhắn nhủ họ một cái gì trong xuân của tết Việt Nam...

Sau đó cả hai người rồi trở lại vào sâu hội trường. Họ đi bên nhau giống các cặp tình nhân ở xứ người. Minh Hiển nắm tay Thanh Lê thật chặt, kéo lướt nhẹ nàng đi nơi hội trường đông nghẹt. Nếu không nắm tay thì cũng dễ bị chia cắt, lạc mất nhau v.v...

Hội trường không lớn lắm. Nhưng sức chứa hơn khoảng trên dưới ba ngàn khách.

Màn múa Lân đã kết thúc đến phần ca nhạc, Minh Hiển, Thanh Lê ngồi vào dãy ghế hàng thứ tư để lắng nghe ca nhạc truyền thống. Rồi đến đợt thi hoa hậu áo dài duyên dáng. Các thí sinh đến từ những thành phố khác nhau trong tiểu bang, các em đến để vui chung, để điểm tô cho tết - Nét đẹp văn hóa cha ông... Một chút gì Việt Nam lễ hội vẫn tồn tại trên xứ người...! Thanh Lê, Minh Hiển mãi ngắm những tà áo dài của các em xinh đẹp, lộng lẫy. Mỗi em là một bông hoa tươi thắm đầy sức sống, dễ thương, lạ lẫm bất ngờ... Bán kết rồi đến chung kết... Đến vương miện được trao về cho một thí sinh du học Trương Ngọc Anh Xuyên 18 tuổi, đến từ thành phố Doraville và đặt chân trên xứ Mỹ hai năm. Em đang theo học trường đại học Georgia State với ngành truyền thông. Mọi người rất hoan nghênh với vẻ đẹp diễm kiều tuyệt sắc cùng sự vấn đáp giản dị thông minh của em!

Tiếp theo là chương trình đốt pháo bông bên ngoài, Thanh Lê theo Minh Hiển chạy ra phía trước building đứng nhìn những tràn pháo bông đẹp, linh thiêng nổ giòn giã và bay cao trên nền trời... Mỗi người nhìn những tràn pháo bông tung nở kia mà thầm cầu nguyện mơ ước cho mình và người thân... Ai biết rằng Lê ngắm nó lòng cô vui như son đỏ, sao vẫn thấm đậm những nỗi buồn chen lấn từ đâu vào trong hồn... Có lẽ đó là nỗi buồn nàng không dành cho người tình, mà nàng dành cho quê hương cha mẹ, và đứa con yêu dấu với nhiều nhớ nhung da diết, với sự mong gặp rất gần ngày lại đây...

Cái buổi Hội Xuân, từ một buổi chiều, qua đêm mười giờ. Hai người vui thì vui, nhưng cũng rã rời như bao người khách. Từng khúm, từng cụm bạn bè họ tìm nhau đưa đi ra về, khách thưa dần, thưa dần... Minh Hiển, Thanh Lê cũng chia tay hội trường, muốn ra về thôi. Sau thời khắc coi xong phần hoa hậu, giải thưởng và tuyên bố. Nàng rất lấy làm vui hài lòng hơn khi mà, công việc mình mọi sự trôi chảy... Cô trở nên nhẹ đầu được đi chơi với Minh Hiển thật là một điều của thú vị lớn! Rồi họ kéo tay nhau ra về cùng một lúc. Hai chiếc xe đậu gần nhau. Minh Hiển nhìn Thanh Lê sẽ đi về nhà, anh không quên nói những lời ý nhị:

- Chúc Thanh Lê một mùa xuân an bình thịnh vượng. Và em đẹp mãi như xuân.

Cô cũng không quên chúc chàng thêm với lời nguyện cầu sâu sắc:

- Chúc anh một mùa xuân như ý nghen, lòng đẹp có xuân mọi lúc trong năm...

Minh Hiển cười, tay thì ấn vô nút start đề máy nổ, anh mở cửa rồi bảo:

- Xuân hay không là lệ thuộc ở Thanh Lê đó.

Thanh Lê lại mỉm cười không nói nữa, cô nghĩ nói gì hơn cho dư lời nhỉ? Lê lên xe nhìn mình trong gương chiếu hậu. Và một lần nữa cô thấy bàn tay Minh Hiển vẫy chào nàng còn in dấu đẹp trước đôi mắt nàng. Rồi Lê tiếp tục phần mình giã từ tất cả, giã từ Minh Hiển, giã từ Hội Xuân, giã từ bãi xe còn đông nghẹt, (Thật sự bãi xe còn chưa thưa lắm.) Lê đã lái xe ra về...

Về đậu xe vào parking. Vô nhà phone lại reo tiếp, nàng nhìn biết là Duy Phong gọi lại nàng. Nàng biết là cuộc nói chuyện giữa nàng, Duy Phong diễn ra sẽ không ngắn. Nên thành nàng vẫn không bắt máy. Thanh Lê muốn đi tắm một chút. Sau đó hãy tính chuyện...

Duy Phong gọi lại liên tục, Thanh Lê vẫn cứ đứng trong bồn... tắm thoải mái...

Tắm xong, Lê mặc bộ cánh mỏng xanh nhạt nhẹ người thật hợp lý nhất, thả mình trên chiếc giường cô thở nhẹ phào. Vì vừa tắm xong, khỏe người và phấn khích vô cùng, Thanh Lê tưởng tượng rằng nàng giống như đang sống trên một ốc đảo một mình, tự do mà huyền bí, và hưởng thụ những giọt nước tắm thiêng liêng, dịu vợi, tuyệt vời nhất... Lê thì vốn dĩ ưa thích sự cảm nhận trong tư tưởng mới cùng lãng mạn quá mức, đã làm nên cô đẹp khác thường hơn những phụ nữ trẻ đẹp khác. Nàng có những cắc cớ dị lạ nơi tâm hồn, nhưng luôn hồn nhiên, tươi cười mẫn cảm và vui vẻ. Rồi Lê sẽ phải nói chuyện với Duy Phong ba bé Niệm lâu đây, sẽ thích thú hơn đây. Nàng nghĩ thế...

Lê nhấc phone lên, bằng một giọng ôn tồn đón nhận:

- Hi anh! Em đây, có gì gọi em mãi. Em bận đi Hội Xuân của cộng đồng mới về nè.

- Vậy sao cho anh xin lỗi. Hôm nay Mỹ ngày âm lịch mấy rồi em nhỉ?

- Chỉ mùng một thôi.

- Việt Nam mùng hai rồi. Bên đó luôn luôn trễ sau một ngày. À tết anh gọi để thấy mặt em chúc tết em.

- Em đâu còn như ngày xưa, thời gian trôi nhanh quá. Mới ngày nào cô bé Thanh Lê. Bây giờ không còn là cô bé lúp xúp chạy theo dưới chân anh nữa đâu...

Anh cũng không còn cậu con trai bướng bỉnh như ngày ấy. Anh già đi nhiều. Duy Phong nhìn hình nói tiếp:

- Em vẫn còn trẻ và đẹp lắm. Với em nếu già, thì trong anh vẫn mãi là cô bé ngày xưa. Năm mới anh gọi chúc tết em. Mong em tròn mộng ước còn lại...

- Cám ơn anh. Song mộng em đã vỡ tan lâu rồi. Bây giờ chỉ còn lại sự nghiệp mà thôi.

- Sự nghiệp vẫn là mộng?

- Không, em không cho sự nghiệp là mộng. Em chỉ cho tình yêu để hạnh phúc mới là mộng ước thật sự.

- Mộng ban đầu, lần thứ nhất của chúng ta tan vỡ, nhưng mộng lần thứ hai, thứ ba. Em có đủ chứ, em là người giỏi giắn, tài hoa xinh đẹp?

- Nhưng Lê không cảm thấy thích hợp trong tình yêu nữa. Có lẽ em đã quá đau khổ, một lần yêu từ khi còn nhỏ.

Em muốn từ chối tất cả...

- Anh không tin đâu. Cho anh hỏi một điều. Thật em có còn chút gì thương nhớ anh không? Anh lúc nào cũng thương nhớ em. Nhất là từ khi chúng ta nối lại sự liên lạc.

- Không không, anh không được vậy, anh đã có vợ rồi. Em mong anh hạnh phúc với vợ con, đừng gây ra sóng gió nữa anh...

- Em ơi, Thanh Lê ơi anh làm ăn, anh có nhiều cách, từ nhà hàng khách sạn, đến quán, shop coffee hợp tác trong tỉnh nhà, và các tỉnh bạn. Anh có mua bán bất động sản, anh giàu cỡ lớn. Mặc dầu cũng không ai biết được ngân khố anh bao nhiêu, ngoài anh và vợ anh. Anh có kể về em cho vợ anh nghe, vợ Ngân anh không ghen, không buồn không giận, miễn là anh không li dị cô ta là được. Kể cả anh, chúng ta nối lại tình xưa. Em làm vợ trở lại, anh xin lỗi... Anh muốn nói lên một sự thật, điều đó trong tâm hồn anh.

- Không đâu! Em chẳng bao giờ làm vợ anh nữa. Em không muốn một lần chúng ta sai nữa đâu anh à? Hãy tha cho em hãy coi nhau như bạn. Anh giàu, em chỉ muốn anh tập làm từ thiện, đóng góp tiền bạc cho những hội từ thiện kêu gọi. Như vậy là em mãn nguyện rồi. Hãy giúp người khó khổ, cho các em học sinh nghèo túng, không có điều kiện theo học các đại học v.v. Giúp người tàn tật neo đơn, người bịnh hoạn, cơ nhỡ, những phụ nữ góa bụa khó khăn, không đủ tiền mua thang, mua thuốc để họ uống, con uống và dùng... Đó là cái mộng hiện giờ của em. Nếu em muốn nói anh ơi?

- Anh đã làm rồi, cho hội từ thiện, cho những khi đồng bào bão lụt, trôi nhà, trôi cửa thiếu gạo, thiếu cơm, để duy trì sự sống còn lại. Tuy anh thực hiện chưa lớn lắm. Từ nay anh sẽ thực hiện lớn hơn, nghe theo lời em nói.

- Như ở bên này không có học bổng, không có sự giúp đỡ từ các hội đoàn thì em đâu có được như ngày hôm nay? Em đi học rất nhiều nơi tài trợ. Anh nên góp phần làm điều như vậy đó.

- Anh hiểu điều em nói.

- Vậy em xin thank you! À sao tết con chưa gọi em? Em cũng bận quá, chưa gọi cho con và cả ông bà ngoại nó nữa. Em đang chờ.

- Ồ em chờ đi. À em Thanh Lê, Duy Phong kể:

- Anh có đi lên vùng huyện Ban Mê Thuột Crông Nô anh thăm lại từng kỷ niệm ngày xưa. Nhưng anh chỉ tiếc anh chỉ đi một mình không có em. Anh đi rất lâu một mình trong những con suối vắng, những thung lũng hồi đó, như tìm về kỷ niệm. Ông bà cha mẹ nuôi mình chết từ lâu. Anh đi thăm gặp lại chú thím Trung Dũng. Hai con họ đã lớn đi vào đại học. Chú thím vẫn còn hàng rau xanh ngoài chợ, song qui mô lớn hơn nhiều em ạ. Hầu như lớn nhất trong chợ đó, nhìn rất hiện đại... Chú không đi lấy hàng như ngày xưa, mà có người bỏ mối đem tới, chú phụ bán với thím. Trông cuộc đời họ cũng hạnh phúc. Mỗi người có một hạnh phúc khác nhau và khổ đau cùng nhau em ạ.

Thanh Lê chỉ lắng nghe, Duy Phong nói tiếp:

- Anh đi thăm gia đình thứ hai nuôi con mình là hiện giờ. Số là khi con học lớp hai; khi mà Kỷ Niệm đạt vào học sinh giỏi của huyện lên tỉnh thi. Các môn con đều xuất sắc, người giáo viên nữ chấm thi về tranh vẽ đoạt giải nhất của Kỷ Niệm toàn tỉnh. Sau này họ tìm đến gia đình phụ huynh của Kỷ Niệm. Tức là chú thím Trung Dũng bằng lòng cho Kỷ Niệm có cơ hội... Đã làm giấy cho con đến ở với gia đình người ấy, cả hai vợ chồng giáo viên. Họ cũng không già, mà họ không con. Duy nhất chỉ mỗi Kỷ Niệm làm con nuôi.

- Gia đình giáo viên nọ tài chánh thế nào, em cũng chưa có thời gian để trò chuyện với họ. Nếu họ có kém yếu về tài chánh lắm, anh phải san sẻ, và cả chú thím Trung Dũng anh cũng phải chia sớt cho họ. Còn ông bà già Nọ Cầm anh nên van vái cho anh linh họ. Tất cả là ân nhân của anh, của chúng ta. Tiền bạc anh làm ra, nhưng tấm lòng, ơn sâu khó kiếm. Anh nên biết!

- Em có nhiều câu nói hay. Anh hiểu và anh lo đúng với cái tình nghĩa đó.

- Vậy mà anh phụ tình nghĩa em ngày ấy nhiều lắm?

- Không phải như vậy đâu em Lê, tất cả rồi cũng do trời định em ơi. Anh muốn làm hồ sơ xuất cảnh du lịch qua em, rồi chúng ta về Việt Nam luôn được không?

- Thủ tục anh đi xuất cảnh du lịch, khó hơn lâu hơn. Khi em về đất Việt hình như em nghe nói vậy. Em thì đã bốc vé rồi hai tháng nữa em bay về thôi.

- Em về có ai đi cùng không?

- Em về có thêm người bạn.

- Trai hay gái?

- Trai.

- Vậy là người tình em chứ gì?

- Không, bạn bình thường. Em chưa nghĩ tới hôn nhân. Nhưng cũng có thể... sau này!

Vừa lúc đó Kỷ Niệm nhá máy. Thanh Lê nói:

- Con gọi em, thôi để em coi con nói gì trong tết. Em sẽ gọi anh lần khác nha.

- Được em nói chuyện với con đi!

- Bye anh!

- Bye em!

Một chút sau đó Thanh Lê đón nhận đường dây con gái là Kỷ Niệm. Hai má con nói chuyện.

Kỷ Niệm kể đúng như cô bé về thăm:

- Má Thanh Lê ơi, con có về bên ngoại đẻ. Ai cũng vui mừng xin lỗi con... Ai cũng bảo con giống mẹ như đúc, như tạc.

- Mong con ơi giống mẹ, nhưng đừng giống cuộc đời.

- Thì mẹ bây giờ cũng thành đạt cũng hạnh phúc mà.

- Thành đạt bất đắc dĩ, mẹ muốn sống cho một tình yêu trọn vẹn hơn. Con có biết không?

- Chính vì lẽ đó, mà con chỉ chấp nhận đi du lịch thăm má thôi. Mặc dù nước Mỹ là trong tim bao người mơ tưởng, nhưng con thấy thường. Vì con đã có người yêu...

- Ồ con đã lớn và trưởng thành rồi đó. Con cho mẹ gởi lời chúc mừng năm mới đến với tất cả mọi người thân của con, kể cả người yêu của con nha.

- Anh ấy tên là Trần Hữu Hà. Anh học đại học y khoa

năm thứ hai ở Huế nhưng đã về ăn tết. Ba mẹ là một gia đình có Shop vải, họ bán vải truyền thống ở siêu thị Buôn Mê đây. Ảnh rất vui khi nghe con kể về má. Anh nói đùa, ảnh yêu con từ hồi mười lăm, chưa biết có mẹ Việt Kiều nha. Chứ không phải biết con có mẹ Việt Kiều, chạy vô chiếm chỗ đâu? Con cười thôi.

Nghe con kể. Thanh Lê tiếp nhận trả lời:

- Má mong tình yêu hai con bền vững. Có một ngày rất gần má gặp vị rể tương lai của má.

- À má, ba cứ bảo con về nhà ba thăm. Nhưng con chẳng muốn. Sợ họ nghĩ, con thấy ba giàu nên ham chen vào chia sớt gia tài. Má thì thấy thế nào?

- Cái đó tùy con má không có ý kiến. Mà tốt hơn con hãy từ từ...

- Đúng rồi đó má ơi. Năm mới con muốn nói với má một chuyện thử.

- Chuyện gì?

- Công danh má đã có, tìm lại được con xong, má có nhiều niềm vui lớn rồi nhưng một điều con muốn.

- Điều gì hã?

- Má phải lập một gia đình, để có người chung vui chia sẻ hạnh phúc vui buồn của má. Má không thể ở mãi như vậy được. Chuyện ba trôi qua nhiều. Hay là má còn thương ba!

- Cám ơn, cám ơn con. Con nhỏ mà đã biết hướng về tương lai cho má. Còn chuyện... Trời ơi làm sao má còn nghĩ đến ba Phong con được chứ? Khi ba đã có gia đình rồi. Có người thương má lâu, muốn đặt kết hôn với má. Nhân ngày lễ tình yêu tháng hai ngày 14 sắp tới. Nhưng má còn đắn đo...

- Nếu má xét mọi góc độ và nhất là tình yêu, má thấy yêu được, thì má nên chấp nhận lời đề nghị đó.

- Má chưa nhận chấp việc thành hôn với anh ta. Má chỉ chấp nhận chuyến về Việt Nam sắp tới của má, có anh ta đi chung chuyến. Anh ta là một chuyên viên địa ốc giỏi, là em ruột của anh chị ân nhân, đưa má lên thuyền, vượt trùng dương ra hải lý...

- Má ơi. Đời má xui vẫn quá, nhưng hên cũng lớn. Con nghĩ rất mừng. Con cũng thế, đứa con mồ côi, song ai muốn không dễ được? Vậy ông trời thương mẹ con mình, nhìn xuống đó má à.

Đang nói chuyện với con. Một đường giây khác gọi vô Thanh Lê bảo:

- Ngoại gọi vô cho má. Vì thấy mùng hai má chưa gọi về.

Nghe mẹ nói Kỷ Niệm giục:

- Thôi má nói chuyện với ngoại đi. Chúc má năm mới thành đạt vui vẻ, con gặp lại má sau. Cho con hôn má nhá!

- Chúc con may mắn toại nguyện. Má muốn hôn con nhiều, nhiều lắm...

Thanh Lê nói với con một câu nói, và cũng là cuối cùng với mình. Trước khi rời đường dây con: "Thật là con bé giống mình như đúc hồi đó." Thanh Lê có suy nghĩ vậy.

Tiếp theo Thanh Lê bắt đường dây nói chuyện với mẹ cha cô, trong dịp xuân nữa chứ...

Đến hết ba mẹ lại tới anh chị. Hết anh chị lại tới Minh Hiển gọi. Hết Minh Hiển gọi lại tới ba bé Kỷ Niệm gọi thêm. Nàng thật mệt mỏi với ngày tết cổ truyền. Nhưng không sao! Thanh Lê vẫn thấy lòng ấm và vui lắm! Bù lại những ngày nàng xa cách nhớ nhung tầm tã! Vì nàng lủi thủi ăn học. Xong hết tất cả các cuộc gọi. Nàng tìm lấy tấm hình mình ngày xưa so với hình Kỷ Niệm trên phone, thật giống nhau một chín một mười. Thanh Lê vui vẻ nhìn, mỉm cười trong thư giãn, cảm nhận... Rồi Thanh Lê khóa máy iPhone. Nàng lại đi mở nhạc xuân quê hương, để ngủ một giấc ngon lành. Bỗng nhiên nàng cũng muốn nghe bản nhạc- "Nụ hôn Đầu" của nhạc sĩ tên tuổi nào đó.

Những cảm giác là lạ, đưa nàng thiêm thiếp vào bản nhạc "Hương Xưa" tiếp theo... Giấc ngủ đến nhẹ hều, như chở đưa nàng về trong trạng thái; bến mộng, bình yên, thanh thản, ngọt ngào yêu dấu... Một diễm phúc bù sớt tuyệt vời, mà lâu lắm nàng mới thấy...

Ngoài trời vẫn xuân xanh. Không phải xuân cho những

người dân của xứ sở American. Mà xuân cho người Việt Nam có quê hương tổ quốc, nguyên thủy của họ, dù họ tha phương*/...

HDT- Viết năm 2012

TIẾNG CÒI NĂM XƯA

Hân hạnh giới thiệu sơ vài nét...

Đọc để biết một câu chuyện...

Một cậu bé chừng 11 -12 tuổi mồ côi, cha mẹ chết trong chiến tranh... Cậu ham mê trốn nhà đi du lịch như thế nào? Và bị cha mẹ nuôi đánh phạt ra sao? Đó cũng là mở ra tiền đề cuộc đổi đời của cậu bé sau này, với những tâm lý biến chuyển trong em (Năng). Và may mắn Năng gặp những người tốt giúp.

CHƯƠNG MỘT

Những buổi chiều tát cá lội sông, lội sình, lội mương, lội ruộng. Hễ nghe tiếng còi xe lửa là Năng giật nảy người đứng ngóng. Nhất là khi tìm cá trên cánh đồng lũng xuống, mà đoàn tàu lại chạy trên đường rầy rần rật cao hơn. Năng ngẩn ngơ cứ đưa mắt nhìn đến khi đoàn tàu xa hút và mất dạng. Như có cái gì đó thê thảm, vui buồn trộn lẫn trong Năng thật kỳ dị…

Năng từ nhỏ mồ côi cha mẹ. Trong chiến tranh "Được gọi hòa bình lập lại sau chiến thắng của Bắc Việt 1975." Mẹ cha Năng đi làm ruộng từ làng Mỹ Chánh vào những năm 1980- 1985, nhưng bị mìm mỏ còn sót lại ẩn náu đâu đó, từ bụi bờ, nương rẫy, lạch sông v.v… Và chính M79 nằm sót lại trên vùng cỏ, nơi cha mẹ Năng cuốc đất xây mương vào năm 1985, họ đụng lưỡi cuốc vào nó, khi dùng cuốc bứng đất dời đi, nên nó bung ra nổ và chết tươi họ. Năng lúc đó lên 5 tuổi. Cậu bé buồn mà muốn đi lang thang, thấy Năng ai cũng muốn lượm về nuôi, song Năng còn thương cha mẹ nên chẳng ở với ai được. Năng chỉ thích đi và đi không dừng lại… Chắc tại Năng còn trong tính thích tự do, ít nghe lời ai.

Đến khi ngôi nhà Huy, Huê này là giữ chân Năng khá lâu gần 6 năm trời rồi. Tức là Năng đã được lên 11 tuổi. Chủ nhà biết tánh Năng ham nuôi chim, nên cho Năng nuôi chim sáo. Đi đâu về Năng cũng chăm con chim ăn uống, nước nôi, Năng có vẻ thương chim sáo, hơn cả bản thân mình!

Năng cũng được học hành, song cậu ít để ý việc học hành bằng thú vui nuôi chim, tát cá. Ông Huy bà Huê thì không có con nên chiều Năng. Cậu được yêu quý, muốn gì lại có nấy, thỉnh thoảng Năng mới lùa bò thả xóm sông cho chúng ăn cỏ, khi ba Huy bận bịu, hoàn toàn thì cậu vui chơi, tát cá, bắt dế, trèo cây, và đi học thôi. Tuy nhiên tiền thì không cho, lối sống ở đây con nít là như vậy, ít khi cha mẹ cho tiền. Hơn nữa ông bà Huy Huê sợ cho tiền, cậu sẽ biến. Vậy mà Năng thầm mơ đi du lịch. Cứ nghe đoàn tàu còi hú chạy ngang qua, cậu lại thèm được ngồi trên đoàn tàu để đi đây đó, xem cảnh lạ thì thích biết mấy!

Một hôm bỗng nhiên Năng thích điều đó đến vô cùng, đang tát cá. Cậu suy nghĩ và tự nói:

"Mình có thể phải trốn đi một chuyến, cho vui thỏa thích mới được chứ."

Sau đó Năng liền bỏ hết tôm cá tại ao tù, nơi gần mương nhỏ, bên cạnh vài đám ruộng sình lầy kia, để đi theo ước vọng mình. Cậu đánh bạo vừa đi vừa chạy vào gần ga chờ đoàn tàu chợ đến. (Tàu chợ lúc đó là tàu vẫn có khách, nhưng chở hàng hóa theo kèm, với khách lao động là phần nhiều.) Khi Năng đến ga, ngộ là đoàn tàu thấy lúc nãy hình như chạy qua lâu mất rồi… Cậu đưa mắt buồn bã thất vọng, nhưng Năng biết điều này: "Chỉ người đợi tàu thôi. Tàu đâu thể đợi người!" Năng phải đành chờ chuyến tiếp theo…

Hơn nửa tiếng chờ đợi, tàu chợ chuyến khác lại cập bến. Cậu mừng rỡ lăng xăng, như được dịp, được keo mới rồi. Năng phóng mình lẹ như con sóc lẻn vào boong ga. Cậu luồng qua lách lại các toa tàu nhanh chóng còn hơn con sóc con, hoặc tựa như chim sáo nhỏ lanh! Rồi cũng mắc phải chệnh choạng lắm, cậu mới tìm ra chỗ ngồi! Năng như những hành khách nghèo khổ, quần áo trông có vẻ cũ kỹ, hơi bẩn thỉu lôi thôi, lại nhệch nhạt nữa. Cậu biết thế, nhưng Năng không kịp thay vì đi liền mà! Hơn nữa nếu thay đồ đẹp thì khó cho việc ra đi thôi. Năng đành chịu, đâu phải ai đi tàu cũng mặc nhiều đồ đẹp hết. Kệ xác Năng không lo, cậu lo là phải đi được một chuyến du lịch thoải mái, để chứng minh cho phong cảnh đất nước mình... Cậu ao ước lâu rồi thôi! Nghĩ ngợi mông lung, dần hồi Năng phải tìm một vị trí đứng lên. Đi qua các song, khung cửa chạy ngược, cậu nhìn thích, và đôi mắt vui quá! Năng như mở được tầm nhìn, không còn bó hẹp như ở nhà, cứ thôn rồi xã, cứ xã rồi thôn, quá nhàm đi mất! Giờ thì Năng hí hửng tha hồ ngắm mây bay gió thổi, mặt trời đổi nhiệt nhiều màu... Còn gì bằng, Năng thích chí vô cùng! Đôi mắt ngọc như được giải phóng, say sưa thả vòng ngắm, buông xa đến ngút ngàn không giới hạn kia...!

Đến bốn, năm ga chẳng ai để ý, kiểm soát viên không buồn hỏi Năng, chuyện nhà nghèo đi tàu lậu lúc này hơi bị nhiều. Nên các kiểm soát viên cũng xuê xoa, cho hoàn cảnh người nghèo khổ lúc này. Tới lượt khi có một anh kiểm soát viên lại hỏi:

- Nè vé đâu cậu bé, cho tôi kiểm tra xem.

- Dạ em không có vé.

- Ô lạ thay. Vậy sao cậu đi, lên từ đâu nhỉ?

- Dạ Phù Mỹ. Em thích đi tàu mà không có tiền từ lâu, anh cho em đi chứ. Làm ơn nhé anh?

- Vậy sao hã? Anh kiểm soát viên nói, và mỉm cười. Nhìn cậu bé anh trêu thêm, nửa đùa nửa chân thật:

- Ba mẹ đâu mà không cho tiền? Trông em có vẻ đầy đủ thông minh mà! Em tên gì?

- Em tên Năng, không có cha mẹ. Ba má mất hết rồi. Em chỉ ở với người ta nuôi thôi.

- Có thật không, hay muốn đi phá phách nhỏ Năng?

- Không đâu! Em không có phá phách đâu, anh cho em đi đi. Từ lâu em thấy đoàn tàu chạy qua, nghe nó hú là thích lắm, nhưng hôm nay mới dám đi.

- Vậy sao? Làm em của anh thì đi miết không sao nhé. Cậu bé khấu khỉnh ơi?

- Anh không nói đùa chứ? Em thích đấy.

- Được không đùa đâu. Nếu em muốn.

- Thiệt nhé. Năng bảo thế, cậu đưa ánh mắt vẻ trìu mến ngó chàng kiểm soát viên.

Lê Hải nở nụ cười, nhìn cậu trai nhóc nhỏ và nói tiếp:

- Hì nè... Anh đùa đó thôi, đi đi coi cho đã rồi về. Nếu khi nào cần tham quan hãy vào ga này. Hỏi con tàu nào có Lê Hải anh sẽ ra rước em...

- Cám ơn anh. Vậy nhé anh Hải. (Hải có đeo phù hiệu và chức danh trên ngực áo. Nên Năng lanh trí nhìn thấy, và biết. Cộng với Hải vừa mời mọc, vừa giới thiệu tên anh.)

- Ừ ngắm cho thỏa thích nghen, có đói bụng báo anh hay, anh kêu tiếp viên cho em ít đồ ăn. Nghèo không phải là cái tội mà, đúng không cậu nhỏ?

- Dạ... đúng. Xin cám ơn anh Hải.

Lê Hải nói tiếp:

- Ừ thôi, chút nữa sẽ ăn chung với anh thức ăn sẽ đem tới. Em ăn, anh trả tiền nghen "bé ham học hỏi, thế giới địa hình" hi hi. Lê Hải cười nheo mắt vào cậu bé, và cố nhìn cậu bé Năng cho kỹ thêm.

- Cám ơn anh nhiều. Nếu em đi nữa sẽ nói em kết nghĩa của anh chứ?

- Ừ vậy đó cho xong chuyện. Không ai hỏi thêm đâu. Lê Hải trả lời bởi vì thấy Năng dễ thương, có vẻ láu lỉnh khác thường.

Chàng trai Lê Hải nói rồi bỏ đi làm công sự của mình, qua một đoạn những toa tàu khác, như sực nhớ một điều chi. Chàng quay lại nói với Năng:

- Em ơi lát nữa tới ga Quảng Ngãi tàu dừng lại nửa tiếng để tránh tàu Vinh vô. Em có thể đi xuống dạo chơi thú vị lắm. Anh có thể cho em ít tiền mua một vài thứ gì đó ăn, để biết đặc sản nơi đó đây nha.

- Em xin cám ơn anh. Nhưng em đứng trên tàu nhìn cũng đủ rồi anh.

- Không bằng đâu cậu bé, đứng trên tàu có bán đồ ăn, song thì không hấp dẫn bằng ở dưới nớ. Dễ gì có cơ hội cho em? Lâu lâu tàu mới dừng đó thôi. Nên đi cho biết, nghe lời anh đi nhỏ.

- Vậy hã anh? Năng phản ứng.

Lê Hải đành như cướp lời Năng:

- Ồ đi trên tàu em chỉ đưa mắt nhìn chung chung thôi. Chưa đủ thích bằng cụ thể đâu cậu? Nếu có dịp nào nên thử hết, mới là kêu đi du lịch chứ lị?

Lê Hải nói mà Năng thích nhìn vầng trán rộng, mái tóc

bềnh bồng cùng với nước da nâu, ngăm đen của anh. Năng thấy anh đẹp trai lắm. Năng ước gì mình lớn, được đẹp cái phong độ như anh Hải.

Lê Hải đứng cố nhìn Năng thêm. Anh rút tiền trong ví để đem ra một tờ giấy bạc 20 đồng. Anh bảo:

- Nhận tiền anh đi. Chỉ còn vài tuyến đường nữa là tới không bao lâu đâu. Anh đi làm công việc nhé.

- Dạ cám ơn anh. Năng gật đầu và đưa tay cầm lấy. Lê Hải dùng một bàn tay mình, sờ đầu Năng nhè nhẹ như một lời chào tạm biệt rồi bước qua các toa khác. Năng mãi cứ đứng nhìn theo Lê Hải cho tới khuất bóng, anh lẫn trong đám người đang dạo đi trên boong tàu...

Đến ga Quảng Ngãi người phát thanh viên của ga thông báo trên loa "*Tàu SP17 này sẽ dừng lại khoảng 30 phút có hơn. Vì tránh đường cho tàu khác đi. Xin lưu ý, lưu ý cho quý thân khách biết thông tin này. Chúng tôi, chúng tôi, xin cám ơn, xin cám ơn...*"

Hành khách lắng nghe một số xuống ga đi dạo. Năng hùa theo những dòng người đông đảo đó. Và cậu cũng như bao người toan đi kiếm các quày, lều, chài chảo, quán nhỏ bán quà và thức ăn, họ nhìn xem xét chọn lựa, rồi mua ăn cho vui miệng. Năng tìm đến, lòng như rất ư là thú vị, đang hòa đồng của không khí xuống tàu nơi bao người... Rồi ba món mà cậu lấy thích là bánh bao, bánh cam, và bánh cuốn cá biển hấp. Cùng với xirô dâu thơm, lại ăn thêm được cây kem chuối. Năng ăn quá no nê bụng, đúng ra mỗi thứ cậu thưởng thức một chút thôi mà đủ no, chứ không phải Năng ăn là nhiều lắm. Và cậu cũng được ngắm nghía các gian hàng trưng bày ở đây, một cách thẩm mỹ, rất ư là lạ mắt...

Chẳng mấy chốc tàu lại có thêm khách mới cùng với khách cũ. Cô phát thanh viên thông báo giờ khởi điểm tàu chuẩn bị đi...

Và con tàu tiến hành rong ruổi tiếp tục, khi nó đã tránh đường cho tàu Vinh xong.

Lên tàu lại, Năng nhớ mãi người bán bánh bao và bánh cam. Cậu chỉ mua bánh loại nhỏ thôi, mà họ lầm đưa ra cậu bánh lớn to sụ. Khi nhận tiền Năng gởi, họ kêu la ầm ĩ:

- "Ê ê kìa nhỏ này. Ê ê nhỏ này, lộn rồi mèn ơi. Trời ơi mau mau đổi lại. Mau mau ê nhỏ đổi lại nè nha nha..."

May mà cậu chưa kịp ăn nuốt, phải đổi lại cho họ... Hi hi lạ quá. Năng nghĩ cho một cuộc cười mang hài hước, và cũng thấm vui đấy!

Vậy là coi như cậu thỏa thích chuyến đi từ Phù Mỹ ra tới Quảng Bình và rồi trở về vào ngược lúc đi. Năng thấy quê hương Việt Nam nơi nào cũng đẹp, cũng xinh. Con người Việt Nam cần cù lao động... Nhà cửa, nơi giàu nơi nghèo, con người cũng thế. Nơi mặc lành lẽ, nơi quần chầm áo vá, nơi thì có đùm kết, lớp lớp tả tơi. Tự nhiên gây trong lòng Năng cảm thương, xót xa cho hoàn cảnh họ. Nhưng xã hội mà, ai đâu giàu hết, ai đâu nghèo hết? Chính cậu thuộc vào tầng lớp nghèo khổ kia mà? Mặc dù Năng ở trong gia đình cũng khá giả, so với thôn quê... Tàu cứ thế đi trên đường rây, nhìn qua một cánh đồng thấy chú bé tát cá xách lồng chim chạy. Năng bất chợt nhớ con chim trong lồng xanh của mình ở nhà lắm. Song cậu nói thầm với chính mình:

"Tao nhớ mày và chủ nhà nữa, nhưng tao muốn đi chơi nghía cảnh tý nha, tao sẽ về mà chim sáo nhỏ ơi là..."

Năng đã được rong chơi trên tàu và vài sân ga đẹp, một cuộc đi chơi thú vị hấp dẫn, để nhìn quanh cảnh thế giới từ xa. Chỉ con tàu lửa đi ra xa thôi, cậu cũng đã thấy trời cao bể rộng thật...!

CHƯƠNG HAI

Về lại nhà Năng bị hỏi tội. Cậu đang thay đồ đi học và cũng nhớ trường, nhớ lớp hơn bốn ngày. Đang mặc đồ chỉnh tề xong, chuẩn bị ra đường vui vẻ, thì ba Huy chủ nhà kêu giật lại. Vì ở nhà ba mẹ Huy Huê đã lo như nóng nước đổ gọng hơn mấy ngày, cậu mới về lại. Má Huê thì OK, riêng ba Huy còn giận tức lắm. Ông bảo, giọng chợt cứng đanh:

- Không đi học hôm nay đâu, vào nhà đi.

- Dạ ba nói...

- Vào thay đồ đi, ra đây có chuyện. Để ba dạy mày đã Năng.

Năng lặng lẽ vào phòng thay đồ. Cậu mặc lại quần đùi cũ, và chiếc áo thường cánh tay ở nhà. Năng ra đứng gần đó.

Huê vợ Huy nói:

- Thôi anh, con nó ham vui, nó về rồi anh cản làm chi. Nó nhớ trường nhớ lớp...

- Em binh nó quá. Nó vô lễ đi phải thưa về trình chứ, ở với mình là con. Muốn đi thì đi sao em? Đi thưa ắt về trình. Câu đắc đạo, mất một cái đi thưa, là vô lễ lắm đó, anh chẳng thích.

Năng đến ra đứng một góc gần bên mẹ Huê. Huê nhìn Năng như người mẹ thương con bảo chồng:

- Nhưng nó về rồi Anh Huy nà.

- Để tôi phạt nó mới ổn. Em đừng cản trở chứ.

- Tội nó mà. Còn nhỏ ham chơi dại thôi anh?

- Măng không uốn tre uốn nào được, để tôi. Em lui đi.

- Thôi em xin anh.

- Đã bảo lui ra. Anh dạy nó chứ có làm gì đâu mà em xin?

- Mình nuôi sáu năm rồi như con. Anh đánh nó em chịu không nổi.

- "Thương cho roi cho vọt, ghét cho ngọt cho ngào" Anh đang làm chuyện này. Em giang ra, anh năn nỉ, đừng làm anh bực tới em luôn.

- Ừ anh nhớ nương tay kẻo mang tội đó nha.

- Lui hoặc vào buồng đi, để anh trị... Nói sao em chậm thế? Anh có giết nó đâu mà em lo?

Nàng Huê lui ra ghé thăm coi bò. Nàng cho thêm rơm vào, chúng ăn nhỏn nhoẻn, nhìn thương cho đôi mắt hai con bò, như thương đôi mắt Năng bướng bỉnh kia, song hiền lành đang bị phạt kia...

Trong nhà Huy đang hỏi tội Năng.

- Sao mà đi không nói cho ba má hay hỡi Năng?

- Con thích đi du lịch, chỉ sợ ba má không cho. Nên con

liều một chuyến con xin lỗi. Con xin lỗi ba má nhiều...

- Cả gan nghẹn, đánh mày mới được. Ba Huy quất roi vô mông Năng, trong chiếc quần đùi sờn cũ Năng càng thấy đau lắm. Cậu đã nằm sấp xuống cho ba Huy đánh đòn.

Huy quất vào mông ba lần roi mây, anh lấy từ góc chuồng bò ra sử dụng. Roi mây này Huy để dành mỗi khi mùa cày ruộng, anh dùng đánh hoặc quơ quào hăm dọa bò, cho chúng đi kịp nhanh. Song bây giờ Huy lấy ra đánh Năng. Huy cho là trị tội Năng.

- Đau quá ba ơi, ba ơi đau quá, quá đau ba ơi. Năng xuýt xoa lấy tay sờ mông quần và rướm nước mắt.

- Không than, không kêu. Phải nhớ không được làm điều gì, mà không nói ba mẹ nha. Rất thương con đã cho con bắt sáo, nuôi chim trong nhà. Thì chỉ lo học hành thôi, con phải biết thân, và nơi công ơn chứ...

- Phịch, phịch, phịch...

- Ôi chao. Đau quá ba ơi. Dạ con biết, nên con ở với ba má lâu mà.

- Mày dễ phản lắm đó. Tao phải cho mày theo vào rừng mấy hôm, đi với tao để khôn hơn.

- Chi vậy ba? Năng vẫn còn nằm nghéo cổ hỏi ba Huy, như đầy vẻ sợ sệt.

- Rừng tạo con người dũng mạnh, khôn lớn hơn, như núi sừng sững hơn, nhưng có cả gan góc hối hận hơn, cứ đi theo ba rồi biết.

- Dạ. Nhưng ba ơi...

- Không nhưng gì hết, hãy đứng lên đã. Chờ kế hoạch mới của ba.

- Ba ơi cho con xin lỗi. Nhưng mà con...

- Không có gì đâu. Lo lắng chi? Nhưng chi hoài...

- Con cứ sợ điều chi...

- Ừ thôi xong rồi. Vậy đứng lên đi, đánh đau để con nhớ.

Năng đứng dậy, phủi tay nằm dính đất hoặc bụi bám. Cậu đã vòng tay cám ơn:

- Con xin cám ơn ba tha.

Vừa lúc vợ Huê vào. Huy lại nói:

- Mai tôi dẫn nó đi rừng, em ở nhà thả bò hay cột gì đó, để chúng đứng gặm cỏ nha.

- Chi vậy anh?

- Tôi sẽ đi săn ong rừng muốn dẫn nó đi chơi, không có gì em đừng ngại.

- Ba ơi. Ba thương con với. Năng tha thiết bảo thế.

- Đã nói không có gì đâu, yên tâm đi. Huy trả lời.

- Ừ được, anh Huy đừng làm quá nghen! Huê tỏ ra ngờ vực khuyên chồng.

- Tôi vẫn thương nó. Mà phải làm cho nó biết thôi... Huy cố giải thích.

- Anh ơi là...? Huê nói tới đó rồi ngưng.

- Em khỏi lo. *Thương cho roi cho vọt/ ghét cho ngọt cho ngào*. Ông bà ta dạy thế em ơi...

- Bây giờ câu này coi không còn giá trị, coi chừng lỗi thời anh Huy.

- Không khi nào mà lỗi thời cả, những câu vàng ngọc khuôn thước đó. Em cũng nên hiểu lấy chứ...

Huy nói và đi cất roi mây lại nơi cũ, ở góc chuồng bò anh trở vào, Huy nghe tiếng Huê gọi:

- Dạ. Anh ơi...

- Có gì mà anh ơi, anh ơi hoài vậy. Chuyện nhỏ như hạt gạo, mà có chi em hốt hoảng chứ? Yên chí đi vợ, anh không rảnh để nghe em than vãn đâu.

- Em hiểu nhưng mà...

Huê nói như trả lời cụt, vì sợ chồng, nên Huê lẩn thẩn, lẩn tha không dám hỏi gì thêm. Huê chỉ nhìn thằng con bị đánh phạt nặng đòn mà thương...

Thằng bé lém lét còn nhìn ba Huy liếc má Huê. Bé vừa sợ vừa thương má. Huy đã bỏ đi làm một cái gì đó rồi. Còn lại Năng nhìn má Huê, má con như thông cảm nhau lắm. Huê đến sờ đầu con trai, rồi đi lấy khoai môn mới nấu đổ trong rổ đưa Năng ăn với mình, song nó chỉ lắc đầu. Huê vội đi lấy chai dầu nhị thiên đường thoa cái đoạn, vùng mông đau của thằng bé...

Năng nhìn mẹ Huê kính yêu:

- Con cám ơn mẹ.
- Mẹ thương con lắm Năng. Chắc đau lắm hả con trai.
- Dạ đau lắm mẹ ơi.

CHƯƠNG BA

Sau đó một sáng nọ, thì Huy dẫn Năng vào rừng xa, hai cha con săn ong kiếm mật khá lâu. Năng cũng rất thích thú khi đi rừng với bố. Thế giới rừng cũng quả đáng yêu và huyền bí, cậu cảm nhận. Tuy thế Năng vẫn còn sệ sệt chuyện gì bí mật nơi người cha Huy. Thì rồi ba Huy bảo rằng:

- Đói bụng chưa con Năng?
- Dạ đói. Năng thành thật.
- Vậy nên ăn cơm với ba đi.
- Dạ.

Ba Huy tự nhiên kể chuyện đứng trước mặt Năng,

- Rừng này có nhiều mật ông lắm. Ong lỗ, ong mật, và ong ruồi. Nhưng kỳ này giống như ai bảo chúng, mà chúng chạy trốn đâu mất tiêu. Hai cha con tựa như đi du lịch chẳng tìm chi được.
- Má nói mật ong ruồi tốt nhất hã ba.
- Đúng rồi, nhưng hôm nay con thấy đấy, ong đi rồi toàn là sáp còn lại. Mật chúng đã lấy mang theo.
- Con cũng không biết sao nữa ba ơi.
- Thôi được rồi đói bụng thì ta ăn cơm con nhé. Có cũng được, không có như ta đi rừng cho vui thôi.
- Dạ ba. Năng lễ phép đáp.

Huy nhìn thằng con cũng thấy thương thật. Nhưng anh đi rừng hôm nay, đã có một chuyện tính rồi mà. Thì hãy cứ thực hiện đi. Và suy cho cùng, vẫn chỉ là cách phạt nhỏ nhoi thôi. Ta cứ vô tư đi ắt là mọi việc sẽ trôi chảy chứ. Huy nghĩ và nói với con trai:

- Thôi bẻ lá đi để lót ngồi ăn cơm nha Năng.
- Dạ.

Hai cha con bẻ vài tảng lá rừng, để ngồi lót ăn cơm, vì họ có dỡ theo. Rừng cũng có những tảng lá rộng và to lắm.

Năng vẫn không biết lá tên gì? Cậu cũng chưa kịp hỏi ba. Mặt trời xuyên qua lá, lớn có nhỏ có, đổ xuống trên mái tóc ba và vai áo ba. Năng trông ở chốc lát được nhìn nó, Năng thấy nó đẹp vô cùng, thật tuyệt vời... Rồi tự nhiên nó biến đi đâu mất trơn kỳ lạ... Chỉ còn mát rượi bóng râm đổ xuống, nơi hai cha con ngồi ăn. Cậu cố nhìn ra hình thái đó, nhưng không thấy nữa... Năng trong lòng cảm thấy tiếc thật như một ảo ảnh, mà phải bấm bụng để quên đi. Đâu phải thứ gì, vật chất nào mình muốn, nó cứ hiện mãi để mình thấy đâu...

Ăn xong cơm Huy bảo Năng:

- Đưa tay đây cho ba.

- Chi vậy ba? Năng ngơ ngác nhìn ba Huy.

- Ba cần, không hỏi chi. Ba không giết con đâu.

Năng đưa tay, cậu bé nhìn ba Huy đầy lo sợ.

- Ba cột tay con, coi như hình phạt con bỏ nhà đi đó. Cột con ở đây ba hôm, ba sẽ trở lại. Phạt con mà cũng tập con gan góc dũng cảm, cả hối hận đó, nhiều thứ nơi bài học. Cho con nhớ đời...

- Không, ba ơi con sợ thú rừng.

- Không sao, cả rừng này không có gì nguy hiểm đâu. Cho con nhớ đời. Cho con trưởng thành hơn...

- Không, ba ơi con lạy mà, con không làm vậy nữa đâu.

- Cứ để ba làm đừng la. Chuyện cũng nhỏ thôi mà.

- Ba ơi, ba ơi!

- Đó con có nghe không? Không ai giúp con được. Ba sẽ giúp con thôi.

- Ba ơi, ba ơi, con lạy mà thả con ra! Ba ơi, ba à!

Năng cứ nói, Huy cứ làm, Huy cột tay Năng và cột Năng vào thân cây không to lắm. Bởi Năng còn bé nhỏ, nên Huy làm gọn gàng như một trò chơi ảo thuật... Huy lại giảng nghĩa mau:

- Xong rồi nha mới ăn chưa đói đâu, có đói cũng để nhớ đời. Ba hôm nữa, ba tới thả con về đi học lại. Cố gắng nhé.

- Ba ơi, ba ơi... Con không muốn. Ba ơi, con không muốn đâu..

Thằng bé nói như muốn lạt hơi chữ cuối. Huy nghe nhưng giả vờ như không, anh bỏ đi xuống núi. Huy đi như tỉnh bơ, không có gì để anh phải lắng nghe!

Năng kêu mãi ba ơi, ba ơi rồi khóc. Chỉ còn hốc đá nghe. Năng tung tẩy mạnh, song Huy cột chặt cứng quá. Cậu đành chịu thua. Bậm gan mà Năng chảy nước mắt khóc, rồi hết rươm khóc, rơi vào im lặng. Cậu lại nhìn trời, nhìn rừng. Ánh nắng chiều trong rừng nhưng sao lại chói chang, cũng đi ngang qua rồi biến mất lẹ quá nữa. Năng như chưa kịp nhìn đủ. Lòng cậu giờ nghe trống rỗng mơ hồ, mà xốn xang xa xăm... Năng như chìm vào giấc mộng, rồi cũng nhanh chóng trở về với thực tế. Suối vẫn chảy róc rách đâu đây, đâu đó vài con chim xanh vẫn vỗ cánh, xa nhành bay đi, những đám ong thì vẫn bay cao vù vù, bền chí đi tìm hoa xinh nơi rừng rú mà hút mật, chỉ mình là không duy chuyển được. Năng nghĩ và đành buồn...

Rồi mệt mỏi ngày thứ hai, Cậu vẫn cố la lên:

- Cứu, cứu giùm tôi... Trời ơi... ai cứu giùm tôi... Trời ơi...

Có người đi rừng, đúng hơn là một vị thiền sư. Là một tăng tu, lắng tai nghe âm vang động dội, bèn dần hồi tiến về phía âm thanh phát ra. Nắng lại xuất hiện nhẹ nhàng, dìu dịu đi theo bước chân ông... Vị tăng thấy một em bé bị cột, vội thật động tâm liền ngạc nhiên tới:

- Sao lại thế này. Ôi. Nam-Mô-A-Di-Đà-Phật

- Con bị cha mẹ nuôi phạt, con muốn mở trói giùm con. Làm ơn! Năng trả lời nhanh.

- Mà sao con bị phạt? Vị thiền sư hỏi thêm. Mắt vị không rời sóng mũi và nhơn trung của cậu bé.

- Con tự bỏ nhà đi chu du, không báo rồi về lại. Năng trả lời bằng sự thật.

- Vậy có gì ghê gớm sao phạt hình phạt này? Đi và có về mà? Nam-Mô-A-Di-Phật. Vị thầy chắp tay xá, như một tình thương cầu nguyện của môn phái mình.

- Vậy nên mở cho con. Con chịu không nổi nữa, đau quá.

- Ừa Nam-Mô-A-Di-Đà, ta mở đây. Người thầy tu lẹ làng mở trói ra cho cậu.

Năng đưa mắt nhìn vị thiền sư kỹ hơn, như xúc động, lấy tay bái, rồi quỳ xuống tạ ơn:

- Cám ơn thầy đức rộng từ tâm. Con sẽ không quên... Cho con đi nha.

- Vâng nhớ ta là đủ rồi. Vị thầy tu nhìn lại Năng, và ông đưa mắt nhìn chiếc dây trói, ông bức ném qua một bên kia.

- Nam-Mô-A-Di-Đà... Ông niệm tay vẫn để trước ngực. Cậu để ý, vẻ ông rất thành kính bề trên của tôn giáo ông.

- Đội ơn ngài. Năng đã lễ phép đáp.

Năng sợ ba mình đến, nên cậu bé xa người thầy tu mở trói ngay tức khắc, không nói lâu hơn. Năng cảm giác vị thầy tu quá đẹp trai và còn trẻ lắm chứ? Chắc chỉ khoảng hơn ba mươi tuổi mà thôi là phải? Rồi Năng đi thật cho nhanh nhẹn, khuất bóng. Cậu vẫn còn thỉnh thoảng vẫy tay chào tạm biệt lại, chỉ còn một dấu hiệu... Người thầy tu còn nhìn theo bóng cậu bé xa dần trong rừng. Vị tự thấy lòng nhẹ nhõm, không biết vì đâu. Rồi vị đi với công việc tọa thiền của mình nơi rừng rú. Vị cứ đi qua các nẻo, gió rừng như rít hú, gọi thổi miên man...

Phần Năng đã xuống hố đi tìm nước uống trước tiên, sau tìm cây sung một vài trái nơi rừng, để ăn cho đỡ đói. Cậu ăn rồi thèm nhìn những lũng vạt nắng rừng huyền ảo và kỳ dị kia. Năng ước gì có máy ảnh, sẽ săn chụp vài "pô" để lấy làm chiến tích đẹp, nhưng dễ gì có? Đúng là mình cóc mà đòi leo thang, người nghèo rớt mồng tơi, mà đòi làm sang kiểu cách, hoặc tuổi nhỏ mà đòi làm việc cao? Là Năng đây sao ta! "Rõ là thằng nhỏ Năng quá hư mất!" Năng tự nói rồi cười buồn, luyến thoáng bâng quơ cho óc tưởng tượng "siêu việt" của mình. Bất chợt, cậu lại nhìn thấy phía bên kia xa xa thêm vài loài hoa rừng. Hoa loa kèn vàng, hoa kèn trắng, kèn xanh, và hoa như đuôi chồn mọc tím đâu đó cũng có, qua đối diện bên cây sung chỗ không xa mấy, nhưng lại là nơi đất khô cứng hơn chắc. Vị thế như vậy nó mới có được, nó không ẩm ướt như nơi cây sung bìa rừng này chứ? Năng đưa mắt ngắm một hồi coi như có lẽ đã đủ rồi, và không còn tâm trạng thưởng thức nữa. Cậu chỉ là đưa mắt phóng tầm nhìn xa xa cho đỡ thích chí trong lòng một chút thôi. Nhưng mà nói vậy thôi, chứ hoa thì kỳ lạ lắm, nó vốn lôi cuốn làm Năng muốn tò mò hơn, Năng muốn tới để hít ngửi hoa lá ấy một tý, rồi cậu sẽ bỏ đi tìm một chỗ ngồi mới cũng được chứ? Bất chợt lần thứ hai cậu lại đụng phải một loài hoa kế bên gióng lên mắt cậu nữa. Đúng ra loài hoa đó, giống hoa mà không phải là hoa, hình thức nó như một cái muỗng phểu uốn cong, trông khá khéo léo, và đẹp hệt muỗng nhỏ của các bà mẹ bán dầu đậu lạc, hoặc phểu ngắn để bán rượu ở các ô quán, mà họ đem đổ vào hũ cho tiện tay, hay dùng đong vào các loại bình chai miệng bị túm xíu, cho an toàn chẳng bị rơi rót giọt nào. Mặt khác nó lại còn có nắp mở hơ hớ phía trên trông rất ngộ ngộ, cùng dễ thương nữa. Cậu say mê nhìn từng những cánh lá, nhành, đốt, cuống, và thân cây chúng thật lâu mới chịu đi.

Xong điều ngắm hoa ngắm cảnh. Năng về lại gốc sung lúc nãy ngồi nghỉ hơi, sau một hồi đủ chuyện cậu đã bắt gặp trong rừng. Rồi cậu tự nghĩ ra một điều mới lạ, hay vô cùng cho mình đây. Năng lại tự nói với lòng mình hiện tại một chuyện rằng:

"Ô hay là ta không nên về nhà nữa, ta phải đi xa thôi, tốt hơn thôi. Thiệt ra ba nuôi có thương ta, nhưng tánh tình, khí chất sao quái gỡ quá. Ông nỡ coi mạng ta rẻ hơn bèo! Mẹ nuôi thì thương mà lệ thuộc. Thôi ta không về nữa đâu, ta sẽ tìm chốn khác mà đi, đi cho chắc hơn." Đi từ nơi rừng này...

Cậu nói và thấy chú sóc chuyền cành vui vui. Năng đứng lên nhìn thì nó chạy mất, một con chim gõ kiến tìm mồi thấy Năng, nó cũng cuốn bay nhanh, một con nhím trẻ thấy Năng nó cũng cúp đuôi trốn, một con thỏ dại chạy ngang gặp Năng thì vội lẹ tìm nơi trú ẩn... Loài thú nơi rừng đa phần nhát vô cùng. Rừng cũng thú vị cho Năng, cậu có cảm giác yêu quý, lẫn hồi hộp đan chen...

Rồi Năng chợt nghĩ ra đủ thứ, đời mình sao quá hẩm hiu, côi cút, mất tự do nhiều... Cậu muốn đi tìm lại Lê Hải, người mà Năng đã gặp trên tàu lần đó - Anh đã nhận và dặn Năng rồi kia mà! Cậu có ý muốn xin anh ta giúp cho cậu cuộc sống mới, hơn là về với gia đình ba Huy. Vì ba Huy quá gắt gỏng, quá sát phạt, quá cứng cỏi cột mình để trừng trị, để răn đe! Ba Huy làm một việc giáo huấn lạ kỳ, chẳng hề thương tiếc ta. Mẹ Huê có thương ta nhưng giúp được gì, chỉ chống trả yếu ớt, kém cỏi quá...

Cậu bé tự nhiên nặng lòng suy nghĩ hơn, muốn hoàn toàn thay đổi ý định hơn. Năng quyết ra đi thì hơn. Tuy lòng còn bịn rịn ở nơi đây: ao hồ, sông suối, như níu chân Năng, cái xứ sở Mỹ Trinh địa thế, "núi cao và bùn lầy có đủ ấy..." Cái xứ có người cha mẹ nuôi cùng bè bạn, từng cưu mang mình trên những năm tháng kia... Nhưng than ôi, Năng muốn vứt bỏ nó. Vì có lẽ phải chia tay, phải đi thôi, phải đổi xứ đổi đời thôi. Và cậu có ý muốn đi dần theo hướng về dưới chân núi...

Năng cố đợi sao cho ngày tắt hẳn, trời kia bắt đầu lấp lánh thoáng đêm. Có màn đêm đã về tới hơn. Cậu đã rời khỏi núi... Quả thật xóm làng đang chìm ngủ trong đêm. Năng né con đường về thôn nhà, cậu rẽ trái theo tìm đường một lối mòn đến thôn khác, là Trực Đạo. Năng lội dọc theo đường rầy Trực Đạo, để tiến về ga của Phù Mỹ Mỹ Hòa... Cách xa về phía Đông Nam chừng 12 cây số.

Ban đêm Năng vẫn cắm cúi đi và chạy về ga. Bởi cậu đã thay đổi thái độ hoàn toàn chẳng mảy may? Năng dứt khoát cuối cùng là mạnh tiến ra đi. Cậu đi cả chạy thôi thúc, xen kẽ. Thỉnh thoảng, Năng ngoái cổ nhìn lại phía sau mờ mịt không có bóng người. Đêm thật kỳ bí hùng vĩ, cả lạnh lùng nặng nề nữa, nó như theo chân Năng phía sau...

CHƯƠNG BỐN

Đến ga Năng chờ đợi không bao lâu cùng với hành khách. Tàu đến liền cậu thấy may mắn không còn chờ đợi như lần trước. Cậu phóng lên tàu như một mũi tên liền cánh, tìm toa ngồi. Năng nhìn và cũng giúp một bà mẹ già, khi bà xách hai giỏ xách, bà đi lẹt khẹt khó khăn, một giỏ xách có trái mít hơi to, và một xách lát nhỏ chứa đựng bí bầu, khoai sắn chi đó. Bà nhờ Năng đưa tay phụ kéo, nên lên toa được nhanh gọn. Bà nhìn Năng như ném thầm cái cám ơn chân thành, cho một thằng bé mau lẹ. Năng hiểu, cậu đưa mắt nhìn bà, nhìn mọi người chung quanh, rồi cậu cũng vui vẻ ung dung hơn. Nhưng trong lòng Năng một nơi sâu kín, lại vẫn có phiền âu điều chi chút đỉnh...

Đoạn khá lâu, cậu lại thấy một chị nhân viên có gương mặt đẹp hiền lành, chị ăn mặc theo nữ kiểm soát viên thật dễ thương. Tóc dài chị vấn cao, nước hoa chị xức cũng thơm phức. Năng vội hỏi:

- Chị ơi, em muốn tìm anh Lê Hải. Mong chị giúp giùm.

- Em là ai, lại đi tìm anh Lê Hải?

- Anh ấy nhận em là em nuôi. Em muốn theo anh ta về nhà ở. Em có gặp ảnh ở chuyến trước kia.

Hiền nhìn từ đầu đến chân Năng và nói:

- Ba mẹ em đâu? Sao em định muốn bỏ nhà ra đi hã?

- Em không có ba má. Ba má vì khai thác mương gần ruộng hoang, đụng mìn của chiến tranh còn sót lại nổ đã chết...

- Vậy sao? Hiền tỏ vẻ ngạc nhiên đến sửng sốt.

- Em đi lang bang nhiều người nuôi, nhưng bây giờ em muốn về với anh Hải. Lần trước em đi. Anh ấy nói nếu em cần, anh ấy nhận...

- Thật anh Hải nói thế không?

- Dạ thật.

- Chị là vợ anh Hải đây, sao chị chưa nghe anh ấy nói.

- Em không biết nữa. Năng có vẻ lấm lét một chút.

- Hôm nay anh ấy không đi, không phải chuyến ảnh. Thôi theo chị về coi, anh Hải sẽ nói sao. Được không?

- Dạ được chứ. Em xin cám ơn chị.

- Ngồi xuống đi, tới ga nhà chị sẽ kêu. Chị đi làm công sự nhé. À em tên gì nhỉ?

- Năng, Trần Công Năng.

- Tên đẹp đó nha, mặt mày có vẻ khổ tỷ. Mà tư chất khá thông minh đó. Nên chắc anh Hải chịu.

Hiền nói và cười, vui vui bước đi, qua toa khác.

Tàu cứ vận hành chạy rần rật trên đường ray, nó dừng ở các ga đón khách chờ đợi và hàng hóa, theo quy định giờ giấc. Và tàu lại tiếp tục chạy theo đường ray, kêu rần rật, rần rật như thế, khi có hiệu lịnh xuất bến ra đi và chạy mãi, nó như phóng mình về phía trước. Năng hết nhìn khách thì nhìn cảnh vật, hết nhìn cảnh vật lại nhìn nhân viên. Những kẻ bán hàng rong trên toa tàu, những kẻ khuân vác buôn bán than củi lem luốc v.v... Cậu cũng thấy tội nghiệp và thương họ làm sao! Riêng phần mình tuy một quyết định mới mẻ táo bạo, nhưng lòng Năng giờ có vẻ buồn hơn vui. Năng cũng không biết lý do là tại làm sao nữa? Lạ nhỉ vì đâu cậu luôn thay đổi trạng thái, từ cứng rắn rồi yếu mềm? Nhưng rồi cậu phải ráng gượng vui đổi chiều, để gặp lại anh Hải, buồn quá biết đâu anh Hải không nhận nữa thì chết? Lỡ cơ hội biết mô mà về? Năng cảm thông với chính mình và cũng yêu lấy bản thân mình. Năng cố gắng muốn trọn vẹn của mơ ước... Nhưng thói đời, có lẽ ai xa quê hương, mà không từng bịn rịn nơi mình từng chung sống cơ chứ?

Đi qua các trạm ga tới Nha Trang, Tháp Chàm, Phan Thiết, Mường Mán, Bình Thuận với những ga lẻ nữa... Rồi cũng đến ga Hòa Hưng Sài Gòn, tới ga nhà. Hiền đưa Năng ra rời tàu, xuống bến.

Hải hôm nay đi đón vợ, đến cổng chợt thấy Năng. Anh không tin vào mắt mình. Vừa lúc Hiền lại reo lên:

- Ô... Có con trai tìm nè anh...

- Ồ em Năng. Hải đi tới cầm tay Năng.

Anh vui vẻ vừa ngạc nhiên hỏi thêm:

- Năng đấy à, sao em tìm được cô thế. Và sao em biết Năng, Hiền em nhỉ?

Hải có mái tóc quăn đẹp tự nhiên mà Hiền thích nhất. Cô nhìn chồng, cả Năng cũng đang nhìn mái tóc bay bướm của anh.

- Chuyện như phim mà anh. Năng nói anh chấp nhận

nếu nó muốn về ở. Em đem dẫn về thế thôi... Hiền vui vẻ kể chuyện gọn.

- Ừa cám ơn vợ Hiền của anh. Anh gặp cậu bé lần trước, bé muốn đi du lịch trên tàu chơi, mà không có tiền anh tha cho, rồi cũng có nói nửa đùa nửa thật, nếu về ở với anh, anh sẽ nuôi thôi. Giờ sự thể em đồng ý chứ Hiền?

- Em cũng thấy nên giúp nếu như vì hoàn cảnh, em ấy đã thích anh. Hiền đáp.

- Hoan hô em. Hải nói thái độ mừng rỡ thêm với vợ.

Năng đứng im bẽn lẽn nghe lòng vui có chút hồi hộp. Tay cậu thì đã tay không rồi, Năng không có xách gì cả? Năng đứng sát Hiền, gần chạm cái xách tay rất "xịn" nơi Hiền đang mang trên vai.

- Thôi về nhà đi hãy tính. Hải bảo.

Hiền gật đầu nhìn Năng, như ra hiệu cho Năng biết anh Hải đã gặp lại, chấp thuận rồi. Năng nhìn hai vợ chồng họ, cậu như xúc động, tỏ lòng biết ơn và đi theo họ.

Cả ba người rời khỏi nơi hành khách, và những phòng đợi ở ga tàu, để đi về nhà. Cả ba như một gia đình đi chơi xa về vậy... Hiền đã lanh trí dừng lại một tiệm tạp hóa gần đó có bán quần áo. Hiền mua cho Năng ba bộ đồ liền, để tạm cho cậu bé có thay. Tuy nhiên đồ rất đẹp và hạp với độ tuổi của Năng. Năng được thoáng nhìn cũng rất là thích mắt...

Nhà của Hải Hiền gần ga nên đi bộ chẳng mấy chốc, qua ba con ngõ hẻm đầu, hai con hẻm sau thì đụng tới nhà họ ở phía góc trái.

Năng được đưa quần áo và chỉ nơi tắm rửa. Xong, Hải nói như một lời dặn dò:

- Năng ở trong nhà anh chị, thì phải tốt, phải học giỏi em nhé. Muốn đi đâu anh chị cũng cho cả, song phải học hành là trên hết, không học anh đuổi đi đó. Nhớ nghen.

Năng lắng nghe. Hải bảo tiếp:

- Anh chưa có con, có con em vẫn ở đây. Muốn nên người thì nghe lời anh. Sau này em trở thành kỹ sư, bác sĩ về làng cũng không muộn. Coi như đã "nhập môn" vào nhà anh chị rồi nha! Nhớ phải chấp nhận những gì anh đã dặn nha.

- Dạ, Năng chỉ nói tiếng một. Khi lắng tai nghe Hải dạy.

Năng được Hải chỉ giao một phòng riêng. Có đầy sách Năng rất thích. Cái gì ở đây trông cũng đẹp mắt, sạch sẽ mới toanh hơn ở quê, nhà cửa họ thoáng mát mẻ, thơm phức, lạ lùng...

Và Hiền sau đó, cô đi làm giấy nhận nuôi, chịu trách nhiệm. Cô nhân viên vợ của Hải đẹp nhất nhì trên tàu chợ, đã có một tâm hồn đẹp hơn nữa. Hiền đã lắng nghe lời chồng, làm việc từ thiện... Hiền mau mắn hoàn thành công việc xin cho Năng đi học, được nhập học tiếp tục nhanh.

CHƯƠNG NĂM

Với những ngày như vậy. Trong lúc đó chốn quê nhà đã xảy ra; Huy đi lên núi tìm thì không thấy Năng. Dây trói đã bị bứt mở chứ không phải là dao rựa cắt. Huy nghĩ Năng rất là mạnh, vùng vẫy và tìm cách. Huy có cảm giác hơi hối hận vì cột Năng ba ngày anh mới lên núi. Hay là hùm beo đã cướp đi thây thằng nhỏ. Không tin, vào việc nghi ngờ này lắm. Nhưng Huy bỗng thấy thương tâm. Huy mãi gọi tên khi đi kiếm:

- Năng, Năng ơi, ba đây, ba đi tìm con đây. Năng Năng ơi, ba đây, ba đi tìm con đây.

Huy cứ gọi mãi như thế nhiều lần, cứ bước đi trên những con đường quanh co, khúc quẹo lối rẽ, lỗ hang, lối mòn chân núi... có đủ.

Trả lời cho Huy chỉ là những cơn gió va vào lá rừng rồi xao lãng, nghe trông lạnh ngắt. Ngoài ra không còn tiếng động tĩnh gì. Huy dần mò kiếm khắp nơi cả buổi chiều trên rừng, cũng chỉ tiếng chồn chạy qua, thỏ chạy lại, sóc phóng cao, chim nhảy xuống, nhím bung tới, bìm bịp lui về, mất hút trong những rặng, nơi lùm cây. Chỉ còn đá nhẵn của rừng im ỉm nằm yên ngoan ngoản, và được các dòng nước của suối nhỏ đâu đó chảy leo lên, rồi hạ xuống đã tạo thành những âm thanh nhẹ, róc rách gây thêm dấu hiệu buồn vắng quá. Nắng rừng hôm nay cũng như có vẻ yếu ớt, xuyên qua các mãng cây xanh, mè nheo các cành cây héo rũ, đáp trên vầng trán anh như chọc ghẹo niềm đau Huy thêm... Huy vẫn như không tìm ra dấu vết nào của Năng. Huy lại, đến khi tối rồi phải quay về. Vào nhà Huy bảo vợ:

- Thằng Năng đi đâu mất tôi tìm chả thấy. Cả ngày nay tôi dong ruổi tìm đã mệt lả, nhưng...

- Ông ác quá biết đâu cọp beo tha sống mạng nó rồi. Em nói mà anh không nghe lời em. Giờ nói gì nữa? Tội lỗi này do ông hết. Huê bực mình nên cướp lời chồng, và xưng hô lúc thì kêu anh lúc thì kêu ông.

- Không có cọp beo đâu, nó tự mở trói hay ai giúp nó thôi. Để từ từ tôi tìm, để từ từ nó về... Có thể em ơi.

- Chắc nó không về nữa đâu. Vì nó khiếp anh lắm rồi...

- Nó thương con chim sáo sậu nó nuôi. Thế nào nó cũng trở về mà.

- Em không nghĩ vậy đâu.

- Cứ tin đi đã em nè.

Cả mười ngày, rồi nửa tháng... Năng vẫn không về.

Sau đó Huy bỏ công mấy ngày đi tàu. Bởi lần trước Năng về nói đi tàu nên Huy hằng mong sẽ tìm gặp một nơi nào ở đó cũng có thể. Nhưng Huy không thấy bóng dáng nó trên tàu chợ nơi nào cả. Dù thấy chú bé nào nho nhỏ phía sau giống, Huy cũng ráng nhìn cho tận mặt thì như hóa ra lạ, không phải là Năng. Huy lại chưng hửng thất vọng, soi lại niềm đau chính mình! Có lẽ Huy mơ, mơ ước sảng quá, nên cứ nhìn mãi, hễ ai ngang tuổi với Năng thì anh cứ dán mắt cả phía sau lưng và trước mặt kẻ đó, nom nhìn cho kỹ! Biết lầm hay không lầm, Huy vẫn cố thực hiện điều này... Nên nhiều người ngạc nhiên cứ tưởng Huy là một người mất trí, tâm hồn bấn loạn, lạng quạng, hỗn độn trong đầu nhiều thứ rối lên, hoặc không kìm chế được hoặc mê lầm chi đó. Nhưng Huy biết mình không phải vậy, chỉ là anh đang cố tìm đứa con nuôi...

Xong kết quả không được gì? Không hề khả quan chi cả. Sự việc lại trả về sự thật, anh chả tìm ra. Huy phải từ giã nhiều ga, nhiều con tàu, rồi về đến quê nhà! Lòng Huy buồn thiu thỉu như một kẻ bị ngậm dấm, lúc mà như trái thời không thích...

- Thua em ơi. Anh không tìm được.

- Thì em nói rồi. Nó chết trong rừng rồi tìm gì nữa.

- Có thể nào như vậy?

- Có thể và không có thể gì anh? Cả trường nó nhôn nhao anh giết nó trong rừng đó.

- Tôi dẫn nó đi đâu ai thấy? Mới sáng tinh mơ.

- Hôm bữa bạn nó hỏi. Tôi nói anh đem phạt nó nơi rừng rậm núi cao...

- Vậy lỗi do em.

- Còn gì nữa. Anh làm thế, tôi phải nói thật. Chứ biết làm cách nào hơn.

- Hay là có thể ai đã dẫn nó đi đâu xa.

- Em không thể tin như vậy vì nó đang ở với mình mà. Nhà mình là nhà nó. Mà sao nó không về?

- Thôi để từ từ lắng xuống. Anh thật sự hối hận...

- Đến chết anh không chuộc được lỗi này. Anh biết nếu nó, là thằng bé đã chết rồi.

- Anh biết, anh cũng rất khổ tâm mà.

- Nó ở với mình lâu lắm đó nghen anh. Vì chiến tranh nên nó mới mồ côi tội cho nó chứ.

- Hậu quả của chiến tranh mìn mỏ thôi.

- Ừa cũng từ chiến tranh mà ra. Biết bao người phải chết trong mìn bom, nằm trong lòng đất. Bỏ con thơ hoặc vợ dại, ở lại mồ côi. Em thật thấy tội nghiệp những hoàn cảnh...

- Bởi vậy người ta mới nói chiến tranh đi đôi với tội ác. Anh hôm bữa gần đây cũng sắp bị đụng trái bom bi...

- Thôi nói chiến tranh là sợ, không nói nữa. Bây giờ mình mất con, chỉ nói mất con thôi.

Nàng Huê ngưng im, rồi nói tiếp:

- Lạy trời cho con tôi tên Năng. Ở nơi nào được mong bình yên trở lại một ngày. Huê tha thiết nói lên điều như vậy.

- Anh cũng hằng mong như thế mỗi đêm. Mong trời thương linh ứng chứ biết làm sao.

- Anh có biết, anh thật là đáng trách. Anh hiểu thì mọi việc đã muộn. Nhưng anh đâu có ngờ, đúng không nè?

- Là như thế đó em ơi! Huy trả lời nhìn vợ Huê thật kỹ, rất chạnh lòng nơi mình.

- Nói gì nói anh vẫn mang trọng tội. Anh biết rồi chứ?

- Anh biết rồi... Và không có gì đền bù được nếu nó đã chết oan em nà. Huy đau khổ, lòng quặn thắt nói lên điều đó nữa.

Người vợ Huê chỉ biết lắc đầu đau đớn, lòng càng thương hại nghĩ đến Năng. Và thầm trách người chồng tên Huy đã làm điều xảy ra, một cách đáng tiếc nuối quá. Phải chăng người chồng nàng đã xử sự với con trai nuôi, như đã đụng tới điểm nơi hàng gạch, của một sự thô lỗ mất rồi...

CHƯƠNG SÁU

Thời gian lặng lẽ trôi qua từ một cậu bé bỏ nhà cha mẹ nuôi ở Mỹ Trinh đi. Và cậu cố gắng đèn sách miệt mài như lời ba Hải dạy. Năng ít bạn bè, hầu như không có luôn. Chỉ lo thui thủi học, thỉnh thoảng chơi banh một mình nơi khu góc vườn nhà, trông Năng rất dễ thương. Thời gian còn lại, Năng hầu hết học trong phòng nghiên cứu một mình. Và học đến ốm người luôn!

Ba má nuôi Năng là những người thích chuộng võ nghệ. Nên họ thường luyện võ cho nhau những ngày rảnh, không đi tàu. Hơn nữa Hải, Hiền cũng muốn thủ vài ngón, nếu có kẻ uy hiếp, hay hạng nào nghịch ngợm trên toa tàu, hoặc bọn côn đồ trở điều gây rối, nhiễu loạn phá phách mình... Thì Hải Hiền tự mình sẽ có cách với họ. Vâng đúng thế! Phòng bệnh hơn mọi chữa bịnh. Lý do đó khiến anh chị vẫn học lấy, học để vài chiêu phòng thân. Năng thấy ba má luyện võ thì thích chí lắm, nhưng chưa dám hỏi ba Hải để học. Cậu chỉ lo chăm chú tập trung bên học tập của mình thôi. "*Con đường đi ta nên chọn một đường đi thẳng cho đạt đã.*" Không thể ôm đồm nhiều việc. Năng thường nghĩ ra thế, vừa với cán cân mình đang nắm. Và hình như đó cũng là một câu nói hay, Năng đã đọc ở đâu rồi!

Và lần ấy Hải Hiền rủ đi du lịch. Năng lắc đầu nói:

- Con đi hết rồi, con không thích nữa...(Hải Hiền coi Năng như một vai trò con cái họ, chứ không còn là vai em như ngày trước nữa. Tuy rằng Hải Hiền còn rất trẻ, xứng với vai vế anh chị hơn. Có lẽ họ không con, chưa có con nên thiết tha được xưng hô như vậy thôi...)

- Đi chứ con. Má Hiền nhìn Năng và cười bảo.

- Dạ thưa con đi vài lần đủ rồi. Năng trả lời chững chạc.

- Con cần học thế giới học. Con là khám phá học mà! Hải khuyến khích vui tươi, cũng nhìn tướng tá cậu bé đang nhổ giò lớn.

- Cám ơn ba má có nhã ý, nhưng ba má cứ đi. Chúc ba má vui ... Sapa, Đà Lạt, Sầm Sơn... Quê con, có núi có rừng, có thung lũng, có hố sâu. Con coi như đã có.

- Mỗi nơi mỗi khác mà Năng. Không giống đâu con... Thử đi cùng ba má một chuyến khác nữa. Hiền bảo lời dịu ngọt mến yêu, pha một chút thông cảm nào đó.

- Con thấy đủ rồi, và con muốn học thôi. Năng trả lời và cũng nhoẻn miệng cười tươi lắm.

Một bữa cơm trong gia đình. Họ vừa ăn vừa nói chuyện vui vẻ như thế.

Sau đó thì cha mẹ đi chơi du lịch một vài điểm xa họ thích. Riêng Năng ở nhà ngoan như cô con gái thiếu niên, biết chăm sóc hoa cho ba Hải, mấy ngọn Hải Đường, Hoa Lan, Hoa Diệp Thảo, Hoa Mẫu Đơn, Hoa Lay Ơn. Biết dọn dẹp phụ giúp má Hiền. Cuối tuần Năng clean up vệ sinh nhà cửa sạch sẽ, thời gian còn lại chỉ học và học. Trời như đã dành cho phần số. Năng hiếu động nhưng có sự thay đổi khác xưa. Chăm học, ngoan ngoản lạ lùng. Như ai chưa từng thấy, ở cậu con trai tên Năng trước kia là như vậy. Phải chăng Năng đã lớn khôn và tính tình thay đổi qua từng chặng đường đi của mình. Và rồi trở nên hiếu phước nơi ngôi nhà Hải Hiền đã cưu mang cậu. Năng có sự trưởng thành, lớn dần theo năm tháng!

Chẳng bao lâu Năng đã cầm trong tay thủ khoa trong kỳ dự lễ tốt nghiệp của trường Phổ Thông Trung Học Nguyễn Bỉnh Khiêm. Hải rất vui mừng tự hào, họ vẫn không có con trẻ. Song Năng là niềm vui lớn, và đủ nhất của họ rồi...

Năng tiếp tục học đại học y cũng tại thành phố Sài Gòn...

Vậy mà ở chốn quê nhà tìm lâu không thấy tin tức Năng. Nên Huy vì lòng thương nhớ Năng, anh nói với vợ Huê:

- Em ơi mình nên lập bàn thờ đi, để con nó có ấm cúng và cũng gây cho nó nấm mồ nho nhỏ kẻo tội cho linh hồn.

- Em đồng ý với anh.

Hai vợ chồng lập ngôi mộ sau vườn. Họ hay cúng bái hoa tươi, hương quả để thương tiếc Năng nhiều. Vào những chiều ảm đạm gió rét, hay xuân nồng ấm trao về, hay qua thu lịch lãm, hoặc hè oai bức nóng ran... Lịch trình họ bao giờ ngày tháng cúng bái, vẫn luôn thực hiện một cách đầy đủ...

Cứ nhìn những tờ lịch trôi qua. Nhìn mỗi chiều về con tàu đi tạt ngang xa xa, là Huy đứng lặng người nhìn. Cũng chính những con tàu này mà làm Năng hâm mộ. Rồi chính con tàu này anh đã phạt Năng, rồi mất đứa con. Vậy mà Huy thích nhìn những con tàu đi trên đường rầy kia mới lạ chứ! Huy như thấy nó vừa quen, vừa lạ mỗi khi anh phóng tầm nhìn, mắt được chụp lấy những hình ảnh...

Điều thứ hai Huy còn thấy tội làm sao, khi nhìn vào con chim sáo sậu, mấy mùa vắng bóng chủ nhân... Nó như buồn nhớ Năng và muốn hỏi điều chi, vướng chí trong lòng nó chắc. Nên tiếng hót nó cũng trở nên thất thường lúc nhanh lúc chậm, lúc nỉ non ríu rít, lúc lên cao như thét chói lạ, lúc thả bổng, và có lúc chạy dài rồi như đi vào im lặng đớn đau...

**

Thời gian mãi thấm thoát. Có những thứ không ngờ lại đến. Nhưng nói cho cùng vẫn là sự biến thiên trong vũ trụ thôi. Móc quỹ thời gian tám năm thì cậu bé Năng đã ra trường và làm việc tại một bịnh viện nhi đồng thành phố, mang tên Sao Mai... Năng được một bác sĩ tên Lê Nhuận, làm việc lâu năm với chức vụ Phó Tổng Giám Đốc bịnh viện nhi đồng Sao Mai yêu thích Năng vô cùng. Ông kiến nghị rồi mời đến nhà chơi, ông có dự định gả con gái cho Năng. Bởi ông Nhuận nhận thấy Năng thông minh, hoạt bát, lanh lẹ, hiếu hạnh... Lại còn đẹp trai, trẻ tuổi nữa...

Năng nhớ lần đầu tiên theo bác sĩ Nhuận chàng đến, Năng đi thật rụt rè.

- Vô nhà đi con. Bác sĩ Nhuận giục.

Một ngôi biệt thự quá sang đối với Năng nhìn, anh không dám bước mạnh vào nhà, ngập ngừng mãi là phải. Bác sĩ Nhuận đã kêu lên vài tiếng nhanh hơn:

- Vào đây, vào đây đi, ngại ngần gì chi? Trời ơi nhà không có ai cả. Chỉ có một Linh, con gái bác đó thôi. Còn bác gái thì thường sang Pháp thăm chị ruột rồi.

Năng bước mạnh chân vào hơn lúc nãy một tý. Linh đứng ra đón. Nàng lẹ bảo:

- Chào anh. Mời anh vô nhà ngồi... Anh có thể dùng nước trái cây, hay coffee với ba cho vui.

- Cám ơn cô. Anh cám ơn em. Năng ấp úng hai kiểu nói cô và em, rồi hết sức lúng túng khi nhìn Linh.

Nhuận như cất vật gì xong từ bịnh viện mang về, để trong một phòng riêng có liên quan đến nghề nghiệp. Trở ra nơi phòng khách. Nhuận tỏ vẻ tâm sự:

- Ồ Linh con gái bác đó. Linh đang học năm cuối 12 đó con. Bác cũng có ý cho Linh đi vào y khoa. Hai bác có một Linh độc nhất.

Bác sĩ Nhuận nói thêm:

- Cứ tự nhiên đã tới nhà bác rồi. Còn chi ngại ngùng Năng nhỉ? Dùng chút coffee đi con. Coi như thăm nhà bác lần đầu. Nhưng cứ tưởng lần thứ mười đi cho dạn dĩ. Bác sĩ Nhuận nói hài hước cởi mở, và nụ cười trông rất thoáng...

- Dạ cháu xin cám ơn. Năng làm thinh một chút, rồi vẫn nhút nhát đáp lời.

- Thôi ra đây. Ra đây nào. Nơi lý tưởng uống coffee hơn,

của bác nè.

- Dạ. Năng đáp nhỏ.

Hai người bước vô phòng khách chung, rồi vòng ra một phòng giải trí riêng của bác sĩ Nhuận. Bác sĩ Nhuận đi trước Năng bước theo sau. Hai người đến ngồi xuống một cái bàn có bốn chiếc ghế mây nhỏ nơi. Họ nhìn hướng ra sân vườn ăn thông mát mẻ. Bác sĩ Nhuận đã cố ý thiết kế chiếc bàn ở đó như vậy.

Linh hiểu ý ba. Cô bưng hai ly coffee sang để ở bàn. Cô trở về phòng mình.

Năng thoáng nhìn nhà rất nhiều phòng. Cấu trúc nhà khung kiểu rất đẹp, chỗ uống coffee thì càng lý thú...

Bác sĩ Nhuận vui vẻ bảo:

- Bác đi làm về thư thả hay uống ly coffee một chút, để nghĩ việc gì đã làm được trong ngày. Sau đó thì bác thích đọc nhật báo tin tức. Rảnh bác nghiên cứu thêm về sách y khoa, những tân tiến và những thành tích bất ngờ, của các bác sĩ giỏi bốn phương. Hoặc thế giới y học nổi đám nổi đình. v.v... Lâu lâu cũng đọc một vài tiểu luận triết lý, hoặc sách triết về nhân sinh...

- Bác thật tuyệt. Cuộc sống thật tuyệt luôn.

Bác Sĩ Nhuận người trạc tuổi ba Huy, cha nuôi Năng ở dưới quê. Tuy nhiên, ông là một bác sĩ trông ra còn trẻ, đẹp, và phong độ nhiều. Với trạc tuổi đó cũng đã gợi cho Năng nhớ về ba Huy, má Huê như một kỷ niệm. Song chàng chẳng dám nhớ nhiều, đành cắt ngang...

**

Được thân quen sau đó Năng, anh đến nhiều lần, do bác sĩ Nhuận mời, còn được Linh mến mộ rồi đi chơi chung với cô cho có bạn. Linh thèm ánh nắng, gió cát bên ngoài. Ở trong nhà miết... Dù nhà lầu hay biệt thự, dù nhiều phòng ốc xinh đẹp, có phòng giải trí riêng đi nữa, Linh cũng cảm thấy rõ chán như thường...

Những lần học hành mỏi mệt. Từ độ quen biết Năng, Linh thường đưa cậu đi chơi, trò chuyện, đi mua sắm, nói chuyện vặt vãnh. Họ vui thỏa thích như bạn bè đặc biệt, rất hấp dẫn đối với Linh.

Lần đó như thân lắm. Ngồi tại một công viên Linh nghe. Năng tiếp tục kể chuyện đời tư về anh:

- Thật ra anh mồ côi cha mẹ, anh ở rất nhiều nơi. Cuối cùng anh về ở với ba má Hải Hiền, anh đã cố gắng học, dốc lực học, tâm tư anh cũng thay đổi đi nhiều…

Linh nghe như được nghe từ bao giờ, cô cảm động cầm tay Năng và nói:

- Tội nghiệp anh quá, em không thể ngờ anh đã côi cút và trải qua nhiều khó khổ.

- Nhưng bây giờ đã thoát hết nạn khó khổ rồi em, chàng nói và cười nhìn Linh.

Năng lại nói tiếp nhìn sâu trong mắt nàng:

- Và rồi chính anh còn không ngờ anh, được ngồi bên em như hôm nay, và những chiều đã trôi qua.

- Mỗi người đều có phần số. Em đã yêu anh, em yêu vì luôn nghĩ về cuộc đời anh.

- Cám ơn em chân thành quá.

Linh đang ngồi, vẻ suy nghĩ điều chi thêm. Năng hỏi nàng:

- Em nghĩ gì thế.

- Đố anh đó nói đi nào. Nàng lại cười hồn nhiên.

- Khó đoán nghĩ quá em?

- Anh ơi. Nếu chúng ta yêu nhau anh có muốn cưới em không?

- Được em cho phép anh nghĩ đến điều đó, thì còn gì bằng em nhỉ? Em hỏi thì dư mất.

- Vậy chúng ta cưới nhau nhé. Anh chịu không, thích không hã?

- Thiệt không đó hay cho anh đi ảo.

- Em thương anh quá nên nói thiệt mà. Chỉ sợ anh cười em thôi. Hi hi.

- Làm sao anh cười được, khi lòng em dành hết cho anh. Anh vui lắm khi Linh, hồn nhiên mà thành thật với anh chứ?

- Người ta nói thật thà cha đứa dại, và sự thật mất lòng

mà. "Sự thật là con đẻ của kẻ ngu..." Hi hi.

- Em lại ứng dụng sai, không phải trường hợp mình.

- Em đùa mà. Nhưng chẳng biết đâu được?

Linh chớp mắt nhanh nhìn anh. Năng hơi thở thêm bị dồn, song anh ráng bình tĩnh để bảo rằng:

- Được làm chồng em còn gì bằng. Chỉ sợ em muốn anh làm bạn bè lâu năm không kết thúc cùng anh thôi. Còn nếu như em nói, thì anh cứ ngỡ không khác gì, mình nằm mơ mộng, mà tưởng.

- Ôi thiệt đó chớ mơ mộng tưởng gì anh? Duyên nợ ông tơ bà nguyệt xe rồi phải chịu thôi. Đúng không anh nè?

Năng nhìn Linh say đắm mà không nói, rồi anh cũng mỉm cười thật tươi.

- Đây là lần thứ ba, em đi chơi với anh. Em cần nói thiệt. Linh lại cười mỉm chi, tay nàng e lệ chấn ngang đụng chong mày mình.

Chàng liền thú thiệt luôn:

- Anh cảm động trước tấm chân tình em lắm. Anh nguyện sẽ được người chồng tốt bên em. Nếu như dây tơ hồng có ông tơ bà nguyệt trồng cho chỉ điểm... Hi hi.

- Còn em, chắc em cũng phải là người vợ tốt bên anh nữa chứ. Ngay ánh mắt đầu tiên em, em đã thích anh rồi. Linh trút tâm sự và nhìn chàng khắng khít hơn.

- Chứ không phải em chê anh cù lần xấu trai sao?

- Làm sao mà anh cù lần và xấu trai kia chứ. Điển trai loại nhất đó.

- Thiệt không?

- Còn hỏi đố nữa ta ơi. Nàng cười rộng để lộ hai má lúm đồng tiền nhỏ.

- Vậy mà anh còn sợ chưa xứng với công chúa này chứ.

- Hoàng tử đẹp hơn công chúa kìa.

- Tại công chúa yêu nên thấy đẹp thôi chứ. Thiệt hoàng tử quê mùa một cục, cục như đất lọ dưới quê đó chứ.

Đã bác sĩ nhưng Năng nói chuyện rất khôi hài, huyên thuyên, và tùy lúc anh cao hứng nữa. Làm Linh thêm yêu thích bản tính anh lắm! Nàng trả lời rất lạ, dễ thương:

- Hổng dám đâu. Đất quê nhưng vốn quý đó... Không có đất, không ai có thể mà sống được anh ơi.

- Vậy "cục đất" vẫn quý nha.

- Cố nhiên rồi anh yêu, cục đất quý mà...

Nàng nói đưa tay vuốt chiếc mũi chàng. Cô nhìn thật sâu vào đôi mắt đen nhánh mơ huyền của Năng. Năng nhìn vào Linh thương quá, anh lấy tay cô xuống, hôn cả hai bàn tay đẹp, và nơi cườm cổ tay cô. Linh thật sung sướng hơn nữa... và cô nhận lấy...

Một đoạn cả hai lại thấy lòng hứng thú vô biên, vui vẻ hết sức, họ phải cười rúc ra rúc rích... như trẻ thơ được quà. Rồi họ băng qua những con đường đi bách bộ đẹp nhất của Sài Gòn lúc ấy, để họ lưu dấu bước chân đi, thỉnh thoảng có những vài cây xanh còn sót lại, họ rất thích nhìn ngắm hoặc vây quanh thân nó, ông chính thể nhà nước đã lên kế hoạch đâu đó, nhưng nhóm môi trường bảo vệ thực vật đời sống, đã bác bỏ và chống lại các yêu sách những loạn này...

Đâu đó tiếng chim trong vườn nhà ai hót kêu lanh lảnh, mơ hồ một cách mà quyến rũ nên thơ, như đầy vẻ vọng đọng gởi trao lời yêu dấu đến nơi bên tai, của đôi bạn tình họ...

CHƯƠNG BẢY

Thế là không bao lâu chưa đầy vài tháng, được biết Linh phải lòng yêu Năng một "Doctor" trẻ mới ra trường... Bác sĩ Nhuận biết rõ mối tình của đứa con gái ông vương vấn là Năng rồi.

Phần Năng ngập tràn hạnh phúc trong tình yêu của Linh, chàng cứ tưởng như mơ mà hóa ra một thực tế, vì Linh xinh đẹp quá, hiền hòa quá, lại yêu mình quá sá nữa. Và rồi chàng cũng mau lẹ về thưa cùng ba má Hải Hiền. Ba má Hải Hiền biết được thật sự là mừng lắm. Bởi họ sẽ sắp có được một cô dâu trẻ thảo dạ, ở trong một gia đình danh giá...

Thế là không bao lâu cha mẹ hai bên, đã cho phép tiến

hành đám cưới - Năng và Linh cưới nhau tại một nhà thờ lớn ở Sài Gòn. (Cần nói thêm trước khi đưa Năng về nhà mình thăm chơi, là bác sĩ Nhuận đã có ý định để giới thiệu, tạo cơ duyên cho Năng và Linh rồi!)

Ba má Linh cho hai đứa căn nhà riêng. Ông mua liền tay. Tiền của bác sĩ Nhuận thì tiêu đâu cho hết. Ông chỉ trích làm từ thiện mà thôi! Ông là một Phó Tổng Giám Đốc bịnh viện nhi đồng S.M. Ông trợ lý điều hành giỏi đội ngũ bác sĩ, y sĩ, y tá, nhân viên, hộ lý v.v... Bác sĩ Nhuận là một "kiệt tác" bác sĩ giỏi tay nghề riêng, tay nghề ông đã cứu biết bao trẻ em đang mỏi mòn trước bao cái chết vì cơn sốt nóng hành hạ, trẻ bị đe dọa với tử thần mà sống lại. Ông được yêu quý và uy tín, Bác sĩ Nhuận nhận không biết bao nhiêu là tình thương ân huệ từ nhiều gia đình họ dành cho ông, và cùng bao đồng sự cảm kích, ái mộ đề cao ông... Riêng bác sĩ Nhuận đang là kỳ vọng truyền nghề cho Năng rất nhiều thứ. Mặc rằng sự giỏi giang không ai học cho nhiều, và chỉ dẫn cho hết được? Nhưng ông kỳ vọng Năng ở mức độ lớn. Sự thông minh, năng nổ, chân thành và cầu tiến của Năng! Một tâm tư hiếu động nhưng trách nhiệm, Năng đủ có và thừa có. Ông còn quý hóa Năng như một gia tài lớn cho Linh - Đứa con gái ông thích vì cô yêu chuộng - Đó là tâm hồn quả cảm của một chàng trai nghèo khó đã vươn lên đỉnh điểm của sự nghiệp...

Và thời gian lại trôi qua, ở một đêm rất lạ sau đó, sau khi lấy vợ, cưới vợ vài tháng. Năng tự nhiên nằm mơ thấy ba nuôi anh đau nặng thập tử nhất sanh. Ba Huy nói:

- Tôi không ở đời lâu với bà nữa. Tôi buồn phiền vì làm cho thằng Năng chết trong rừng. Có thể cọp beo tha rồi. Vậy bà ở lại tự chăm sóc lấy bản thân. Tôi cũng đi gặp nó tại linh hồn thế giới bên kia ấy.

- Không sao đâu! Ông cứ uống thuốc và tâm bình lại. Tôi không muốn ông ra đi bỏ tôi giữa dòng đời...

- Thì tôi vẫn uống đây chứ. Chỉ sợ bác sĩ chê, vì không tìm ra bịnh tôi.

- Bác sĩ nói ông buồn phiền thôi, không có bịnh chi ngặt

nghèo cả. Hãy buông xuôi bỏ hết lụy phiền qua một bên. Biết đâu nó sống sót, có ngày về, mình gặp lại.

- Bà nói như mơ không bằng, nhưng sao tôi buồn quá? Vì tôi không nghe lời bà mà đánh nó đau rồi. Còn dẫn bỏ vô rừng xa...

Huy nói rồi bỗng dưng ông khóc sụt sùi, tự nhiên như có nước mắt nghẹn nghẹn muốn tuôn ra nhiều hơn. Bà Huê thấy vậy nắm chặt tay chồng bảo:

- Vui lên ông. Con ở đâu đó nếu trời thương nó sẽ tìm về. Tôi nghĩ nó không phải là đứa con không có nghĩa. Mấy lần ông đánh đau, nó cứ nhìn tôi, và tôi thấy nó không tỏ ra mất dạy, Năng là đứa trẻ tốt đó ông ơi.

- Mong một ngày trời thương còn sống sót ở đâu nó về, dù giàu nghèo, hay sang hèn. Ba Huy nói thế, ông lại buồn bã hỏi thêm:

- Bà chắc cũng trông như tôi chứ?

- Như ông. Và hơn ông nữa....

- Biết đâu sau này...

Tỉnh lại giấc mơ. Năng bàng hoàng thấy thương ba mẹ Huy Huê nghèo khổ dưới quê lạ lùng. Năng xúc động vô bờ...

Sau giấc mơ anh đem ra nói với vợ Thùy Linh cô đang ngồi học, cô phải bỏ qua thời gian để lắng tai nghe anh tỏ bày, Linh chăm chú nghe chồng toàn bộ. Năng kể về câu chuyện giấc mơ này. Mà sự thật cuộc sống của Ba Huy và má Huê là một phần bức tranh kia, như giấc mơ của Năng vậy.

Một hôm nữa. Năng nói thêm với Linh:

- Em ơi, anh bây giờ đã có một sự nghiệp công danh. Có em, vợ hiền đẹp. Có ba Hải, có má Hiền vun đắp yêu thương. Có gia đình bên vợ quý mến. Nhưng...

- Nhưng gì anh?

Năng vì xúc động và cố nói thêm hơn:

- Nhưng anh không bao giờ quên được chốn quê anh từng sống. Ngày đó, anh từng tát cá, bắt dế, đẩy nhủi, chăn trâu chăn bò. Vậy anh muốn em cùng anh về một chuyến nơi anh từng sống nhé... Anh đã mơ thấy kể với em đó. Bây giờ anh có một ý mới ta về, được không em Linh?

- Sao lại không? Được lắm, tốt lắm chứ! Chúng ta nên đi. Em có ý muốn nói với anh điều này lâu rồi, mà chưa kịp.

- Cám ơn em nghĩ. Năng hôn vợ như biết ơn.

Tuy lớn và có gia đình nhưng Năng làm gì cũng không quên hỏi ý kiến ba mẹ Hải Hiền. Giờ tánh tình Năng kỹ lưỡng, lại sâu sắc vô cùng nên má Hiền, ba Hải quý thương lắm. Khi một hôm, một dịp đưa Linh về thăm ba má Hải Hiền một ngày, anh liền muốn thưa việc. Nói vậy thôi, hai đứa phải chờ đợi sau một hồi ba má luyện võ xong chứ? Hình như là một sở thích ba má Hải Hiền rất chuộng đến, lúc rảnh rổi, khi thời gian họ có để ôn học nó. Đúng là "*Văn ôn võ luyện là thế mà.*" Dù tuổi họ trung niên, đã bước xa vòng tuổi thanh niên. Nhưng họ chưa bao giờ mệt mỏi và bỏ quên thời gian để ôn luyện này.

Năng vẫn hiểu, điều tập dợt võ thuật đâu có dư thừa trong đời, cũng là thế ưu tiên, thế mạnh của một bộ môn thể thao nữa. Đợi họ xong, họ đang giải lao uống nước cho khỏe. Năng đã đến trình bày:

- Ba má ơi con dẫn vợ con về. Con có chuyện muốn thưa.

- Chuyện gì con? Hiền hỏi dò xét nhưng mỉm cười.

Má Hiền là một người tuổi vào bốn mươi, nhưng tay chân còn khỏe, các cơ bắp thêm mạnh và săn chắc nịch. Nhìn vào, ai cũng biết dân mê thể thao có hạng, hoặc dân mê luyện võ nghệ thường xuyên lắm. Còn ba Hải thì khó nhìn thấy những điều như má Hiền. Chắc bao nhiêu cái đẹp, cái chắc, cái vạm vỡ, cái đong đầy má Hiền dành chiếm hết rồi... Hay ông trời chỉ dành riêng cho má thôi. Riêng còn mái tóc đẹp bay bướm, và thân hình cao ráo dong dảy vẻ phong lưu của Ba Hải thì luôn còn nơi ba. Năng và Thùy Linh đôi lúc nghĩ vậy...

Năng tiếp tục thưa với họ:

- Công ơn ba má nuôi con từ đó đến giờ, ăn học thành tài và cũng đã có vợ. Công ơn ba má sánh tựa trời cao bể rộng, con biết, con nhờ lắm. Song nay con muốn về chốn xưa, thăm lại ba Huy má Huê ở quê, lúc con ngặt nghèo thời ấy... Vậy ba má nghĩ thế nào?

- Wow. À hay lắm! Tuyệt chiêu chứ sao? Nên đi đi phải lắm con, ba má có ý nghĩ chưa kịp thảo luận với hai đứa đó thôi? Ba Hải trầm trồ khen ngợi, và chặc lưỡi đôi ba lần, có vẻ mê thích thành ý này của Năng.

- Má cũng định nhắc Năng, nhưng để Năng có một ngày tự nghĩ ra, ý thức đến. Hôm nay thật đúng thời điểm lắm. Dẫn vợ về làng, đưa cô Thắm về làng tốt nha.

Hiền lại giỡn trong tựa một bài hát. "Cô Thắm Về Làng" nhạc của Giao Tiên mà nhiều người yêu thích. Má Hiền lúc vui, hay nói chuyện kèm điển tích, kèm âm nhạc. Linh nghe má Hiền bông đùa thì cười, vì nàng biết bài hát đó.

Ba Hải nói tiếp:

- Nếu đi. Con chọn đi cách nào Năng nhỉ?

- Chắc con đưa vợ con đi máy bay thôi. Ra đến Quy Nhơn sẽ đi taxi về làng.

- Cũng rất tốt đó. Còn khi về thì sẽ đưa Linh đi tàu để nhớ lại thuở hàn vi của con nghen.

- Ô ý kiến ba hay quá, con chưa nghĩ tới. Ba có sự phát minh.

- Ha ha. Phải nghĩ chứ con. Phải nhớ đến cội nguồn mình, lai lịch mình. Hải mạnh miệng nói thế.

- Ba con lúc nào cũng là number one mà. Hiền chọc chồng, Hiền phá lên cười nổi.

- Thì vậy chứ. Hải nhún vai thích thú ngó vợ thêm.

- Em thích đi tàu. Linh giờ chen vào như biết mình tự do, có thể phát biểu, hoặc thiên tư ý muốn.

- Hãy đợi chuyến về nha em. Năng cũng nhìn vợ âu yếm.

Chàng bảo thêm khi đưa mắt về nơi ba Hải:

- Vậy là chiều nay bốc vé. Mai tụi con đi đó nha ba.

- Xốp dẻo thế sao? Ừa thôi phải xốp dẻo đi! Mong chuyến đi vui vẻ gặp may mắn. Ba Hải xin chúc mừng.

- Cám ơn ba mẹ có sự chúc mừng đến con, hai con. Năng như tuyên bố và sung sướng nhiều trong lòng anh.

Má Hiền bảo thêm:

- Good luck. Good luck 100% nha.

Bỗng dưng ngẫm nghĩ ba Hải lại bảo:

- Ồ mà làm gì có máy bay đi về Quy Nhơn con, thông thường họ chỉ định gọi như vậy cho oai với thành phố Quy thôi. Máy bay chỉ đến đáp nơi địa phận Phù Cát. Gọi là phi trường Phù Cát đó. Cách Quy Nhơn không xa lắm thôi. Hình như khoảng 24 km. Không ấy thì con đi xe taxi về thăm chơi một hai thắng cảnh Qui Nhơn cho biết. Từ từ sau đó về quê cũng được mà. Coi như con đưa vợ con một chuyến holiday, hay vacation, ở Quy Nhơn đi. Thành phố này có nhiều thắng cảnh ngắm cũng được lắm. Như là Bãi Biển Vầng Trăng Khuyết, Bãi Tắm Hoàng Hậu, Cù Lao Xanh hoặc đến Chợ Lớn Quy Nhơn, Du lịch Gềnh Ráng, hoặc các nơi trang nghiêm Nhà Thờ Nhọn, Tổ Đình Chùa Long Khánh. Tham quan cho biết hay cầu nguyện nơi đó một cái gì cũng nên.

- Dạ con sẽ tính theo ý ba, hay quá.

- Thì kế hoạch cứ lên như vậy đi. Tỉnh nhà nơi con thì đi thăm các vùng lân cận của thủ phủ một chút chứ.

- Trân trọng ý kiến ba, và chắc con đem Linh đi chơi như thế luôn theo phương cách đó.

- Ô tuyệt vời quá đấy chứ. Vậy đề nghị, hôm nay đi ăn nhà hàng với hai con đi em? Hải đề nghị nhìn Hiền đứng đó.

- Đồng ý ngay thôi. Có nói gì đâu anh? Hiền đáp.

- Con hoan hô ba một sáng kiến nữa. Vậy cả nhà đi nha. "*Không thể bỏ qua cơ hội/ để trở thành lỗi thời/ Con người như cánh dơi/ Phải khôn nhận thế thời...*" Là những câu nói hay nhất, mọi nơi mọi lúc hiện nay đó ba. Ha ha.

- Nhất trí, nhất trí. Ba Hải nói và đưa hai tay lên gần trán để vỗ thành tiếng kêu lốp bốp.

Hiền cười theo chồng:

- Nhất trí. Thì có lý. Và vừa ý nha...

- Nhất trí. Nhất trí 100% mà. Bởi vừa ý và có lý gọng kèm nhau mà.

Ba Hải má Hiền kẻ nói trước người nói sau mỗi ẩn ý. Họ như vui vẻ, mạnh mẽ. Và họ cũng biết mình phải làm gì tiếp theo đây. Năng và Linh hai vợ chồng trẻ đang chỉ nhìn cười tươi vào hạnh phúc nơi ba má họ...

Ba Hải má Hiền lo thay đổi đồ luyện võ kia, rồi chỉn chu quần áo khác chút đỉnh, để khi ra đường. Năng Linh ngồi đợi thêm. Nơi nhà có hồ cá thủy tinh ba Hải nuôi ở gần đó, nước được thay hoài, nên nhìn trong veo đẹp mắt. Còn những con cá như nghe được câu chuyện họ thì thú vị hay sao đó? Mà con nào con nấy vẫy vẫy cái đuôi bơi lội nhiều vòng, đảo lên lộn xuống rất ngoạn mục, bên lớp san hô ghép tạo thật đẹp kia... Ôi còn nữa, những con mắt của đàn cá, mặt mày chúng, cả vây đuôi chúng như tươi tỉnh, hấp dẫn lạ thường ghê... Khi con người vui tươi thì nhìn cảnh vật với một nét riêng hơn, sống động hơn, đáng yêu hơn nhiều.

Ngồi đợi dư thời gian Năng lại cứ hôn lên tóc Linh, và cầm đôi tay dễ thương của nàng đặt ở đôi tay mình, anh như muốn nâng niu đôi bàn tay Linh hơn. Thùy Linh lại mắc cỡ e dè, cô bứt tay Năng ra, cô đi nhìn hồ cá nơi ấy cho gần mắt mình hơn, rồi đi nhìn mấy cánh hoa của ba mẹ trong vườn nhỏ, mà nơi ba Hải luôn kỹ lưỡng, chăm chuốt hằng ngày.

(Lê Hải thì chỉnh tề sớm xong, ra đang ngắm hồ cá đợi Hiền.) Tý rồi anh lại cũng bước theo cùng vợ Hiền đã "xuất chiêu" bên cạnh... Một tí tắt vài phút sau, ba má Hải Hiền đã ra nơi phòng khách gặp vợ chồng Năng Linh đang đợi... Đoạn chốc sau đó, Năng đưa vợ Linh và ba má Hải Hiền vào một nhà hàng anh đã chọn. Họ chung vui, họ thưởng thức những món ăn trong sum vầy mà ít khi có dịp, hoặc mỗi khi họ có dịp gặp nhau, để vui mừng...

CHƯƠNG TÁM

Chỉ vài hôm vội qua nhanh thôi. Năng cùng Linh chuẩn bị đồ đạc đi ra phi trường. Nói là chuẩn bị thế, nhưng họ có gì chuẩn bị. Con cái không có, nhà cửa để đó chứ bưng đem đi đâu mà chuẩn bị? Có lẽ vợ chồng họ chuẩn bị tư tưởng thôi...

Và họ ra phi trường đúng giờ, Linh đi bên Năng. Chiếc máy bay vợ chồng chọn là hãng Việt Nam Airlines mang biển số VN1578. Ngồi trên máy bay Linh suy nghĩ mông lung. Lần đầu tiên cô đi máy bay về vùng quê với bao cảm xúc ập dâng khó tả. Thùy Linh là gia đình của gái gốc Hậu Giang. Ông bà nội là người Hậu Giang, nhưng ba nàng sinh ra và trưởng thành trên đất Sài Gòn. Tuy nhiên sông nước Hậu Giang đối với nàng không có gì xa lạ? Nhưng về làng quê của người chồng Năng, trên đất PM Bình Định chàng từng sống, nơi chàng mồ côi từ thuở nhỏ. Đối với Năng là những kỷ niệm khó quên, và đối với nàng Linh thì lạ lắm, niềm khao khát vô biên, muốn biết, muốn tự thấy quê hương đó! Cứ vậy mà Thùy Linh tựa vai chồng của hồi hộp, của đi đứng, của chờ đợi... Rồi xét khám, rồi lên boad, rồi ngồi vào ghế v.v... Nàng cứ muốn tựa vào chàng với bao cảm xúc mơ hồ nghĩ đến quê hương chàng, nhiều hơn là nàng đứng không, riêng lẻ một mình... Nàng dâu Thùy Linh này không biết tại sao cảm giác dâng trào nhiều như thế kia? Song nàng có nghe đâu đó câu nói rất nổi tiếng "*Phụ Nữ Việt Nam luôn lấy quê hương người chồng làm trọng và hằng tâm tưởng nhớ.*" Thùy Linh vẩn vơ nghĩ câu nói này có đúng không ta? Nhưng sao nàng lại lấy câu văn hay đó, làm chế ngự vào lòng mình những khi thấp thỏm, ám ảnh...

Tích tắc máy bay cất cánh. Tựa như chưa hết giấc ngủ trưa ngắn là đến địa cứ Phù Cát, vì chỉ hơn có nửa tiếng đồng hồ. Chiếc máy bay từ từ hạ cánh vùng đất thấp, dần dần tiến vào phi đạo, đường hạ cánh bay hiện ra, rồi máy bay chầm chậm đáp một nơi dứt hẳn luôn. Người phát thanh viên nói một tràng dài của thủ tục chúc mừng. Tất cả hành khách đứng lên rời ghế, thứ tự đi xuống. Ai muốn nghe cũng được, không muốn nghe thì nó cũng bỏ vào tai họ những dư âm. Năng, Linh lắng nghe tý. Rồi cũng đi xuống như họ.

Năng đưa nàng xuống rời máy bay như bao hành khách. Hai vợ chồng chỉ mang theo một chiếc vali nhỏ thôi. Ra lối exit rẽ tìm taxi nơi đây, để về khách sạn của Thành Phố Quy Nhơn nhanh nhất như lòng rạo rực ước ao. Thế là chàng gọi một chiếc taxi đẹp đẽ bóng loáng đã phục vụ đưa họ về một miền, một nơi mong ước. Năng cùng vợ Linh tìm đến khách sạn, tìm phòng ngơi nghỉ chút. Họ đến khách sạn giữa thành phố với tên gọi "Đầm Thị Nại" Thủ tục giờ ở đâu cũng đơn giản mau lẹ. Họ rất chiều khách, lịch sự và nể khách. Rồi chàng nhìn nàng hỏi:

- Em mệt không Linh? Chắc là em có mệt chứ?

- Không, em không mệt nhưng em hồi hộp? Em muốn đi tắm chút nha.

- Được nhưng nghe anh nói tý đã?

- Gì nào anh yêu?

- Anh muốn em nghỉ một đêm khách sạn - Hotel Đầm Thị Nại ở đây cho khỏe, mai mình hãy đi thăm một vài thắng cảnh nơi đây như ba Hải nói. Coi như mình đi du lịch thành phố này nữa. Rồi thong thả thoải mái, anh sẽ đưa em về vùng quê đó sau nghen em.

- Em muốn tắm rửa xong mình đi ngay. Khi nào ta muốn đi tham quan chẳng được? Em chỉ muốn về quê anh trước.

- Nôn vậy sao em Linh?

- Vâng em nôn, nhưng còn tùy anh.

- Anh cũng nôn chỉ sợ em mệt.

- Đâu mệt gì anh Năng? Sài Gòn bay ra đây có hơn nửa tiếng, em thấy khỏe mà.

- Vậy thì chuẩn bị anh kêu taxi đi nha. Khoảng 20 phút sau nhé. Còn quang cảnh Quy Nhơn chờ dịp khác nhé em.

- Dạ. Đúng vậy anh yêu. Linh đáp và nhìn chồng.

Im một chốc nàng nói thêm:

- Chỉ cần anh chờ em tắm chút thôi, với lại rồi mình đi lòng vòng bằng xe taxi, thì như đã thấy thành phố Quy Nhơn một phần rồi anh.

OK em! Năng hiểu ý Linh chàng gật đầu, rồi lấy phone gọi một chiếc taxi khác. Chàng bảo với họ: (Khi hai bên trao đổi qua lời nói.)

- Vâng chỉ chờ vợ chồng chúng tôi chừng 20 phút sau. Xin hãy đến nhé. Tôi và nàng sẽ chuẩn bị xong để rời..."

Bên kia phone người taxi trả lời:

- Tôi hiểu được ý ông.

Năng vui vẻ gật đầu phúc đáp qua phone:

- Xin cám ơn nhiều nha.

Chàng biết nàng là thế giới của đàn bà, hễ đi đâu tý là về ưa tắm vậy thôi. Chắc là nhớ nước, chứ mình mẩy có chi đâu là cần tắm. Chắc chắn là không có một hột bụi nhỏ dính trong người mà! Nhớ nước và thèm như nhớ nụ hôn người yêu sao? Chàng cắc cớ nghĩ và mỉm cười sung sướng tự mình khi chờ đợi vợ... Khoảng 20 phút, Linh cũng tắm gội xong...

Thế rồi vợ chồng Năng Linh phải rời khách sạn, trả chìa khóa phòng, cùng với chi phí thanh toán trong ngày và chào tạm biệt. Phòng tiếp tân cũng quấn quít chào hai vị khách hết sức "xịn." Nghỉ chưa được nửa tiếng vẫn trả tiền ngọt theo một đêm hơn hợp đồng, không hề nói chi, lại còn rất vui vẻ ra phết! Cứ một năm mà họ gặp khách như vầy hết, là họ như đang ở vào thế giới thần tiên...

Linh đã vừa tắm xong, cô cảm giác thêm mát rượi, cô ôm nhẹ chồng ra khỏi khách sạn. Trời chiều như chưa ngã bóng... Taxi chạy qua những con đường tuy không nhiều nhưng nàng có thể thấy được; một thành phố Quy Nhơn không sầm uất lắm, nghiêng về vẻ thanh lịch dịu dàng như nàng thơ, và im lặng mơ mộng nhiều hơn nô nức... Người taxi như hiểu ý, cố lượn qua một góc đẹp của biển Quy... Và thành phố đã có nhiều vườn hoa rải rác... Đâu đó trong thành phố này, những dãy phố nàng vẫn nhìn thấy vài con bướm lượn bay vòng thật dễ thương!

Trong khách sạn có taxi sẵn thật tiện lợi mà. Tùy theo mã vùng mà chiếc taxi đó cần đi, cần phục vụ. Thế là sau hồi nói chuyện nơi Năng với chủ tài, chiếc taxi đó đã đưa hai người chạy vòng vèo rồi ra xa vùng thành thị của đất Quy, để tiến về miền quê, nơi tĩnh lặng hơn nữa...Taxi có máy chỉ đường, nhưng Năng luôn theo dõi hướng mắt về phía trước taxi đến. Còn Linh mãi nhìn những cảnh tượng lướt qua. Nào con suối, dòng sông, làng chợ, đền miếu, trường học, chợ huyện, chợ làng v.v... Vùng làng đất PM của Mỹ Trinh cứ tiến dần, như gần rõ ra, con số giờ ngắn lại hơn. Thời gian ôi là chờ đợi, nhưng thời gian là luôn không phụ bạc, luôn đem lại cho người ta hy vọng của ước muốn cuối cùng. Chờ đến cổng trường học năm xưa. Bây giờ thay đổi, song Năng kịp nhận ra:

- Ôi được rồi nè. Theo ý tôi, anh cho dừng lại đậu vào mé trường học năm xưa của tôi đó. Chúng ta đi bách bộ cho thú vị một tý nha.

- Thưa neo đó thì tốt, nhưng còn xa. Vả lại đường đi giờ tốt lắm có thể đến gần nhà được. Máy đã chỉ báo rõ mà.

Chủ tài xế bảo thế nhưng đã cho xe chạy dừng nhẹ lại gần nơi cổng trường. Cách chừng 20 mét. Hôm nay là chủ nhật nên trường vắng vẻ hơn. Chỉ dăm ba người cùng không khí và cây lá như đưa mắt nhìn họ mà thôi... Nói về "bác tài taxi" thì anh ta là một cậu tài xế trạc hai bảy, hai tám, nhưng trông chững chạc lắm như ngoài tuổi ba mươi. Anh nói năng cũng vừa đủ, có thể được gọi anh là kiệm lời thì đúng hơn.

- Ô vậy thì cho đi tiếp đi. Coi ra anh rành quá há. Năng cười nhẹ nói lên.

- Dạ cũng đoán được vì nghề dạy nghề thôi anh. Mà lỡ rồi cho xe nó đứng một chút chứ.

- Được thôi tùy anh nha. Năng sốt sắng.

Năng Linh phải xuống xe, cả chủ taxi đi theo cùng. Thường taxi là với thủ tục: "Khách đâu tài xế đó với những chuyến đi xa." Ngoại trừ có ý riêng thì khách cho taxi biết. Nhưng họ xuống hóng gió chưa được hai phút. "Bác tài" đã lên xe nổ máy lại và bảo rằng:

- Thôi chúng ta tiếp tục đi nhé sắp đến rồi đó mà.

- OK. Cuộc hành trình coi như gần kết thúc há. Cũng mau thôi.

- Đúng vậy anh. Tài xế nhìn Năng trả lời.

Linh và Năng lên xe theo ý kiến mới đưa ra của bác tài.

Năng tiếp tục đưa Linh về lại làng xưa của mình. Người vợ tên Linh vô cùng bỡ ngỡ khi đi qua bao cảnh vật gần gũi hơn, hai cái miếu đình một đồng ruộng, một con đê, bóng chiều đã xuống thấp làm cho nàng cảm động theo nhịp đập nơi trái tim. Còn Năng anh thấy thương cho quê hương quá, một tình quê trổi dậy trong lòng anh, nó ôm lấy và ngập choàng trái tim chàng háo hức...!

Về Linh, người vợ nàng thấy yêu quê nhà chàng lạ lùng, nàng bùi ngùi nhiều cung bậc của cảm xúc, những từng cơn gió, từng ngọn cỏ, những đọt dừa, những ngọn tre đi qua, những bông hoa dại bên đường líu ríu... Vẻ có được thầm thì chia sẻ những hân hoan mới lạ. Như đang hỏi nói với nàng rằng. "Linh ơi, nàng ơi. Nàng một nàng dâu từ đâu đến đây nhỉ?" Linh cảm giác như đi từ hiện thực sang về lãng mạn...!

Đến khi bác tài hạ ga xuống hơn, nghĩa là nhấn thắng xe nhẹ lại để "control," cho xe chạy rãi đều và chậm hơn, gặp một ngôi nhà. Năng gõ vào vai người lái taxi đó bảo ngay:

- Ô này này. Nhà này anh taxi ơi. Tôi nhớ rồi. Linh em hãy theo anh. Đúng chính xác rồi em à.

- Phải không anh? Chỉ Thùy Linh hỏi lại. Người taxi thì làm thinh. Nhưng anh đã cho xe dừng hẳn nơi trước nhà. Khoảng cách chừng tám chục mét...

Linh hỏi tiếp lần nữa:

- Đúng không anh Năng?

Năng nhìn hàng cau đã lên cao muốn già đi mất. Một vài cảnh tượng hơi khang khác. Nhưng làm sao Năng quên được ngôi nhà của ba má nuôi anh. Dù họ có thay đổi vị trí một vài thứ.

- Chắc chắn rồi đó em. Năng trả lời quả quyết nhìn Linh.

Người tài xế vẫn làm thinh đưa mắt ngắm cảnh vật. Anh thì biết khoảng vùng này, nhưng ở đây vẫn chưa có địa chỉ số nhà cụ thể, chỉ có là địa chỉ xóm, thôn ấp mà thôi.

Trong nhà Huy Huê thấy hai người lạ hoắc, lại sang trọng đi bên một anh taxi, có đội mũ lưỡi lệch taxi. Hai vợ chồng nhìn ra như muốn nín thở, họ theo dõi có vẻ hồi hộp, dù máu huyết và nhịp tim họ vẫn đập bình thường... Năng Linh tiến dần vào nhà. Năng sốt sắng mở lời chào:

- Chào ba má có nhận ra con là ai không?

- Chẳng lẽ là thằng Năng đây sao bà ơi! Huy nói.

- Dạ con là Năng đây. Hơn mười bốn năm xa cách bây giờ con về. Không biết ba má có nhận được con không chứ?

- Làm sao không nhận được. Trời ơi có thật con về không? Hay là mơ vậy Năng?

- Thật đây không mơ đâu. Đây là vợ con, và đây là bác tài taxi. Con là Năng về bằng da bằng thịt mà?

- Nhìn con chắc lẽ nên người lắm, ba mừng. Ba cứ nghĩ con chết lỗi của ba. Ôi trời đất ơi. Trời còn thương quá. Còn thương quá... Ông Huy nói và chắp tay chụm xá đất trời.

- Không sao ba. Con vẫn sống ăn học giờ có vợ, mới về lại đây nè. Thời gian trôi nhanh vùn vụt ba má ơi.

Quay sang Năng hỏi:

- Má thì OK. Chỉ có ba sao ba lại ốm, nông nỗi thế này?

- Ba hối hận nên không vui, không ăn uống được chi cả, thất thường lắm.

- Tội cho ba quá.

- Nếu con không về. Ba nghĩ buồn sẽ chết không bao lâu nữa bỏ má con đó. Trời ơi trời còn thương, trời còn thương. Ông đã nói hai lần tiếng của mấy tiếng "trời còn thương" như nhấn mạnh một khoảnh khắc đầy vẻ xúc động...

Ông dành nói tiếp:

- Nhìn con chắc là bác sĩ hay kỷ sư.

- Dạ con đã là bác sĩ, vợ con còn đang đi học bác sĩ.

- Sướng hã?

- Con được một gia đình nuôi, con cố ăn học không ham chơi như lúc nhỏ ba má ơi. Nghĩ cũng lạ ghê...

Năng nói đến đây, cười hồn nhiên.

- Ba nhớ ba đánh Năng mấy trận chỉ vì thương con thôi.

- Con biết và con cũng ráng mà học, có thể.

- Vậy là nên xóa bỏ bàn thờ đi bà. Con là phải lên chùa gần đây để tạ ơn. Ba má lên đó cầu hoài cho con đó. À cha mẹ nuôi con sau này, quê họ ở đâu vậy? Huy hỏi thêm.

- Quê gốc ở Quảng Nam nhưng họ đã vô Sài Gòn lâu rồi. Năng đáp.

Huy Huê đưa Năng ra sau góc nhà. Năng thấy bàn thờ có nấm mồ đắp để cứu linh hồn siêu thoát cho Năng. Năng cảm động vô cùng, không nói gì nhiều được. Anh chỉ biết nói:

- Con biết ơn ba má nhiều lắm. Vẫn thương con quá.

- Mèn ơi! như tiểu thuyết hay. Huê lấm lét bảo.

Năng chu đáo thưa:

- Nếu ba má có ý, giờ con muốn đi lễ chùa liền vẫn được.

Sau đó họ đi lễ chùa hết bằng taxi qua một cái đồi nhỏ nữa. Quang cảnh buổi chiều hoàng hôn như sắp về, chùa nằm dưới rặng chân núi trông đẹp, cùng thanh lịch và nghiêm trang quá, tuy chùa không lớn lắm. Khi lên chùa Năng không ngờ gặp lại sư thầy năm xưa đó sao? Anh hết sức nghèn nghẹn cám ơn, và như không dám tin vào một thực tế:

- Dạ con là Năng năm xưa thầy cứu con, thầy cứu con nè. Trời ơi! Trời ơi... Năng ngạc nhiên đến hoảng hốt.

- Vậy sao? Thì ra Năng là con của ông bà Huy Huê? Vị thầy hỏi thế, tâm như vẫn bình.

- Vâng, Năng con tôi đó. Má Huê trả lời.

- Thật là nhiều duyên gộp thành. Năm xưa chưa có chùa này. Lúc tôi đi tọa thiền nơi rừng rậm, núi cao và gặp cậu này. Thì ra chuyện như huyền bí quá. Thế nào rồi cũng vui vẻ hết rồi... Vị tăng sư nói trong ung dung đĩnh đạt.

- Đây là vợ con ở Sài Gòn ra. Năng bảo.

Vị thầy như nhìn Thùy Linh, như hiểu lời Năng giới thiệu mà không nói gì.

- Hãy vào lễ Phật hết đi. Ba Huy khuyên sốt sắng hơn.

Họ đi vào khu chánh điện để lễ Phật.

Lễ Phật xong. Năng tâm tình:

- Con nghĩ là con sẽ đầu tư cho chùa cất lớn hơn, đúc thêm tượng hơn, con hứa. Để cho bá tánh đến cầu nguyện cho cuộc sống tâm linh, tất cả vạn vật, thư thái an bình...

- Bác sĩ mà nói chuyện Phật pháp hay quá nha...

- Vì con ơn thầy, nên khi rảnh tùy duyên con hay học, đọc Phật pháp và thấy rất mầu nhiệm, lại chân lý... Khoa học không lý giải hết được, thuộc về tâm linh thầy ạ.

- Con siêu nhân và vĩ đại. Nam mô a di đà phật.

- Bình thường thôi vẫn nghĩ ra mà thầy.

- Thấy vậy không bình thường đâu. Phải có kiến thức và quá trình nổ lực học hỏi, mới có tri thức, nhận diện ra được.

- Con xin hoan hỉ lời thầy chỉ dạy vàng ngọc quá. Con mạo muội mong thầy lập một chùa ở Mỹ Chánh, vì ba mẹ ruột con từ đó. Con muốn nghĩ lại tất cả những đấng sinh thành.

- Mỹ Chánh cũng đã có chùa, nhưng còn sơ sài lắm!

- Vậy nên, con sẽ nổ lực đóng góp. Con hứa và thầm trông đợi.

- Khó kiếm một người như con lắm, chí hiếu chí tình. Mong có được người vợ hiền chia sớt.

- Dạ con muốn chia sớt cùng anh ấy. Linh đứng hồi nãy giờ nghe vẻ xúc động. Giờ thì nàng muốn cất giọng chia sẻ.

- Cô ấy lấy con không phải vì sự nghiệp con đâu. Mà là cuộc đời con đó. Năng nhìn mọi người đứng bên và bảo thế.

- Mừng cho con quá, đầy đức hạnh. Thầy Tuệ Thanh sờ vai Năng, gởi qua một lời khen tấm tắt như vậy nữa.

Một đoạn họ hàn huyên, mừng mừng, buồn buồn, vui vui, biết nói sao cho hết. Rồi lại phải chia tay, thì giờ trôi qua cũng trên nửa tiếng. Rời chùa lòng hai bên còn bịn rịn. Mà đời này cuộc gặp gỡ nào lại không tạm chia tay, hay vĩnh viễn chia tay? Người thì đôi khi thay đổi, nhưng cảnh trí thì ít nhạt nhòa, luôn đọng lại... Xưa nay vẫn là thế thôi!

Để cho Năng trao đổi nói chuyện với tăng thầy Tuệ Thanh chút gì? Huy Huê chỉ nghe thôi, đâu cần nói. Với lại Tuệ Thanh, mỗi tháng họ đều gặp một lần. Họ đến đây cúng bái, lễ chùa cầu tự, thường mà! Giờ thì họ chỉ dành cho Năng và thầy Tuệ Thanh giao lưu tạo ra duyên phận, ôn lại duyên phận hai người của họ...

Sau đó cả đoàn chia tay nơi chùa thật sự, chia tay tăng, chia tay thầy Tuệ Thanh. Trong lòng Năng lưu luyến thành kính biết ơn công đức sâu dày của thầy. Còn thầy Tuệ Thanh cũng có những bồn chồn bùi ngùi không kém, dù lòng thầy rũ hết, luôn tự tại, an nhiên và rất tĩnh...

Rồi Năng lại chợt nghĩ lại thầy tăng Tuệ Thanh ngày ấy, hôm nay và ngay bây giờ. Thời gian qua nhiều biến đổi. Hình thể thầy cũng thay đổi nhiều. Tiếng nói thầy bây giờ đượm buồn, chậm rãi yêu thương, không còn nhanh nhảu, vang vọng ngọt ngào như xưa, lúc thầy còn tuổi, của trẻ trung, sung mãn gặp trên rừng kia. Duyên phận Năng gặp thầy từ dạo đó...!

Chỉ duy một điều đôi mắt thầy ít khác, đôi mắt thầy luôn trong sáng và ánh lên một niềm tin, cho con người một niềm tin ở chân lý vĩnh cửu nào đó... Năng cảm giác nhớ nhung về hoài niệm, và nhớ lại chính mình lúc xa xưa.

Tiếng chuông chùa lại đúng dịp ngân lên, đúng giờ chiều, vọng về chiều. Tiếng chuông như đánh thức những tâm hồn lạc loài, muốn gội rửa những linh hồn hoen ố mờ mịt, như nhắn gởi loài người và cùng những ai, kể cả những hoa cỏ hoang dại. Cùng bao sinh vật, sinh linh trên trái đất này, một chút gì để yêu thương, để ràng rịt nhau...!

Họ nghe như thấu hiểu nơi cảm nhận: Hạnh phúc và khổ đau, hội ngộ và ly tán, chia tay và gặp lại. Mọi thứ về trong máu thịt họ... Nhưng rồi họ đã phải ra về, để lại Tăng - Thầy Tuệ Thanh làm công sự của chùa. Như chờ đợi những Phật Tử khắp nơi viếng chùa, vào dịp lễ vía thăm, cầu tự, hay chiêm bái.

**

Về lại gia đình Huy Huê. Năng nói:

- Con quyết định cho ba má về thành phố con mua nhà cho ba má ở. Con sớm hôm chăm sóc, gần gũi hơn.

- Thương ba mẹ. Mỗi năm về thăm là ba mẹ vui rồi. Ba mẹ sống trong làng quen, không thể đi xa con à. Bờ tre, gốc mía, nhánh sông, ngọn đìa, con lạch, bờ mương, bờ rạch ao sâu, giếng cạn v.v... Tất cả ba má rồi già lại nhớ nó lắm, khó đi lắm con.

Huê nói thêm:

- Con hiếu tử lắm. Từ nay ba Huy sẽ vui mà ăn cơm, ngủ ngon lại, phục hồi sức khỏe dần. Con cứ về thành phố cùng vợ làm việc. Ba má ở đây đi chùa cầu nguyện cho tụi con. Ừa để má nấu gì ăn đi nhé Năng?

- Ô cực lắm má ơi. Mình đi nhà hàng hết đi. Giờ tân tiến ở đâu cũng có nhà hàng hết rồi má. Đông người, má lụi cụi con không thích đâu.

- Anh Năng nói đúng đó ba má, con đề nghị ba má chấp nhận ý ảnh đi. Linh như nói thêm ủng hộ ý của chồng.

- Vậy thì chần chừ gì nữa ta đi thôi nha. Năng mau mắn tán đồng cùng người vợ yêu của anh.

Năng ra hiệu bằng cái nhìn. Người tài xế hiểu, anh ra lái xe tận sát nhà hơn để rước họ đi. Theo ý anh mới nhất.

- Mời lên xe nhé vui quá, còn gì bằng… Tài xế cầm chiếc chìa khóa thảy thảy trong tay và nói kiểu nghề nghiệp, lòng anh thấm vui quá cỡ, bên một người con trai có cái tên Doctor Năng.

Sau lời tài xế mời. Năng nói thêm:

- Anh cứ cho chúng tôi thoải mái tôi bao tiền thời gian. Chứ không tính cây số đâu. Anh đừng lo, vào thị trấn đến nhà hàng Vĩnh Lợi, một nhà hàng nổi tiếng cơm chay ở đây nhé. Chắc anh làm nghề taxi và biết?

- Vâng tôi biết.

- Tôi mới đọc báo kỹ, tìm hiểu sơ qua thị trấn hôm nay. Chứ tôi chưa bao giờ đến, khi xa mười bốn năm rồi trôi qua.

- Nhà hàng này làm thức ăn chay khá lắm, chất lượng lắm tôi biết. Bác tài xế trẻ tuổi vui vẻ nhận định.

Huy và Huê đã ra ngồi trên xe mà cứ tưởng như mơ. Thì ra họ cũng được phước phần quá.

Xóm làng xì xầm về Năng, với tiếng còi tàu năm xưa. Họ bàn tán khi xe chạy qua mặt, và họ biết. Quần chúng họ rất là tài giỏi, luôn là những thám tử tài ba loại một… Lòng người thì luôn muốn khám phá, đưa thông tin mới lạ, họ đổ ra đường như muốn suy xét - Về gia đình ông Huy bà Huê và đứa con trai nuôi tên Năng ngày xưa, thuở trước đó... Họ đại khái dành nhau nói ba bốn câu:

- Vậy mà nhà ông Huy bà Huê có phước lớn đó nha.

- Thấy cậu về vậy đó là nên người lắm. Chắc cô gái trẻ đẹp là vợ cậu á nghen.

- Con nuôi như vậy đáng nuôi quá. Làng xóm mình cũng hãnh diện nữa đó chứ phải không nè.

- Để cậu về những lần nữa, thì chúng ta nhào vô nhà đòi ông Huy bà Huê ăn mừng lớn cho vui đi chứ nha...

Người nói kẻ nghe cười cợt vui thay, không khí họ thật chia sẻ, mừng vui chung cho những ai khi gặp được hạnh phúc lại trong đời... Lối quê hồi đó họ gần gũi thân tình và giản dị như thế đó. Rủi xui, hoạn nạn thì họ khóc chung, buồn chung. Mừng vui may mắn thì họ cũng tìm tới vui chung cười lớn. Ôi những nếp sống thật là thương nhau hiệp ái tuyệt vời...

Taxi đã cứ chở hai cặp vợ chồng tiến về nhà hàng khách sạn. Anh tài xế có vẻ vui lây nhiều, lòng rộn ràng anh phải mở băng tần CD có bài hát cổ nhạc dao duyên "Rước Tình Về Với Quê Hương" với giọng ca sáng sủa, sang sảng và tròn trịa của Minh Cảnh, cùng với nữ nghệ sĩ Thanh Kim Huệ với tiếng hát êm đềm dìu dặt ân tình, và luyến láy tuyệt vời, đến thả chữ nhấn nhá đẹp mê hồn... Ai nấy vui vẻ lắng lòng nghe theo "Ý bác tài đã chọn." Bài hát vừa dứt xong chắc là vì bác tài canh đúng thôi. Họ cũng vừa đến nơi nhà hàng Vĩnh Lợi. Năm vị ngồi lại nơi một chiếc bàn tròn đặc biệt nhất. Ai nấy cũng muốn thưởng thức một ngày, như một niềm vui trọng đại. Năng nói chuyện thêm với ba má:

- Mỗi năm Năng đều về thăm, và đem nhiều thuốc men làm từ thiện, gởi tận chùa để giúp cho người nghèo khó. Trường trại năm xưa con học, cũng sẽ được trang bị thêm nhiều máy móc, con sẽ bỏ tiền ra mua để cung cấp thiết bị dụng cụ cho nhà trường. Cho các em đi sâu vào thực tiễn ứng dụng, hơn là lý thuyết trên chữ nghĩa. Con sẽ vận động nhiều bác sĩ giàu có nổi tiếng khác, cùng giúp cho quê hương con, của tiếng nói chung "Lá lành đùm lá rách, chia sớt nỗi niềm." "Người giàu phải sống phóng khoáng, nhân hậu, đừng nên sống ích kỷ và vô cảm hiện giờ." Mục đích con theo đuổi sẽ là như thế đó.

Linh ngồi nghe. Nàng nói theo:

- Em kết hợp một kế hoạch, có một khu giải trí dưỡng sinh bậc nhất của xã nha anh. Em sẽ vận động gọi, nhiều nơi giúp đỡ đóng góp cho. Em có dì Liên bên Pháp thích đóng góp cho từ thiện. Nhưng có lẽ ba má, anh và em là chính.

- Em Linh của anh. Năng chậm lại rồi tiếp tục nói thêm:

- Linh một viên ngọc trong đời. Anh luôn nâng niu, biết ơn và biết quý giá em. Vì Linh hiểu mọi ước vọng anh, luôn tham gia ủng hộ, chia sẻ cùng anh. Anh thật cảm động. Ông trời đã bù cho anh. Và anh thật may mắn có em...

- Ông trời không phụ lòng Năng. Má chúc mừng hai con.

Má Huê chen vô nói, ba Huy ngồi gật gù. Người tài xe cứ ngồi nghe, và anh cũng chừng như, muốn đưa mắt nhìn ra bên ngoài, có những vị khách qua lại, bên khung cửa thấp thoáng kia...

Ngay cả tìm lại cha mẹ ruột của Năng, Linh cũng đề nghị tìm kiếm và xây mồ cao, mả đẹp, sau đó. Vậy thử hỏi Linh không phải là viên ngọc trong đời anh thì còn ngôn từ nào để chỉ cho em xứng đáng hơn!

Năng nghĩ thế!

Rồi Năng lại chợt nghĩ Thầy Tăng Tuệ Thanh ngày ấy và bây giờ. Thời gian qua nhiều biến đổi. Hình thể thầy cũng thay đổi nhiều... Tiếng nói thầy đượm buồn, chậm rãi yêu thương, không còn nhanh nhẩu, không vang vọng ngọt ngào như xưa. Lúc thầy còn tuổi trẻ trung, sung mãn gặp trên rừng. Chỉ duy một điều đôi mắt thầy thì ít khác. Đôi mắt ấy luôn trong sáng, ánh lên như niềm tin, một niềm tin đâu đó, ở chân lý vĩnh cửu nào v.v... Năng cảm giác, nhớ nhung về hoài niệm, nhớ lại chính mình lúc đó. Như cuốn phim quay ngược về dĩ vãng, Năng cuộn trọn yêu thương trong tuổi thơ, và chàng như lật ra từng trang sách một, cuộc đời mình...

Cuộc nói chuyện họ tạm khép lại. Năng cũng khép lại bao suy nghĩ trong đầu, trong tim. Anh đang phải coi thực đơn menu, ghi giấy, ghi ký dấu hiệu, để cho họ đem ra những thứ anh đã chọn lựa. Đâu có thể nào mình ngồi lâu nói chuyện riêng mãi, phiền họ...

Nhà hàng này cũng ưa mở băng tần Tân Cổ Giao Duyên, bài "Tình Nồng Duyên Quê" cũng là tiếng ca Minh Cảnh cùng giọng ca ngọt ngào quyến luyến, truyền cảm chân phương, của Lệ Thủy vang ra...

Khoảng 15 phút sau các món hàng đem ra đầy đủ. Họ lần lượt thưởng thức hương vị. Trong năm người đều cảm thấy vui hết. Họ đang ăn tiệc lớn nơi lòng họ, cùng với những thức ăn thật tuyệt vời trước mặt, dù thức ăn chay không mặn. Nhưng lòng họ mặn, của vị muối mặn, của quê hương nhà hàng Vĩnh Lợi này. */ *

HDT. Viết 2012

GIẢI THOÁT...

Giải Thoát là truyện mới, giống như truyện dịch từ một nước. Mặc dầu người sáng tác là người Việt Nam đã và mơ đi rất nhiều nhưng chưa có đến với quốc gia nào, ngoài quê hương mẹ đẻ là Việt Nam, quê hương thứ hai là Hoa Kỳ, nơi mà đất cô ta sinh sống sau này... Câu chuyện được viết bởi sự tưởng tượng nhiều nguồn, nhiều động lực khác nhau. Một yếu tố lớn nhất là... Tác giả rất yêu rừng. Rừng là nơi cô thường gắn bó với tuổi thơ. Là nơi quê hương cô không bao giờ quên được...

Nàng như có đôi cánh/ Bay đi khắp đại dương
Nàng có được đạo hạnh/ Như hoa nở ngát hương
Nàng trí tuệ phi thường/ Nhưng trái tim băng giá
Nước mắt hay ngọc nhả/ Nhả một đời đau thương
Ta trọn đời vấn vương...

(Trích bài thơ: Nàng Như Đôi Cánh- Cùng tác giả.)

CHƯƠNG MỘT

Anne năm mười sáu tuổi cô trở nên xinh đẹp tuyệt vời. Anne biết hát hay, múa dẻo, có năng khiếu về hội họa nữa. Cô sinh ra trong một gia đình của người đàn ông tên Mittal là chồng, và vợ là Usha, khi tuổi họ gần bốn mươi. Hai ông bà Mittal, Usha không biết từ đâu họ đến ở chân núi Uranta, tại vùng thượng lưu và tả ngạn dòng sông của A-u-i rat.

Ông bà có một căn nhà nhỏ, dựng lều bán cháo nơi đây, khách của họ là những thương gia, hoặc du lịch đi qua vùng này. Họ đi rất nhiều cách, thuyền bè, leo núi, đường bộ, xe ngựa, hóa giang v.v... Ông bà Mittal, Usha tiếp đón chỉ đặc biệt bán cháo ngô và đường. Hoặc cháo gạo trắng tinh, với ngò lá xanh, tiêu rắc thay phiên...

Nhiều vị du khách cho họ lương lẩu, chình cá, cua rạm, ốc nghêu... Cá nước sông có, cá nước biển có. Nhưng ông bà nhất quyết từ chối, ông bà đẩy lui những thứ họ quảng cáo, và cho lại khách, ông bà Mittal Usha không thể nghĩ mà nấu bán như vậy được? Vì đi con đường mình đã chọn. Tuy thế ông bà bán vẫn được nhiều khách, và họ rất vui nhộn với khách. Niềm vui họ thu từ những tiếng nói, nụ cười của khách bốn phương. Sự hài lòng của khách, khách họ thuận ý gật đầu, hay khen ngợi, hay tán dương v.v... Họ thoải mái với khách hàng họ lắm... Nhất là hai cữ mới sáng sớm và về chiều, khách đầy ăm ắp trong căn lều, đến cả căn nhà bên trong của họ nữa...

Nhắc lại Anne năm lên mười sáu cô xinh đẹp tuyệt trần. Việc học hành của cô có một chiêm tinh gia chỉ dạy, luôn mười thiếu nữ theo học dưới chân đồi. Cô học hành xuất sắc, cô nổi trội hơn hết. Cô ít nói nhưng khả năng diễn tả văn rất lưu loát, tinh thông. Vị chiêm tinh gia Ambani, đánh giá cao về Anne. Lúc nào ông vẫn cứ bảo "nàng tiên bé bỏng này":

- Con là đứa học sinh xuất sắc nhất, không thể chê được. Song con cần phải cố gắng trau dồi kiến thức văn chương hơn nữa, và nhất định phải khiêm nhường, phải biết sự hữu ích đó.

- Dạ con hiểu. Xin cám ơn thầy chỉ giáo.

Anne luôn để tâm lắng nghe trả lời tương tự những câu.

Nhà chiêm tinh Ambani vẫn cứ vui vẻ, hòa nhã, hài lòng về Anne hơn những học sinh khác. Ambani vẫn là người thầy thường xuyên quan tâm đến tư tưởng Anne nhiều nhất. Ông thương cô hết mực nhất. Thời khóa biểu của vị chiêm tinh gia là dạy từ 10h đến 2h chiều. Còn lại sáng sớm ông uống trà đọc sách. Buổi chiều ông lại đọc sách uống trà và đi nghỉ ngơi...

Ngoài công việc học hành Anne thường phụ cha mẹ. Cô rửa nồi xoong, lau chén bát, hoặc kéo nước, hoặc cô vẽ tranh tặng cho khách. Cô tặng họ ai cũng thích Anne, họ như thấy được phước thiện từ cô. Bởi cô xinh đẹp hiền lành, nói năng lễ phép lại dịu dàng, như thiên thần mà!

Anne lại có một đặc điểm riêng, cô rất yêu rừng, vào những ngày nghỉ học cuối tuần, cô thường đi sâu vào thung lũng, hoặc núi cao để nghe chim hót, ngắm hoa rừng nở, hoặc nhìn thảo mộc kia phôi thai. Nhìn những con suối chảy róc rách, tất cả với những gì của rừng huyền bí, nói chung cô rất yêu...

Ông bà Mittal không vui. Nhưng Anne cứ giải thích là niềm vui của cô. Cô không đi xa, chỉ lân la vùng lân cận thôi. Thấy con đi thưa về trình nên ông bà cũng gượng sầu làm tươi, trân trọng con. Biết nói làm sao hơn khi trên chấm trán họ bốn mươi tuổi mới sinh ra cô đó? Hy vọng của ông bà duy nhất là trời thương đất quý, sẽ không phá họ những giấc mơ ngọt ngào! "Nghĩa là Anne sẽ là đứa con đầy lòng hiếu thảo." Ông bà mong những đấng thiêng liêng độ trì giúp họ.

Song Anne càng đi vô rừng càng đắm say rừng. Cô đã đi

sâu hơn, óc khám phá thế giới rừng của cô càng tha thiết hơn, tiếp nối hơn. Bỗng một hôm cô ham thích đi quá, cô đi mãi cả hai đêm. Anne quên luôn cha mẹ, quên lối về... Cô phải ăn những hạt dẻ hoa quả trong rừng cô lượm nhặt được, cô uống nước suối trong khi cần. Nhưng cô không đói bụng, mà còn xinh đẹp hơn, huyền hoặc hơn, lạ thường hơn... Anne yêu gió rừng vi vút thổi như từng yêu hơi thở mình, cô mãn nguyện và thích ca hát ở nơi đó... Tiếng hát cô bay bổng ngút ngàn, cô biết múa, cô múa cho suối nghe. Cô đi cho hoa rừng thấy, cô đứng cho rừng thần biết. Cô cười cho mây kia, vạn vật phải biết buồn...! Như có một cái gì thôi miên, cứ dưng đầy lạ thường cuốn hút nơi cô trùng điệp...

Rồi một đêm đến, trong rừng sáng rực ánh trăng bàng bạc, ngày thứ ba cô mỏi chân hơn. Anne ngồi phịch xuống, len lách qua thung lũng dưới chân cỏ suối nhỏ. Cô đã cầu nguyện với niềm say mê. Anne lẩm nhẩm và cô đưa hai tay trỏ đánh chéo với nhau, để tạo một góc thoi vuông:

Ước gì ta có đôi cánh/ Để bay khi cần thiết,
Ước gì thượng đế biết/ Để ta khỏi mỏi chân
Ước gì nơi rừng thần.../ Cho ta lời cầu nguyện...

Anne đọc bằng thơ với những câu ấy hai lần. Lời cô bé cầu nguyện vừa xong. Nhanh như chớp, khoảng trời xanh thưa lá, như dạt rộng ra. Trời cao như động cảm. Mây ngàn như khoan dung. Gió kia như nhắn gởi... Đã thổi cho một vị thần linh bay đứng trước mặt Anne ba thước và bảo:

- Này cô gái bé nhỏ xinh đẹp kia. Ước mơ của cô không lớn lắm, nhưng không thể gọi là nhỏ lắm. Từ nay nhà trời đã cho cô đôi cánh. Nó sẽ mọc ra dưới hông sườn của cô, nếu mỗi khi cô thấy cần thì xin hãy cầu nguyện. Cô phải tuyệt đối giữ bí mật, cô không nên nói cho ai được biết nhé. Nó sẽ giúp bảo vệ cô, nuôi lớn ước vọng cô...

Anne mở mắt ra bàng hoàng nhưng muốn ứa lệ, cô sờ vào hông sườn, cô mừng vui khôn xiết. Ôi ta có được niềm tối ưu đó chăng? Đôi cánh đã mọc ra lúc nào hay quá, nó đang nhấc cô đưa lên một cách nhẹ nhàng, rồi uyển chuyển bay. Lúc đầu chậm... Một đoạn thì mạnh hơn, bay lên tốc độ hơn... Cô bay cao dìu vợi, bay xa... Cô bay rất mau, rồi thánh thoát... Anne như trở nên là một vị thiên thần bé nhỏ. Anne vui vẻ mỉm cười định ra những hướng bay đi. Trăng soi lấp lánh chân nàng như những tia phóng xạ tuyệt vời...

Trong khoảnh khắc Anne tới một nơi rừng già nhất, sâu thẳm nhất, núi cao nhất, hang động nhiều nhất. Khi lên trên đỉnh núi cô nhìn được các muôn miền lân cận. Ôi đẹp như tranh, như thơ. Cô sung sướng, mãn nguyện của một giấc mơ đẹp. Sau đó Anne tản bộ. Cô đứng lại tại một dòng suối soi mình xuống dòng nước trong ngần. Sao bỗng dưng cô thẩn thờ nhớ cha mẹ, cô định bay về. Trời cũng chợt về sáng...

Thì đột nhiên cô nghe tiếng hát ai lanh lảnh, trữ tình thanh thanh, âm ấm kia...

Tiếng hát càng đến càng gần, thì một chàng trai xuất hiện, tay chàng dắt một con chó nhỏ dễ thương. Anne đưa mắt nhìn họ. Chàng ngưng hát và lẹ như cắt hỏi:

- Xin chào cô bé xinh. Tôi có mơ không đây. Tôi không biết nữa ôi chao ơi! Xin lỗi nhé... Tôi muốn hỏi cô tên gì nhỉ? Tại sao cô đến nơi này? Quê hương cô ở đâu? Chúng ta có thể là bạn được không? Này cô bé...

Anne lặng thinh lắc đầu chưa kịp nói gì. Gió từ đâu mơn man mái tóc nàng. Trăm hoa như đổ về trên môi nàng tươi thắm hơn. Mùa xuân như ghép trên mắt nàng thêm gợi cảm! Chàng trai sấn tới nắm tay Anne tươi tắn giới thiệu một cách mạnh dạn về mình hơn.

- Cô có nghe tiếng hát của tôi không? Tên tôi là Evan... Tôi rất hiền lành, và hãnh diện về tôi. Tôi không làm hại cô đâu, cô đừng sợ. Hỡi cô gái xinh đẹp nhất trần gian. Hỡi một thiên thần, một tiên nữ trần gian mà tôi được gặp...!

Anne vẫn làm thinh. Chàng nói nhanh tiếp:

- Chúng ta sẽ làm quen nhau cô đừng ngại. Cô có thể đi theo tôi. Rất hấp dẫn cô ạ, không ai làm hại một cô gái đẹp như cô đâu... Tôi hứa. Evan như sốt sắng nhắc lại.

Anne nghe rất miễn cưỡng. Tuy thế cô bị cuốn hút bởi lòng tò mò, mau chóng của mình. Không hiểu sao cô lại bước đi một cách chậm chạp theo anh qua một con suối nhỏ nữa. Evan hỏi tiếp nữa:

- Cô tên gì? Tôi muốn biết.

- Tôi tên là Anne

- Tên cô thật dễ thương!

Anne làm thinh như dò xét chàng. Evan tiếp tục sôi nổi:

- Tôi cũng yêu rừng mới vô đây. Cô có thích nghe tôi thổi sáo không? Cô có thể ngồi nghe tôi thổi sáo, ngắm hoa súng nở dưới hồ. Vâng tôi mời cô thưởng thức nhé...

Thật trước mặt cô là cái hồ rộng hoa súng nở đầy, nước trong xanh, im lặng dịu dàng... Cô có thể soi thấy rõ từng cộng chong mày xanh đậm của cô, hoặc soi tỏ từng chiếc răng duyên dáng trắng ngần của cô, hoặc một chiếc eo thon mỏng manh quyến rũ của cô. Không có ngôn ngữ nào tả hết sức cuốn hút nơi hồ này. Mà Anne đã cảm giác...

Thú thật Anne lắng nghe tiếng sáo của Evan dưới đất trời. Vâng! Cảnh vật đất trời như chìm vào tiếng sáo ru. Một chàng trai tuyệt vời tài hoa. Anne suy nghĩ, rồi đưa mắt nhìn anh vẻ đầy thán phục.

Chàng trai nhìn cô anh cười rất tươi đẹp. Khiến Anne bỗng dưng giảm đi sự sợ sệt...

Evan thong thả tâm tư:

- Đó tôi đã chứng minh tôi rất hiền lành. Tôi có thể mời cô về dinh thự tôi. Và tôi sẽ kể chuyện cho cô nghe, rất giống như thần thoại.

Anne thấy vui vui. Nàng đã không cam lòng. Nàng gật đầu, thơ ngây lẽo đẽo bước đi cùng Evan thêm. Cô theo anh dạn dĩ về dinh thự như biết anh từ thuở nào... Anne hoa mắt bởi anh có một dinh thự đẹp quá giữa núi rừng! Rồi cô nghe anh kể chuyện, và tự nhiên họ như thân nhau tưởng chừng như cũng từ mấy kiếp...

Evan tiếp tục ngợi ca chính mình:

"Anh là con của một lãnh sự thẩm phán. Phó Thống soái của một thành phố hải đảo xa xôi. Nhưng anh không thích cuộc sống nơi kinh thành. Anh đi chu du khắp xứ. Rồi anh muốn sống nơi rừng núi. Anh vẽ tranh, làm thơ, chơi nhạc. Anh rất chuộng sự thanh bình của thiên nhiên núi rừng…

Im lặng tý Evan nói thêm:

- Cha mẹ anh bằng lòng với ước vọng của anh. Một ngày nào Evan có thể gặp một người yêu, anh tìm thấy trong tiền kiếp. Là một ngày nào đó anh sẽ quay về với gia đình… Đó là những gì Evan từng cho là ý tưởng đẹp…

Anne nghe anh kể. Không hiểu sao cô trở nên nhanh chóng cảm động. Anh lấy những thức ăn nơi hộp chiêu đãi cho cô. Cô thật sự như bị anh bỏ bùa phép với những lời nói, và tính cách. Anne đam mê nghe. Anh tiếp tục bảo:

- Anh có một chiếc thuyền, những kẻ phục dịch đưa những thức ăn, đồ uống cho anh sau mỗi kỳ. Evan cứ muốn sống đơn giản, nhưng như theo của một vương giả kỳ bí…

Anh còn nói anh ở nơi này trên năm tháng, anh rất lấy làm hài lòng. Anh thích lắm v.v…

Anne lắng nghe Evan kể hết mình. Cô cảm động mỗi lúc mỗi hơn. Đôi lúc cô vẫn hoang mang. Nhưng chất giọng chàng ấm êm, trông Evan trẻ tuổi, hào hoa lịch duyệt quá. Chàng như chiến thắng đi lòng nghi kỵ nơi nàng. Anne như hết sức bị mê hoặc, nàng lãng quên bao chuyện khác…

Chẳng mấy chốc Anne bị ma lực bởi đôi môi chàng, cặp mắt chàng, tay chân thơm tho của chàng, và cả thân thể đẹp cường tráng nơi chàng nữa. Anne như bị anh làm phép cảm kích… Cô như bị thôi miên một cách hấp dẫn…

Chính Evan có phép lạ. Anne không hề hay biết đấy thôi.

Anne chỉ biết kết quả là. Sau đó cô đã nhanh chóng yêu anh. Và thèm khát được sống với anh như một thứ hạnh phúc đang cần, đường tình mới mẻ, cô đã chớm nở tơ vương...

Vâng! Cô như lạc vào một thế giới khác lạ. Nhưng cô rung động chân thành. Cô vẫn thích lắm!

Anne ăn những thức ăn cùng chàng, uống những thức

uống cùng chàng. Tất cả đồ đều đóng hộp, đổ ra ly kiểu, chén kiểu trước khi dùng. Cô đã bị cuốn hút mạnh, rất mau lẹ. Và cô trở nên yêu chàng. Yêu như thật say đắm...

Anne quấn quít bên Evan, tưởng chừng như không xa được nữa. Nàng cũng không hiểu cái gì, chốn gì mầu nhiệm. Anne ở bên Evan suốt trong bảy ngày trôi qua...

Lúc nào hai người cũng dắt một con chó nhỏ. Đi ngắm hoa rừng, nghe chim hót, nhìn thung lũng lên tận trên cao, hoặc xuống dòng sông sâu, làm thơ, vẽ tranh. Ngồi bên nhau, tình tự thủ thỉ...

Đôi lúc chàng còn giới thiệu qua ống kính để nàng nhìn về "vương quốc" của cha mẹ chàng, đang ở đó như một hải đảo, xa xa cách trở kia...

- Thật là sầm uất. Anne vui vẻ tán đồng nhìn chàng.

Thấm thoát trên một tuần qua nhanh Anne xa nhà! Cô bỗng nhớ cha mẹ, cô muốn về. Cô nói với Evan, cô sẽ kể chuyện này cho cha mẹ cô nghe. Nhưng Evan đã cản:

- Em Anne thân yêu! Chúng ta cũng đừng nên tiết lộ những gì quá sớm, không thuận lợi cho chúng ta đâu? Hai ta sẽ gặp khó khăn. Hãy chờ một thời gian tý nhé... Em yêu...

Anne suy nghĩ đồng ý. Nàng khẽ gật đầu:

- Em sẽ nghe anh. Anh thân yêu. Anh hoàn toàn đúng.

Những ngày nàng ở nơi đó, quần áo nàng mặc hằng ngày được chàng mời mọc và cung cấp, chàng bảo là chàng đã mua từ xứ tơ lụa nổi tiếng nơi Hy Lạp gởi sang, vì đã có phu dịch sẵn sàng mang đến cho chàng trong đêm, khi nàng ngủ say ngon giấc... Chàng đã đoán nhận họ và trả tiền thêm thế thôi. Chàng nói chàng không muốn người nào được nhìn vào ánh mắt đẹp của nàng, của người yêu chàng...

Anne lòng non dạ trẻ vui thay, cười đùa giỡn cợt và mừng rỡ với tình yêu Evan vì nàng, mà chàng quá ích kỷ đó... Chàng đã nói với trái tim khá đặc biệt nơi chàng ở sự thật, Chàng đã làm cho Anne hãnh diện và tin ngay... Thiệt ra những bộ xiêm y độc đáo lộng lẫy, hay kiêu sa thanh tú kia là do nơi một tay chàng bùa chú sẽ có tất cả mà thôi.

Hôm nay chia tay Evan nàng mặc lại bộ xiêm y của nàng trước lúc gặp chàng, để về nơi cha mẹ... Evan cũng vui lòng đồng ý. Chính bộ xiêm y này là ba mẹ nàng yêu nhất và họ đã mua cho nàng, và nàng cũng muốn giấu đi những xiêm y nơi Evan đã tặng cho Anne những ngày bên nhau. Anne chia tay chàng, lòng buồn như đứt, nhưng nàng không thể ở lâu với chàng hơn! Nàng biết cha mẹ chỉ có một mình nàng. Và nàng đi như vậy là vượt quá luật lệ rồi...

Anne chợt nghĩ ngợi Evan không có sai, không nên tiết lộ tình yêu quá sớm. Vâng, vì nàng có đôi cánh nàng không cho người khác biết nàng hoàn toàn giữ bí mật của lời dặn. Vậy còn tình yêu nàng tại sao không kín đáo, không bí mật, lại phải tiết lộ kia chứ? Vâng, hãy còn sớm lắm... Nàng cứ để cho hai con tim thì thầm biết thôi. Chắc chắn Anne không nên lộ diện cho ai biết thì hay hơn? Anne thầm nghĩ. Và nàng thực thi trong cảm giác đó. Thế rồi Anne đã bay một cách bí mật về với cha mẹ...

CHƯƠNG HAI

Anne về đến nhà nàng cúi đầu tạ lỗi với cha mẹ. Vì tội nàng ham đi chơi xa, để cha mẹ phải xót lòng thương mong, ngóng đợi, hơn bảy ngày trôi qua!

Thấy con xinh đẹp và còn quay về, ông bà Mittal mừng rỡ. Bao nhiêu giận hờn ông bà như trút bỏ vào xó. Sau đó Anne kể những gì cô đã thích nơi rừng. Ngoại trừ điều chàng trai Evan nàng vẫn còn mãi giấu...

Cô cũng bắt đầu phụ lại cha mẹ như công việc thường ngày. Lau chén, rửa bát, kéo nước, pha trà, vẽ tranh v.v...

Khi gặp lại cha mẹ Anne giữ được nụ cười tươi hồn nhiên. Song chẳng bao lâu, dần dần nó biến mất. Anne quay lại nhớ Evan trong rừng quay quắt. Cô tự nhủ, cô phải nói lên sự thật cho cha mẹ nghe. Cô không thể sống thiếu anh, cô không thể thiếu Evan được nữa rồi! Người con trai đẹp mã đủ tài làm cô đem lòng yêu dấu!

Một hôm cô nói với cha mẹ:

- Cha mẹ ơi con yêu một người con trai tên là Evan. Con gặp nơi rừng nọ. Con không thể sống thiếu anh ấy. Con đã vắng xa bao ngày, là bao nỗi nhớ thương, dâng ngập... Cha mẹ ơi, con không thể sống xa chàng được nữa...

Cha mẹ Anne chẳng vui sướng chút nào khi nghe được tin, mà họ tỏ ra đau đớn dằn vặt. Họ nghe như một tai họa bất ngờ bởi Anne. Ông Mittal phản đối với Anne rất nhanh:

- Cha mẹ không cho con vào rừng nữa, không đi vào sâu nữa, không đi lâu hơn một ngày nữa. Con không thể hồ đồ để yêu đương hơn nữa, con gái ạ...

Nhưng Anne có đôi cánh, cô giấu giếm cha mẹ đến gặp Evan, của những giờ phút cô thấy nhớ nhất. Anne đi bằng đôi cánh thiên thần những khi cô ước muốn. Cô đọc thần chú đôi cánh ấy hiện ra dưới hông sườn. Cứ đưa Anne đi bay lên cao và biến mất... trong định hướng ý chỉ cầm lái của tay cô!

Evan ngày càng lôi cuốn Anne đi vào phía mình, bằng đam mê, bằng giọng hát, bằng vũ điệu. Lời nhạc, ý thơ, vì cả dung mạo mạnh mẽ, đẹp trai của chàng nữa. Chỉ trong nháy mắt Evan vẽ đủ thứ. Anh vẽ bức tranh về nàng rất toàn diện. Người như thế cô kiếm đâu được trên thế gian này? Anne, Nàng thấy thật sự hạnh phúc nếu nàng sống chung với chàng. Rồi được Evan yêu quý say đắm, như thế bên chàng này đây!

Nhưng Anne không thể giấu được cha mẹ lâu hơn. Và nàng không thể hành động lén lút mãi như vầy. Nên nàng bàn với Evan khi gặp lại:

- Anh thân yêu! anh có thể đến thăm bố mẹ em. Cầu hôn em, nếu anh yêu em thật sự! Chúng ta ở bất cứ nơi đâu bên nhau, có nhau trên thế gian này. Ở với cha mẹ em, về lại cha mẹ anh, hoặc rừng sâu núi thẳm v.v... Em không muốn mình phải cố sức che giấu ba mẹ.

Evan do dự và hứa:

- Vâng Anne thân yêu! Anh nghe. Anh sẽ cầu hôn em...

Anne xúc động. Nàng mừng rỡ ôm chàng như muốn khóc với niềm hạnh phúc. Evan trông Anne càng xinh đẹp duyên dáng, khỏe tươi ra hơn.

Anne gặp gỡ Evan cũng thường mà ông bà Mittal không hề biết. Rồi một hôm Anne đưa Evan về. Anne giới thiệu:

- Cha mẹ ơi, đây là anh Evan. Chúng con đã yêu nhau, con từng mong cha mẹ cho anh ấy cầu hôn con. Con thật sự muốn sống có chàng bên cạnh cuộc đời.

Evan cũng phủ phục dưới chân ông bà Mittal thưa:

- Chúng con yêu nhau bí mật, hôm nay thưa ba mẹ chúng con muốn được tác hôn. Nhưng Anne sẽ sống với con, có thể rời xa ba mẹ...

- Chúng tôi không tin hết một lúc những gì cậu nói. Thật sự của tình yêu là cần thử thách...

Ông Mittal liếc xéo Evan nói tiếp:

- Hơn nữa chúng tôi chỉ có mỗi người con đó Anne. Chúng tôi không muốn cách xa nó.

Evan vẫn đưa ra một hình thức để biện lý:

- Chúng con đã từng yêu nhau, thì chúng con cần sống chung có nhau bên đời để hưởng hạnh phúc.

- Viễn vông tất cả. Tình yêu không thể chứng minh trên đầu môi của cậu. Chúng tôi là bậc cha mẹ, cũng không có thể xa đứa con gái yêu quý nhất này, mà dễ dàng được đâu.

- Thưa ba mẹ con xin...

Người cha Mittal như cướp lời con gái để nói nhanh:

- Không, con không có quyền xin xỏ hay xin gởi gì cả. Tình yêu nơi con. Nhưng hôn nhân này, thì cần muôn ngàn yếu tố. Và ba mẹ có quyền săm soi để quyết định cho con. Riêng ba không bao giờ đồng ý khi cuộc quen biết nơi con còn giản lược, và quá ít thời gian mà đòi tiến tới hôn nhân.

- Thưa ba mẹ là...

- Thôi tạm đủ rồi, tất cả nên dừng lại đi. Ông Mittal quất mắt nhìn con gái, nhìn bà vợ và nhìn cậu con trai Evan đứng đó luôn.

Anne cụt hứng ngẫu nhiên. Nàng như nhận lấy khổ đau từ lời nói cha mình. Cuộc nói chuyện họ khép lại ngắn ngủi. Mẹ nàng bà Usha thì không bao giờ lấn lướt quyền hạn với chồng. Sau đó mẹ Usha mời tất cả họ dùng bữa cơm mà bà tự nấu, bà đã chờ đợi hơn một tiếng đồng hồ, giờ được dọn ra...

Không hiểu sao Evan không mấy thích thức ăn trong gia đình Anne lắm. Chàng thấy khó chịu, không dễ dàng khi thưởng thức. Điều đó làm cho Anne lo lắng, và ông bà Mittal cũng lấy làm kém vui tận nơi lòng...

CHƯƠNG BA

Khi tiễn Evan đi rồi Anne quay lại với cha mẹ. Cô vẫn phải nghe. Ông Mittal không vui và tuôn hết những ý nghĩ:

- Cha mẹ chỉ có mình con, con hãy ở đây với cha mẹ. Cha mẹ không muốn cho con đi đâu cả, chỉ muốn sống chết với chân núi này thôi... Con có thể lấy một chàng trai vùng lân cận này, phụ cận này. Săn bắn, phát rẫy làm nương, chăm tằm, nấu rượu, trồng nho, trỉa bắp, thương mại, lái tàu bè, dùng xe ngựa chở gỗ mướn... Rất nhiều nghề để con chọn lựa...

- Thưa cha, thành phố hòn đảo cha mẹ anh không xa đây lắm. Con có thể đi với anh ấy bằng đường sông biển. Con có thể về thăm cha mẹ. Hơn nữa cha mẹ bằng lòng cho con tác hợp với anh ấy. Con có thể thuyết phục anh ấy ở lại đây.

Anne cố năn nỉ. Cha Anne Mittal không để ý chi lời thỉnh cầu của Anne. Ông chỉ quay về tập trung cho nguyện vọng, nơi ý tưởng mình. Và họ đang làm việc.

Bà Usha hiền lành không nói, dấu thương con, chỉ có ông bố Mittal vẫn lắc đầu lia lịa, không tán thành với những dự định của cô con gái. Cuộc nói chuyện của Anne vẫn không thuyết phục bố mẹ mấy, Anne rất buồn và thất vọng. Còn phần ông bà Mittal vẫn tiếp tục cuộc sống sinh nhai. Họ lo cho tiệm tung, chòi tranh, lều được căng lá, bán cháo của họ rộng thêm, họ không mấy quan tâm cho Anne nữa đâu.

Nhưng rồi một hôm sáng sớm ngủ dậy, sương chưa tan, gió còn lạnh, nhưng hương thơm những cánh hoa kia, như nồng nàn tương phản, ông nhìn lấy làm lạ, rồi bảo bà:

- Tôi đã có những ý nghĩ hay đây. Tôi sẽ cho nó đi lấy chồng, song chỉ mong ở vùng lân cận. Vương quốc nào xa, lãnh địa nào khác, tôi nhớ con và lo ngại, tôi không bằng lòng đâu. Tôi phải đi nhờ nhà chiêm tinh Ambina tìm cách giải cứu cho tôi, bà có thể đồng ý chứ?

Bà Usha cũng đưa mắt nhìn những cánh hoa thơm nồng lay trong gió sớm đó, mà tâm trí bà có vẻ lơ đãng. Rồi quay lại bà trả lời:

- Tốt thôi. Tôi biết làm sao bây giờ, tùy vào ông quyết định. Chắc là tôi chẳng dám thay đổi ý ông.

- Vậy được nhé. Ông Mittal nói ở tâm trạng nhiều can đảm.

Bà vợ há hốc nhìn ông chồng, như đặt tâm lý chung vào ông. Bà có cả hai nghi vấn và hy vọng, sợ sệt và tin tưởng.

Một ngày nọ theo dự tính, ông Mittal mời nhà chiêm tinh gia Ambina đã từng dạy mười học sinh dưới chân đồi, quá bước đến nhà mình, để ông có nhờ cẩn một sự tình. Nhà chiêm tinh Ambina đã nhận lời khăn gói viếng thăm. Ông Mittal mừng rỡ đón tiếp thân mật, và sau đó ông khổ sở trình bày về Anne cho nhà chiêm tinh gia biết. Nhà chiêm tinh Ambina ngạc nhiên nhưng nghẹn ngào bày tỏ với Mittal, để tìm cách giải cứu cho cô gái Anne:

- Đúng ngày rằm tháng bảy ngày sinh của Anne. Ông đem vị thuốc của tôi, được chế biến pha trong nước, phơi ba sương đêm... Ở một ly sứ chưa bao giờ dùng đồ mặn. Khi ăn cơm xong sẽ cho cô ấy uống, giống như dùng trà thường ngày.

Mittal cha Anne lắng nghe hồi hộp thì nhà chiêm tinh dặn dò thêm:

- Chỉ có lấy được sương mới có tác dụng, sắc đẹp cô ấy sẽ giảm xuống, cô mất đi sự lộng lẫy. Cô ấy rồi đột biến thành một thiếu nữ bình thường, ôi là rất bình thường...

- Vậy có thể được sao nhà chiêm tinh Ambina? Mittal ngờ vực nhấn ý hỏi.

- Vâng thế đấy, con quỷ lửa sẽ thấy hương sắc của Anne rất bình thường này, thiếu đi sự mặn mà, nó sẽ tìm cách tháo lui. Mà hãy nhớ kỹ rằng, không cho Anne biết, nếu cũng có thể xảy ra rắc rối. Hy vọng sau đó Anne sẽ thông minh phát hiện rồi đi đến chiến thắng nó. Tôi Ambina không thể đoán hết trước. Song chiến thắng được nó, cô ấy sẽ xinh đẹp, duyên dáng bội phần sau này...

Ông Mittal đem cất thuốc. Nhà Chiêm tinh gia Ambina ra về. Rồi một hôm đến bữa ăn, vợ chồng ông Mittal bỏ thuốc vào bình, có một cái ly cốc sành sứ nó vẫn như thường, khi để bên cạnh gần đấy. Cố nhiên họ đã chọn tráo ly cốc không bao giờ dùng cho đồ mặn trước kia. Anne liền rót bình trà vô ly nhỏ và uống, sau một lần ăn cơm.

Cô có cảm giác vị đắng ngấm, nhưng cô không nghĩ gì khác hơn, có thể là chất trà gắt gỏng nặng chát chăng? Anne nhìn lại lần nữa bình, ly, tách nước mới uống xem cho kỹ, song cũng không phát hiện có gì. Ôi chỉ là lạ một điều chi, độ đậm đặc kỳ bí trà mà cha Mittal tẩm cho cô chắc? Cô nghĩ trong lòng, cảm giác thấy khó chịu nhiều vào người, chợt mệt đến, rồi cô chui vào phòng riêng ngủ ngay lập tức.

Ngủ say một giấc Anne tỉnh thức dậy đứng trong căn phòng. Ông bà Mittal đưa mắt nhìn, rõ là hiệu lực vô cùng. Sắc đẹp của Anne thuyên xuống một cách đột ngột không thể ngờ. Ông bà mừng thật với sự mong đợi, nhưng cũng có phần buồn man mác, với nỗi tiếc oan uổng này. Vì một đứa con gái xinh đẹp rực rỡ nhất của ông bà, lại sa sút nhan sắc một cách đáng ngại và dễ dàng thế sao?

Còn phần Anne vẫn cứ nhớ đến Evan của nàng. Cô bị khống chế bởi lời nói nơi cha Mittal. Nên Anne tỏ ra vâng lời. Đã lâu ngày không gặp Evan, nàng nhớ quá không chịu nổi. Anne soi gương thấy diện mạo của mình khác thường, không giống như nàng cô gái thường ngày. Anne tự tay đánh nhẹ mặt mình mấy lần, mấy lượt với cảm giác kỳ dị, khó chịu. Nhưng Anne chợt nghĩ một điều, có lẽ là. Nhớ Evan nên nàng thay đổi dáng điệu, mặt mày, sắc nét một chút chăng?

Vẫn không sao chống lại sự nhớ nhung. Nàng phải đi

tới bờ suối đọc thần chú dùng đôi cánh để đi thăm chàng.

Evan thấy nàng xuất hiện không còn nhan sắc diễm lệ, chàng sửng sốt. Anne cũng kinh ngạc:

- Anh không nhìn ra em sao anh thân yêu? Em đến nè.

Evan như đánh mất phần hồn trở về ngạc nhiên đáp:

- Anh nhớ em, nhưng...?

- Nhưng sao, anh thân yêu? Anh không thấy tội nghiệp em ư? Anh không mong thật sự hôm nay em đến thăm ư? Nàng nói với một thái độ ngây thơ, kêu gọi thảm thiết.

Evan trả lời:

- Vâng, vâng... anh thấy chứ... Nhưng tại sao Anne kém đi phần hương sắc. Anh thấy lạ lùng quá, không phải một chút thôi? Mà em hoàn toàn hơi khác lạ.

- Bởi vì em nhớ nhung anh, nên em thuyên giảm sa sút chớ gì? Anne nói, mà vẫn cười buồn.

Anne nói xong, và muốn bá cổ Evan. Evan lại muốn lẫn tránh. Evan trả lời.

- Không phải thế, anh đang bệnh mà. Anne có thể lây nhiễm từ nơi anh.

- Không, em yêu anh chúng ta có chết cùng chết. Em muốn thế mà...

Evan nhìn vào mắt Anne như nói thật:

- Chúng ta cần sống em thân yêu ạ! Hãy nghe anh đi!

Anne mất vui hơn, tiu nghỉu cô cũng buông Evan ra. Lòng đầy thất vọng thảm sầu.

Thấy Anne như thế, Evan lại ôm nàng vào lòng hôn nàng. Anh ghì nàng xuống mân mê. Song Anne vẫn cảm thấy có cái gì nhạt nhạt, không làm cho cô thỏa đáng lắm...

Anne nói:

- Anh vẫn có thuốc phòng khi đau bệnh chứ anh yêu!

- Anh chỉ lo cho em, đừng lo cho anh.

Evan nói thêm:

- Hãy đợi cho anh một ngày khỏe mạnh. Anh sẽ đền cho em như kẻ đền tội, và anh sẽ đền tình yêu cho em tất cả em yêu...

Anne miễn cưỡng:

- Em chỉ thích tình yêu anh hôn em, và thật say đắm ngay bây giờ anh Evan ạ. Em yêu anh rất nhiều, anh có biết?

- Anh bị dở... Anh xin lỗi em yêu ạ!

- Anne đùa với anh, những điều của tình yêu? Nhưng em chỉ sợ em không mặn mà xinh đẹp. Để anh thiếu đi sự chăm sóc say đắm, và tha thiết em. Có đúng như vậy không anh yêu?

- Ô không? Không không, anh không bao giờ... Anh vẫn yêu. Cho anh xin lỗi Anne nhiều vì anh bệnh thật.

Evan từ chối khéo. Anne buồn mà chẳng cần nói thêm nữa.

Sau đó Evan lấy đồ ăn cho Anne ăn. Nhưng anh không chịu hát cho Anne nghe, không chịu vẽ cho Anne nhìn, và không chịu đưa cho Anne đi chơi, như những lần anh từng đưa Anne đi xem thung lũng có suối reo, chim hót, gió ca, hoa nở, đá cười... Cuối cùng Anne chấp nhận ra về. Nàng không được tâm sự với chàng nhiều như mong muốn! Đó là ý chàng Evan. Anne đâu có biết Evan là một con quỷ lửa đã thay đổi thái độ, cạn lòng với một giai nhân nàng...

Số là Evan nguyên là một tên tướng cướp, hung hãn hay giết người cướp của tại một thành phố đảo nhỏ. Lại chuyên thích hãm hiếp những cô gái đẹp vô tội vạ. Evan bị cáo buộc truy nã và xử tử. Anh được thân nhân cho xác vào hòm để chuẩn bị chôn cất. Nhưng trước khi người ta chôn phải thắp ba ngọn nến đợi chờ theo giờ giấc, đúng lễ nghi... Thì có một làn sấm sét chớp lòa đến, rồi băng ngang qua hòm, có con mèo hoang đi bước xéo qua, anh bỗng tung hòm sống dậy chạy...

Một cách tự nhiên như thường không ngờ, nhưng anh sợ hãi, anh lao thẳng vào rừng. Evan đói khát nên ăn sống, nuốt tươi, nghiền nát xâu xé, những con thú rừng nhỏ bé tanh hôi, dần dà anh biến thành quỷ lửa anh chẳng hay. Anh biến thành quỷ từ đôi tay trước nhất, qua đôi chân, đến thân hình, mắt mũi, đầu, cổ, tóc, tai, dần dà qua từng ngày hình thành một cách trọn vẹn. Từ đó anh có những phép biến hóa như phù thủy. Khi Evan cần, anh vẫn mượn hình hài một trang nam tử lịch duyệt, hết sức tuấn tú, song vẫn cứ mang lại trong người anh, còn dòng máu một nam nhân dị tướng, đam mê xác thịt phàm thường của phái đẹp!

Đúng vậy, quỷ lửa chỉ muốn hưởng lạc thú với những cô gái tuyệt sắc giai nhân. Nếu quỷ lửa không hưởng được lạc thú đó, nó sẽ đau khổ vô cùng về sự tàn úa của nó. Nó luôn luôn tìm kiếm sắc nước, hương hoa phái nữ, làm cho thần diệu, sức mạnh ái tình... Để quyến rũ tăng trưởng sinh lực cho nó, mà giữ được sự tồn tại, cả đẹp trai và tuấn tú khôi ngô nữa...

Quỷ lửa Evan không còn quyến luyến sự diễm lệ Anne. Nó tiêu diệt cho một cuộc hành trình mới, tìm kiếm mới. Evan quỷ lửa đang suy tính âm mưu người nó lập lòe lốm đốm lửa ma, nhưng Anne thơ ngây chẳng hề biết. Quỷ lửa đã thuyết phục giải thích, hắn đang bệnh chỉ muốn Anne sẽ đến lần khác, theo thuyền bè đến trong một cơ hội khác v.v... Quỷ lửa đang cố áp dụng một chương mục lọc lừa mới nhất.

Quỷ lửa vội vàng đưa Anne đi về. Trên lối về một vùng rừng núi chập chùng mới nhấp nhô, quỷ lửa bỗng làm điều ma quỷ để gây chuyện. Nó bấm ngón tay, gió thổi bùng lên, mang tung xa đi cây cối, gốc rễ lá cành nhào lộn nghiêng ngã, như muốn hú kêu than oán, sấm sét ầm ầm, trời đất trở nên hỗn độn chấn động, đen tối mù mịt cả một vùng hoang dại... Anne ôm vai Evan. Nàng hỏi:

- Có gì vậy hỡi chàng hiệp sĩ của em?

- Không sao, em cứ tin tưởng trời đất vẫn thay đổi như vậy... Evan đáp.

Rồi bỗng nhiên nó khàn ra những hơi thở tím xám, nằng nặc một mùi xanh um hôi ngợm lạ, như muốn làm Anne ngạt ngột nín thở, phải u tối cả mày mặt. Nhưng cô cứ tưởng là giông tố, cô cố níu tay Evan trông dựa dẫm. Anne không ngờ trời đất như thế, cô trở nên hoang mang đủ điều...

Trông cô thiểu não tội nghiệp, nhưng Evan quỷ lửa vẫn

vô tư, vô tình, vì quỷ lửa đã có dự tính riêng rồi. Quỷ lửa chờ cơ hội và hất tay Anne ra khỏi tay mình. Nó hét lớn:

- Ha ha ha... ta là quỷ lửa, bạn của loài quỷ sa-tăng núi rừng đây. Bản năng ta chỉ thích những cô gái tuyệt trần, một nhục thể mỹ miều. Nhan sắc nàng từ đâu không còn diễm lệ như xưa, nàng không còn mặn mà, hoặc ảo mộng như mơ, thì ta không thể giữ ngươi bên cạnh. Ta trả ngươi về âm dương. Và để ta không mất đi sự tàn úa trên thân thể... Đó là đế chế của ta.

Anne đau thương nghe chưa kịp một cách đầy đủ, nàng rú "hú" lên một cách tội nghiệp. Khi nghe đến hết câu từ Evan, thì từ vách núi, cô rơi thẳng xuống hốc, dốc mặt đất, cách suối hơn hai trăm thước.

Anne biết mình có đôi cánh, nhưng không còn đủ thời gian để đọc thần chú. Cô đã rơi tõm xuống thung lũng xa xôi đó, bên vách đá dựng đứng đó, gần lòng suối cạn. Đầu Anne bị dập, mặt mày xước trầy thê thảm, tay chân rươm rướm máu, vì cọ đá đau nhói nơi cô. Anne bấy giờ mới hoàn hồn, cô khóc.

Hai giọt lệ long lanh, đong đưa chảy xuống má, cô than thở nói một câu:

- Trời cho tôi một lần với người này, yêu một lần để chết, hoặc một lần khôn, một lần thức tỉnh. Và cho tôi đôi cánh ấy bay lại cùng hắn. Nếu như hắn phản trắc ta.

Tất nhiên đôi cánh không phụ lòng Anne. Khi cô đưa tay vào xương sườn, cánh mọc ra bay lên nhè nhẹ, rồi như nhào lộn mấy bận để dồn sức mạnh thử thách, rồi tự bay vút, đưa Anne bay trên không trung. Như tại nơi này xuất hiện một nữ hiệp tài ba kỳ tình, vượt trội gian nan. Chẳng mấy phút, tí tắt đã đưa cô đến ngay dinh thự quỷ lửa. Anne vẫn than thở:

- Evan tại sao anh nỡ đối xử với em vậy? Anh hết yêu em rồi sao? Anh hết yêu Anne rồi sao hã anh yêu?

Evan quỷ lửa trả lời:

- Tất cả muộn đối với Anne. Cô không giống như ngày xưa diễm lệ... Một cánh hoa tuyệt sắc đã héo rũ. Lẽ nào ta còn dành chiếm ở nơi ta, để làm chi nữa chứ? Đó là lẽ sống của ta, ta không chọn khác hơn, xin đừng trách trả. Ha ha ha...

Anne tức giận, căm phẫn thốt lên:

- Tại sao anh lại gian ác. Anh có biết Anne đau đớn đến chừng nào không? Anh có thể giết em ư?

- Đừng hỏi, những gì không nên hỏi. Cô không như một Anne ngày nào. Một thiếu nữ thiên thần đã mất đi phân nửa.

Evan trả lời lạnh lùng hơn, như những viên đá tuyết, đang xả vào mặt Anne. Nàng nghe chới với và cố nói:

- Chỉ vì em nhớ anh em thiếu đi sự tinh anh, thiếu đi em không được đẹp trang nhã... Nếu Anne thiếu chất mặn mà, mất đi sự lộng lẫy đi chăng nữa. Anh phải yêu em hơn chứ?

- Tôi không thể chọn cách đó. Ha ha.

- Tất cả Anne này trong hối hận... nhưng không dễ. Anne muốn chiến đấu cùng anh trước khi Anne có đi vào cõi chết. Anne thơ ngây, nhưng cay đắng với lời tuyên bố cường mạnh đĩnh đạt như vậy.

Evan quỷ lửa vẫn dứt khoát:

- Nếu muốn thì hãy thử nào...

Hắn nhanh như chớp hà hơi xanh tới, mong móc đốt cháy tóc Anne. Lửa vụt tới buông đổ xuống chụp Anne. Song Anne nhanh như thần tốc bay lên đọc thêm thần chú. Cô khai thông:

- Hỡi thần linh hãy cho tôi luồng khí đánh bạt hắn. Có thể hắn là quỷ chăng?

Lời thoại của Anne có hiệu lực ngay. Luồng khí đã làm cho hắn xiêu vẹo loạng choạng. Quỷ lửa vung tay bấm lưới chụp Anne.

Anne nói nhanh với thần linh nữa:

- Hãy cho tôi thanh kiếm. Tôi có thể đấu với hắn.

Thanh kiếm có ngay. Bay về trao tận tay Anne.

Quỷ lửa bấm tay hắn cũng có thanh kiếm. Cả hai giao đấu. Quỷ lửa có sức mạnh. Nhưng Anne có sự nhanh nhẹn thông minh, mưu trí, cô vượt bậc...

Cuối cùng cô xin:

"- Hỡi thần linh cho con sức mạnh vô hình, lấy đi đôi mắt hắn..."

Hiệu lực ngay. Anne vừa cầu xong. Cô huýt sáo ý nhị một cái nhẹ nhõm. Hai con mắt hắn bay ra rơi tõm trên bàn tay xinh đẹp của Anne. Cô bỏ xuống chân mình, cười nhẹ và giậm qua một cách ngạo nghễ, song thái độ cô vẫn hiền hòa.

Quỷ lửa không có đôi mắt lạng quạng. Anne vung tay thụt vào hông nó. Dễ như chơi, nó trúng huyệt, máu hộc lên, nó nhìn cô rồi tắt thở...

Anne kẻ chiến thắng, song cô nhìn Evan quỷ lửa chết, lòng cô buồn rầu vô cùng.

Cô nhìn thân xác một người cô từng yêu. Một chàng trai đẹp đẽ giờ là quỷ nằm đó hồn lìa khỏi xác. Là quỷ đó chăng? Anne nhìn rất lâu rồi khóc, rồi lau nước mắt, rồi bỏ đi...

Nơi cô vẫn có chút gì nghẹn nghẹn xâm chiếm vào trái tim cô.

Và Anne nói như sau một cơn mê muội, để hồi thức tỉnh:

- Tất cả như một giấc mơ, con về lại với ba mẹ đây... Anne của cha mẹ Mittal và Usha đây! Con sẽ về đây.

Anne đã dùng câu thần chú đặt tay vào hông sườn, cánh từ từ mọc ra, cô bay đi. Anne trên đường bay quay về...

CHƯƠNG BỐN

Anne về với cha mẹ thì thấy nhà trống vắng. Từng cái ly, cái chén cái bát, tất cả lạnh lùng như thiên niên kỷ. Nàng u buồn gọi cha mẹ hoài:

- Ba mẹ ơi con đã về! Ba mẹ ơi con đã về! Con đã về đây mà.

Không thấy cha mẹ đâu, hoặc một lời đáp trả. Vắng trước im sau, khắp chốn nhà. Anne có cảm giác, nhà của cô nhưng, cô như không tin vào nhà của mình nữa. Buồn tẻ và lạnh lùng trên từng đốt xương sống của cô. Mới ngày nào sầm uất sôi nổi mà bây giờ như biến vào cổ tích hoang dã... Anne buồn quá, đi tìm đến người thầy chiêm tinh gia để hỏi cho ra lẽ, thì vị chiêm tinh mới cho hay. Ông Ambina miêu tả lại:

- Cha mẹ Anne trong một ngày làm việc như mọi ngày. Đêm nhớ Anne, một đêm hai người không đau bệnh gì hết, nằm ôm nhau mà chết. Chết rất hạnh phúc...

Nhà chiêm tinh Ambina tường thuật cặn kẽ luôn:

- Ông bà Mittal tới báo trong mơ cho nhà chiêm tinh tôi nghe "Là ông bà đã theo luồng sấm sét bay lên mây về trời... Đừng lo ngại khi xác thân họ mất tích."

Anne hay tin như thế thì khóc òa. Anne buồn rầu tới tận cùng tâm thể. Anne không hiểu sao? Cô quay về nhà lại nỗi buồn càng dâng đầy, buồn thiu, buồn thỉu. Rồi cô có quyết định mới. Anne muốn làm những bài thơ cuối cùng. Vẽ những bức tranh cuối cùng. Trao tặng cho nhà chiêm tinh gia cuối cùng. Rồi Anne đã cởi lớp áo trần đời để đi tu sau đó...

Cô nghĩ tất cả đều là duyên nghiệp..."Và cô nghĩ đi tu là cõi an phúc, là tốt hơn nhất."

Chẳng bao lâu Anne đã đạt thành ni cô vô sắc, vô nhiễm. Cô hanh thông mọi điều sự sống và giáo lý...

CHƯƠNG NĂM

Thời bấy giờ có một vị thống đốc rất yêu tranh, và cũng rất yêu thơ. Ông thường chu du khắp nơi để lấy cảm hứng vẽ cảnh, lấy tình làm thơ. Ông lại đi đến mãi vùng này. Lọt vào nhà vị chiêm tinh Ambina thông thái, dưới sườn đồi...

Một cuộc làm thơ nói chuyện xảy ra. Nhà chiêm tinh vịnh thơ và gởi tặng cho vị thống đốc. Vị thống đốc cũng vịnh thơ tặng lại vị chiêm tinh. Cả hai như tri âm tri kỷ, ăn ý mặn nồng...

Nhà chiêm tinh Ambina còn trao tặng những bài thơ, những bức tranh của Anne, khi cô từ bỏ cuộc sống trần tục thế gian. Vì ông cho đó là những bài thơ hay, những tranh có một không hai của Anne...

Những bài thơ và những bức tranh Anne làm cho vị thống đốc Kelly lại lưu ý say tâm. Ông yêu kiều mến mộ lắm! Hai vị mãi uống trà và đàm đạo như hồng nhan tri kỷ. Mặt trời lặn gác núi mà như không hay. Chim trời ngoài kia lẻ bóng bay về tổ mà hai người vẫn không ngờ. Gió như ngưng thổi, sợ làm đau hạt sương trên cỏ dại ngoài kia. Mà hai người vô tình không buồn thưởng thức. Chỉ vì tranh và thơ của Anne...

Kelly cảm giác; ông chuộng từng tác phẩm của Anne lắm, ông quyết định muốn biết người chủ sáng tạo ra nó.

Nhà chiêm tinh Ambina mới đem lòng trần thuật lại về Anne. Một cô gái con của một ông bà Mittal Usha bán cháo chay dưới chân núi. Ông bà qua đời và Annne, cô gái ấy đã qui y...

Vị thống đốc trẻ tuổi không dằn được cơn xúc động:

- Tôi muốn, cần gặp cô gái này. Nếu cô ta còn sống trên trần thế.

Vị chiêm tinh Ambina cắt nghĩa trả lời rằng:

- Anne cô gái ấy hãy còn trẻ lắm, nhưng đi tu đến giai đoạn vô nhiễm vô sắc... Không thể nào... Xin đừng ám ảnh cô ấy.

Thời điểm họ đã chia tay. Cuộc nói chuyện của nhà chiêm tinh gia Ambina cùng Kelly thống đốc chưa ngã ngũ về đâu, vì Kelly cứ một mực đòi phải gặp người con gái - Anne chủ nhân những bức tranh và những bài thơ hay kia. Nhưng nhà chiêm tinh gia Ambina, e ngại là vị Kelly không còn hợp lý nữa...

**

Buồn bã Kelly giả một thương gia quyết đến chùa An Lạc nơi Anne đang tu hành. Ngôi chùa thấp ẩm, nghèo khó sơ sài. Kelly quan sát chùa. Ông đem tiền, vàng cúng dường cho ngôi chùa sửa sang lại nhiều mặt theo ý ông. Cất thêm cho cao lớn hơn, xây dựng tượng cho nhiều hơn, khuôn viên phải khang trang hơn. Và phải đúc được những tượng đẹp hơn để thờ phượng v.v... Cúng dường là một lẽ, nhưng mục đích chính là Kelly muốn tìm kiếm, được nhìn thấy tận mặt Anne - Người con gái tuyệt tài này. Ông nghĩ vậy…

Rồi chính mắt ông nhìn diện kiến Anne trong trang lễ phục tu hành. Một câu nói cúi chào của cô:

- Nam Mô A Di Đà Phật.

Đôi mắt đoan trang và khuôn mặt khả ái, thương đời vì đâu, xa xôi mơ màng... Đôi mắt Anne tinh khiết nhưng lung linh sâu thẳm, như gói trọn mầm ước vọng thanh xuân chưa tiêu tan? Một lần nữa làm cho ông Kelly bàng hoàng choáng váng, khi ông chạm vào đôi mắt ấy.

"Ông có tội chăng? Ông không có tội. Ông khẳng định con người cần chia sẻ, cần yêu thương trong sự sống."

Sau đó ông Kelly gởi một bức thư chuyển cho Anne. Ông cho biết ông là một vị thống đốc chứ không phải là nhà thương gia mua bán. Một bức thư được viết:

"*Lòng ngưỡng mộ Kelly đối với nàng là tuyệt đối. Tôi mong, ao ước được tác hợp duyên với cô trăm năm. Tôi không yêu cô với hình hài nhan sắc mà? Tôi yêu bằng một sự quả cảm của tâm hồn... Những bài thơ, những bức tranh. Cô vẽ, Kelly cho là những thứ về hạnh phúc, và khổ đau - Của những tuyệt tác." Không ai có thể vẽ được trên thế gian này. Tôi yêu lấy chủ nhân tạo ra tác phẩm ấy!*

Mãi mến thương. Mãi là kẻ si tình, Kelly….

Anne đọc, song Anne vẫn một mặt chối từ dửng dưng, chẳng đáp trả. Riêng Kelly gởi thơ cho Anne tiếp với ngụ ý:

"Ông phải chờ cho dù hết kiếp. Ngoài giờ làm việc ông không mong gì hơn. Những đêm trăng thanh, ông luôn luôn đi dạo với cô đơn. Xem tranh cô, để tìm cái lãng quên, mà tìm cái nhớ nhung. Xem thơ cô làm như tìm hơi ấm từ xa... Thơ cô phong phú về chức năng. Mỹ miều về phong cách. Thi vị trong cảm hứng. Đã làm trái tim ông mất ăn mất ngủ, như sóng cuộn âm ỉ, từng cơn yêu dấu...!"

Kelly vẫn không sao dứt bỏ ý định muốn cưới Anne làm vợ. Ông cố tìm ra một phương hướng mới khác. Ông tìm đến vị chiêm tinh Ambina chia sẻ cõi lòng tận nguồn ngách. Như thế là ông hỏi cho ra ngày birthday của cô. Kelly có một ý định, ông cho là sự kỳ diệu mà ông thích... Và Kelly biết đúng một ngày rằm tháng bảy năm đó. Anne vừa tròn mười tám tuổi, ông đến ngôi chùa An Lạc viếng thăm, để mừng sinh nhật của Anne. Kelly muốn tặng cho cô những bài thơ ông viết. Ông xin bề trên cho ông có những vần thơ như vậy. Một đêm ông khấn tứ từ mặt trăng trên cao và thủ bút. Kelly gởi đến Anne: Bài Thơ Nàng Như...

Nàng như có đôi cánh /Bay đi khắp đại dương.
Nàng có phần phẩm hạnh/ Như hoa nở ngát hương.
Nàng trí tuệ phi thường/ Nhưng trái tim băng giá.
Nước mắt nàng ngọc nhả/ Ta một đời đau thương...

Và bài thứ hai được viết: "Biển xa"

Biển xa sóng vỗ rì rào,
Hay là tiếng thét thở gào trùng dương...
Đêm huyền hoặc những giọt sương...
Lênh đênh nỗi nhớ thác ghềnh niềm mơ.
Sầu tư đã chín đường tơ,
Kiếp này sao gặp hững hờ chiêm bao?

Bài thứ ba ông viết: "Ta vẽ em- Đêm vắng"

Ta vẽ em nỗi nhớ/ Trong đêm dài ta thương.
Ta lạnh lùng soi gương/ Ta vẽ em hôn nhẹ...
Ta vẽ em ta khẽ/ Gọi gió mưa trăng sầu...
Ta vẽ em nơi đâu/ Sao chẳng về ta nhỉ?
Vẽ nhớ em ta chỉ/ Nhấc bút lên khóc chờ.
Ta vẽ em trong mơ/ Lẽ về em không được?
Ta vẽ em trong ước/ Đóa hoa xinh mộng tình.
Nhưng tất cả lặng thinh/ Cọ kia chẳng chuyển được,
Em ơi đừng hứa trước/ Ta vẫn chờ trăm năm,
Dấu yêu ơi ngập lòng/ Dâng lên em tất cả...
Hồn hoa đau tan rã? Anh vẫn thích nuông chiều,
Hỡi một chuyện tình yêu/ Ta vẽ em lúng túng!
Trong đại dương muôn trùng/ Bỗng cọ kia chuyển hướng
Một trăm hình yêu thương/ Ta cháy hồn ra vẽ...
Em ơi rồi có lẽ/ Những bức hình riêng ta
Để em biết khi xa,/ Ta vẽ em đêm vắng...

Chùa vẫn có được những phòng trọ của khách vùng lân

cận, hành hương, chiêm ngưỡng v.v... Chùa khách cúng dường, được quy tắc, cho phép thì ở lại tá túc phía sân sau của chùa. Nhưng khoảng cách khá xa. Thống đốc Kelly cũng phải như thế. Trú thân trọ như những vị khách từ xa đến cúng dường, ngủ nhờ tại khu viên qua đêm nơi chùa chiền An Lạc...

Đêm đó về khuya vị thống đốc Kelly thẩn thờ vô ra mãi phòng khách, vẫn ngủ không được. Cảnh gió mát trăng thanh, gợi cho ông muốn lắng nghe một sự du dương của sáo trúc mình. Ông lấy sáo ra tự thổi. Ông có thói quen buồn vui vẫn thường thổi sáo. Tiếng sáo là tâm hồn ông cất đút trong đó...

Tiếng sáo từ xa xôi vọng vào, Anne nghe lòng buồn man mác. Cô bỗng choàng tỉnh nhìn vào khoảng ô cửa sổ vuông, khoảng không gian mịt mờ ấy... Đêm trăng thanh vắng hư huyền, tiếng côn trùng thêm ảo não, bỗng nhiên nàng muốn mặc chiếc áo choàng để ra ngồi thiền với ngoại vi cảnh.

Nàng tu tập thiền được mấy phút, bỗng dưng hình ảnh Kelly đi tới đang đứng trước mặt nàng. Ôi khối người bằng xương bằng thịt, nàng không phải mơ mà là sự thật. Anne lòng thêm não lòng không nói được...

Kelly lời nhẹ nhàng trầm buồn như hơi gió thoảng về đêm:

- Anne ạ, ta đã yêu nàng từ muôn kiếp trước. Em đọa đày ta nơi yêu thương buồn tủi... Tại sao em không hiểu ra ta? Hỡi em là một ngôi sao trong lòng ta, em có biết không? Nếu không được Anne yêu, thì ta sẽ chết đi còn hơn không? Ta đau khổ nhưng ta chẳng có lỗi lầm.

Anne nghe, hình như cô đã nghe từ bao kiếp đời dội lại. Và hai hàng nước mắt Kelly, chàng bỗng ứa ra lung linh huyền ảo...

Nước mắt chàng đã chạm vào tim Anne. Anne cũng bật khóc. Nàng cũng có cảm giác đó, nhưng quả là đắng cay lòng nàng?

Không hiểu sao sau đó nàng gục đầu vào vai chàng. Thân hình nàng bỗng nhũng ra theo sương khói... Anne chân thành:

- Thơ người hay lắm. Ta đã yêu người! Ôi em cũng đã yêu anh... Em không làm chủ được...

Và hai người đã e lệ phút chốc, rồi sẵn sàng tan biến trong nhau. San sẻ cho nhau, họ như có duyên với nhau, như tận hằng hà mười mấy ngàn năm kiếp đời về trước, cũng chưa đủ... Trăng đêm vằng vặc se lạnh kia đã chuyển tiếp. Để rồi nơi những bức tượng đồng, hay vàng tháp kia dường như cũng ấm lại vì đâu. Ngoài không trung hai người như bớt đơn côi. Họ sưởi ấm cho nhau. Vầng trăng kia ai thổi vào hơi thở, ngọn lửa tình yêu kia ai đã quết bếch quyện giao về cho trăng, và làm cho nó không còn giá lạnh như thuở đầu...

Và kỳ ngộ thay, chính đêm đó. Anne mang thai với Kelly. Nàng đã có con với vị thống đốc Kelly. Nàng trở nên đẹp cực kỳ, không một người con gái nào mang bầu trong dạ mà đẹp đến thế, đẹp như một thiên thần. Sau này nàng biết được, nàng báo cho chàng hay. Và Kelly rước nàng về kinh thành để khai nhụy...

CHƯƠNG SÁU

Anne sinh được một hài nhi thật kháu khỉnh, Kelly rất mừng rỡ. Sau ngày hạ sinh con một tháng. Nàng bỗng nhớ chùa An Lạc và nhớ quê hương vô cùng. Anne nói với Kelly:

- Hãy cho nàng về thăm, đốt cây nhang cảm tạ quê hương cha mẹ. Đã cho cô hình hài đau khổ, và hạnh phúc. Thiếp chỉ muốn đi như một phương tiện cùng với một ni nữ. Hoặc một vị hành khất thực đạo.

Kelly không vui khi nàng năn nỉ điều đó. Nhưng Anne quyết định. Vì mới sinh con, nên nàng có đặc quyền. Kelly không nỡ khước từ, không muốn Anne buồn, và xúc động. Nên Kelly cố gắng chiều theo Anne. Kelly chiều chuộng vợ với một ưu đãi lớn... Bởi nàng vừa mới có con, đó là nguyên tắc dự luật. Chàng nhìn nàng và bảo:

- Lẽ ra ta không theo một ý tưởng này của nàng. Song vì ta muốn trân trọng... Bởi nàng có một ưu tiên là đặc ân của luật.

- Dạ thiếp biết ơn. Xin đội ơn người.

- Ta cho nàng đi như một ân huệ quy ước. Nhưng ta muốn phải có kẻ theo nàng, hộ tống kỹ cho nàng.

- Anne chỉ thật sự muốn có một người đi theo là đủ. Nàng trả lời và mỉm cười sâu thẳm của hạnh phúc.

Thế là Anne chỉ dẫn theo một hầu cận như nàng mong.

Anne rất thương con mới sanh. Nhưng không hiểu sao nàng nhớ quê hương quá, nhớ như đếm được trong từng hơi thở, nhớ như đếm trên đầu ngón tay rung cảm. Nhớ như trăng lên đếm được tơ trời bao nhiêu mỏng manh... Nhớ như thuyền nhớ bến cũ xưa, nhớ như bao đợt sóng nhớ bến đầu gành dù tan thương đau đớn...

Ôi nhớ cứ ám ảnh. nàng không yên lòng, thành ra nàng đòi hỏi. Với lại con nàng sinh ra là có người nuôi dưỡng, chứ đâu phải nàng nuôi mà vướng bận? Con mới sinh hà ai chẳng thương quý? Mà quê hương đang trong nỗi nhớ, làm xao xuyến trái tim nàng, như tiếng gọi từ đâu dâng đưa thiết tha, như dấu hiệu ôm ấp mãi vỗ về. Ôi nỗi nhớ niềm khao khát cứ bung cao nở rộ, theo từng con sóng dội của biển đêm, như yêu lấy mạn thuyền, như đang quấn quít, gọi mời nàng... Nói tóm lại, nàng nhớ không sao chịu nổi.

Cuối cùng được Kelly chấp thuận. Thế là Anne lên đường. Không ngờ lần này cũng là lần Anne đã vĩnh biệt dương thế!

Không biết vì số mạng, hay vì mới sinh nở mà trong cuộc hành trình xa xôi ấy theo người hầu thuật lại:

- Anne đã cúng dường lập bàn thờ cho cha mẹ. Cho quần áo vải vóc đến các trẻ em nghèo khổ, mua lương thực ban phát cho người già thiếu ăn, đói mặc, cho trẻ em gia cảnh khó khăn, thiếu bấn, cơ hàn, đói cơm, ghẻ cóc, chậm lớn... Xong, nàng lên chùa lạy Phật và vào giường ngủ phòng khách một giấc, rồi đi luôn nhẹ nhàng. Không ai có thể tưởng tượng, sự kiện lại xảy ra như vậy!

Kelly được tin Anne mất, nàng không về được thì buồn lắm. Với Kelly không còn tin gì để buồn hơn thế nữa! Như sét đánh bên tai ngỡ ngàng. Mất người yêu thương, Kelly cơ hồ chàng như chết đi một nửa người trong thân xác... Nhưng sự thật không thể khác hơn. Nỗi đau đớn này chàng không thể nào so sánh, tim chàng như thắt nghẹn, máu chàng như ngưng lưu chảy, ngưng hoạt động đi nữa cũng không bằng đâu. Rồi Kelly phải bôn ba tàu bè, xuôi ngược đến tìm nàng...

Nhìn thấy nàng. Kelly ôm xác nàng khóc nức nở. Anne đã ra đi. Nàng vẫn không hoàn hồn được, dưới đôi mắt say đắm và trần tình của chàng! Anne đã ra đi vĩnh viễn. Mà tựa hồ như nàng đang ngủ trong một giấc mộng của liêu trai. Nàng như quên lời hứa sẽ trở về bên chàng chăng? Kelly đau đớn và cảm giác như thế. Chàng như khóc òa lên giống một trẻ nít con tầm thường, dù chàng là một người đàn ông có tuổi thanh niên và tài ba, và không thiếu đức tính cương nghị kiềm chế, hoặc để phán xét cho mọi sự kiện xúc động không nên làm, bởi là thái quá ở cương vị chàng có...

CHƯƠNG BẢY - CHƯƠNG CUỐI

Thời gian lặng lẽ trôi qua Tommy con của nàng đã lên mười bốn tuổi. Tommy đẹp trai, khôi ngô, thanh tú lạ thường. Mà Tommy lại rất buồn, mang nhiều tâm sự. Tommy chưa bao giờ thấy mẹ trong đời. Chỉ biết thấy những bức hình của mẹ để lại. Cậu bé càng thấy, càng buồn hơn mỗi khi nhìn hình mẹ Anne thân yêu. Niềm vui lớn nhất của Tommy là xem kinh, đọc sách, lặng buồn. Tommy chẳng mấy thích nghi với những cuộc đi chơi, hoặc nơi chốn huyên náo.

Năm lên mười bốn tuổi Tommy bỗng nói với cha Kelly một dự định:

- Con muốn đi vào thánh thất tu viện...

Kelly không cho và hỏi lại:

- Tại sao con muốn đi tu?

- Con không biết. Nhưng con thấy đó là chân lý.

Mới mười bốn tuổi ăn nói như một triết gia tinh thông. Kelly vẫn không đồng ý quan niệm của Tommy. Nên Kelly vội giải bày với con:

- Ta rất thất vọng về con. Con phải cố gắng học hành thành đạt. Và để phục vụ cho đời, cho con người.

- Nhưng đi tu vẫn có thể làm việc hữu ích mà?

- Ta muốn con trai, rồi phải có vợ có con.

- Đi tu là có chuyển duyên hóa độ. Là sửa sang tâm tánh, tiêu diệt tham, sân, si, hận, dục, ái, ố... Để trở thành...

- Được, nhưng năm mươi bảy con phải trở về?

- Nếu con không trở về. Là con đã đi tu suốt cuộc đời.

- Con phải hứa con trở về? Ta mong thế.

- Con hy vọng. Nhưng trên đời mọi thứ đều đến bất ngờ. Không ai có thể biết hết được. Đời vốn dĩ muôn cánh cửa, của những muôn rẽ lối...

Kelly ngần ngại nghe rồi bảo:

- Cha hiểu. Nhưng không vì thế mà ta thiếu đi sự lạc quan làm người. Thiếu đi những định hướng cho tương lai.

Tommy lắng nghe nói thêm rằng:

- Con biết chứ. Nhưng con muốn bắt đầu một chuyến vào chùa An Lạc. Ngày xưa mẹ con đi tu ở đó trước tiên.

- Con thật là chí hiếu với mẹ.

- Con rất thương mẹ Anne. Từ nhỏ một tháng lọt lòng, con đâu thấy mẹ đến giờ? Con càng lớn khôn càng thương mẹ lắm. Ước gì con có phép mầu làm cho mẹ con sống lại. Con có thể chịu giảm thọ mười, hay hai mươi năm, hoặc hơn nữa. Con vẫn thấy vui. Song điều đó đã vô nghĩa. Và hoàn toàn xa rời với ước mơ con. Đúng không cha? Và cha thử coi con làm bài thơ cho mẹ đây.

- Đọc đi cha nghe. Con viết những gì nơi trái tim con?

Tommy nói với cha Kelly như thế, và đọc bài thơ "Mẹ ơi lòng con." Được thủ bút chữ chưa ráo mực của Tommy.

Mẹ ơi lòng con đau như cắt
Từ thuở chào đời, nước mắt nằm nôi.
Và lệ hằng... Ngày càng lớn, con than ôi...
Con chưa bao giờ thấy mẹ một lần...
Thương mẹ hiền... Con như đau khổ khắp châu thân...
Cuộc đời này? Không gì coi gian nan hơn? Vất vả hơn...

Buồn tủi hơn...
Bởi vì...
Vì đâu con đành thiếu mẹ?
Vì đâu, lý lẽ... Ngoài kia chim sẻ
Chia lời con đau!... Ngọn gió đi mau
Thương con ngồi khóc...

Nghe xong Kelly xúc động nói:

- Con có hiếu với mẹ Anne lắm, nhưng con không phụ lòng cha. Cha chờ con sẽ trở lại với cha. Con cố gắng làm được chứ!

- Con sẽ cố gắng!

Tommy để nhỏ hai giọt lệ trên má mình.

Kelly cũng nhỏ hai giọt lệ trong khóe mắt ông ta.

Hai dòng chảy của nước mắt vẫn có chung suy nghĩ. Hay hai dòng chảy của nước mắt vẫn có thể khác đi trong suy nghĩ... Nhưng vẫn trường tồn cả hai.

Người viết: HDT. 2014*

CÓ VỀ KHÔNG ANH

Sơ lược chủ đề nội dung. Một cái gì cũ của xa xưa, của văn chương khi nói đến chốn thanh lâu tửu...

Nhưng một cái gì hết sức mới mẻ bén rễ từ cuộc sống. Sự tìm kiếm, nét khám phá về hiện tượng đương thời. HDT để diễn tả số phận không may của Lưu Thủy. Và mẹ nàng tên là Lưu Tiên. Rồi chính dòng đời nổi trôi, họ vượt lên được, bởi một Ngọc Ngạn cùng bác sĩ Hưng tốt bụng. Sự chân thành của Ngọc Ngạn đã đưa Lưu Thủy qua khỏi bến bờ lưu lạc. Và một lần nữa, anh đồng ý... Vì tình yêu anh trở lại sống trên quê hương yêu dấu, sống với người tình! Hay giới thiệu một cách thứ hai là... Tình yêu tưởng thật lại là giả, tình yêu tưởng như giả lại thật. Tác phẩm đã xuyên qua nhiều góc khuất của tâm hồn con người...

Lời viết NDM.

CHƯƠNG MỘT

Ngọc Ngạn đã ngủ xong với cô gái tên là Lưu Thủy. Một cô gái đẹp bậc nhất hấp dẫn, như thơ như mộng. Song tâm hồn lại cứng rắn, như gỗ như cây. Anh chọn nàng cho cuộc du hí của mình. Sau khi vào phòng nàng được quảng bá, qua playboy và môn biểu diễn khỏa thân lướt nhẹ của Lưu Thủy. Trên màn hình TV phòng cô - Với một video lột tả sơ qua, mời khách của cô. Họ đã xong. Nàng nhẹ nhàng cùng chàng cảm thụ với những gì chàng thích. Rồi cũng mau kết thúc ấy mà...

Nàng ngồi dậy mặc đồ rất gọn. Chàng nhìn nàng và nói:

- Tiền tôi trả cho cô. Và tôi tặng luôn. Tôi chỉ muốn biết quê chính cô ở đâu?

- Ơ hay! Ông hỏi để làm gì quê tôi? Lưu Thủy lườm chàng một cách đáng khinh. Cô lạnh lùng.

- Nếu như thật sự, tôi muốn cưới cô làm vợ. Ngọc Ngạn nheo mắt hỏi.

- Tôi không bao giờ lấy chồng. Ông đừng đem vô mơ ước viễn vông.

- Thật sao? Một hạnh phúc đời người nếu có cơ hội?

- Không tôi không có cơ hội. Và tôi không cần cơ hội.

- Lần đầu tiên tôi nghe hơi lạ đó.

- Anh cứ nghĩ anh là Việt Kiều nên muốn gì không được? Hìm nhưng với tôi hoàn toàn khác hẳn. Dù anh có nói điều đó không giả dối, lấp lửng hay sự thật, hay đối lập v.v...

- Cám ơn. Tôi muốn cưới cô làm vợ thật. Cô tính sao nhỉ?

- Ông đừng giỡn dai. Thì giờ tôi cho ông là quá đủ rồi.

- Tôi cần thời gian với cô nhiều hơn.

- Thưa tôi bận lắm.

- Tôi nhìn cô có vẻ không dạn dày trong cuộc nghề này.

Sao cô dấn thân vào nó?

- Tại vì tôi nắm được tính cách sở thích ông. Nên tôi không muốn dạn dày. Thủy nói trong miễn cưỡng thơ ngây.

- Vậy một lần nữa xin cám ơn cô. Bây giờ tôi muốn ở lại với cô một ít thời gian nữa. Để chứng minh cô có đủ sức dạn dày, cô chịu không nào?

- Dạ không! Đời người những kẻ chỉ muốn có đám cưới một lần. Tôi chỉ muốn ngủ với ông một lần là quá đủ. Ông có thể tìm người khác. Ở đây nhiều người đẹp lắm. Lưu Thủy cười môi đáp thế.

- Nhưng thật sự tôi yêu cô, muốn cô là của tôi mãi mãi. Ngọc Ngạn nói và dùng tay dồi dồi một vật nhỏ làm bằng bông đệm, lại có nơ trông khó bắt vì sợi dây vướng. Nó được để nơi phòng khách sạn, cho người ta - khách lấy vui chơi. Anh dùng như thế đã ba kỳ thảy, ba lần anh dồi bắt rất OK, khi nói chuyện với Lưu Thủy này.

- Tôi không thể, không được ông à. À tôi xin lỗi... Nàng đưa những ngón tay lên vuốt nhau, rồi bảo thêm:

- Ông lấy thì giờ của tôi quá nhiều.

- Tôi còn trẻ sao kêu tôi ông hoài vậy.

- Tôi kêu vậy quen rồi. Như tôi nói trên. Mong ông ra đi, tôi trả phòng. Thật sự tôi không muốn tám chuyện.

- Được cô cứ đi. Tôi ngồi đây, tôi một mình cũng vui mà.

- Vâng chào ông, chúc ông vui. Nàng có vẻ tử tế hơn. Lưu Thủy đã bước ra về.

Chàng còn rất trẻ, nhưng với mọi khách Thủy đều xưng tôi kêu ông, như đã thành thói quen, hay tục lệ của cô rồi...

Lưu Thủy đi tìm lấy xe cup, để lái về nhà trọ mình. Lòng thấy đôi điều bâng khuâng, nhưng nàng muốn lẫn tránh. Và Lưu Thủy quan niệm hơi đâu để ý đến các vị "hoàng tử thời này chứ." Nàng lái xe ngọt nhanh về nhà, nàng lại đi tắm rửa thêm, Lưu Thủy thay một bộ đồ thể thao để đi đánh, đến phòng Gym- Một nơi nàng thích chơi tập tạ ở đó... Nàng nhìn đồng hồ đeo tay đi liền kẻo trễ. Nàng đang nghĩ thế.

Thường thì Lưu Thủy chỉ chiều khách khi nàng chấp

nhận và chỉ một lần. Mọi chuyện xảy ra, Thủy cứ không tơ tưởng tới, nàng chỉ rút chân về vui với thể thao, nàng lấy lại balance! Lấy lại power, sức sống mới cần có, bằng một môn chơi nâng tạ, hoặc gồng mình thú vị enjoy của cô. Lưu Thủy hòa mình trong thể thao, nơi những bản nhạc, để cô hồn nhiên với nó, cô vui nhộn hết mình mà quên đi bao sự đời chung quanh, dù hỷ, nộ, ái, ố, nào có đến đâu, cũng nên quên nhanh. Và không cần luyến tiếc để vướng khổ đau... Lưu Thủy chỉ hiểu khoảng 30% câu ngạn ngữ Hán ngữ này, do mẹ thường dạy nói. Nhưng nàng chỉ biết là nàng không thèm việc tham chiến, hoặc vướng bận chi điều nó cả, là đủ rồi, hoặc tự bản thể nàng đã thắng thôi... Nàng muốn vô tư, và không cần để ý chi nhiều đến nguồn gốc và thanh danh câu nói trên. Mặc dầu Lưu Thủy vẫn hiểu điều lòng mẹ thương con và đem điều cốt lõi nơi mẹ để dạy cho con gái là nàng, để mong nàng thu thập ít nhiều trong đó ...

Còn lại một mình Ngọc Ngạn cứ dồi dồi mãi vật bông đệm trên tay cũng một cách thi vị. Ngọc Ngạn anh cả vui lẫn buồn đến. Sau đó rồi anh ra cửa đứng ngắm mông lung. Mà anh lòng như mông lung, chưa biết nghĩ gì hơn nơi mình...

CHƯƠNG HAI

Ngọc Ngạn tìm tới chủ của khách sạn "Sao Trời Này" Hai người nói chuyện. Với chị Thêm - Khâu quản lý đầu tiên. Vì khách sạn này có nhiều chủ, được chia nhiều khu vực, lĩnh vực khác nhau... Cô chủ tên Thêm coi khâu này được mệnh danh "Khâu Đầu Tiên Tìm Em." Thêm cho biết:

- Cô này khác lắm. Cô không muốn lấy chồng. Nhiều lắm rồi đó, trong nước có, ngoài nước có. Nhưng cô buồn, không chấp nhận ai.

Im lặng chút Thêm nói tiếp:

- Thôi chú đi tìm cô khác đi, thiếu gì mỹ nhân.

- Nhưng em chỉ muốn cô này thôi. Chị có biết sao cô đó mặc cảm không chịu lấy chồng không? Tôi muốn biết...

- Tôi không rành lắm về đời tư cô ta. Nhưng nghe đâu cô có một người mẹ, người cha có một cuộc chia tay sao đó? Cô đau lòng, và không muốn lập gia đình. Tôi cũng chỉ nghe sơ.

- Vậy sao... Lạ nhỉ! Thế à? Ngọc Ngạn lẩm bẩm như thế ba lần, ba ngôi vị than oán. Rồi sau anh liền kêu:

- "Hừm." một tiếng nữa. Anh lại đứng làm thinh suy nghĩ điều chi đó.

Tiếp theo có khách "tìm hoa" đến. Mong gặp bà chủ coi "Khâu Đầu Tiên Tìm Em." Anh ta cất giọng sang sảng:

- Tôi nhìn hình rồi có lẽ tôi chọn cô Lưu Thủy thôi.

Ngọc Ngạn nghe thế, anh ghen lắm. Anh biết anh vô duyên, nhưng vì anh đã yêu Lưu Thủy từ bữa đó. Anh trổi dậy dòng máu nóng trong tim, hậm hực của tranh đua, như tức ngang hông sườn mình. Ngọc Ngạn lên tiếng mạnh:

- Nè cô đó vợ tôi rồi. Anh không được chọn đâu.

- Ê. Ê lạ vậy ta? Anh là ai mà nói ngon thế. Vợ anh tìm đem về nhà nhốt đi. Ở đây còn hình quảng cáo tôi có quyền.

- Mày quyền gì ở đây. Đưa lưỡi liếm mũi thử đi nào?

- Anh đừng tự cho anh là ông trời, hay con ông trời nha!

- Ha ha. Không cần tôi con ai, nhưng hoa này coi như có chủ. Là tôi. Tôi nhắc lại cho mày biết.

- Cà chớn cà chua. Biết lịch sự chút... Hỗn láo vô phép ghê! Mày muốn gì? Mày là ai ta? Tao muốn hỏi mày đó. Xí...

- Mày không được quyền hỏi tao là ai, mày nên biết thế...

- Trời ơi ngộ há ta, vô đây mày tưởng mầy siêu anh hùng hã? Con muốn chết sớm đó con. Nhãi ranh cả gan ghê. Coi chừng con...

- Không có nhãi ranh, cả gan cả phổi chi hết, cả như thế này nè. Mày tưởng hơn tao hả! Ngọc Ngạn nói và túm lấy nhanh như cắt, giật cổ áo hắn. Tên trai tìm hoa kia bị lính xính ú ớ chưa ra lời...

Ngọc Ngạn thế chủ động giựt mạnh tiếp sợi dây chuyền trắng hình móng cọp như sắp rớt, để cảnh báo hắn, làm tên trai khách thình lình giận lên hết sức.

Ngọc Ngạn bất chợt ghen ẩu, và tức hắn có vẻ kiêu hãnh ranh mảnh cộng hợp nữa. Nên anh đã cố sức giáng xuống cho "trai khách nọ" một đoàn bất ngờ quá. Đúng vậy đối thủ đó không kịp đỡ. Nhưng rồi đối thủ nhanh chóng gượng cờ đỡ ngọt... Một cuộc đọ sức mạnh mẽ, một cuộc xô xát lớn hai người xảy ra... May là có một số người can thiệp, rồi cũng đã ổn thôi... Chị Thêm phải kéo tống Ngọc Ngạn ra hơn. Thêm nói nhỏ với Ngọc Ngạn:

- Đi đi cậu. Bọn nó ở đây nhiều lắm. Đừng đọ sức với nó. Không ăn đâu, bọn nó như nấm ở đây mà.

- A ha mày ngon hả, muốn hạ bệ tao đâu có dễ, đừng có tưởng bở nha? Mày đừng tưởng mày có thể cậu "Hoàng tử nước ngoài về?" Bộ mày ngon sao? Còn lâu lắm... Khuya lắm đi...

Vị đối thủ tức mình la hét inh ỏi lên, và lảm nhảm đủ thứ dong dài, khi có một số người cố trì ôm giữ hắn. Mặt khác bên Ngọc Ngạn vẫn có hai người khống chế anh.

- Nhưng em không thể để chịu mất cô gái này qua tay nó. Xin tuyên bố. Ngọc Ngạn vẫn còn gắng sức bảo thế.

- Nhưng bọn nó dữ lắm, ai biểu chú ra tay trước chi, có hại cho chú? Chị Thêm cố nói.

- Em biết mà vì em tức. Ngạn trả lời nhìn chị Thêm.

- Thôi chú về đi. "Đúng là no mất ngon, giận mất khôn, ghen quá cũng hóa ngu, yêu quá hóa mù, khùng là chú đó."

- Chuyện nhỏ mà chị ơi.

- Không nhỏ đâu về đi, để khỏi rắc rối đi chú. Tôi năn nỉ chú bình tĩnh hơn. Không thì kết quả sẽ đưa chú thất bại hơn.

- Dạ. Thôi em cũng nghe chị được rồi!

Trước khi đi, anh bảo:

- Cô gái Lưu Thủy là của tao, của tôi nha chị chủ... Tôi đi nghen, không thì ở đây lớn chuyện. Sống chết với mày đó. Nếu chơi tay ngang! Một mày, một tao.

- Thì mày ngon ở lại thử đi. Đừng ngủ mơ trong chiến thắng, của ước mộng suông... Chỉ một mình tao chứ ai đâu?

- Đừng tự mãn, là tự sát mày nha. Hẹn mày dịp khác. Bye nha! Tao về chỉ về nể dinh thự này thôi, và bà chị này thôi. Mày không là cái thớ gì cả. Mày đừng lớn tiếng tranh với...

- Chấp nhận một chọi một. Có trọng tài. Thử đi biết liền.

- Vỗ ngực xưng danh vừa vừa thôi mày ơi. Hứ côn đồ có phải...

Ngọc Ngạn nói hầm hầm thêm nữa, rồi anh đi lấy xe lái nhảy ra đường, theo ý chị Thêm ra dấu. Nhưng anh lái chiếc xế hộp của mình lao vào đi trên đường bất kể. Lòng anh càng nghĩ càng tức với thằng khách cạnh tranh với mình. Nó là địch thủ của ta ư? Anh quyết lòng sẽ ăn đu đủ với nó, và quyết không cho người đẹp anh yêu lọt vào vòng tay nó ôm đâu. "Hắn cũng chỉ tên công tử miền tỉnh lên thôi." Hông biết nó là hiện thân của Bạch Công Tử hay Hắc Công Tử ngày xưa đây. Ngọc Ngạn hứng thú thầm nghĩ so sánh xa xôi với điển tích, và đưa một tay lên, để tự vuốt mặt mình...

Thật sự anh đã mê cô gái có tên Lưu Thủy - Một nhan sắc đẹp kỳ tú, nhưng khó tính, khó nết ghê! Nhưng anh lại mê "như keo dính sắt!" không tách được rồi. Anh không biết phải làm sao, vì sao? Phải chăng tại duyên số từ đâu vọng về. Hay tiếng sét ái tình đối với chàng rồi đây! Chàng đang tự thú với con tim, và cảm giác...

Ngọc Ngạn đang suy nghĩ về tình yêu mình, cộng với nỗi ghen tức vì địch thủ. Anh đi lấn đường, tông xe xước cào một xe. Song không sao, chưa đụng lớn. Người anh lại trở nên mất thăng bằng, tay lái bị áp đảo anh tiếp tục chạy chệnh choạng, rồi anh phải đâm bổ xuống hố, nơi trên đường ngoại ô, dưới một vùng lỗ hủng nhỏ trên đường chạy tiếp giáp. (Con đường có những đoạn trũng bẹt tại lề đường, nên anh hơi khó nhìn.) Sự việc anh ngã đầu đập vào cabin bất tỉnh trong chớp mắt, Ngọc Ngạn không hề hay biết.

Sóng gió thật bất ngờ, vì trái tim lơ lửng... Coi như anh bị accident tự gây... Chỉ vài phút thật nhanh, anh được cảnh sát giao thông đến kiểm tra, làm việc. Và họ phải đưa vào viện gấp - Trong một cơn mưa chiều hạ, ập xuống miên man giữa thành phố. Ôi giữa thành phố Sài Gòn náo nhiệt này, anh vì ái tình đã làm con tim bất cẩn!...

Vụ tai nạn anh, cảnh sát đã phát hiện kịp thời giải tỏa nhanh. Nhưng báo chí luật pháp, công an nhân dân, các tờ báo tự do lá cải, lá me, hiện có ở Sài Gòn thi đua đăng tải mau lẹ về "Sự bất cẩn của Việt Kiều về nước." "Bởi thương em nên hại cho anh." "Em ơi có phải cuộc tình làm người ta khổ?" "Thế giới này tình là gì?" "Ái tình mãi là nụ cười của sung sướng, và tiếng khóc của đau hận..." Báo chí truyền thông luôn thêu dệt đủ điều, để giật gân cho hút mắt người xem. Để bán đắt đỏ hơn, kiếm tiền ra hơn. Mặt khác cũng có thể là đề tài, làm nền lót cho một sự cố an ninh xe cộ. Khắp nơi rần rật mua coi tin nóng "hot." Các khách sạn đều mua để đọc giải trí, hoặc thêm phần học hỏi cách sống, ngăn ngừa hiểm họa v.v...

Bà chủ "Khoa Đầu Tiên Tìm Em" long nhong đầu phố tậu một số đem về cho em út coi.

Lưu Thủy có được xem qua. Cô mím môi mơ màng suy nghĩ. Chẳng lẽ anh ta phải nằm viện? Mà thật Ngọc Ngạn đã nằm viện hẳn hoi! Suy nghĩ nơi phòng trọ rất nhiều, cô cảm giác tội nghiệp cho chàng. Nàng tò mò có ý muốn đi thăm cho biết... Đi thăm, không đi, hai con đường như đến với nàng cùng lúc. Lạ nhỉ? Nàng đang chọn cách nào đây. Và rồi nàng muốn phân tích, để tìm ra giải pháp.

Đi thăm ư? Cô nên vào thăm theo địa chỉ của báo đăng, tại bịnh viện- HN. P9 Q1. Dù sao đi nữa, Thủy cũng có "cảm tình" với người này. Cô thiết tưởng nên thăm để an ủi cho anh. Cũng có thể tốt đấy chứ. Nàng sàng lọc vặn hỏi nơi cõi lòng mình biết bao lần! Vậy mà nàng vẫn cứ lẩn thẩn trong bao lần đặt câu hỏi, nhưng không trả lời thiện chí được?

Hay là không đi thì tốt hơn? Hay nên đi là tốt hơn. Cuối

cùng Lưu Thủy có một quyết định mới là đi nào, đi nào. Cô nghĩ đã có kết quả chót. Nàng mua vội một bó hoa huệ trắng, khi lòng và tâm chọn cái cuối cùng là như thế.

Lưu Thủy đến, ở trạng thái ngạc nhiên ngỡ ngàng với chính mình, với bó hoa huệ trắng tinh, trên tay cô hương bay thoang thoảng, cô như muốn ngửi miết... Cô xuống xe tại một bịnh viện HN... Cô đi tìm.

Lưu Thủy trình giấy muốn vào thăm một bịnh nhân phòng X10, số 15 dãy bịnh nhân bị accident mới nhất.

Trong lúc anh còn đang dưỡng thuốc ngủ lấy sức. Giây phút lặng nhìn, có người hướng dẫn vào. Và Lưu Thủy để nhẹ bó hoa trên bàn nhìn anh đang yên giấc tý, rồi ra về. Cô coi như làm xong một thủ tục, tình cảm nơi lòng cô cưu mang! Lưu Thủy ra về nhẹ nhàng...

Một đoạn chừng hai mươi phút, thì bà chủ đàn chị tên Thêm "Khâu Đầu Tiên Tìm Em" vô thăm. Chị được một y tá điều trị bịnh Ngọc Ngạn, cho biết tin tức. Cô y tá hồn nhiên tươi trẻ bảo:

- Anh ấy tỉnh ngủ, phục hồi tốt có thể tiếp chuyện OK. Xin mời bà.

Chị Thêm vào phòng. Ngọc Ngạn đang nằm mở mắt ra rồi. Chị ôn tồn:

- Tội nghiệp chú quá chứ chạy chi dữ vậy? Thiệt tình không nên chạy như vậy nha. À Lưu Thủy có ghé vào thăm chú. Cô mua bó hoa tặng cho chú đó.

- Vậy sao. Cô ta đến từ bao giờ? Ngọc Ngạn đang nằm anh ngồi dậy cái phóc như người khỏe mạnh hỏi như thế.

- Cô ấy đến, lúc y tá vừa cho chú uống thuốc. Để cho chú lấy lại sức vì mất ngủ, khó ngủ của chú đó.

- Vậy sao? Sao chị biết nhỉ?

- Danh sách thăm, thấy có ghi tên cô ta nơi phòng tiếp tân.

- Vậy à. Cô ấy có nói gì không?

- Nghe y tá nói, ngoài ra không hỏi thăm nhắn lời chi cả!

Ngọc Ngạn hơi giận nên thốt ra lời:

- Lưu Thủy cô mua hoa làm gì cho tôi. Mà cô không có

lời nào. Ngọc Ngạn nói và ể oải nằm xuống giường lại.

- Tôi không biết nữa. Thôi chú cứ nằm nghỉ đi. Tôi chúc chú mau mạnh là trước nhất đã.

- Dạ cám ơn chị.

- Tôi thăm tý, tôi về nha. Chúc chú bình an đừng nghĩ ngợi nhiều. Chuyện gì đến thì nó đến mà. Chuyện gì đã đi, thì không ai giữ lại được chú ơi!

-. Dạ, em cám ơn chị nói đúng.

Lưu Thủy thật ra nàng không về nhà. Nàng chỉ lái xe vào một quán coffee có biển hiệu "Hôn Em" gần đó, ở đường Hàm Nghi nàng thích. Nàng dùng coffee nhỏ giọt và nghe vài bài hát của Lê Uyên Phương nổi tiếng một thời, của tuổi trẻ đam mê. Đúng là nàng đang thích lời ca của bài nhạc "Tình khúc cho em." "Uống nước bên bờ suối." "Lời gọi chân mây..." (Quán này ưa mở hai dòng nhạc của Vũ Thành An và Lê Uyên Phương.) Nàng rồi sẽ trở lại mà, Lưu Thủy đang chờ Ngọc Ngạn thức giấc. Nhìn Sài Gòn hôm nay nắng nhẹ đẹp, dẫu mùa hè, những dòng nắng gắt chạy đâu mất tiêu rồi. Để lại một màu nắng thanh bình và yên ổn, sau vài trận mưa rào mát mẻ. Và nàng cứ muốn thả hồn đi đâu đó mông lung một chút, theo nhạc của Lê Uyên Phương gợi cảm...

Khoảng nửa tiếng đồng hồ sau. Đúng vậy, ngộ thay khi bà chị vừa bước ra thì Lưu Thủy lại vào. Hai người gặp nhau, chào nhau ở lối hành lang. Chị Thêm, Lưu Thủy cũng thân quen đó... Song họ không nói chuyện gì nhiều. Và cả hai đều có tánh ít nói. Thêm ra về vì còn nhiều công việc đợi sẵn. Chị Thêm biết Lưu Thủy đến lần thứ hai mà!

Lưu Thủy. Cô đã bước nhẹ đi vào phòng Ngọc Ngạn.

- Cô đến thăm tôi đó hả? Rất cám ơn cô nhiều. Thấy Thủy Ngọc Ngạn ngồi bật dậy phát lên tiếng nói liền.

- Vâng! Lưu Thủy trả lời.

- Cô khỏe chứ? Anh có vẻ sốt sắng và vui hơn.

- Vâng!

- Một lần nữa tôi xin cám ơn cô nhiều nhé!

- Tôi đến mua tặng anh bó hoa trên bàn đó thôi. Tôi về.

- Tại sao cô không nói một lời nào dài hơn. Ngọc Ngạn buồn dâng lên tới mí mắt, và đã hỏi thêm như thế.

- Tôi không hay nói.

- Cô lạnh lùng hơn tảng đá. Cô có biết tôi yêu cô nhiều không?

- Đàn ông các anh chẳng yêu ai cả. Chỉ muốn thỏa mãn bản thân mà thôi!

- Tại sao cô nặng lời với đàn ông? Xin lỗi tôi muốn biết đấy chứ.

- Trời ơi không cần đâu...

- Cô có biết vì yêu cô mà tôi bị accident không?

Lưu Thủy không để ý lắm khi chàng nói. Nhưng Ngọc Ngạn giải thích tiếp:

- Cô cho tôi một cơ hội để giải thích đàn ông đi? Tại sao cô thù đàn ông và tự hành hạ mình như thế chứ?

- Tôi không thù đàn ông. Và cũng không tự hành hạ mình đâu. Tôi đã sống theo bản năng con người. Và ít ra, tôi ít còn rung động.

- Cô nói dối. Trái tim cô rất rung động, tôi nghĩ...

- Không, anh đã lầm và ảo tưởng.

- No. I can't. And am I...?

- Thôi tôi thăm anh như thế đủ rồi. Nơi đây tôi trả lại anh nằm nghỉ. Tôi trả lại cho bác sĩ, y sĩ, y tá, hộ lý viên làm việc. Tôi không thích tám chuyện. Tôi về nhé. Chào anh. Lưu Thủy nói và bỏ đi.

Lưu Thủy ngập ngừng bước đi, qua nhiều lối của bịnh viện. Cô nghe chấn động cả tim óc. Lòng cô ngổn ngang, suy cảm. Thủy như bị giật điện, hay bị đẩy đi ngược dòng thời gian. Nàng như bị nơi Ngọc Ngạn đang đánh thức một cái gì đã chìm sâu trong tâm thức, nó vụt dậy mạnh mẽ lên. Trong thế giới yêu thương và hờn trách. Hận thù và tức tửi. Yêu, và không yêu. Vô tội hay có tội? Lưu Thủy ngờ nghịch như đứa trẻ bơ vơ lạc lối. Nàng chưa định rõ hướng đi. Nàng ngờ vực âu lo, xen cả những ham muốn nơi lòng, cả thắc mắc đau thương...

Tâm tư nàng biến chuyển không rõ rệt? Còn thái độ

Ngọc Ngạn luôn tấn công nàng, dù bất cứ giây phút nào. Không hiểu tại sao con người này hiểu Thủy như một tấm gương chiếu hậu, không sai nửa ly. Tại sao Ngọc Ngạn nhìn thấy, anh ta hiểu Thủy còn hơn cô hiểu cô? Có lẽ kiếp trước đã biết nhau sao? Ai đã cho phép chàng khám phá bí mật của lòng nàng, của một cô gái được gọi là "Nữ Chúa Chẳng Yêu?" Lưu Thủy bỗng chạnh lòng hơn, nên có một chút gì đó đau nhói xót xa, và bùi ngùi vô hạn, khi lắng nghe chàng phán mạnh những câu... Một cảm giác rất mới, lạ lẫm len nhẹ vào Lưu Thủy, để chống lại những định kiến trong cô. Làm trái tim Lưu Thủy bao bức bách xáo trộn. Cô như có sự dằng xé nào đó, mâu thuẫn, bất trắc với hiện trạng. Mặc dầu Lưu Thủy luôn có khuôn mặt cứ hồn nhiên, như cánh hoa vẫn còn thơm nhụy, vẻ bề ngoài cô thật thánh thoát, đáng yêu!...

CHƯƠNG BA

Mấy ngày sau thì một cánh thơ, mà chị Thêm đi thăm Ngọc Ngạn chị có được. Anh đưa cho chị khi ra khỏi bịnh viện, về lại căn nhà anh vùng ngoại ô. Của "căn nhà màu tím này" anh mua, tuy người bà con đứng tên. Nhờ sự cố accident mà anh và chị Thêm rồi thân hơn. Anh đã coi chị Thêm như người thân cật ruột vậy. Anh nhìn chị Thêm để buồn và bảo rằng:

- Chị Thêm ơi chị cứ đem lá thơ này đưa Lưu Thủy giùm cho tôi. Nếu cô ta mà từ chối cũng không sao. Coi như tôi không duyên đành chịu. Nhưng tôi sẽ nhẹ trong lòng hơn trước khi tôi về Mỹ. Còn hơn là tôi không gởi được thư cho cô ta. Tôi sẽ buồn lắm. Đúng không chị Thêm?

- Vậy thôi. Làm gì nhẹ lòng, chú hẵng làm đi có sao đâu?

- Tôi viết để sẵn đây nè.

- Ôi chao ơi thời đại này Việt Kiều viết thư, ít có đó nha.

- Vì yêu mà chị.

- Chú là nhất rồi.

- Không ai có nhì nên mình cứ nhất. Hi hi.

- Chú còn cười và còn tếu là hay lắm đó.

- Cho đỡ buồn thôi chị ơi.

- Ừa tôi biết mà. Si tình giữ đó nha.

- Rứt chưa được nên khổ?

- Biết đâu giờ chót chú hốt hụi lớn, đậm...

- Cứ mong lời chị là linh thiêng như thật. Nè em gởi chị.

- Đưa cho tôi chuyển. Tôi muốn coi chút được không?

- Dạ được.

- Vậy hén. Tôi sẽ xét cho. Giúp cho!

- Ừa vậy nha! Hết mình với em nha chị.

- Chắc chắn 100% mà. Coi thư chú chút đa.

Nói rồi chị Thêm cầm đọc ngay: "Lưu Thủy em!

Anh những tưởng - Trái tim em đừng sắt đá quá như vậy. Nếu như ta không được tình yêu. Thì xin coi như tình bạn hay em gái cũng OK. Hãy cố gắng cho anh gặp em trước khi anh về Mỹ" Anh xin chúc em đủ phúc. Đẹp nồng nàn, vui tươi... Người viết cho em. Anh: N.N.

- Viết ngắn quá nhưng mà vậy là hay và đủ ý rồi. Mong chú Ngạn giờ chót vạn sự như ý.

- Không được vạn đâu. Một chút có thì cũng OK rồi.

Ngọc Ngạn nói và cười mim mỉm. Dù lòng anh có đau như kim châm. Chị Thêm cũng cười nhẹ lắc đầu mà ráng, như cố làm vui cùng anh.

Còn Lưu Thủy mỗi khi về lại nhà trọ thì cô hay cởi áo, đi tắm như thường ngày. Cô thay đồ mới, ngồi mấy phút, ngắm tạp chí thời trang và coi qua cuốn playboy mới nhất. Xong hôm nay cô lại chơi tập tạ tại nhà nghe nhạc tại phòng. Lưu Thủy thuê căn nhà, cô ở trọ tính quý, cứ ba tháng trả tiền một lần. Căn nhà không to lắm, nhưng khá đủ tiện nghi cho cuộc sống hiện đại của cô. Vừa lúc đó, có chị Thêm gọi điện báo cho hay trước khi chị để tin nhắn:

- Nè Lưu Thủy. Tôi sẽ đến cần gặp Lưu Thủy có chuyện cần tý.

Lưu Thủy nhấc cell phone đang để xa vòng tay. Cô trả lời khi ngưng quả tạ thả xuống, cô đang tập thể dục mà.

- Chuyện gì gấp vậy chị Thêm. Thủy hỏi.

- Cứ cho tôi đến sẽ rõ.

Nghĩ tới nghĩ lui Lưu Thủy đưa tay lên miệng, không cắn móng tay nhưng trờ qua môi cô trả lời:

- Ừa thôi đến đi, coi đầu tháng có gì hên không nha.

- Đương nhiên là hên rồi, tôi đảm bảo 100%.

- Giữ ác không? Chị làm như tiền lớn hay tài to sắp vô.

- Thì tình vô đó.

- Thôi chị ơi em ngán tình lắm. Chả ham đâu.

- Thử một chiêu này cho biết đi.

- Cái gì chị cứ úp mở vậy?

- Thì thơ của chú Ngạn gởi cho Thủy đó.

- Trời ơi tưởng cái gì?

- Thì đó đó, có cho đến và có nhận không?

- Mệt quá, hoải luôn chị Thêm ơi.

- Thôi hoải oải cũng để tôi đến trao, vì lỡ nhận làm mai dong rồi nha.

- Chán quá, mà làm mai dong khổ nghen chị Thêm.

- Biết khổ nhưng vẫn thích mai dong.

- Em sợ chị luôn, làm việc mọi nơi, mọi lúc, mọi yêu cầu thì chắc giàu to?

- Vậy mà không giàu, cứ thiếu cơm thiếu áo đó chứ Thủy?

- Em chưa vay tiền đâu mà nói khất nha.

- Ha ha. Vậy có cho tôi mai dong đến không nè.

- Mệt oải, mà thôi được chị cứ đến. Em bỏ một nước làm cao đó nha.

- Xin cám ơn cô em xinh xắn. Tôi sẽ đến.

- OK.

- Lưu Thủy. Nàng nhận lời. Ngồi nghĩ ngợi mông lung, chị Thêm đã đến gõ cửa. Lưu Thủy cho vào, chỉ mười lăm phút sau của lần gọi đó là chị đến liền. Chị Thêm giữ sẵn đưa cánh thơ và nói nhanh:

- Đây thơ chú Ngọc Ngạn nè. Chú muốn gặp cô trước khi về Mỹ. Hình như muốn coi anh em, thôi hay sao đó.

Nàng cầm lấy cánh thư từ tay chị Thêm. Và nàng nâng cánh thơ một cách điệu nghệ rồi nàng bóc ra xem. Bởi Thủy đâu có bao giờ cho số phone? Nên Ngọc Ngạn đành làm một việc như thời thượng cổ xa xưa, chàng phải viết thư.

Thủy đọc ngay nội dung đầy đủ có chị Thêm đứng nghe.

Nhưng nàng lại làm thinh. Chị Thêm bảo:

- Chi mà khó vậy? Chú có lòng tốt. Cô nên có một chút quan tâm đi.

- Em không muốn.

- Sao đâu Thủy nè? Chú đã giao kèo mà! Chú đâu cần cô yêu, chú chỉ cần...

Suy nghĩ hoang mang, nhưng tình người nàng hẳn có với chàng trai Ngọc Ngạn. Một đoạn Lưu Thủy cất giọng:

- Thôi có thể em gặp. Cũng OK chuyện nhỏ mà!

- Mong như vậy đi. Chị Thêm tỏ vẻ vui mừng.

- Số phone tôi đó. Số mật này nè chị Thêm: 903857160. Chị nạp vô máy chị, rồi cho anh ta.

- Được đấy, vậy tôi báo lại nghen.

- Khoan đã đừng vội...

- Trời ơi cô làm tôi mừng hụt.

- Cứ để từ từ. Chờ khi nào em đồng ý cuối cùng mới báo.

- Ừa tôi chờ lịnh cô. À tôi có số thường cô chứ, nhưng đâu dám cho chú gọi cô được.

- Đúng rồi phải lịch sự đúng cách nhất. Chủ nhân chưa cho thì tốt nhất là chưa nên gọi thôi. Số này là số mật hơn mà.

- Tôi biết.

Chị Thêm nói, rồi đưa mắt nhìn căn phòng và cách trưng bày của Lưu Thủy. Chị trông nó làm cho chị nhẹ hẳn người. Mới còn mùa hè mà chị tưởng đã là mùa thu... Không oai bức, sặc sỡ. Chỉ lãng mạn và nền nã nhẹ nhàng thôi... Đáng yêu quá, một vài lọ hoa nhỏ Ngọc Lan được Lưu Thủy thiết kế đặt ở trong góc nhà thật mơ màng, như cho chị Thêm một điều gì xa xôi nơi cảm giác... Lưu Thủy có mời chị dùng coffee. Chị Thêm ngồi xuống bưng ly coffee chị húp một ngụm lớn, vẫn nhìn cảnh vật trang trí, chị cũng vui vẻ, để giã từ ra về mau... Vì chị ít có thời gian ngồi lâu tán gẫu được!

**

Mấy hôm sau vụ accident đó Ngọc Ngạn lười biếng không muốn đi đâu. Đi là đi với ai? Đi với người trong mộng kìa. Mà nàng chưa chịu thì mình đành nhốt kín tâm tư nơi đây. Chàng lấy cây đàn guitar chơi cho đỡ buồn. Ngọc Ngạn không hát hay, nhưng bày đặt ca cho đỡ sầu tủi:

"Giết người đi giết người trong mộng"

Giết người đi! Giết người mơ !
Giết tình thơ! Giết người trong mộng mơ.
Làm sao giết được người trong mộng
Để trả thù duyên kiếp phũ phàng.

Anh đàn, hát không xuất sắc lắm anh biết. Nhưng hôm nay tự nhiên anh muốn giải trí kiểu này. Và anh cảm thấy anh hát cũng có hồn, da diết chứ! Miễn là lòng anh thấy nhẹ hơn là được rồi! Trong lúc đó thì chị Thêm từ nhà mình dùng phone báo cho Ngọc Ngạn hay. Hai người bắt phone nghe nhau. Tiếng chị Thêm vui vẻ:

- Ngọc Ngạn ơi có chuyện này.

Ngạn đã hết hát, lặng im lắng nghe và hỏi:

- Chuyện gì thưa chị?

- Cô ấy chịu gặp chú. Ngày mai chú gọi phone cho cổ nghen đây, số nè 90- 385- 7160

- Dạ xin cám ơn chị Thêm. Thật không chị?

- Sao không thật, cô không cho tôi gọi. Phải nín chờ ba ngày nay mới được gọi đó chú ơi! Nín gọi còn mệt như nín thở ấy.

- Hi hi. Cô ta càng lạ kỳ, khác thường. Mà khổ vì em đã yêu thích. Vậy cám ơn chị Thêm nha.

- Thương là vậy, oái ăm là thế đấy.

- Nhưng thôi, được gặp đủ vui rồi chị ơi.

- Chúc chú may mắn! Cố gắng chăm sóc vết thương chu đáo hơn nha chú.

- Dạ có niềm vui chắc nó mau trở lại bình thường hơn chị, em mong vậy.

- Ừa tôi mong chú vui mừng ra.

- Dạ. Một lần nữa xin cám ơn chị Thêm thật nhiều

nhiều.

- Được mà. Nhớ thưởng cho tui cái đầu heo nha!
- Không cần tiền dollars chỉ cần đầu heo thôi hả?
- Cần cả hai chứ... Thêm nói và cười.
- Có công là được thưởng theo luật công bằng mà chị.
- Ha ha. Thôi chú phải lo chuẩn bị. Tôi cup phone đó.
- Dạ OK. Xin cám ơn chị Thêm vạn lần nữa.
- Dữ hôn? Được rồi.
- Lạy trời còn thương xót chút tình si này.
- Tôi hy vọng chú được chứng giám.
- Biết có được như vậy không chị?
- Hy vọng sẽ thắng được thất vọng mà.
- Ha ha. Ngọc Ngạn cười, với một nét sảng khoái mới.

Lòng Ngọc Ngạn giờ được vui như hội. Anh sẽ chuẩn bị cho cuộc gặp gỡ cô gái lạ đời này. Dù sao cô đã nhận lời. Nếu không được yêu, thì cũng còn hơn là cô từ chối không gặp? Anh vui hẳn ra, lòng nhẹ nhàng hơn, như mây trôi, gió lướt. Và như gánh nặng giữa đường đang được trút. Anh không còn nghĩ gì hết. Đầu óc có phần hưng phấn khác đi nhiều! Anh lại miên man tâm tư ở những bài tình ca hạnh phúc, không còn để vướng sầu, với những bản nhạc buồn hiu, đầy ắp tâm trạng nữa. Tuy nhiên anh vẫn biết chỉ là ám ảnh của mơ ước thôi...! "Mơ vẫn còn mơ có sao đâu!" Ngọc Ngạn nghĩ và đang hít một làn gió tạt vào nhà để vui tươi...

CHƯƠNG BỐN

Mỏi cánh chờ mong... Thì sau đó Lưu Thủy chấp nhận gặp chàng. Họ đã chọn một bến, một nơi, như có một dịp nhìn bến sông Sài Gòn. Được ngồi bên nhau tại đây hóng gió khi anh ra viện, khi tái khám về trong hò hẹn thì hay biết mấy. Có lẽ đây là cơ hội duy nhất, cô dành riêng cho người vì mình, mà khiến anh ta nên nông nỗi. Vì mình mà anh trở nên gặp tai nạn. Vì mình mà anh trở nên thiếu sót. Rồi như có một cái gì đó, làm cho cô phải đối xử Ngọc Ngạn thân thiện hơn. Cô chải chuốt sơ, kêu taxi đến gặp chàng như đã gọi nhau qua phone... Một buổi chiều mây bay như giăng thấp. Nắng ngã nghiêng soi bóng một dòng sông, tạo nên một ảo giác vừa đẹp não nùng, vừa nên thơ lai láng... Đến điểm hẹn nàng xuống taxi. Cả hai bẽn lẽn, vài câu chào nhau đầu tiên.

- Chào anh.

- Chào em.

Chàng mời. Nàng ngồi. Nàng lẳng lặng làm theo. Có dịp ngồi cùng Lưu Thủy. Chàng, Nàng ai cũng có cảm giác bâng khuâng, và rồi tự nhiên dần...

Nước dưới sông như hắt lên một nỗi niềm bao dung từ lâu. Nó như thôi thúc chàng bâng khuâng rộng mở. Hy vọng và niềm tin. Sau đó chàng mở lời:

- Anh thật hân hạnh em đã đến nơi đây. Nước dưới sông kìa coi cũng đẹp, đáng yêu quá hả em, gặp nhau rồi mà anh cứ ngỡ như mộng?

- Anh thật là giàu xúc động. Vâng em cũng thấy thế như anh.

Chàng nhìn nàng say đắm, nàng nhìn chàng ngẩn ngơ! Hai hình hài có thật trên rẻo đất mà họ cứ tưởng như mơ vậy.

Ngọc Ngạn bảo tiếp:

- Anh yêu em thật nhiều, làm sao em có thể hiểu anh. Làm sao em có thể thấy được trái tim anh. Có thể nói anh là:

Anh yêu em tự kiếp nào

Yêu em từ thuở sao chưa nền trời. Hi hi em biết không? Tự nhiên Ngọc Ngạn đọc thơ buồn rồi anh pha tươi.

- Trời ơi thơ đâu đọc hay thế anh. Lưu Thủy hỏi hồn nhiên, như anh đang nhìn cô hồn nhiên vậy.

- Anh có coi của ai đó hạp với tâm trạng. Anh lấy ra đọc vui thôi mà. Lưu Thủy em ơi. Chàng lại cười nhìn vào đáy mắt mơ mộng của nàng. Mà con tim nàng bối rối lại làm thinh.

Phút chốc mấy giây trôi qua. Thủy lại nói:

Hay quá đó anh. Anh ơi. "Anh yêu em tự kiếp nào

Yêu em từ thuở sao chưa nền trời." Như vậy là ý thơ yêu

khi chưa có trăng sao, một màu đen thui dễ sợ thật? Đúng không anh?

- Tình yêu đến khi mới khai sinh lập địa, sự sống mới bắt đầu, vũ trụ mới có, anh cũng yêu em từ đó kéo dài đến bây giờ. Qua hằng hà kiếp nè...

Im lặng tý chàng ngắm đôi môi Lưu Thủy và bảo thêm:

- Anh yêu em, có lẽ như chính yêu hơi thở anh tồn tại. Mà em nào biết? Anh xin thề với em. Anh đã nặng lòng nghĩ đến em...

- Thôi đừng thề thốt khi mới gặp. Em thấy ai cũng thề hay nhưng rồi lại mau quên. Ba má em chẳng từng yêu nhau hẹn thề? Có một câu nói nổi tiếng của ai đó "Là thời gian đi nhanh, nhưng lời thề thường đi nhanh, và mất mau hơn nhất..."

- Không phải vậy đâu Lưu Thủy. Làm sao em có thể nói như vậy được em?

- Thiệt chứ. Thiệt mà...

Nàng tự nhiên thấy đau lòng và xúc động không nói nữa.

Chàng lại như hiểu một phần tâm trạng Lưu Thủy. Và không hiểu sao nàng cũng hiểu được phần nào tâm trạng chàng hiện giờ. Chính nàng trở nên rung động hơn nơi chàng khi gặp đây.

Như một đam mê không lỗi hẹn, một ý tứ khoang dung ngầm ngấm. Phải chăng thế không? Dòng nước sâu xa kia gợi nàng cảm thấy ấm áp, mây bay cũng đem đến cho nàng sự chạnh lòng. Nàng muốn tiết lộ. Lưu Thủy muốn tâm sự cho Ngọc Ngạn nghe về gia đình mình. Bỗng dưng nàng nói:

- Hẹn được gặp anh như thế này là niềm hân hạnh đến em rồi. Thân phận em không đáng để cho anh ghé mắt đâu? Gia đình em không đáng để cho anh chú tâm đâu.

- Ồ em đừng quá hạ mình Thủy? Đừng giày vò mình như thế em. Nếu mình đã mến nhau rồi. Đúng không em? Kể cho anh nghe về em đi... Vì sao mà em có vẻ coi thường đàn ông con trai. Anh muốn biết? Thật sự anh muốn biết em à... Đừng nên che giấu anh.

- Anh sẽ nghe em kể đây. Nếu anh muốn nghe được không? Về gia cảnh, hoàn cảnh của em?

- Vâng anh muốn nghe từ lâu rồi mà. Em kể đi. Để bắt đầu ta hiểu nhau đi.

- Gia đình em, em ngại lắm. Hay là anh không nên nghe và biết thì hay hơn...? Nàng lại lưỡng lự bảo thế.

- Trời ơi... Kể đi... anh muốn biết sự thật về em. Đừng bí mật nữa.

- Thôi khỏi kể nghen anh. Mình nói về nhiều đề tài khác đi. Sôi nổi và đáng yêu hơn của xã hội, của bao người.

- Lạt nhếch hết... Anh không cần. Anh chỉ muốn nghe về những gì chỉ liên quan em thôi. Anh thật sự muốn nghe về em, ba má em, gia đình em thôi.

- Hình như em ngại quá không muốn kể ra, không muốn tâm sự, nhưng mà anh thích nghe thì có lẽ em liều. Sorry nha!

- Làm gì sorry em. Anh muốn nghe, như muốn thấy con tim mình rung những nhịp đập mà!

Nàng như ấp úng điều gì, rồi đưa mắt nhìn dòng sông thêm lần nữa, để mạnh dạn hơn khi kể:

- Anh biết không? Số là ngày xưa ba má em yêu nhau. Ba ở môt vùng gần biển. Sóng biển nhấp nhô mỗi khi bình minh đến. Đẹp khi hoàng hôn về, đã nuôi ba em nơi ấy... Và sau đó, ba được biết mẹ rồi yêu... Tình yêu họ ban đầu cũng đẹp lắm.

- Em kể mà anh nghe như em dệt một bài thơ hay. Kể tiếp đi em. Anh bình tĩnh nghe đây!

- Ba được đi học vào một trường thị trấn, ba bắt gặp tình yêu má ở đó. Má cũng tha thiết với ba. Tình yêu họ lớn lên trong nhà trường. Đến khi ra trường hai người kết hôn. Ba thi vào ngành giáo viên. Má cũng thi vào ngành giáo viên. Cả hai sau một năm học, mười hai cộng một. Tức là sau khi tốt nghiệp ở trung học, họ thi vào đại học đậu với số điểm, họ học thêm một năm. Với thể chế bây giờ là như vậy. Họ ra dạy giáo viên tiểu học một trường công lập. Cuộc sống cặp đôi hai người vẫn bình thường, nhưng đẹp. Má còn biết vẽ tranh bán, biết chăn nuôi gia súc, gia cầm thêm. Lúc đó em mới ra đời. Và rồi ba được bạn bè rủ đi làm ăn chuyển nghề. Ba không muốn dạy học nữa vì lương thấp quá... Nên làm giấy xin đi lao động nước ngoài với các nước Đông Âu lúc bấy giờ như. Đức, Ý, Tiệp khắc, Ba Lan. Hungary gì đó v.v... Ba nói cùng má.

Nàng im lặng vì xúc cảm. Chàng bồn chồn hỏi nhanh:

- Sao em?

- Ba nói sẽ đi làm đem tiền về nuôi em và má. Cất nhà cho to lớn hơn, khang trang hơn. Đem lại cuộc sống mới vật chất cho má.

Má không chịu đáp:

- Người ta sống được mình sống được. Em không mơ nhà cao cửa rộng. Em không mơ nhà lầu gát tía. Anh đừng lo ngại chi. Anh nên yên tâm. Lúc đó ba dạy học ở quê má là thị trấn.

Ba nói:

- Hãy đổi đời đi lên chứ em. Đừng nên thụ động quá không tốt... Nghĩ lại đi em. Mở mang tri thức rộng hơn đi em Tiên.

Má em vẫn ngoan ngoản bảo:

- Sợ xa nhau tình yêu có còn giữ được không?

Ba đáp liền:

- Mình đã có con với nhau, bằng nào anh đâu quên được con anh, cả em nữa...

Má lo lắng:

- Nếu phải xa nhau chắc em buồn lắm đó anh. Em cũng tội cho con. Anh cố gắng không quên em và con nhé.

Ba cắt nghĩa:

- Hãy tin anh. Anh lên đường ra đi là vì con với em thôi Tiên. Em vui để anh đi.

- Má nói:

- Đừng bao giờ quên con với em nha!

- Hứa anh không làm em và con thất vọng đâu.

- Giữ gìn lời nói nha anh. Em không muốn anh xa em.

Nhưng em chỉ chiều anh thôi. Đừng để con lớn lên nó buồn...

- Vâng anh hứa chắc mà Tiên.

Thế rồi má cho ba ra đi, theo ước vọng ba lúc đó. Buổi tiễn đưa em mới lên hai tuổi. Ba hôn em cùng má nhiều. Để rồi cùng bạn bè ra đi lên đường. Má kể lại như thế...

Im một xíu nhỏ. Nàng lại tiếp tục nói:

- Và đến với nước Đức, ba làm công nhân cho một nhà hàng. Người chủ đó cũng dân ở quê em, quê má. Song họ có tiền sẵn, có cơ sở lớn bên đó trước hơn.

Rồi ba em lại quen với một cô gái Việt ở đó. Lúc đầu coi như bạn bè, sau dần dà hai người trở nên thân. Cô đó có dì ruột ở bên Mỹ, thế là cả hai bỏ làm nhà hàng bên Đức, họ làm giấy nhập cư qua Mỹ. Không hiểu sao mà họ nhập cư được? Sau thì họ yêu nhau đã có con. Rồi ba em quên em và má!

Ngọc Ngạn lắng tai nghe. Khi đầu anh còn bịt khăn trắng, mới thay khi từ viện ra sáng nay. Và anh cho taxi vào điểm này, anh hẹn nàng. Bởi anh còn lại bịnh viện HN thay băng kiểm tra hàng ngày, tuy là vết xước ở đầu, thương tích không nặng lắm. Nhưng bác sĩ bảo thì anh nên kỹ. Anh lặng im người một đổi.

Nhìn khăn bịt đầu vết thương anh, Lưu Thủy nói tiếp tục:

- Đến lúc ba gởi thơ về bảo má: Em có chồng đi. Anh đã qua Mỹ và lấy vợ rồi.

Nghe tin má như sét đánh bên tai. Thế là má em đau khổ như chưa từng có, và không thể còn làm giáo viên nổi. Lúc đó em lên bảy tuổi, em cũng không biết gì lắm. Lúc ba đi ra nước ngoài em mới hai tuổi. Thời gian đã trôi qua năm năm...

Nàng xúc động nhưng câu chuyện vẫn còn đầy. Lưu Thủy thong thả mà rằng:

- Thế là má em buồn, phải dẫn em vô thành phố sống. Khi ba phụ phàng với má. Má đi làm nhà hàng có một chị quen, và ở chung với chị đó nuôi em. Em lớn lên trong những ngày tháng như vậy! Khi má em dẫn vào thành phố em lên mười.

- Thương em quá. Kể tiếp đi em.

Nhưng anh biết sao không? Má còn nhớ thương ba lắm. Ngày đi làm nhà hàng, đêm ưa vẽ hình ba. Má phối cảnh được lúc ba má mới yêu nhau. Ba dẫn má về vùng biển mặn xa xôi. Má vẽ thêm những tấm hình dân chài kéo lưới má thấy, ôi những cánh bườm trong biển chiều, những cánh hải âu khi bình minh dợn sóng... Má vẽ thêm cảnh lễ hội của dân chài, lúc má về nơi đó thăm v.v... Vì nỗi nhớ ký ức, kỷ niệm, của ngày xưa. Má khắc tạo thành tác phẩm. Tranh vẽ nơi tay má đi nhanh chóng, như xuất thần... Có lẽ tranh thấm trong máu má đã lâu!

Lưu Thủy kể mà Ngọc Ngạn như thấy hình ảnh của ba má Lưu Thủy ngày nào. Và thấy từng tác phẩm má vẽ. Tác phẩm nào cũng có thần, có hồn đi vào lòng anh. Trí tưởng tượng anh mà thật là như thế!

Lưu Thủy cứ kể. Ngọc Ngạn cứ hình dung toàn bộ cuộc sống họ đã trải qua, như Lưu Thủy đang thốt, bằng lời nói nàng chân thành, đáng thương! Những hình ảnh lắng dịu lướt trôi. Chàng bận rộn tâm trí, cả hồi tưởng theo nàng...

Ngọc Ngạn im lặng lắng nghe, bằng cả con tim rung động, muốn chia sẻ cùng nàng! Lưu Thủy từ lâu gia cảnh nhà mình, nàng muốn chôn sâu tận đáy lòng, không muốn cho một, hay những ai biết để làm chi, thêm đau buồn tủi thân cho dĩ vãng không may mắn, của nàng có người cha... Nhưng hôm nay bỗng nàng kể lên, Lưu Thủy muốn quật lên cho anh xem tất cả. Như một cuốn phim nó đã lu mờ nơi dĩ vãng, theo ngày tháng tàn phai của định số, của bao năm đã thu gọn dấu tình sầu, tìm chốn ẩn náu kia. Giờ nàng được bật lên, tiết lộ nó. Chuyện thì như cũ, nhưng người kể cứ mới...!

Đoạn chàng nhìn vào đôi mắt nàng mà nhận định:

- Bi đát quá em. Rồi sao nữa em. Song má em vô tình thành họa sĩ rồi.

Lưu Thủy kể tiếp:

- Dạ. Tranh của má em lại được nhiều người hâm mộ. Lúc đầu má chỉ vẽ là niềm đam mê, vẽ cho quên hết nỗi buồn, vẽ cho bạn bè nơi nhà hàng nếu ai thích, má gởi tặng nét họa của má. Nhưng sau đó tranh má được mời tham dự tranh triển lãm. Má đã thành công, bởi những bức tranh má bán rất là cao. Họ mua vì tình yêu, mua vì ủng hộ, mua vì tình thương dành cho mẹ em. Vậy mà rồi anh biết sao không?

- Sao chuyện gì? Ngọc Ngạn chặn hỏi:

- Má có một người để ý và thương, từ thuở triển lãm tranh. Má em thật sự không chịu đáp trả vì má thương em. Má không muốn em có người cha ghẻ. Mặt khác, có lẽ má chưa hẳn quên ba trong đời nữa. Im lặng mấy phút như lắng xuống. Lưu Thủy nhìn mũi giày mình, tý tắt rồi bảo tiếp:

- Với vết thương lòng của em và má. Thôi đi ăn uống gì đi. Hôm nào em kể tiếp nữa nha. Khi em đã nhận anh là bạn, only friend bạn thôi nha. Lưu Thủy cởi mở được. Nàng trở nên thân thiện vui bên Ngọc Ngạn hơn.

Ngọc Ngạn cảm thấy niềm vui anh đang có, pha chen nỗi buồn quá khứ của Lưu Thủy. Sau một đoạn anh gật gù:

- Anh xin chia những nỗi buồn ngang trái nơi em và má nha. Vâng... Bây giờ đồng ý với em đi ăn đi. Em chọn điểm nhé. Anh không rành bằng em! Và để cho em có toàn quyền, em bằng lòng chứ?

- Ừa được. Thank you...

Nàng dẫn chàng đi bộ. Nàng kể qua phân nửa chuyện buồn về gia đình mình. Nhưng nàng bỗng nhiên thấy nó nhẹ lòng nàng hơn. Phải chăng chàng là một tri kỷ cho Lưu Thủy chia sẻ!

- Vâng cám ơn em anh nghe, anh không ngờ em, má khổ thế. Thật tội nghiệp cho em và má quá.

- Hơi bi đát cho đời em và má em phải không anh?

- Quá bi đát sao lại hơi em?

- Thanks anh, nhiều đồng cảm cho em và má. Nỗi buồn từ bấy lâu nay day dứt lắm. Nên em muốn quên em đã...

Nàng bỗng ngưng lại. Nàng nhìn vào mắt chàng và nhìn xuống dòng sông đã đi xa xa. Lưu Thủy như muốn nhắn gởi một điều gì ở tâm linh cùng sông nước.

Ngọc Ngạn dừng lại nói:

- Em không kể anh nào biết, riêng anh có dự cảm em là một cô gái khác thường, tuyệt lắm!

Lưu Thủy làm thinh lại nhìn chàng đăm đăm một chút, mà không cám ơn. Thường thì nàng hay cám ơn đó.

Hai người cứ đi, đi mãi đi đến, cả hai vào quán ăn Thiên Thanh, Lưu Thủy chọn. Họ trở thành đôi bạn với nhau qua sự cố khi Ngọc Ngạn bị accident và trực tiếp hôm nay!

Họ vào quán Thiên Thanh. Một quán quen của Lưu Thủy thích. Cô thường đến. Hôm nay cô dẫn anh đi theo. Ai cũng ngạc nhiên vì người ta chưa bao giờ thấy Lưu Thủy có một khuôn mặt cởi mở trong lành như thế kia? Cô luôn luôn bí mật, khó hiểu với nhân tình. Hà cớ gì hôm nay cô lại mang gương mặt thân thiện hữu ái đến thế...

Hai người ngồi, Lưu Thủy kêu những món ăn phần ẩm thực nơi menu một cách tự nhiên. Và chờ đợi tự nhiên. Sau đó họ dùng hết sức tự nhiên. Ngọc Ngạn gắp bỏ vào chén cho Lưu Thủy, những món ăn ngon nhất được bày ra đẹp đó. Dĩ nhiên họ cũng dư sức biết anh là con nhà giàu, có sự nghiệp mới rinh cô vào cuộc được. Tuy nhiên họ luôn nhìn cô bằng sự mến mộ ưu ái hơn là ghét bỏ! Riêng chàng xúc động quá sau cuộc Lưu Thủy kể, và xúc động hơn khi mắt môi tay chân nàng được gần gũi bên chàng đây...

Ăn xong, cả hai nắm tay lặng lẽ ra đi. Để lại ghế trống mà mọi người như còn tiếc nuối sự hiện diện của họ. Nhất là Lưu Thủy hôm nay trông khác lạ. Cô lịch lãm và sáng đẹp hơn bội phần!

Ngọc Ngạn, Lưu Thủy ra khỏi nhà hàng Thiên Thanh vẻ bình dân, nhưng nàng Lưu Thủy có lẽ thích bậc nhất ấy. Rồi họ đi bách bộ bên nhau đôi chút, để sẽ về lại bến sông Sài Gòn mà lúc nãy họ ngồi. Lưu Thủy bỗng ân cần bảo:

- Thôi anh về nghỉ đi, vết thương anh còn đau. Anh nên bảo trọng nó.

- Ta đi đến sẽ ngồi bên nhau một chút nữa đi em.

- Đủ rồi anh, khi khác nhé. Anh cần nghỉ ngơi và dưỡng bịnh cho đầu óc êm ả hơn.

- Vâng rất vui khi đi bên em. Em cởi mở cho anh biết dù chỉ mới một phần hay một nửa về gia đình em, đúng không em?

- Thanks! anh đã chia sẻ nhiều với em. Còn khoảng một nửa. Giờ thì chúng ta bye rồi. Bye anh nha...

- Thời gian sao mà nhanh quá sắp chia tay rồi sao em?

- Còn gì nữa anh? Tại anh thấy vậy nhưng chúng ta cùng trải qua bên nhau nhiều rồi chứ. Mấy tiếng đồng hồ trải qua mà anh.

Lưu Thủy nói và cười nhìn chàng cứ như hồn nhiên. Chàng như đã thích nụ cười đó và dư âm đó thật nhiều.

Ngọc Ngạn lắc đầu nhè nhẹ mà lấy vui. Rồi anh đưa tay mình nắm lấy tay nàng thân mật:

- Thôi anh phải chịu bye em! Sẽ gặp lại để nghe hết câu chuyện gia đình em. Đừng ngại em? Coi như thân quý nhau rồi. Anh không muốn em đi làm nghề đó nữa nghen em?

- Em cũng chưa biết. Tạm thời nghe anh, thì em ngưng.

- Anh sẽ chỉ cho em cách làm ăn khác, đừng chán đời. Buồn để mua vui như vậy. Anh không thấy em hợp đâu?

- Đành chịu. Xin lỗi anh trước. Em chưa biết nữa!

- Phải biết chứ, mới hứa mà.

- Ừa, thôi nghe lời anh tạm ngưng há.

Ngọc Ngạn gục đầu như đồng ý và nói:

- Chúc em xinh đẹp, yêu đời hơn. Anh cám ơn em nhiều, em cho anh một cơ hội gặp gỡ trò chuyện. Lại được đi ăn chung rất kỷ niệm và thú vị.

- Em cũng cám ơn anh nhiều chứ. Em mong anh bình phục, mọi chuyện đến với anh tốt đẹp an bình hơn.

- Lời em thật dễ thương và đáng quý. Hẹn gặp lại em, anh gọi em nha Thủy.

- Dạ có thể. Lưu Thủy đáp.

Sau đó hai người phải chia tay. Mỗi người về một nơi nghỉ ngơi, hoặc trong công việc dự định của riêng tư mình.

Lưu Thủy nhìn, sẽ đi tới chỗ taxi đậu ở gần nhất, nàng đón chiếc đó để đi về. Nhưng nàng nói thêm với Ngọc Ngạn khi ánh mắt cô chạm vào mắt anh cách nhau mấy bước:

- Vâng, em sẽ không ngại khi em nhận anh làm bạn nha.

- Anh muốn đi xa hơn.

- Tình bạn cũng đủ làm cho em hạnh phúc và vui lắm rồi.

- Anh đợi chờ em... Nếu có thể, anh không dám gì vội... Nhưng anh hy vọng nhé em!

Thủy cười song lắc đầu ý nhị. Nàng bước nhanh về hướng taxi.

Ngọc ngạn cũng gọi một chiếc taxi khác. (Ngọc Ngạn có xe nhưng anh không muốn đi xe của mình, hơn nữa anh còn đau bác sĩ bảo anh khoan dùng xe hơi riêng. Anh cũng chỉ đi bằng taxi) Đó là lần đầu tiên hai người làm thân với nhau...

Ba ngày đợi mong thì ba ngày của niềm nhớ, ba vạn ngày để khát khao ngóng chờ. Nói làm sao hết từ kẻ tóc chân tơ Ngọc Ngạn đã tương tư nàng. Lưu Thủy thì trong lòng thánh thoát, dễ chịu, vui tươi, nhưng nói yêu chàng là nàng không dám, nàng không có chủ ý...

Niềm vui đó Ngọc Ngạn có đem chia sẻ với chị Thêm. Thêm chúc mừng cho anh. Dẫu anh chỉ nói, nhập đề rằng:

- Lưu Thủy rất dễ thương và có nói chuyện bên em nhiều. Song tình yêu thì vẫn còn xa lắm. Tuy nhiên em rất vui chị ạ.

- Tôi hy vọng chú sẽ được như ước mong.

- Cô có kể về cuộc đời ba má cô ấy, em thật cảm động cho má cô.

- Vậy sao? Cô giữ bí mật lắm và tôi chưa bao giờ được nghe tường tận nha.

- Khi nào có dịp em sẽ kể lại cho kỹ để chị nghe. Chị sẽ thấy thương cô ấy hơn.

- Chắc vậy.

- Thôi em có chuyện hẹn gặp lại chị sau nhé.

- Vâng cám ơn chú Ngạn cho tôi biết tin. Tôi không

quên chúc mừng chú thêm nhiều lần nữa, và thật nhiều. Chữ may mắn sẽ nằm thật sâu trong tim chú.

- OK nếu được như ý. Ngạn này không quên ơn mai dong số một của em? Hi hi.

- Chuyện nhỏ mà. Thêm trả lời.

- Không có chuyện gì lớn, mà không có chuyện nào nhỏ. Chuyện lớn, nhỏ do mình chọn và quan niệm.

- Ôi chao ơi... Chú nay nói chuyện hơi độc đáo nha, nhiều triết luận.

- Ha ha. Cám ơn chị khen. Mai dong này chắc là phải thưởng số lần gấp đôi lận nha.

- Hi hi. Cám ơn chú Ngạn ơi...

Và họ cắt phone nhau. Chị Thêm thiết tưởng bây giờ chắc Ngọc Ngạn tươi vui lắm. Khuôn mặt chàng trai si tình đó, giờ sẽ là đẹp hơn những người được trúng số độc đắc chắc...

**

Chỉ sau tuần lễ thì cuộc hẹn hò tiếp. Cũng tìm một thắng cảnh của Sài Gòn ra phết. Hôm nay họ hẹn nhau nhà thờ Đức Bà rồi đi qua Phú Mỹ Hưng. Anh đã gọi phone cho nàng. Thủy đã tán đồng như vậy. Ngạn đi bằng taxi đến cổng nhà nàng, chờ nàng xuất hiện... Anh vui thú ngắm cảnh vật chung quanh.

Vì Ngọc Ngạn mới bị accident nên chưa dám đi xe xế hộp nữa. Anh cần thận trọng tý. Lưu Thủy hôm nay đúng với giờ hẹn anh, cô tô thêm chút phấn, điểm chút son, và chuốt màu mắt đậm hơn, tóc nàng thì vẫn chải suông thả lỏng, mềm mại sẵn rồi. Nàng diện bộ váy cam lơ, tơ mỏng. Thủy cũng vội vàng tranh thủ không để Ngọc Ngạn đợi lâu, nàng nhìn đồng hồ ở tay rồi mau dắt xe ra cổng. Ngọc Ngạn nhìn Lưu Thủy xuất hiện dẫn xe ra, cô tươi trẻ, diễm lệ như một thiên thần...

Cô mỉm cười đi đến từ tốn chào anh:

- Hi anh. Anh đến lâu chưa anh Ngạn?

- Mới thôi em, chưa đầy 10 phút.

- Thôi ta lên xe đi nhé anh. Như mình đã nói trong

phone đó nha.

- Được. Cám ơn em.

Lưu Thủy gật đầu chàng hiểu ý và ghé ngồi lên xe nàng, phía sau nàng như dự định đã nói qua phone. Anh thì mới thấy Lưu Thủy lồng ngực anh, tim anh như đập mạnh hơn, khác chi trai mới lớn? Bây giờ anh thêm thấp thỏm mà hân hoan. Anh cố kiềm và chào hỏi trả lời vài câu bâng quơ để nàng mát dạ. Nàng hiểu tâm trạng chàng. Lưu Thủy cũng không có nói nhiều. Nàng dùng chiếc xe dream mình chở anh như lời hứa. Nàng đang ăn diện như thế. Còn anh, anh đang diện áo sơ mi xanh nhạt và quần tây nâu bình thường. Ngọc Ngạn lúc nào cũng ưa mặc áo sơ mi và quần tây âu phục đẹp. Anh chỉ thay màu sắc áo quần: trắng, đen, xám, nâu, hồng, tím, đỏ, xanh thôi. Không ai cấm mình ăn mặc, nhưng thông thường họ thích và chọn cái "guide" cái "mốt" của riêng mình. Trời hôm nay ngắm cũng đẹp lắm. Cảnh sắc vòm trời trong xanh, mây trắng cũng bay bay vờn vờn gợi cảm. Quang cảnh nên thơ thật, không thua gì buổi đầu họ hẹn nơi bến sông Sài Gòn! Có một thời người ta bảo Sài Gòn "Hòn ngọc của viễn Đông mà"! Thành phố rực rỡ và sầm uất, hoa lệ và thơ mộng, đôi lúc bất ngờ và nổi loạn... Đủ cỡ, đủ kiểu, đủ cách hết. Thành phố đã in dấu, đậm cho khách bốn phương du lịch! Vâng! Thành phố Sài là thế...

Giờ đây Sài Gòn cô là chủ và anh là khách. Tình cảm họ tiến xa thân hơn. Một Việt Kiều không thể thạo hết đường như cô? Anh thích được nữ nhân, mỹ nhân chở đi thì còn gì bằng? Nhất là người mình thương, mình quý. Được ngồi trên xe Lưu Thủy chở đi qua những cảnh tượng thu hút của Sài Gòn. Để cho anh tham quan là một niềm vui lớn, không dễ có chút nào! Lòng Ngọc Ngạn rộn ràng bao niềm tin yêu mới lạ! Anh hít thở không khí, như hít thở hương hoa tâm hồn mới bén nơi nàng, Lưu Thủy đang quyến rũ mê ly, ôi lạ lẫm làm sao... Anh thật sự thấy yêu đời giữa cơn mơ đẹp. Nàng cứ chở anh đi. Điểm cuối cùng nàng chọn là Phú Mỹ Hưng. Rồi dừng lại một cảnh đẹp nơi ấy. Chàng và nàng ngồi xuống trông có vẻ tự nhiên hơn... Lần đầu tiên anh thèm quá, được hôn lên tóc Lưu Thủy nhè nhẹ. Nàng mỉm cười không nói nhưng tự thấy hài lòng và sung sướng. Rồi nàng như kể tiếp câu chuyện:

- Rằng anh Ngạn có biết không? Cuộc đời má em còn khổ lắm. Anh nghe em kể như một quyển tiểu thuyết viết, nhưng lại thật, anh hình dung tiếp nè, đúng không?

- Anh đang lắng tai đây mà em.

- Khi đó Bác sĩ Hưng vẫn đeo đuổi má. Song ba năm liền má vẫn từ chối. Hằng ngày đi làm nhà hàng, thì sự vụ xảy ra, bởi vì lúc suy nghĩ, nên má chạy xe cũng tai nạn như anh vậy. Chính vì điều đó mà em nghĩ đến anh, xích lại gần anh, và chịu gặp anh. Cầu nối cho em gặp anh đó. Vì má em bị accident như anh, bởi tâm hồn, hỗn loạn lo lắng. Má em chạy cây Honda 86, đụng xe chảy máu đầu và phải vào viện. Lúc em lên mười bốn tuổi.

- Tội má em quá vậy cưng?

- Dạ anh! Bên kia họ thì bị nhẹ. Chỉ bên má em hơi nặng, má vào viện của phường thì gặp bác sĩ Hưng chăm sóc. Bác Hưng thương má em, thương cuộc đời má. Lúc em có vô thăm. Má em buồn nói là:

- Má xui quá làm con khổ.

Em nói:

- Má yên tâm. Quan trọng là má đừng suy nghĩ gì cả khi chạy xe. Phải hết sức cẩn thận không thì con sẽ mồ côi. Má biết không? Em bảo thế đó!

Nghe tới đây Ngọc Ngạn nhìn xoáy vào Lưu Thủy mà không nói gì. Người anh thêm xao xuyến bâng khuâng, một nhiệt tình ngầm nơi anh, như thầm tặng cho Lưu Thủy niềm sôi nổi. Vâng, nàng hăm hở hơn:

- Anh biết không? Lúc mà dịp, gặp bác sĩ Hưng bảo em là:

- Thủy. Con không cần phải lo. Để chú sẽ tiếp, giúp hết cho con. Con cứ đi học má Lưu Tiên chú chăm lo khỏi hẳn, ổn định mọi thứ chú sẽ đưa về. Bác sĩ Hưng nói với em như thế.

Sau đó thì chú chăm sóc má. Chú, bác sĩ Hưng đó từng xin lỗi má:

- Tại anh Hưng làm em rắc rối suy nghĩ thôi. Cho anh Hưng xin lỗi Tiên.

- Không lỗi. Em bất cẩn, chứ anh làm gì có lỗi. Má em nói vậy.

- Anh Hưng có lỗi chứ. Anh cũng đã góp phần làm nên một hiệu ứng sai lầm, làm em phân tâm. Nhưng điều cuối cùng, mong chăm sóc cho em, và em cho anh được đi đến, kết hôn với em nha Tiên.

Má em khư khư trả lời:

- Không, hãy xem như bạn... Đại khái là như thế. Nhưng éo le chú Hưng. Bác sĩ Hưng đó đã có người để ý thương. Âm mưu họ quyết tranh dành với má. Rồi anh biết sao không?

- Sao?

- Cô ấy người đem lòng yêu bác sĩ Hưng, cho người ta một cuộc bắt cóc má em. Lúc má bình thường khỏe trở lại, khi từ bịnh viện ở accident về mấy hôm, và hôm ấy má đang buổi đi chợ An Đông. Họ ập tới xúc. Sau đó hạch hỏi má Tiên em thảm lắm. Anh biết không?

- Vậy sao? Tội cho má quá. Anh không thể hình dung nổi... Kể tiếp đi đừng làm như phim đứt đoạn cưng?

- Thì đó là những nỗi buồn ghim vào lòng em. Anh biết không? Cô ta bảo má em là.

- Là sao hở em?

- Nếu muốn sống thì hãy rời khỏi thành phố và đi đi. Về quê miền biển mặn, hoặc về miền núi sâu hóc tận, mà sinh sống, mà gặm cỏ ăn. Không thể ở đất Sài Gòn, làm cho bác sĩ Hưng điêu đứng bại hoại. Rồi anh biết gì nữa không?

- Không. Sao nữa em?

- Họ bắt cóc hành hạ má, đánh đập má, nhét vải vô miệng... Họ thừa lịnh vì lòng ghen tỵ và nhỏ nhen của người đàn bà kia cho họ tiền, và bảo với má em đủ thứ như vậy.

- Trời ơi... Ngọc Ngạn tự ôm đầu chàng cảm xót.

- Nhưng mà trời còn thương anh ơi. Một trong ba người

thi hành vụ bắt cóc để hành hạ đó, có một người thấy má em tội nghiệp. Nên thương tâm, nên ông ta lén mở dây, bảo má em phải trốn đi, đi gấp...

Thế là má em tẩu thoát. Về lại nhà căn nhà thuê sống, mặt mày bầm sưng hết, tóc má tả tơi dài giờ rối như tơ thảm. Trông má như người điên từ đâu về, hồn vía tán loạn tan hoang. Rồi mà em khóc, má khóc. Hai mẹ con cứ ngồi ôm khóc... Má và em đau lòng, não ruột như kêu trời không thấu...!

- Thật đáng thương tâm quá. Trời ơi Thủy...

Lưu Thủy kể tiếp tục:

Má bảo em:

- Khổ quá con ơi. Hãy xa thành phố này vì người ta sẽ giết má. Họ tranh giành tình yêu dù má đã chưa yêu đó con!

- Tại sao má phải khổ, má có quyền chứ? Ngọc Ngạn phản ứng như muốn nhăn mặt.

- Má không còn tin tưởng tình yêu. Người má yêu nhất là ba em đó! Ba thật nhẫn tâm với má và cả em, em thù ba... Vì tất cả lỗi này, do ba gây nên xa gần mà thôi.

- Tại sao em không báo nhà chức trách nhỉ? Việc bắt cóc đó chứ nhỉ?

- Má em không thích. Má sợ gây thêm thù hằn khổ nữa. Má biết họ bắt cóc, trói buộc để hòng cảnh báo mình. Thế là má dẫn em về một thành phố khác sống cho nhẹ bụng hơn, về Nha Trang. Má bán hàng rong dưới biển ở Nha Trang. Ở nơi đó trong khi chờ đợi đơn xin dạy lại mẫu giáo cũng được. Nhưng đơn vẫn chưa chấp nhận. Má cứ bán hàng rong dưới bờ biển Nha Trang mãi miết...

Im một chút để nuốt nước miếng nơi lòng ngực. Lưu Thủy kể tiếp:

Em buồn bỏ học năm lớp 12. Theo nghề này vì em oán hận đời bất công, oán hận ba làm cho má em khổ sở. Ba em quên lời thề, để bội ước. Ba em là một kẻ bạc lòng, bạc dạ, dối trá. Em oán bác sĩ Hưng luôn. Em oán hận cả đàn ông cả bầu trời này... Hơn nữa, em nghĩ tình yêu trên đời không có thật? Chủ nghĩa ái tình là một con bài phiến diện, của hư không. Tình yêu là một sự tranh giành chà đạp lên nhau, vụ lợi nhau. Em thật buồn... Vâng em buồn lắm! Em cũng không biết em về đâu. Song em bắt đầu hận. Chỉ sống cho mua vui thế này, hơn một năm rồi...

Thủy nói nhanh đến đây, hai giọt nước mắt rưng rưng.

Ngọc Ngạn ôm Lưu Thủy vào lòng, anh nghẹn nghẹn theo nàng. Trong đôi mắt long lanh như nai tơ của cô, nhưng sao buồn cho một kiếp người long đong! Và một chốc thì Ngọc Ngạn mạnh mẽ bảo:

- Anh yêu em, thật sự muốn lấy em làm vợ Lưu Thủy ơi. Nếu em yêu anh. Và có muốn lấy anh làm chồng không?

- Em khó tin đàn ông, vì ba em. Cả chú, bác sĩ Hưng nữa?

- Rồi bác sĩ Hưng có vợ chưa?

- Vẫn chưa. Nhưng em sợ chú đã có tình. Với lại có người làm hại má em lần nữa... Thôi thì khổ lắm!

- Em đừng quá thất vọng, và dự đoán sai lầm. Nhưng anh chỉ muốn nói chuyện anh và em thôi. Hai chúng ta mà thôi.

- Thì em tức, em trút kể cho anh nghe vậy đó.

- Anh xin cưới em. Nghe anh nói không em Thủy?

- Anh có vội vàng không? Sau thì hối hận nơi. Chỉ nên coi anh em là tốt hơn.

- Không không. Anh không thể coi em là anh em được. Vì anh yêu em. Anh yêu chân thành ngay từ đầu.

- Em rất sợ khổ trong tình yêu. Em muốn sống không yêu.

- Khổ, khổ hoài, đừng nói thế em? Anh yêu em và chúng ta xây dựng hạnh phúc. Em kể ra, Ngạn thấy cuộc đời em càng đáng thương, đáng quý em hơn. Đừng để thời gian trôi qua vô vị. Hãy nói yêu anh đi, anh sẽ cưới em Lưu Thủy.

- Đã nói không được, gấp lắm anh ơi. Hãy để tình bạn và chúng ta... phải có một thời gian thử thách.

- Không cần. Tất cả thời gian với anh bằng thừa cả. Anh hiểu em, muốn cưới em ngay. Chúng ta sẽ vợ chồng em nha!

- Không nên như vậy, lỡ anh Ngạn hối hận. Em nhắc lại.

- Không bao giờ hối hận. Hối hận chuyện gì cơ?

- Anh hối hận vì em không trong sạch.

- Em mãi mãi là cô gái trong sạch nhất, nét đẹp của tâm hồn và cả thể xác theo anh nghĩ. Làm ơn đừng chễnh mãng chi em, như em cũng đã mến anh. Chúng ta không còn thời gian. Một thời kỳ công nghệ không thể nấn ná, chờ đợi khi rõ ràng sự việc. Không để muộn quá... Em biết hôn?

Suy nghĩ lâu một chút, không trả lời. Đoạn Lưu Thủy hạ giọng e dè:

- Nếu anh thật lòng yêu, giàu tình cảm cho em. Em xin đưa ra một điều kiện, em lại thích như thế. Anh chịu không?

- Điều kiện gì?

- Nhưng em sợ anh thực hiện không được?

- Bất cứ giá nào anh vẫn thực hiện được. Bởi anh yêu em chân thành.

- Em ngại quá, sợ làm khổ nơi anh. Nàng lại ánh lên một tia mắt mới mẻ nhìn chàng.

- Không có gì làm đau khổ cho anh hơn, khi không được yêu. Em nói đi anh nghe đây. Em nói đi anh nóng lòng, Lưu Thủy của anh! Hỡi Lưu Thủy của anh! Xin đừng tệ với anh mà...

- Em muốn đó là...

- Nói đi, có gì mà ấp úng, lấp lửng em?

- Anh có thể về sống với em. Chúng ta mở một công trường trồng mía hay khu trại làm nấm, hay khu vực trồng trà, hay khu vực trái cây trồng nhãn, thanh long, sầu riêng, măng cụt. v.v... Hoặc một cái gì đó đó ở nông nghiệp, hoặc nông trại nuôi bò sữa. Em thích vậy anh chịu không? Nếu ít vốn mình làm nhỏ, hay chiết vay mượn theo từ chính sách nhà nước, họ khuyến khích theo chủ đạo kinh doanh.

- Anh có vốn dư sức. Tuy nó sẽ không thích hợp với chuyên môn của anh. Nhưng kiến thức tổng quát anh có. Chàng đáp thế.

- Anh có thể ủng hộ giúp đỡ nhân dân nghèo khó và sống với em một cuộc đời êm đềm, thoải mái. Chúng ta, như ông bà xưa nói "Hãy xây lầu bên suối." Em sẽ không bị mất anh, như mẹ mất ba. Như dòng sông quên nước đầu nguồn. Như rừng xưa quên cội... Như cánh chim bạt ngàn quên một buổi sớm mai bay...

- Ôi em gì mà hay thế?

- Em cảm giác và nói thế thôi. Những đất nước tiên tiến mà con người luôn bị lôi cuốn và tha hóa? Em thật sự sợ, sợ lắm anh Ngạn ơi!

- Ở đâu cũng là do lòng người mình mà ra thôi em, chạy theo tội lỗi, và sống tham lam ích kỷ. Tuy điều em nói không thể sai hoàn toàn. Anh hiểu, anh hiểu lắm em à...

Ngọc Ngạn làm thinh xúc cảm. Lưu Thủy tiếp tục:

- Chắc khó với anh lắm, dù em mơ nhiều thứ gần gũi bàn tay em, của nông nghiệp... Thì chúng ta coi như bạn thôi anh. Bởi em có vết thương từ má. Nên không muốn sự đau đớn nào hơn với em nữa. Anh thông cảm cho em, khi em đưa ra một đòi hỏi. Chắc em phá vỡ cả một sự nghiệp anh, đúng không?

- Em cứ nói hết đi. Anh đang muốn nghe em nói. Chàng nói và nâng cằm nàng lên hôn một cách đáng yêu. Nàng tự nhiên, hồn nhiên làm thinh như thụ cảm... Nơi chàng một nụ hôn của thánh thiện và nồng nàn... Nàng ấp đôi má vào cổ chàng cho thêm ấm áp...

Lưu Thủy lại thủ thỉ nói tiếp:

- Anh muốn làm cái gì cũng được, mà nông nghiệp chắc em thích hơn. Ở với nông nghiệp. Em và anh vui với thiên nhiên gần những người lao khổ, em muốn vậy. Ở đó cho ta một luồng không khí trong lành, con người nhân hậu, thánh thiện. Cuộc sống ăn chắc mặc bền, đa phần như vậy. Lâu lâu mình vào thành phố đi chơi, em thích hơn...

- Anh sẽ về bên em và sống ở Việt Nam. Nhưng anh làm gì thì hãy để anh tính. Có thể có rất nhiều ngành mà anh còn so sánh. Có lợi cho người, có lợi cho mình, cho đất nước thì anh làm, và nhất là để em vui...

CHƯƠNG NĂM - CHƯƠNG KẾT

Thời gian không bao lâu, thì Ngọc Ngạn đã xin phép gia đình anh ở Mỹ, anh về quê hương. Vì anh có tình yêu với người con gái Lưu Thủy. Anh đã có nhiều công trình hợp tác từ nông nghiệp đến công nghiệp. Cụ thể nhất là những vườn trà của công ty anh ngút ngàn vươn lên dưới nắng đẹp và xanh mướt, nó đang hứa hẹn của những mùa kết quả với một ông chủ trẻ Việt Kiều hồi hương, trong bao định hướng... Và họ cũng đã đám cưới làm hôn phối đẹp đôi ở nhà thờ Đức Tin trong thời gian này. Anh vẫn sống với cô gái Lưu Thủy trên một vùng đất Đà Lạt, nơi của gần dân làng thiểu số. Ở nơi đó, chiều chiều khi rảnh tý, anh hay đưa Lưu Thủy ra sông hóng gió, làm cho nàng thêm tươi thắm, mặn mà hơn. Đất nước, con người nơi đây, chân thật hiền hòa! Sự đối xử của anh mặn nồng, và hy sinh quá. Khiến lòng Lưu Thủy xúc cảm với anh vô bờ, cô làm bài thơ tặng anh bên suối một chiều, đương lúc hai đứa đi lang thang dạo chơi.

Nếu em sống thêm, và sống lại lần nữa
Dưới mặt trời, và muôn vạn cánh hoa xuân
Em sẽ nói yêu anh, như hơi thở em không ngừng...
Chiều tím lại hai đứa mình chỉ một...
Trong rừng cây muôn ngàn cây như cột...
Cột trong ta là hai trái tim vàng.(!)

Ngọc ngạn rất vui và xúc động khi nàng đọc những câu thơ đó. Chàng còn khen nàng làm thơ tình quá, tuyệt quá, Cuộc sống bình dị nhưng chân thành anh thêm quý nàng. Lưu Thủy có cả hai kho tàng: yêu thương, và nhẫn nhục. Cô quên đi những ngày tháng cô dấn thân vào cave để mua vui cho khách. Hiện tại Lưu Thủy bên người chồng tốt bụng, có một cuộc sống êm đềm thanh bình của hai người yêu nhau. Cô yêu Ngọc Ngạn hơn bao giờ hết.

Má cô, Lưu Tiên cùng bác sĩ Hưng, cùng về sống trên quê hương yêu dấu đó. Bác sĩ Hưng đã xa thành phố Sài Gòn, xa cuộc sống nơi đô hội hối hả. Ông về sống và làm việc nơi đây, một miền rừng núi, để chăm sóc dân làng ở Đà

Lạt ấm yên, thân mến này...

Má Lưu Thủy xin đơn đi dạy lại. Hằng ngày Lưu Tiên được gặp những khuôn mặt thơ ngây, ấm áp của học sinh tiểu học, Lưu Tiên vui buồn nơi nhịp sống của học sinh dưới mái trường, của rừng rú thiếu thốn, đang được triển khai, và đẩy đến cải tiến nhiều hơn đó. Lưu Tiên lại chấp nhận tình cảm bác sĩ Hưng. Họ đã cưới nhau trong một mùa thu nắng đẹp, cô dâu chú rể là tân lang, tân giai nhân đã qua rồi thời thanh niên, họ là tuổi trung niên hết rồi, nhưng đẹp đôi vô cùng, đã vậy có những lời chúc mừng cùng sự ngưỡng mộ của bao người thân làm họ tự tin và yêu đời sáng láng một cách đáng kể. Và rồi họ hai công việc khác nhau. Nhưng họ yêu nhau hết mực, cùng chia sẻ hạnh phúc thật mặn nồng dưới trần gian!

Sáng nào má của Lưu Thủy, là Lưu Tiên cũng đưa chồng ra viện bằng nụ cười chờ đợi, yên tâm. Chiều về nàng ngồi soạn bài cho ngày mai, được đón chàng về với nụ hôn đáp trả ân cần, mãnh liệt, nồng thắm! Hai mối tình đứng vững trên vùng đất mà bất ngờ họ đi đến và xây dựng. Ta yêu đất và đất cũng đã yêu người. Một định luật như thiên định là thế...

HDT. viết mùa xuân 2013.

MỘT GIẤC NGỦ DÀI TRÊN 10 NĂM

Quê hương ai cũng phải có để nhớ đến, nếu như ở trên quê hương nỗi nhớ đã có, xa quê hương nỗi nhớ càng tăng lên gấp mấy triệu lần. Tác phẩm này hình thành trong nỗi nhớ... Dẫu mình nếu không trở thành nhà văn học tài ba, cũng viết lên được một giấc mơ thành thực đó. (HDT)

CHƯƠNG MỘT

Julie giật mình thức dậy, ngơ ngác nhìn chung quanh gian phòng rồi bắt gặp tờ lịch được treo ngày... tháng... năm... Thì ra nàng đoán đúng là mình đã ngủ quên sau lần uống thuốc. Hơn mười năm trôi qua. Mười năm biết bao vật đổi sao dời. Nàng thức giấc hơi sững sờ. Tấm gương sau lưng, vẫn phản chiếu lung linh, tỏa sáng bên nàng. Song Julie bỏ đi nhìn ra khung cửa sổ, nàng thấy nắng đã cố tình hòa điệu cùng sương mai làm nên một thế giới tinh khôi. Vài nhánh lá, vài cành hoa, vài cây cỏ đâu đó, như có thiên tư gì nói chuyện với thần gió, thần mặt trời? Sự kiện tụng của sóc vì sức vận chuyển của nó còn thua đàn kiến đất v.v... Nàng đang bỏ hồn một chút với thiên nhiên, với cảnh trí bên ngoài, khi tỉnh dậy. Người phụ việc mừng quá vào thưa ngay:

- Thưa cô, cô ngủ trên mười năm mới thức dậy. Xin chúc mừng, con cô sẽ vui lắm. Cô đi làm vệ sinh và tôi có thể, chuẩn bị đồ ăn sáng cho cô.

Julie đứng quay lại chuẩn bị đi súc miệng, cô trườn mình hơn, xoay lưng hỏi người giúp việc.

- Tôi ngủ mười năm ư? Tôi chưa thấy đói, cô là ai vậy? Con tôi đâu?

- Tôi người helper, là con cô mướn phụ giúp cô. Vì cô ngủ suốt mười năm tim cô vẫn đập, phổi cô vẫn thở, vẫn hô hấp bình thường chứ không phải chết? Nhưng mà... Cô không ngồi dậy và đi đứng... Cô, cô trải qua một giấc ngủ kỳ lạ lịch sử.

- Ồ... Thì ra thật không ngờ...

- À con cô. Hai người con gái, một chị đã lấy chồng và có con. Chị ấy ra bác sĩ làm việc tại một bịnh viện lớn ở California. Và một chị nhỏ mới là đính hôn, chị đang là một luật sư ở New York.

Julie nhẹ nhàng chớp chớp đôi mắt trông cảm động lắm.

Người phụ việc nói tiếp:

- Tôi có thể báo cho tin này để các con cô hay được, thu xếp về thăm đó, cô biết không?

- Thanks! Ô cô gái trẻ nè hãy để từ từ, tôi không muốn khẩn trương lắm... Cái người mà tôi muốn gọi, đó là một người bạn thân của tôi ở tận xứ Việt. Tôi vẫn nhớ người đó lắm. Thật tôi không thể tin tôi ngủ quên lâu vậy.

- Được tôi hiểu. Tôi phải lo nấu thức ăn cho cô.

- Cám ơn. À không, tôi chưa có cảm giác đói. Và hay là cô bé nên đi mua để khỏi cực nhọc. Hôm nay tôi mới thức. Tôi mừng không muốn cô khổ tý nào đâu. Tôi vệ sinh tắm xong, sẽ gọi cho bạn tôi trước. Khi nào đó Julie sẽ ăn cùng cô bé.

- Con cô mừng lắm đó. Cô nên gọi, cô Julie ơi?

- Tôi biết. Nhưng tôi gọi cho bạn tôi trước. Tôi không có gì sai đâu? Tình bạn chúng tôi hơn mười năm tôi ngủ. Thật dễ sợ một thời gian...

Julie nghiêng người nói chuyện với cô bé tý đỉnh. Sau đó phần thể thức vệ sinh súc miệng, massage dùng hai tay xoa bóp cơ mặt, cô cũng vừa kết thúc.

- Đồ đạc quần áo của cô Julie, vẫn còn như năm xưa. Con cô không cho vứt bỏ. Giờ cô có thể tìm mặc hoặc vứt là quyền năng của cô rồi há.

- Vâng, tôi biết. Xin cám ơn cô bé. Cô tên gì tôi muốn biết khi gọi.

- Cháu tên Anni.

- Anni tên thật dễ thương! Còn tên tôi, cô bé biết rồi chứ.

- Dạ đã biết.

Julie nhìn Anni. Anni nói luôn:

- Anni xuống lầu tý nhé thưa cô Julie. Cô bé đặc biệt chăm sóc trông coi Julie đi xuống lầu...

- Vâng! OK, tôi sẽ lựa đồ theo ý tôi, sẽ tắm là phần kế

theo đây.

Sau một hồi lựa đồ. Vào trong bathroom Julie nhìn kỹ hơn, nàng thấy những kỷ niệm có cái còn, có cái bị vứt lâu rồi, được thay vào cái mới toanh. Nàng nhìn ngắm hơi lâu tý.

Julie vẫn cứ săm soi yêu mến từng cây kẹp tóc, từng chiếc đồng hồ, và vài cái lược kiểu chải đầu năm xưa của mình ở table bathroom. Lotion là con nàng vứt hơi nhiều vì quá hạn. Nàng nhìn kỹ mặt mình trên gương kiếng chưng, thì ra lại thấy mình tươi trẻ như ngày ấy. Julie mỉm cười lạ lắm, vui như một giấc mơ đẹp. Người giúp việc theo dõi Julie. Cô bé đứng ở giữa thang lầu ngó lên quan sát, nghe ngóng những động tĩnh của cô chủ...

Tắm xong trong bồn. Julie thay đồ, cô cảm giác mát rượi bước ra. Thì gặp người giúp việc. Anni hỏi liền:

- Cô Julie ơi, cô cần Anni giúp chi không? Con thành thật muốn biết.

- Máy laptop Julie vẫn còn dùng được đó chứ Anni?

- Anni nghĩ tất cả đồ dùng chắc vẫn OK.

- Tôi sẽ try thử nhé.

- Yes! Xin cứ sử dụng có gì trục trặc báo cho Anni. Anni có thể thay ngay máy mới cho cô.

- Vâng tôi hiểu.

Julie open, mở laptop mình ở phòng room của mình. Máy vẫn hiện lên cô đánh ngay chữ Nxh.org. Trang web không khóa, nhưng mà toàn là người lạ hoắc, độc giả cũng như tác giả không có ai quen cả. Julie ngơ ngác dụi mắt, và lướt trên Google; qua Facebook một vòng, nàng cảm giác chỉ toàn là những người mới toanh. Bạn của nàng năm xưa biến đi đâu hết! Về rừng hay lạc biển nơi mô hết?

Bỗng thoáng buồn, không hấp dẫn tý nào, cô không thích mấy. Rồi Julie quay sang tìm máy của nàng ngày ấy mở cassette nghe nhạc. (Nàng có một cái máy cassette mini nhỏ đẹp để đầu giường nghe nhạc như vậy, bởi Julie mê nhạc và ghiền nghe nhạc coi như số một, không biết giống ai trên thế gian này thôi.) Julie vừa nghe ca nhạc ở máy vừa đi tìm kiếm những thứ để ước ao... Nàng tìm được mấy tập album để xem, cô coi còn có gì hấp dẫn hơn không? Mục đích chính Julie đi tìm tấm hình ngày xưa Lệ Quyên gởi cho mình, nhưng lật qua, lật lại không thấy. Nàng lẩm bẩm "Lệ Quyên ơi, Lệ Quyên hỡi." Thì chỉ thấy hình các con và nàng, những tấm hình của con ngày xưa ấy, một thuở, xòe ra như liếm lấy tay nàng chờ lâu ngày rồi... Julie ôm vào lòng một thoáng cảm động xa xôi. Julie như muốn ứa khóc, nước mắt chảy ra, nàng khóc thầm từ trái tim người mẹ... Ôi những bức hình các con ngày chúng lên 5 lên 7, rồi đến lên 9 lên 10, đến khi 12, 13, 14 tuổi 15 rồi 16, Và đến khi Bích Trâm lên 17 tuổi, là Julie ngủ say đến giờ, thời gian thật ghê gớm, đi nhanh... Nàng hết khóc, mà nước mắt như chưa ráo hoảnh, nó còn vương đọng, như vắt ngang nơi lưng tròng kia, nàng lại thẩn thờ...!

Julie quay về mãi nhớ đến cô bạn Lệ Quyên khủng kiếp. Nàng tò mò vào facebook lần nữa. Đúng tên Nguyễn Lệ Quyên hiện lên rất nhiều, nhưng Quyên lại là không phải bạn nàng, Quyên là Quyên của người ta. Không phải người thân của nàng!

Nghe ca nhạc qua ba bản coi như đỡ ghiền, hết một mặt của băng tầng. Nàng cho máy đứng lại luôn để nàng gọi điện,

Nàng không thể để thời gian qua lâu, phí phạm, Julie bấm máy gọi ngay cô bạn với số phone Julie thuộc lòng và cũng được kiểm tra kỹ trên vở lưu niệm 93-206-5623.

Im lặng July hồi hộp bên kia đầu giây nói:

- Xin nghe ạ. Xin lỗi cô tìm ai?

- Này bạn của cô tên là Lệ Quyên, chủ bút trang web Hương Xưa. Cô muốn tìm bạn cô...

- Phải rồi. Số đó của cô con ngày xưa, tên Lệ Quyên và trang web đó. Nhưng cô retired rồi. Con hiện đang là chủ bút trang này. Cô là ai vậy? Con xin muốn biết...

- Cô là Julie bên Mỹ bạn Quyên. Và cô ngủ một giấc ngủ hơn mười năm mới thức dậy đây.

- Ô... ồ. Con có nghe cô Quyên con nói, và bạn bè bàn

tán. Thì ra cô Julie đã tỉnh ngủ.

- Yeah, Julie tỉnh hoàn toàn. Và muốn tìm lại một người bạn thân. Là cô con đó. Tên là Nguyễn Lệ Quyên.

- Vâng xin chúc mừng cô Julie. Cô Quyên con đi chùa làm từ thiện ở hướng Bắc Bình Định, vùng Bình Dương Phù Mỹ chiều mới về.

- Được thanks. Con nhớ nói cô Quyên. Cô có tỉnh giấc và gọi cho Quyên trước tiên đó.

- Vâng cháu sẽ không quên mà. Chúc cô happy, vui vẻ mỗi ngày...

Im lặng một chút cậu thanh niên nói tiếp:

- Ô... Hay là cô muốn gọi số hiện hành của cô Quyên đây? Số mới nè.

- Thôi cứ để Quyên làm việc tự nhiên. Chiều Quyên về con cho Quyên hay, con không quên là đủ.

- Con sẽ không quên đâu, con sure chắc.

- Ừ what's you name? Cô muốn biết tên con. Và xin hân hạnh chứ.

- Con tên là Vĩ Cầm - Hồ Vĩ Cầm

- Thanks con Vĩ Cầm! Ôi tên tuyệt quá.

Vĩ Cầm cười nhẹ vui vui rồi bảo:

- Dạ không có chi. Chúc cô từng ngày bình yên, may mắn.

Julie gọi không được gặp cô bạn Quyên. Cô hơi buồn lắc đầu như thất vọng một vòng lên trán, lên cổ. Cô phải nhăn bùng cái miệng buồn xo một chút xíu cho đỡ tức. Nhưng sau đó mấy giây thì nàng vui. Vì biết mình có sống lại. Thế nào cũng được gặp, và sẽ được nói chuyện với Quyên thôi mà!

Quay ra người giúp việc đã chuẩn bị đồ ăn. Cô bé đi mua đem về, Anni lên lầu mời Julie:

- Cô thấy đói chưa? Dùng điểm tâm đi. Con sẵn sàng mọi thứ rồi.

- Vâng, cám ơn Anni. Chúng ta sẽ ăn chung cho vui.

- Được nếu cô cho phép con.

- Tự nhiên đi Anni nhé.

- Thanks. Con là học sinh du học, tìm việc đọc báo để kiếm job này. Thấy hai con cô nói trước đây mướn người Tàu Việt lai làm, nhưng họ đã về Nhật.

- Vậy sao? Như vậy số con hên, cô mới tỉnh dậy đó Anni.

- Dạ! Cám ơn cô có lòng khen! Và con thấy cô Julie xinh đẹp, sáng láng quá... Như có thuốc thần cho giấc ngủ mê của cô vậy... Hoặc như là một giấc ngủ trưa tuyệt vời của phụ nữ, không lấy gì làm bằng, đẹp lắm cô ơi.

- Hi hi. Thanks con! mong là như vậy đi... Julie nói cười khẽ tươi tắn. Làm cho gương mặt cô thêm xinh xắn, sang trọng hơn.

Sau đó họ bước xuống lầu như dự định. Julie xuống phòng ăn, dùng bánh mì sandwich, cùng uống nước trái cây với người giúp việc, khi người giúp việc Anni rót ra mời. Cả hai cùng nâng cốc ăn uống. Song Julie chỉ dùng mấy miếng sandwich. Nàng chủ Julie lại bảo:

- Cô vẫn chưa gọi được cô bạn thân, thì khoan đã nha. Cô muốn thật thong thả, thật vui khi cô gọi được bạn bè. Rồi sau đó, cô gọi gặp gỡ con của cô vẫn chưa muộn? Mọi việc Julie không muốn rối lên phiền toái, mất suông sẻ Anni nha!

- Dạ con hiểu.

- Con đi ngủ hoặc học hành đi. Dọn dẹp đi. Ăn xong cô muốn coi tivi ở phòng khách một chút

- Dạ chúc cô một ngày vui vẻ may mắn mới!

- Thanks Anni!

Nàng chủ Julie nói và dời gót lên phòng khách. Phòng khách, phòng ăn cách nhau không xa. Julie mở tivi phòng khách lên nghe đủ các kiểu nhạc trong đó. Nhưng cô vẫn không thấy hấp dẫn chi với cô cả! Cô bỏ lên trên lầu lại. Julie đụng tay vô máy cassette mini nhưng Julie chẳng buồn mở chi nữa. Nàng cố đi tìm lại quyển nhật ký lần thứ hai. Ngày đó nàng ghi tựa "Friends And Me." Vậy mà tìm hoài không ra. Lại bắt gặp thơ toàn những ai đâu đâu, Julie chán muốn chết, bực tức hết sức. Người phụ nữ đẹp Julie vứt ngọt tay, và dù không ngọt tay những sách thơ chui vào thùng rác hết tất! (Có thứ Julie vứt nhanh, có thứ cô trừ trù song cuối cùng cô vẫn phải vứt đi, ý là như vậy.) Trong khi Julie chỉ muốn cầm được cái gì có liên quan đến Quyên cho đỡ nhớ, mà không có. Nói cách khác, tay cô tìm chưa ra, mắt nhìn như chưa thấy cô bạn thân. Mà hình bóng cô bạn thân cứ xâm lấn tim nàng…

Người giúp việc Anni thấy Julie loay hoay, thì luôn theo dõi nhìn cô từ xa. Vì đó là bổn phận mà con cô Julie đã thuê mình đến làm.

Julie vào phòng mở nhạc để tẩy buồn, buồn vẫn dẫm lên môi. Cầm phone lên muốn gọi nhưng lại e dè, nhìn đồng hồ treo tường lại thôi. Nàng lấy tay trỏ vào góc trán mình như tự hỏi điều chi, và như dỗi hờn chính mình. Julie tự ý trách. July này tệ thật, Julie này hư dở quá, Julie này tìm không ra gì nè? Đành chịu, nàng phải rên: - "Ý dza da trời ơi…" cho đỡ buồn.

Ngưng đi trong bí hiểm giây lát, không thối lui tư tưởng… Julie tiếp tục tìm.

- Cô tìm kiếm gì con giúp cho? Anni nhìn hỏi.

- Không cần đâu để cô tự nhớ. Cô thích thế. Julie trả lời.

Gần như chịu không nổi. Julie tiếp tục moi móc, tìm coi, bươi xới, khắp một vài nơi vài chỗ. Thì trời thương cô chủ Julie thấy một quyển viết sổ trong ngăn hộc kéo "Friends And Me" Nàng mừng lắm, cầm đọc và hôn nó. Ồ đúng là nhật ký của mình và Quyên đây rồi! Hi hi. Nàng chủ muốn la lên, cười to cho sướng. Nhưng thôi nàng phải từ từ đằm thắm coi.

Ngày… tháng …năm … Kỷ niệm ghi rõ ràng:

"- Hi Quyên. Kỷ niệm đánh dấu…

- Julie là tác giả của những bài thơ tình và quê hương hân hạnh được làm quen với bạn.

- Quyên hân hạnh làm quen Julie. Mình là Quyên đây.

- Rất vui khi bạn cho Julie sinh hoạt trang văn học, trang web…

- Chuyện nhỏ mà. Thơ bạn dễ thương, dễ cảm. Ai nỡ

không bắt nhịp cầu giao lưu.

Julie vui vẻ lại, hình dung lại. Người bạn Quyên và sau đó họ từng nói chuyện. Nàng từng ghi chép lại để nhớ.

- Thanks Quyên. Julie vẫn là quê hương của Bình Định Quy Nhơn đó.

- Thế hĩ, vậy quý hóa quá nha. Trời ơi vậy sao ta...

- Hi hi.

- Quyên thì sinh ra ở Huế nhưng vào sống đất Quy từ hồi còn bé lận. Quyên phân minh.

- Ở Huế chắc đẹp lắm phải không? Huế vô sớm? Mà sao giọng "người ta" vẫn rặt, không xa tiếng Huế bây chừ!

- Quyên quen giọng nớ. Vì mạ ba cả nhà ai cũng nói tiếng Huế hết nơi Julie ơi. Lúc Quyên còn bà nội từ thuở nhỏ. Bà nội không cho nói giọng khác hơn Huế mô! Julie ơi... Bà nội nói phải giữ tiếng Huế, là giữ được phong cách gái Huế trong tâm linh mình... hi hi.

- Lạ há. Bà nội Quyên quả tuyệt vời, đặc sắc. Julie thật ngưỡng mộ đó nha.

- Tiếng Julie nghe cũng mềm mại ngọt ngào rứa hay mà.

- Julie sống trong Nam nhiều nhưng giọng vẫn pha Trung.

- Mỗi miền có một nét riêng. Do âm hưởng thôi, miền nào vẫn hay theo miền nấy mà Julie.

- Ừa há, nhưng Julie thích nghe giọng Quyên hay lắm. Giọng người ta này... Tưởng chừng như nước Sông Hương êm đềm... Tưởng chừng như mưa thu trên dốc đá. Tưởng chừng như lá me bay điểm cho bầu trời thêm đẹp... Những người con gái Huế đều nói giọng dịu dàng, lãng mạn, dễ thương chi lạ hĩ?

- Ôi chao ơi. Cám ơn Julie đã văn chương khen tặng. Nhưng Quyên người ta này nghĩ nước Sông Hương này lai rồi. Từ khi bà nội mất hi hi...

- Hi hi... Còn nguyên đó mà.

Sau đó biết bao cuộc gặp nói chuyện phone và chat.

Vậy mà nàng có ngủ trên mười năm tỉnh dậy. Lần lượt nàng nhớ tất cả... Như cuốn phim quay về từng đoạn. Nhờ mới coi quyển nhật ký trên. Những hình ảnh tiếp theo.

Quyên kể rằng nàng đã đi dạy học gần trên hai mươi năm.

Quyên kể cho Julie nghe mối tình chàng Từ Chinh và nàng. Nàng Quyên yêu quý vô cùng cuộc tình mình.

"- Anh ấy tên Mai Từ Chinh đã chết trong chiến tranh. Chính cô thấy cái chết thê thảm của anh. Khi ấy cô còn là học sinh lớp 11, chưa tới 12 nơi. Chưa bước vào ở giảng đường. Năm ấy Quyên người ta mới 16 tuổi..."

- Yêu sớm thế nàng? Julie ngạc nhiên hỏi.

- Có chi mô mà sớm. Muộn màng già đó thôi. Bạn bè Quyên yêu từ thuở 13- 14- 15 lận Julie.

- Trời ơi... Nàng còn thêm sửng sốt.

- Quyên đùa với Julie thôi cho vui đó nha.

- Trời ơi Quyên người ta cũng biết nói chuyện hay đáo để hĩ?

- Hi hi... Phụ nữ thời mới phải biết nói chuyện hài hước, pha trò trẻ trung chứ... Không thì bốn mươi sẽ trở thành bà già tám mươi hết sao nàng?

- Đúng rồi Quyên ơi. Tâm hồn trẻ làm cho thể xác cũng hóa trẻ và ngược lại.

Julie không sao quên được mối tình đẹp của họ. Những bức thơ tình của Mai Từ Chinh mà Quyên in thành sách để tặng cho nàng. Lịch sử tập thơ đã nhân chứng. Tình cảm nơi họ... Mỗi khi có tâm trạng anh luôn luôn làm tặng cho Quyên. Mối tình lúc xa, lúc gần, lúc vắng, lúc nhớ nhung, lúc hờn giận v.v... Ở đó 18 đến 20 bài thơ mà nàng rất thích. Julie rất chuộng là bài thơ "Người em xứ Huế" khi chàng đưa nàng Quyên ra kinh đô, thăm ông bà nội của Lệ Quyên. Nàng lấy ra xem vẫn còn thẩn thờ với bài thơ này đây:

Người em xứ Huế tôi yêu
Nhớ em tôi nhớ trong chiều mưa bay....
Nhớ sao thuở ấy những ngày
Tay em anh nắm, và em hay cười
Nhớ sao ngày tháng vui tươi...

Bên cầu Tràng đó... bao người nhìn ta?
Một tình yêu... quá đậm đà
Bao nhiêu kỷ niệm người xa đi rồi...
Sông Hương nước lững lờ trôi
Người em Vĩ Dạ một thời tôi yêu...
Giờ xa anh nhớ rất nhiều
Nhớ luôn giọt lệ trong chiều mưa xuân...
Giờ xa tôi nhớ rất nhiều
Nhớ luôn giọt lệ yêu kiều của em...
Huế ơi...
Huế ơi...
Người em gái Huế mộng mơ tôi yêu!

Và đây là bài thơ Quyên rất cảm xúc, nàng làm để đáp lại cho anh. Bài thơ mang tên.

Một Kỷ niệm

Ngày đó quen nhau
Anh tặng tôi chiếc nón
Tôi mỉm cười anh đón
Đố em nón bài thơ?
Tôi giả đò ngó lơ
Ngắm mây trời mong mỏng...
Anh vuốt mi tôi cong...
Rồi bảo nhìn anh trước
Tôi nhịn cười không được
Mắt em nói hết mà...
Ôi giản dị kiêu sa
Anh nhìn kìa xa xa
Nước Sông Hương đang chảy,
Núi Ngự Bình ấp yêu
Cảm ơn anh rất nhiều
Nón trong thơ anh mộng...
Chiều hạ về tỏa rộng...
Hương sen thấm vai gầy...
Hiểu quấn quít nhau đây
Em đội nón trên đầu
Anh quai thao cầm lấy

Yêu nhau ta chừng ấy
Rong ruổi nón bài thơ...
Đuối nhau trong nhung nhớ...

Tình yêu họ đẹp và trong sáng như pha lê. Rồi hai đứa trở thành giận hờn dai dẳng, đó là bài. "Hoạt hình một bài thơ" mà anh giàu liên tưởng. Làm Quyên giận anh... (Dẫu nàng biết thơ vốn chỉ làm nên ý tưởng, từ hư cấu hơn phân nửa, qua một hiện thực để, của vòng xoáy thi sĩ truyền cảm hứng làm nên được mà thôi...)

Ngày xưa còn đó
Những ngày rong chơi
Ngày xưa còn đó
Mắt môi như mời
Ngày xưa còn đó
Trốn chạy đôi nơi
Ta nhớ làm sao
Chơi trò cút bắt
Anh khoan em nhặt
Đuổi mãi trên đường
Mưa giấu vấn vương
Nắng buồn vương tóc
Ôi thời đi học
Xa ngái vọng về...
Rồi tận chân đê
Hai người ôm khóc...
Trời thương nên đọc:
Ôm lấy hai người
Cho họ vui tươi
Dài theo năm tháng...
(Còn chi lãng mạn...?)
Nhưng rồi nắng hạn
Nàng đã đi xa...
Theo chồng xứ lạ
Cuộc tình vội vã
Ngăn cách một ngày
Một ngày bụi bay

Rượu hồng ngày cưới
Nhớ nhung tức tửi...
Nàng sang thuyền rồng
Bỏ lại mênh mông
Ngày xưa còn đó...
Kỷ niệm nho nhỏ
Nàng thương con đò....

Và sau đó vì lịnh tổng động binh anh phải vào lính. Anh cứ nghĩ là đi đỡ một thời gian. Anh từng làm những bài thơ "NCTVTTC-RT" gởi về cho Quyên:

Rừng thu lọt ánh sao đêm
Gió kia san sẻ người thương tìm về
Nhớ ai cháy bỏng câu thề
Lại một xuân nữa chưa về với em?
Mưa thu xào xạt cánh chim
Mưa thu ủ nhẹ làm mềm cỏ cây
Tình anh cứ mãi đong đầy
Nghe như sương lạnh sum vầy đôi ta!
Mong em khúc hát hoan ca
Nước mắt em ngọc, lệ sa em tình.
Đem nay gió thổi qua sình,
Rưng rưng đóm khóc... sinh linh phận người...
Em ơi xin hãy đón cười
Nhìn ra khung cửa ... em mời ta hôn...!
Sau đó chàng gởi tiếp bài thơ cho Quyên.
Tình, Đêm sau khi hành quân về viết thơ cho em...
Cửa đóng nhưng gió lọt vào khe cửa
Như tình em len lén về tựa nơi anh.
Ta gần nhau một thuở trời xanh
Mà mây hồng là những chùm hoa hương sắc...
Bảy tháng xa nhau nên anh muốn gặp mặt
Nhớ nụ hôn đầu anh đặt nói: Em thiêng liêng...
Trời khiến xa nên anh hóa dại hóa điên
Em chớ hỏi... Xin vì sao em thắc mắc!
Ta xa em nhớ ơi là môi mắt
Nhớ ân tình đầu, những thứ em trao.

Có những khi anh ra bến nước nghiêng chao
Ngắm một cánh chim, lòng thêm nức nở
Anh nhớ em, nhớ em trong hơi thở...
"Như chim xa kia rừng còn mang nỗi nhớ
Người xa người, sao không tê tái long đong?"
Thế mới biết tình yêu dâng ngập trong lòng
Thế mới biết anh yêu em là bất tử...
Ở phương trời nào anh đâu do dự
Viết bài thơ tâm sự cùng em/*

Và đây là bài cuối cùng anh ấy làm gởi cho Quyên, và sau đó anh ra đi vĩnh viễn...

Bài được ghi tên Nếu Ngày Mai

Nếu ngày mai em sống trong thiếu vắng
Em cũng đừng buồn khi mình phải chia xa
Lệ em đắng, quấn thêm vầng khăn trắng
Sâu ân tình... lăng nhẹ mộ huyệt anh,
Em có biết non sông thời chinh chiến...
Anh giã từ phố biển, giã từ em...
Em còn nhớ:

Em có biết ngày birthday em, là ngày anh phải vào đơn vị. Mặc dù em năn nỉ,

Bánh yêu thương anh ăn gấp vội vàng.
Về nơi này anh thương lấy dở dang,
Và suy nghĩ mùa cưới kia, ta chắc chi là hạnh phúc?...
Rồi đêm nay anh nghe lòng ray rứt,
Sợ không xin mà trời đãi phụ phàng.

Nếu trời chẳng thương, chẳng thương tình ta, em ơi, tình ta hóa dở dang... em nhỉ?

Chia ly, chia ly,
Ôi những trông ích kỷ... Chiến chinh ơi hỡi chiến chinh.
Bao lời hứa sợ vô tình sẽ mất...
Nhưng một điều anh tin anh thật,
Yêu thương em và duy chỉ một người:
Một mình em với nụ cười xinh tươi
Và tiếng khóc cứ làm anh xé dạ...
Q. ơi...

Em ơi... Nếu ngày mai tôi xa em...

MTC.(Mai Từ Chinh)

Nhận được lá thơ này, nàng đem đọc khóc ba đêm vì Quyên rất sợ chiến chinh. Nàng sợ ý xui của câu thơ vận ở mệnh số. Và đúng sau đó thì anh đã không chết nơi chiến chinh, càn quét của hai bên, của chiến đấu. Mà anh chết trong một lần ám sát vì nhận dạng lầm người. Khi đi uống coffee, vô tình bị chết oan... Số là vùng này trực thuộc Tam Quan. Vì nhớ Quyên ở Quy Nhơn xa. Có cô gái giống Quyên như tạc từ mắt môi, mũi miệng, dáng người, nên anh ưa nhìn cô gái này những khi đi hành quân về, cho đỡ nhớ Quyên... Thế gian này sao có người giống người hệt vậy ta? Anh luôn luôn ngạc nhiên, vừa sung sướng vừa hoan hỉ tận cảm giác. Mai Từ Chinh bước vô với một người bạn, chưa được ngồi vào ghế. Ghế đang chờ khách, anh mới bước vô tới cổng, nụ cười chưa tắt trên môi, thì lựu đạn chực quăng ra. Mai Từ Chinh đã chết còn đọng lại nụ cười, một cái chết quá nhanh, được gọi là không kịp ngáp, tuy còn toàn thây. Đúng là thời chinh chiến... Thời kỳ ngổn ngang ngập loạn đao binh. Phá chém, giết lầm, âm mưu, sát hại, đủ thứ. Cùng hùa trong chiến tranh máu lửa, để gây bao thảm trạng đau lòng... Quyên đã mất chàng từ đó!

Rõ là Julie ngưỡng mộ tấm chân tình của Quyên. Nàng thấy mến thương cho số phận chàng và nàng Quyên. Ôi dòng thơ mà Mai Từ Chinh làm cho Quyên, một rung động lớn, một thách thức lớn, một vần thơ trong sáng mà không kém phần tha thiết, dấu yêu. Nhưng rồi chiến tranh như những con thú khổng lồ độc ác. Đã ăn tươi nuốt sống, giết chết Mai Từ Chinh - Người thương của nàng! Chiến tranh đã giết chết hạnh phúc con người. Vì những bão tố, ập dâng, tham tàn nguy hại không ngờ đó!

Kể từ đó đến giờ, không ai đánh thức trái tim tình yêu nàng Lệ Quyên. Những ngày anh mới mất, Quyên luôn nằm mơ thấy anh về, bảo nơi giấc ngủ nàng:

"Quyên mãi mãi là vợ chưa cưới anh. Anh mãi mãi yêu em một đời, em hãy nhớ cho..."

Chuyện luôn xảy ra một năm tròn sau khi anh ra đi. Tối nào hình như cô cũng thấy. Quyên vẫn luôn bị lạ, bởi vì đã làm cho nàng ám ảnh lâu lắm. Mặc dù nàng không biết rõ điều hư thực, về sự huyền bí của người bên kia thế giới. Quyên cũng từng kể cho Julie nghe "Nàng rất sợ người tình đã mất của nàng khi chàng hóa ra là người thiên cổ, rồi cứ làm ma mãi về réo gọi nàng! Mà rằng nàng lại rất yêu chàng, khó ai thay thế được Mai Từ Chinh trong nàng!" Lời của Quyên rất thật.

Julie, Quyên hai cuộc sống khác nhau nhưng lại thân nhau. Quyên là người chịu đựng và chung tình, sâu nặng. Còn Julie lại là người ưa nổi loạn bạc bẽo, lả lướt phụ tình, còn hay nông nổi nữa. Thế mà lại thân nhau. Nhưng họ có cái chung; đều yêu thơ và nhạc, truyện và họa. Phải chăng đó là mẫu số chung của hai người. Hai người những gì bổ sung cho nhau, ở người này có mà người kia thiếu đi không có!

Nghĩ tới đây nàng lại nhớ cô bạn Quyên vô cùng... Và cũng đã thấy nhớ hai con nàng rồi.

CHƯƠNG HAI

Bích Trâm đang làm việc tại một hospital tên FIRST USA CENTER của tiểu bang California. Julie không cho cô bé Anni gọi đến, báo với con là nàng tỉnh dậy. Nhưng Bích Trâm thường hay gọi Anni hỏi thăm về mẹ Julie. Thì ra niềm vui, cô bé Anni không giấu được phải thố lộ:

- Chị ơi má chị. Cô Julie tỉnh hẳn dậy sáng hôm qua rồi.

- Vậy sao có thật không em? Sao em không báo nhanh?

- Em định báo nhưng cô chưa cho. Cô bảo để từ từ vài hôm... Thưa chị...

- Goodness!!! Oh my...

- Surprised lắm, ngạc nhiên lắm phải không chị?

- Chị cứ tưởng như mơ. I can't believe. Nhưng má chị tỉnh dậy, có bình thường, có ăn uống gì được không? Trí tuệ có sáng suốt không em?

- Tất cả như normal. Bình thường hết. Em thấy cô Julie

xinh đẹp tươi tắn lắm.

- Vậy sao thật không em? Bích Trâm hỏi như ngạc nhiên hơn nữa.

- Dạ chị. Anni đáp chân tình.

Bích Trâm được tin, lòng như rộ lên một thế giới hân hoan, cô rộn rã niềm vui chưa từng thấy. Nên làm cô không ngần ngại qua các phòng đồng nghiệp để chia sẻ. Cô vừa cầm nói điện thoại cell phone, vừa dời lẹ gót son qua các phòng, mà thường thì làm việc, không cho phép được như thế? Nhưng hôm nay bè bạn ai cũng chúc mừng cho cô với câu chữ "Hi. Bích Trâm congsratulations to you." Sau câu nói thêm nữa: Your mom... Did she get up already?

- Thank You. Thank You. Thank God. Thank God! Bích Trâm không còn phân biệt là mình cám ơn các bạn hay là ông trời nữa. Nàng phải dùng chung cụm từ đó khi miệng phải thốt lên liên tục.

Ôi mệnh danh một giấc ngủ huyền thoại của mẹ mình... Cô chạy qua dãy phòng chồng làm việc mừng rỡ báo luôn:

- Anh Quân ơi, má em đã tỉnh ngủ rồi.

- Thật sao? Ai báo em hay?

- Em gọi về, con bé Anni giúp việc said thế.

- Anh nghĩ có ngày. Nhưng không biết thời gian nào thôi.

- Vậy chúng ta về thăm má anh nhé.

- Đương nhiên rồi. Rút phép đi nhanh em!

- Em sẽ gọi báo Jinni hay tin này.

- Nó đang ở đâu?

- Nó mới đi nghỉ mát với bạn trai ở biển Miami Florida-người Australia có gốc Việt đó.

- Báo nó đi. Rồi mình về ngay đi em.

Hai vợ chồng đã trình bày sơ qua với đồng nghiệp, với quản lý, bạn hữu, họ rời khỏi bịnh viện. Mà họ không cần nói gì thêm nữa. Họ thấy bầu trời đang hát với họ. Và mây trắng như vuốt ve trái tim họ. Và gió như đang tặng những ngôn từ thần thoại hay nhất, mỹ lệ nhất đối với cuộc đời họ.

Lái xe về đến nhà, lập tức Bích Trâm gọi cho em là Jinni ngay. Nguyên Quân thì làm liền rẹt rẹt qua mạng, qua máy để xin nghỉ phép - lấy vacation.

Nguyên Quân là người Việt đi du học. Anh học giỏi được các nhà đầu tư ở bịnh viện Mỹ giữ lại, và anh đồng ý ở lại làm việc cho Mỹ. Anh kết hôn với Bích Trâm từ khi hai năm cuối college, của trường y. Giờ họ đã có con. Nguyên Quân filled in form qua laptop, còn Bích Trâm thì cứ cho đồ vô nơi hai valise nhanh nhẹn. Hai vợ chồng Bích Trâm, Nguyên Quân làm những thao tác bậc nhất của khẩn trương. Có thể nói họ làm việc nhanh còn hơn phim quay nhanh! Người cô họ ở trong nhà của Quân, và thằng bé con nàng thấy ba Quân, cùng mẹ Bích Trâm làm việc với thao tác lạ. Bà và bé cứ ngỡ là họ từ trên trời rớt xuống…

Jinni đang tắm biển nằm phơi nắng với bạn trai. Nhưng cô lúc nào cũng mặc đồ sexy với mức độ gợi cảm chỉ 50% thôi. Hôm đó cô mặc chiếc áo pull-thun màu trắng hơi mảnh mỏng, nhưng vừa đủ không rộng lắm, và quần shorts màu hồng thời trang.

Jinni đang đưa chân và cặp đùi thon khỏe đi, rồi đưa mắt nhìn về khoảng trời xa. Biển xanh một màu mơ nhạt, dịu dàng đang ôm ấp nhữnng làn mơ của nắng đổ đôi bờ, và sóng lớn đang giỡn với những gợn sóng nhỏ li ti, mà cô thì đang nói chuyện với bạn trai gần đó:

- Em thấy thế, nhưng không vui mấy trong cuộc đời. Vì má em tự nhiên uống thuốc lộn sao đó. Má ngủ nay đúng hơn mười năm mà không tỉnh vậy. Nên em chưa muốn cưới anh, em chỉ dừng lại ở đính hôn khá lâu.

- Chẳng lẽ đính hôn hoài. Em có thái độ gì thay đổi chứ?

- Em lạy trời cho má em được tỉnh giấc.

- Anh hy vọng vậy.

Nàng lại hết đi, quay lại chiếc ghế ngồi kế bên chàng.

- Anh vẫn yêu em và chờ tin vui ấy thôi.

- Ước gì má em tỉnh dậy gần đây đi hả anh?

- Mình luôn cầu nguyện nơi trời cao và biển rộng bao la kìa em.

Vừa nói tới đây thì Bích Trâm gọi. Jinni lắng tai áp phone nghe khi chị Bích Trâm đang trên đường dây gọi đến:

- Chị muốn nói chuyện với em. Bích Trâm vui vẻ bảo nhanh.

- Chuyện gì chị? Jinni ngạc nhiên hỏi.

- Em à má mình đã tỉnh dậy rồi em ơi.

- Có thật không đó?

Jinni. Nàng rời khỏi ghế đứng phóc lên mừng rỡ, tóc bay theo gió loạn... Nàng hỏi tiếp:

- Chị không đùa em chứ? Em rất là bất ngờ quá chị yêu.

- Bất ngờ thì có. Nhưng sao mà đùa kia chứ? Phải chuẩn bị đi về thăm má. Chị đang chuẩn bị ra Airport rồi.

- Oh my god, em như có một giấc dream chị Bích ơi!

- OK vậy nhé. Cho chị gởi lời thăm bạn trai em Dicker nhé. Chúng ta không có thì giờ nói nhiều nữa Jinni.

- Yes chị.

Jinni nhìn thấy Dicker đứng dậy từ lúc nào. Nàng lướt lại gần:

- Má em tỉnh ngủ rồi anh à. Rất ngạc nhiên một niềm mong đợi.

- Thật không em?

- Chị Bích Trâm vừa báo.

- Chúng ta về thôi anh, mua ticket đi ngay. Jinni hối giục.

- Đồng ý với em. Và chúc mừng cho má.

Jinni, Dicker đã rời bãi tắm về khách sạn. Họ làm một ít công việc liên hệ cần mua vé máy bay về Georgia mau nhất, và chuẩn bị đi. Ra sân bay họ làm việc thao tác nhanh như phim quay nhanh. Không khác gì bên chị Bích Trâm, họ thật là vui vẻ, khác thường, đầy sống động...

Biết cô bé Anni ngồi giữa thang lầu nói chuyện với Bích Trâm về mình. Julie đoán hỏi:

- Con nói chuyện với ai thế Anni?

- Anni nói chuyện với Bích Trâm. Vì chị gọi về hỏi thăm.

- Vậy là con cho biết tình hình cô tỉnh ngủ?

- Thưa cô! Con có chia sẻ.

- Thôi cũng được. Vậy chắc nó sẽ sắp về?

- Vâng hai chị đang cố ra phi trường, mua vé về gấp...

- Cô thương con cô lắm. Nhưng thấy tụi nó rất bận tội quá, nước Mỹ làm việc tính bằng giây khắc mà, chứ không phải tính bằng tiếng hoặc ngày, giá trị của công việc là ở chỗ đó.. Dù kỹ sư hay bác sĩ cũng thế. Hơn nữa trong mười năm thay đổi nhiều. Cô Julie muốn tự thích nghi thêm một tuần. Sau đó nó về vẫn không muộn. Nhưng con đã nói, thì đành khẩn trương...

- Cũng không có gì thay đổi lắm đâu. Hơn nữa hai chị nôn nóng. Thì con biết làm sao? Vả lại con mừng quá phải cho hay.

- Con vẫn đúng mà...

Julie không còn thời gian để kiếm bạn Việt Nam nữa. Nàng lo công việc cho, để đón con về...

Nàng và Anni, sắp xếp lại cho nhà cửa, dọn dẹp sạch sẽ tươm tất hơn. Nàng tự xếp lại đồ đạc theo ý mình. Bỏ ra những thứ mình không cần dùng, cho ra ngoài hết. Nàng chỉ nhờ Anni phụ chút đỉnh. Còn phần nhiều Julie tự định liệu...

Nơi nhà tươm tất, sau thì Anni chở Julie đi chợ Bến Thành Việt nơi đây, đến những hàng trái cây, bánh ngọt, nước uống, hoa tươi v.v... Julie đảo mắt tìm một người quen mà không có. Rồi cùng bé Anni mua đủ thứ hơn, chợ vẫn như xưa... Mà có thay đổi, giờ này Julie không còn thời gian để nhìn ngó, hoặc so sánh! Julie như đang cuống quít. Dù nàng cố gắng lắm, để giữ bình tĩnh.

Khi đi về. Nàng chủ nhờ cô bé chở đến ngôi chùa Trúc Lâm khi xưa, nàng muốn vào lạy Phật cúng ít trái cây.

Julie xưng danh cùng Quan Âm Bồ Tát, mà thiên hạ thì khó ai nhận ra nàng là Julie. Nàng không cần giải thích gì cả. Thời gian đối với nàng trở nên bận rộn, busy! Nàng không đủ thời lượng, cũng không cần giải thích cho một ai. Julie chỉ cần tạ ơn Phật Bà Quan Âm một cách nghiêm chỉnh là đủ. Rồi lên xe về nhà, chất đầy tủ lạnh đồ mua sắm, chuẩn bị chờ đón Trâm, Jinni về - Là chính yếu của ngôi vị Julie bây giờ! Julie thấy hài lòng nhất là những bó hoa huệ, hoa hồng, và hoa cẩm chướng nàng chọn mua, đến giờ phút này được bàn tay chăm sóc nghề, của Anni cắm những lọ bình, lên khuôn hoa cho nàng rất là đẹp tuyệt ý...

Vợ chồng Bích Trâm đi máy bay về trước, suốt mấy tiếng đồng hồ. Về thấy mẹ, nàng Trâm lao vào ôm khóc. Nỗi mừng quá lớn nên thành Trâm không ngăn được nước mắt tuôn trào. Julie hôn con gái và cháu ngoại. Chồng của Trâm, Quân chỉ chào nhẹ, tỏ ra thân ái thôi. Anh nói tiếng Việt:

- Chúc mừng mẹ.

- Cám ơn con rể.

- Ảnh tên Quân. Người Việt đi du học. Học giỏi và ở lại. Chúng con đã kết hôn với nhau.

- Dạ cám ơn mẹ đã lắng tai nghe Trâm giới thiệu về con.

Có lẽ anh nhường cho Bích Trâm, nên Nguyên Quân không nói nhiều. Chỉ bấy nhiêu. Anh để dành ưu tiên cho hai mẹ con họ, với những giờ phút thiêng liêng này...

Bích Trâm cùng mẹ xúc động. Nỗi mừng như không thể thốt lên lời nào ý nghĩa hơn nữa! Bích cứ ngắm mạ không chớp mắt. Julie cũng nhìn Bích Trâm chững chạc, và trưởng thành hơn.

Sau đó cố gắng lắm Bích Trâm nói một câu thêm:

- Má ơi, má đừng ngủ vậy nữa. Con yêu má so much.

- Má cũng yêu con lắm. Ồ chỉ một lần thôi chứ con gái. Sai lầm hoài biết đâu có ngày nguy hiểm.

- Chính xác má ơi. Giờ nhìn má thôi là những hạnh phúc lớn nhất rồi. Từ từ sau này hãy nói hơn với má. Rất là "great" vĩ đại, thiêng liêng quá má Julie ơi.

Bích Trâm vẫn thường nói với má two language như ngày xưa. Nửa English nửa Việt Nam pha trộn!

- Đúng vậy. Nhìn thôi là một quả núi của hạnh phúc rồi. Con ạ rung cảm nhiều nói sao cho cạn lời...

Bích Trâm nghe mẹ nói, càng thấy hạnh phúc về chất quanh. Nàng cầm tay mẹ, hai mẹ con mắt môi đầy lưu luyến nghĩa tình mẫu tử thâm trầm, mà họ đã như vắng xa trong hư vô, một thời gian...

Đoạn Bích Trâm thích đi nhìn hoa tươi má mới mua cắm nơi nhà, nơi các phòng. Nàng để cho má Julie có thời gian năm, ba phút với cháu ngoại Jimmy, và Quân chồng của nàng. Chồng Quân vui với thằng con sắp lên sáu tuổi, lúc nào nó cũng ưa chơi game điện tử như muốn mờ cả mắt... (Tuy vẫn được ba Quân kiểm soát, cản ngăn hoài.) Quân bảo thằng con:

- Thả điện tử chơi game xuống đi. Ngoại là người sinh ra má Bích Trâm đó. Hôn ngoại đi con trai Jimmy.

- Dạ con nghe má nói mà, ngoại ngủ không thức mười năm lạ quá hả ngoại? Thằng bé hôn tay ngoại và trán ngoại rồi bảo thế.

Julie hôn lại trên đầu bé, lên vai bé rồi nói như giải thích:

- Phần ngoại đã lỡ như vậy rồi đó, một cuộc ngủ dài quá hạn nơi. Cám ơn cháu ngoại Jimmy. Jimmy phải ngoan sẽ học giỏi cho mẹ Bích Trâm và ba Quân hãnh hiện nha.

- Dạ. Bé đáp. (Bé biết nói tiếng Việt. Quân dạy cho nó.)

Một lúc sau họ ngồi vào bàn enjoy, ăn trái cây và bánh ngọt, uống nước fruit, nghe nhạc Mỹ - Những bản nhạc đồng quê nổi tiếng mà Bích Trâm rất thích... Julie cũng thích nữa. Còn thằng bé Jimmy chắc nó không để ý âm nhạc mấy, nó thì rất thích nhìn mẹ Bích Trâm mình và bà ngoại Julie thôi, nó thấy hai người này giống nhau ở nhiều nét: mũi, mắt, cằm miệng, chong mày, nó cứ cười cười như vui lắm. Có lẽ đây lần đầu tiên nó thấy ba mẹ nó chung vui với ngoại... Thỉnh thoảng nó còn nhìn mẹ Bích hôn ngoại Julie thật kêu vì vui sướng, như mỗi lần Bích Trâm đưa mặt hôn nó vậy.

Sau hai mươi phút thì Jinni về. Jinni và bạn trai vẫn đáp máy bay về nhanh. Cô là đứa con thứ hai mà là con gái út. Jinni về nhìn mẹ, nàng chào mẹ hai tiếng, rồi kèm bốn tiếng sau nữa. (Miệng nàng cười mở hết cỡ. Mặt sáng như hoa...)

- Hi mom. Mom thật độc đáo. Jinni đã bồng mẹ lên.

Làm mẹ Julie nhấc cả chân trên sàn nhà. Jinni thong thả nói tiếp khoan thai:

- Con nghe chị hai gọi con, mà cứ tưởng chị nói chơi. Gặp má đây con còn tưởng như mơ má ơi. Má đừng uống thuốc lộn nữa nha. Má ơi con không có cái mừng nào hơn là khi má tỉnh dậy đây nghen.

Bạn trai Jinni cũng có câu:

- Chúc mừng Mom - Congratulations.

Chàng chờ Jinni nói xong. Khi mà chàng đã mong Jinni vui hết ý, giỡn hết lời với má rồi đấy.

- Thank you, nice to meet you. Julie cũng bắt tay nhẹ vui vẻ lúc mà đôi tay Dicker được chìa ra.

Rồi quay sang Jinni, người mẹ cười cố bảo:

- Chắc chắn là má không dám nhầm lộn lần nữa mà con gái.

- Ô má có thể nói tiếng Việt, Dicker nghe được tiếng Việt đó. Gốc nội ngoại Việt Nam hết má ơi.

- Vậy sao? Vậy má Julie lấy làm tin vui nhất rồi nhỉ?

- Phải tìm ra người để má vui đó. Không thì con ưng lấy người Mễ, Mỹ, Ấn Độ, hay người Pakistan hết rồi. Ha ha!

- Con gái hai con đều ngoan. Má có thể tự hào về hai con quá.

- Con đại diện cho chị hai luôn, nhận lời má khen nha.

Bích Trâm nhìn em và má chỉ cười. Nàng hạn chế cái miệng mình chút cho em Jinni được nói nhiều hơn.

Sau đó Bích Trâm bàn với mẹ, cùng chồng Quân, Jinni cùng Dicker bạn trai của nó:

- Mình tổ chức cho má. Đãi một party nhà hàng thật lớn.

Julie cười mà rằng:

- Hai con về thăm má, có chồng đi theo nữa là đủ rồi. Má không muốn đãi đằng gì cả. Hơn nữa bạn bè má giờ kiếm không ra. Họ đi tứ xứ rồi. Cốt chủ yếu má vui chơi với tụi con, đi ăn uống thường nhật là đủ. Rồi má muốn mua ticket về Việt Nam, để muốn thăm bạn má và bà con. Như thế má Julie này mãn nguyện hơn...

Jinni thấy vui quá. Cô nhìn má trẻ đẹp hơn. Nên nói với

chị hai Bích Trâm một câu khôi hài:

- Ô má không già trong mười năm. Mà chị em mình già. Bây giờ kêu má bằng chị hai thôi.

- Con vẫn bé bỏng, thích đùa như ngày nào Jinni! Song má đâu có muốn ngủ như vậy chứ? Julie cười rạng rỡ nhưng lại rất phải chăng, và trả lời với con gái út như thế.

- Má biết không? Mấy năm nay con đính hôn, chưa dám kết hôn đó. Là má biết con nhớ và yêu má biết chừng nào. Tụi con cứ mong má tỉnh ngủ, tụi con sẽ làm đám cưới linh đình. Jinni vui vẻ cởi mở nhiều, cô nhìn người mẹ, thương yêu thêm...

- Vậy con tiến hành đi, đừng để lâu hơn nữa.

- Nói chứ không cần thiết đâu, chúng con vẫn như vợ chồng rồi. Má thấy chị hai lớn hơn con có một tuổi, mà Jimmy con chị hai đã lên năm, lên sáu. Vậy má biết ai thương má nhiều hơn, biết liền phải không? Đúng không má Julie?

Bích Trâm phải xen vào:

- Jinni em là luật sư. Con nói cãi không lại nó đâu Mom. Con đầu hàng thì khỏi chiến tranh, hay hơn chứ? Ha ha ha. Bích Trâm quơ tay cười giòn.

Nhạc đồng quê của nhạc Mỹ vẫn còn mở, nhưng Bích Trâm vặn nhỏ lại. Âm thanh như hạn chế lí nhí đi. Khi mà họ nói chuyện, hàn huyên chơi cho buổi gặp gỡ đoàn tụ này...

Những giờ phút vui trong nhà trôi qua, thì một ngày Julie và các con, cả gia đình họ, có bé Anni theo cùng. Họ tổ chức đi chơi picnic. Họ đến Stone Moutain Park tham quan, các điểm ở đây thú vị lắm. Việc leo núi càng thú vị hơn, nhưng chỉ có Jinni và bạn trai Dicker thử sức kiểu này. Còn Julie và Anni đi bằng phương tiện xe cáp đưa tới đỉnh chờ, rồi đứng ngắm... Đứng ngắm phong cảnh, từ trên đỉnh núi cao nhìn xuống rất thoáng, rất ngoạn mục, và hữu tình chi lạ... Julie, Anni thích lắm. Bích Trâm cũng thế. Nàng giờ có con Bích Trâm lười leo núi rồi, nàng thích đi sát bên mẹ Julie thôi, theo bên mẹ thôi. Hơn nữa nàng như sợ mẹ biến mất đi! Còn chồng nàng, Nguyên Quân lo chăm sóc thằng con trai cũng đủ mệt mà không dám kêu ca! Đây là một nơi kỷ niệm nhiều với hai con, Bích Trâm cùng Jinni. Giờ Julie được đi thăm lại...

Và một số nơi khác khá đẹp như hồ cá nổi tiếng Aquarium ở Georgia, Location Coca-Cola Atlanta, Vườn hoa thưởng lãm Atlanta Botanical garden- v.v... Họ đi khắp. Có hai con gái và hai chàng rể, có cả Anni nhân vật phụ việc, trợ giúp xuất sắc đi theo nữa, Julie cảm thấy rất vui như mở hội trong lòng, khi các dự kiện cứ diễn ra, mở ra và hai con của nàng thực thi thật chu đáo...

Và tiếp đến Julie phải lo một số thủ tục kiểm tra tiền nhà bank, khám sức khỏe tổng quát, check chest, đi dentist v.v... Đi shoping mua sắm đồ đạc cùng với hai cô con gái thôi. "Hai chàng rể" thì phải nói lời giã từ, về công việc với nghề ngỗng job trước rồi, họ không thể ở lâu được. (Sau cuộc đi Stone Moutain Park, Hồ cá, Cocacola, và những vườn hoa nổi tiếng, họ đã rời house Julie rồi.) Chỉ còn thằng nhóc Jimmy con của Bích Trâm. Nó có ở lại bên mẹ Bích Trâm vài ngày nữa!

Xong những ngày giờ bên con. Hôm nay ngồi trong nhà Julie gọi phone nói chuyện với cô bạn Quyên.

Quyên đang nghe giọng Julie thỏ thẻ:

- Thật không ngờ mình ngủ 10 năm mới tỉnh dậy nghen bạn! Thời gian ôi thời gian Quyên ơi! Mình sẽ về xứ Việt đó. Mấy tuần nay con cái về thăm chơi, đi du lịch một vài điểm ở Georgia-Atlanta. Nhưng ngồi đâu mình vẫn như lửa đốt nghĩ về Việt Nam thăm quê hương. Trong đó có người bạn Quyên, Julie đã nặng nợ tình bạn nhất.

- Hân hạnh cho Quyên quá. Vâng. Thanks, cám ơn nhiều nhé. Quyên sẽ đón bạn sau. Cứ vui với con trước đi Julie hĩ? Ôi tình nghĩa mẹ con của mười năm xa vắng, biết nói thế nào cho đủ, cho vơi hĩ Julie.

- Ồ Yeah! Đúng thế. Song Julie đã vui với con nhiều rồi chứ! Bạn vẫn khỏe chứ Quyên?

- Mình vẫn bình thường, Julie ngủ mười năm dậy.

Chuyện giống như không có thật, mà lại thật nha. Chắc là ngủ dậy đẹp lắm phải không nàng thơ Julie?

- Về sẽ thấy mà.

- Không đâu. Hình nhìn đây, thấy đẹp rồi mà!

- Hình là ảo đó.

- Không dám đâu nhé.

- Thank you. Bạn không còn làm chủ bút ở Hương Xưa nữa sao Quyên?

- Thôi tụi mình nghỉ rồi. Để cháu Vĩ Cầm coi, Quyên thích đi thưởng ngoạn, đi làm từ thiện bên ngoài hơn. Song lâu lâu vào đọc thơ cũng có. Tìm những vần thơ xa xưa, xa lắc đọc ôn lại một thời Julie à.

- Nhớ nhiều kỷ niệm buồn vui khi Julie vào trang Hương Xưa Quyên nhỉ?

- Never forget mà. Julie về có lẽ là nhiều người mừng lắm đó. Cứ tưởng bạn ngủ trăm năm là bọn này hóa thành người thiên cổ hết rồi.

- Đừng nói thế sợ quá Quyên ơi.

- Thiệt đó chớ.

Lúc đó Jinni giục:

- Chị hai là bác sĩ nhưng má cần đi khám tổng quát lại. Lần khác gọi Mom! Please!

Nghe Jinni nhắc nhở Julie giật mình bảo:

- Giờ mình đi bận công việc tý nha. Hẹn gặp lại nha Quyên.

- Chúc bạn vui. Và còn tỉnh lại để sáng tác hay hơn nhé.

- Mong là như vậy đi.

Julie nhắc lại thêm:

- Bạn cũng vậy nhé. Chắc chắn phải vậy nha.

- Mình thì bây giờ lười rồi, chỉ đọc thôi hi hi.

- Nghe giọng Quyên vẫn trẻ trung mà.

- Không có đâu, chỉ có Julie là trẻ nhất thôi. Đã mười năm trôi qua mà. Còn gì, còn gì đâu nàng Julie ơi...?

Con nàng, Jinni lại giục:

- Mom...

- Thôi sẽ gặp bạn lần sau nhé. Mình có cuộc hẹn khám

check sức khỏe lại, bye nha.

- Nhớ về Việt Nam nhanh lên cho bọn này chiêm ngưỡng dung nhan người thơ Julie đó nha. Một cuộc hẹn trên mười năm, coi chừng thêm con dia-rô phía sau nữa đó là chết nghẹn nàng thơ. Quyên nói và cười hi hi nữa.

- Thôi đừng nói thế. Julie sẽ về mà. Love you nha, bye-bye. See you soon!

- OK đùa với Julie cho vui thôi.

- Biết mà.

- Bye Julie. See you nha!

Quyên từ ngày biết Julie tỉnh dậy, chính nàng cũng hóa muốn trẻ ra. Lúc nào vẫn nhìn dõi bước đi của Julie, người bạn - Mà nàng Quyên mến thương dành tình yêu sâu đậm. Không thua kém như chính Julie đã dành cho nàng theo năm tháng... Và hai đứa trước kia có những cuộc nói chuyện trên hai mươi phút. Hoặc hơn nữa, mà Julie thì ít khi nói chuyện phone trên khoảng đó. Thời gian nàng thường làm ra thơ, đọc sách, viết văn, và cân bằng chế độ cho sức khỏe hơn là nói chuyện với ai. Nhưng với Quyên hình như là khác, Julie không bao giờ muốn rời phone, mỗi khi cầm gọi!

CHƯƠNG BA

Sau hai tuần đó. Julie mua ticket về Việt Nam. Jinni, Bích Trâm nhận cô bé du học Anni đó làm em nuôi. Anni cứ ở đó như một thành viên nơi gia đình họ. Bây giờ Anni, cô đi học lại ban ngày, không cần phải lo lắng chi cả. Đến trường nhiều hơn, là cô phải tự học nghiên cứu ở nhà như xưa. Thời gian đã cho phép vì Bích Trâm, Jinni ký tặng money cho cô bé. Nên Anni thong thả hơn, cho việc học hành hơn.

Julie đi Việt Nam lúc Bích Trâm, và Jinni vẫn còn trong tiểu bang Georgia. Cả hai chị em đưa mẹ đi cùng ngày với mình, để sẽ về lại tiểu bang khác. Họ đến luôn một Airprot Atlanta. Vô một cổng lớn, nhưng họ chia tay đi về các hướng khác nhau. Julie quá mong về Việt Nam, ý tưởng này cô lên kế hoạch hồi đó. Mà một cuộc ngủ say, ngủ dài bất đắc dĩ, dẫn nàng đi tới thất hứa. Lọng cọng qua mười năm. Hôm nay, chia tay hai con và cháu ngoại bên trong phi trường, Julie xuyên về hãng bay Việt Nam Airline Word để đi. Hai con của nàng phải rẽ nhánh, cho cuộc hành trình, chúng về với công việc gần hết phép... Jinni về New York, Bích Trâm thằng cháu ngoại về North California... Bây giờ có cháu. Julie cầm tay cháu Jimmy đến giờ chót, nàng mới thả tay để đi về hướng cổng mình có ticket.

Rồi chuyến máy bay GA- Atlanta Việt Nam sẽ bay cất cánh, Julie cùng bao hành khách sôi nổi lên board.

Trên hai mươi hai tiếng đồng hồ của chuyến bay. Julie miên man suy nghĩ. Cô cố gắng bao lần nhắm mắt, nhưng Julie thấy khó chốp ngủ. Đọc truyện, đọc báo, xem phim, nghe ca nhạc v.v... trên máy bay, nàng vẫn cứ mở đôi mắt, cứ tỉnh bơ, cứ thao láo. Kỳ thật! Nhưng có lẽ là vui mừng quá lớn trong đời nàng, vì sống lại được. Mà đúng là nàng đang sống lại còn gì? thì làm sao mà nhắm ngủ được chứ? Chuyến máy bay vượt qua bao trùng dương, đi về hãng Korea giai đoạn, rồi mới sang chuyến về đất Việt. Qua bao lần, bao giờ giấc chờ đợi, lòng Julie cứ rối nôn hơn tơ vò! Nàng chẳng muốn ăn uống gì nhiều. Mới cứ uống nước fruit mà vẫn thấy như no hơi! Song nhìn gương Julie vẫn thấy mắt mình vẫn trong, môi mình vẫn còn thắm là OK thôi!

Sân bay cuối cùng. Nàng xuống sân bay Tân Sơn Nhất. Hàng trăm, hàng ngàn người đưa đón khách thân nhân cả đi, lẫn về. Những cổng đón chào họ đợi nhau, bằng những khẩu hiệu riêng biệt mỗi gia đình. Để thích ứng, họ có thể dễ nhận ra người thân họ. Những khẩu hiệu chói chang, nổi bật đường nét của các gia đình nào đó, họ cứ cố gắng đưa cao, thong nhảy lên cao, vẫy gọi lên, như để dành lấy sự may mắn của gia đình họ, hoặc như một cuộc thi có giải thưởng không bằng vậy?

Julie bước ra, ngỡ ngàng bên ngoài sân bay, nàng như đang hít thở khí trời của Nam Việt Nam Sài Gòn. Nàng kéo theo tay một valise loại nhỏ, loại không lớn lắm. Nàng như chưa kịp ngắm trời trăng sao, mây nước bên ngoài sân bay cho đủ? Thì có người chờ đón Julie từ đâu đến. Khi nàng đi ra khỏi sân bay một khoảng cũng lẹ. Người ấy tiến gần, nhìn đồng hồ đeo tay mình và tự nhận nàng là người quen:

- Xin lỗi có phải cô là Julie không?

Julie nhìn ông, nàng bảo:

- Sorry, chắc ông lầm ai rồi...

Nàng như chẳng hề thấy quen. Nàng cười tươi nhẹ, hồn nhiên bỏ đi. Người khách bỗng trở nên chưng hửng. Anh ta không kịp nói thêm lời nào.

Julie tránh xa vùng anh ta đứng, cô đảo mắt tìm taxi, và cô đến gần bảo họ:

- Chào ông. Ông làm ơn cho tôi về khách sạn này. Hotel Hoàng Thị Quận Nhất. Ông biết chứ?

- Vâng! Thưa cô tôi biết. Mời cô lên xe an tâm.

Thế là Julie nhẹ nhàng lên xe. Người tài xế phụ cất valise cho cô gọn gàng. Cô chỉ còn mang một ví đầm nhỏ trên người. Tài taxi cho xe chuyển bánh lanh lẹ, và đi về phía một khách sạn mang tên Hotel Hoàng Thị đúng như ý Julie. Khách sạn này nó ở xa, tuy không xa lắm, khoảng không quá hai mươi phút, so từ phi trường đến. Khi xuống xe ông ta không quên bảo:

- Xin được tặng cô thẻ này có số phone, nếu cô cần đi đâu gọi tôi nhé.

Julie cầm lấy nhìn, cất vào ví riêng mình mà rằng:

- Thanks ông. Nếu khi nào cần tôi sẽ gọi ông.

Người tài xe xách phụ đồ cho cô vào khách sạn. Julie gởi cho ông tiền và tip thêm 100 dollars. Cô lục lọi lấy lọ nước hoa loại trung bình đưa cho ông luôn. Julie chân thành:

- Tôi tặng món quà cho vợ ông.

- Cám ơn lòng tốt của cô. Chúc cô những ngày enjoy ở đất Việt thật như ý. Người tài xế trông hẳn vui qua đôi mắt.

Julie nhìn ông bảo thêm:

- Sài Gòn giờ thay đổi nhiều quá, dù tôi mới nhìn sơ khi

ông lái xe đó.

- Ừa thay đổi chóng mặt đó cô… Thời kỳ công nghệ hóa toàn cầu mà.

- Ừa nhỉ… Thanks, chúc ông vui gặp nhiều may mắn. Nếu có dịp tôi sẽ gặp lại.

Nàng nói và chia tay người tài xế nơi cổng. Julie vào trong lên lầu, ông ra xe. Phòng cô đặt trước nên tiện nghi hơn, không còn gì để lo. Giờ Julie chuẩn bị đi tắm là trước nhất. Đây một khách sạn kiểu thường, không phải cao cấp lắm. Đối với Julie, hotel cao cấp hay thượng đẳng thượng hạng, hay là lầu cao choáng ngợp sang trọng, vẫn không là gì ở nàng. Nàng chả cần điều ấy đâu!

Tắm rửa xong, nàng ngã người trên giường cho đỡ mỏi lưng, nàng gọi cho Quyên. Quyên mở máy nghe, Julie nói liền:

- Mình về Việt Nam rồi Quyên ơi.

- Trời ơi, vậy sao không báo trước mình đón.

- Thôi khỏi đi nàng ơi. A Quyên nè, lúc khi mình về xuống sân bay buổi tối ấy có người đàn ông, gặp mình nhận người quen nhưng mình không biết. He là ai vậy?

- Anh Trương Việt Dân đó. Bây giờ làm bảo vệ ở đó.

- Vậy hã.

Quyên cười khúc khích làm Julie quê cơ:

- Ô xạo nhiều nha bồ… Quyên?

- Nói đùa đó, ai biết được ai.

- Nhưng sao anh biết mình hay vậy ta?

- Thì mấy hôm nay bạn bè nói ran ran. Có thể anh ấy nghe ra đón thử. Đi tìm may mèo, may miểu thôi. Nghĩ Julie có khác chi ngày xưa, được trẻ lại thêm mười tuổi. Chỉ bọn mình thì già rồi hi…

- Khỉ nè. Trời ơi. Không đặt thành vấn đề già trẻ đâu. Bạn bè mình già đi, mình trẻ chi cũng vô nghĩa… Julie không thích đâu. Chỉ thích như bạn bè thôi.

- Julie nói chuyện hay quá, vui nữa. Tánh cứ hồn nhiên như xưa, hi hi.

- Non sông dễ đổi, bán tánh khó dời mà Lệ Quyên!

- Đúng vậy. Chính xác 100% luôn. Cũng là giỡn nữa hà! Sao chừng nào bạn về đất Quy? Hay là mình vào trong đó đi chơi với bạn?

- Để Julie nghĩ sau, chỉ báo bạn biết về tới đất Việt- Sài Gòn thế thôi...

- Cuộc đời Julie rất diệu kỳ còn hơn phim.

- Mình đâu có muốn vậy. Nhưng hồi đó uống lộn nhầm thuốc. Hai thứ thuốc cùng thời gian. Trong một lúc, nên không hiểu tại sao xảy ra...

- Đừng uống nữa nha.

- Chắc chắn rồi.

- Còn mình thì trông được uống như Julie đó. Nhưng chắc không xảy ra như thế hi hi. Mỗi người một rủi, một may và số phận. Theo Quyên nghĩ Julie rủi mà may nhiều...

Biết Quyên đùa vui. Julie chỉ cười khúc khích. Nàng không trả lời nổi nữa.

Sau đó Quyên bảo:

- Thôi cứ đón gió, đón sông, đón nắng Sài Gòn đi. Xa thành phố mười năm rồi còn gì nữa? Chừ Julie cứ thoải mái đi. Rồi về đất Quy Nhơn bọn mình sẽ vui với bạn hết cỡ.

- Thanks bạn trước, cứ như vậy nha!

Sau đó từ khách sạn Hotel Hoàng Thị, rồi một mình Julie tận hưởng những ngày nán lại ở Sài Gòn. Nàng đi lang thang trong từng khu phố, từng siêu thị, từng shop giải khát, viện bảo tàng, các danh lam thắng cảnh, vô ra một vài phòng gym. Và nàng tìm đến một vài thư viện nổi tiếng. Julie kiếm sách Việt có giá trị để mua. Với tư cách Julie, sách báo là món ăn tuyệt nhất nàng không thể thiếu. Sách là những hạt ngọc giá trị, là bạn tâm giao, là buồn vui hứng thú, tâm sự của nàng... Nàng cố mua một vài số sách về các nhà diễn giả nổi tiếng, được viết bằng tiếng Việt. Sách về sự thành công của các nhà kinh doanh, sách điểm phim đang mạnh, nhà văn đang nổi ở Việt Nam NNA. HT. NMT. NTNT v.v... Julie lựa mua. Julie là con mọt sách từ nhỏ. Chính nàng biết, nên nàng hay dừng lại lâu ở các thư viện phần nhiều...

CHƯƠNG BỐN

Qua một tuần âm thầm thưởng thức, từ món ăn tinh thần đến vật chất của thành phố City Hồ Chí Minh. Sài Gòn, nắng ấm, mưa mát đó... Gió sông Sài Gòn cùng với nhịp sống sầm uất, vội vã của người dân Sài, làm cho nàng nhiều cảm giác yêu thương! Nhưng Julie lại mua vé máy bay về đất Quy là điểm chính của nàng, thủ phủ của nàng. Nàng cũng rất nôn trong từng hơi thở mà! Đến Quy Nhơn, Julie tìm về khách sạn Minh Thư mà ngày xưa nàng cùng con cái hay ở đây. Khi Julie lên thăm thành phố, hoặc mua sắm trong các dịp Noel, năm mới, thăm biển Quy v.v... Lúc bấy giờ thị trường dưới quê chưa đầy đủ. Còn Julie đến hôm nay thì yêu cái kỷ niệm đã qua. Chứ không cần kể gì về mình ngày xưa, mình từng đến nơi đây hằng dầm? Khi nàng nhập phòng khách sạn...

Tắm rửa xong nàng vẫn gọi Quyên trước hết. Lần này Julie nhá phone báo rằng:

- Quyên ơi mình đã về đất Quy rồi.

- Rứa à, sao cứ im lặng thế, bí mật thế Julie. Biết bao giờ cho mình gặp mặt đây hĩ?

- Julie ngủ tý nha, vì mới về, bạn sẽ đến với mình hay là mình lại bạn Quyên ơi?

- Thôi nhà Quyên có gì đâu, quê lắm. Cứ để mình đến khách sạn gặp bạn, và đi vào khu du lịch Hàn Mặc Tử chơi. Khu du lịch Hàn Mặc Tử bây chừ đã có tiếng trên toàn cầu. Chứ không phải như ngày xưa đâu.

- À Julie coi qua trên các quảng cáo du lịch đất Việt rồi.

- Vậy à? Quyên kể với bạn nè. Quế Thanh là một trong những nhà thúc đẩy đầu tư của tập đoàn Đỗ Ngọc Truôn. Cá nhân Đỗ Ngọc Truôn đã khám phá và xây dựng thêm khu vực du lịch Hàn Mặc Tử thêm hoàn hảo, lỗng lẫy to lớn đó.

- Thật vui mừng khi nghe Quyên nói, Quyên báo tin. Quế Thanh nghe mình tỉnh ngủ chưa?

- Bạn bè có nghe hết. Ai cũng chúc mừng, chấn động báo Việt. Báo Bình Định và các nơi. Ôi chao ơi đầy thông tin lạ, nóng hôi hổi về bạn. "Tin lạ đời " "Tin bất ngờ" "Tin phụ nữ tỉnh ngủ" "Tin thức dậy sau giấc ngủ dài" "Huyền thoại giấc ngủ có thật" "Có nên tin vào giấc ngủ mê không? "v.v..

- Eo, hu hu. (Julie giả đò làm như khóc.)

- Họ chỉ nói về sự tỉnh ngủ thế thôi. Để kiếm tiền bằng tin nóng, tin hot thôi mà. Không đi sâu vào chi tiết những gì sau đó. Sự loan tin từ tờ báo "Thời Điểm" của nhật báo Bình Định, có mặt Quế Thanh là cộng tác viên những tin nóng đó.

- Ừa vậy cũng OK. Mong thế vui thôi.

- Vậy nghen! Sẽ tổ chức cho bạn một đêm thơ tại Ghềnh Ráng, Quế Thanh đứng ra tổ chức, đã lên kênh kế hoạch.

Bạn có rất nhiều thơ cho Quy Nhơn Ghềnh Ráng, Cầu Thị Nại... Những bài thơ quê hương, Quế Thanh sẽ tìm người ngâm, làm một đêm văn nghệ vui mừng. Và quê hương thật sự đón bạn về đây...

- Trời Quế Thanh. Anh thật hết lòng cho Julie từ hồi nào.

- Quế Thanh vẫn ở Việt Nam, Quy Nhơn thường xuyên. Thỉnh thoảng bay qua Mỹ thăm con thăm cháu rồi về. Quế Thanh một trong những quản lý săn sóc ở khu du lịch này. "Ngoại vụ" cho khu vực du lịch này. Hình như vườn "Thực Vật Đẹp Quý Thiên Nhiên." Sau này là có từ ý tưởng Quế Thanh đề xuất.

- Thật cuộc đời Quế Thanh như một bài thơ, sinh động.

- Nhưng còn thua Julie mà? Đúng không?

- Hi hi. Julie lại cười.

- Chứ còn gì nữa?

- Không dám đâu người đẹp. À Quyên còn nhớ bài thơ mình làm cho ảnh BLTKU không?

- Nhớ chứ. Làm răng mà quên được nàng?

- Khi Quế Thanh là một trưởng đoàn Hát Bội. Đi qua vùng giáp ranh MT Hoài Ân. Julie nghe ảnh kể, Julie làm tặng cho anh.

- Thơ quê hương của Julie được Quế Thanh giới thiệu có mặt trên khắp. Quế Thanh nổi tiếng như một dịch giả, dẫn truyện giới thiệu hay đó.

- Oh my god! Quế Thanh tốt với Julie quá, tình anh em thâm sâu nghĩa nặng quý lắm nha!

- Quyên sẽ gặp nhau nói nhiều hơn. Không lấn times chứ.

- OK. Julie làm như mất hứng nhưng vẫn trả lời.

**

Sau thì Quyên đến Hotel Minh Thư gặp Julie. Nàng Quyên vui vẻ mừng rỡ nói:

- Ôi chao Julie đó hã. Julie thật dễ thương quá mà...

- Hi Quyên như một thiên thần có thua kém gì đâu.

- Hổng dám đâu, đã bước vào chiều rồi.

- Xạo bạn ơi, hi hi hi "Mười năm không gặp tưởng chừng đã quên" Julie hát một câu trong bài hát MNTC của Trần Quảng Nam.

Quyên đáp lại:

- Mà làm sao quên! Làm sao quên! Hi hi phải không Julie? Quyên nối tiếp hát thêm, rồi dừng. Quyên bảo tiếp:

- Tụi mình già nhưng tánh tình vẫn như trẻ Julie ơi.

- Julie yêu những tánh tình như thế? Có sao đâu Quyên!

- Sao nè ngủ một giấc ngó sướng hỉ, bày cho Quyên uống nhầm thuốc đi, sẽ không bị già trong mười năm.

- Quyên đâu có già đâu, cũng như xưa mà?

- Thôi đừng có nói ẩu nha Julie.

- Thiệt đó chứ!

- Cám ơn Julie cho đường phèn, hay mật ong không hà?

- Nhưng khi mười năm Julie mất nhiều thiệt thòi. Nàng lắc đầu đan tay ở chéo trước ngực để nói.

- Mất gì, miễn trẻ đẹp là OK. Quyên nhìn Julie phản ứng.

- Đời sống không phải là sự tồn tại vô vị Quyên ơi.

- Mình hiểu chọc bạn thôi, hi hi. Thức dậy... Tỉnh ngủ thật vui rồi nè.

- I know that. (Julie nói sang tiếng Anh.)

- Bạn gái nhưng hôn miếng được không Julie?

- Hân hạnh chứ.

Quyên "người ta" nói và hôn lên má nàng thơ Julie hai cái kêu"chụt chụt"như một tình thương chị em và nói thêm - "um ùm, đã đã" nghen.

Nàng thơ Julie vẫn thong thả bảo:

- Thấy phê luôn...

- Không bê-đê nha nàng?

Julie bật cười hơn, và không nói nữa. Nàng lắc đầu nhìn Quyên với nhiều ngụ ý.

Phần Lệ Quyên ngồi lại ngắm trân Julie. Julie thấy vậy hỏi:

- Có gì lạ không ngắm giữ vậy ta?

- Lạ chứ... Người đẹp ngủ trong lâu đài mới dậy mờ!

- Xạo vừa thôi nha...

- Đẹp không cho người ta khen, hư vậy hè?

- Hổng dám đâu. Người khen đẹp hơn có đó.

Sau giỡn và hết giỡn. Rồi hai người trang điểm sơ, họ out ra khách sạn, đi chơi. Họ đi bách bộ như thư giãn, cả hai đều chuộng thích. Xe máy Quyên cứ gởi lại nơi khách sạn Minh Thư.

Quyên người ta thấy chưa bao giờ vui đến thế này. Julie thấy chưa bao giờ nàng có nhận lãnh, một niềm vui nào, háo hức lớn như hôm nay. Hai người đi vào quán coffee mang tên Nổi Tiếng đầu tiên. Chính Julie vui thích quá và nói:

- Cuộc sống vẫn tươi đẹp, như ý chúng mình phải không?

- Quyên nghĩ chỉ được 50% điều ta muốn. Nhưng luôn hấp dẫn và thích thú hè.

- Yeah! dù sao ta cũng yêu thương cuộc đời phải không Quyên? Lẽ nào ta lại đi coi thường cuộc đời ta.

- Chính xác câu bạn. Quyên ngẫm nghĩ và trả lời cũng nhanh.

Quyên người ta đã gọi coffee cho hai người xong. Nàng nhìn đôi mắt Julie và bảo thêm:

- Đúng thế Julie. À Julie có muốn gặp bạn bè bây giờ chứ? Vài người mình sẽ gọi cho?

- Không. Julie chỉ thích không gian cho hai chúng ta đã.

Một đoạn sau coffee được mang ra.

Quyên mắt vẫn không rời mắt Julie kia:

- Dùng đi nàng thơ Julie yêu dấu.

- Xin mời bạn luôn. Julie nói và còn ngắm hết cảnh trí trình bày của quán coffee mang tên Nổi Tiếng này.

- Quang cảnh quán khá đẹp Quyên ơi. Chia ra nhiều khu vực. Coffee ở đây ngon? Julie nói khi đang dùng qua một ngụm, mắt vẫn còn nhìn cô bạn Quyên như là vừa ý lắm.

- Rất, rất OK. Rất tuyệt đó nàng. Từ từ thưởng thức nhé. Xong rồi hai ta đi ăn sáng nha. Quyên vui vẻ thố lộ.

- Nhìn Quyên trẻ ghê đó nha. Julie nói.

- Thôi đủ, cứ khen hoài mắc cỡ nè. Quyên người ta cười để lộ hai bên má, hai đồng tiền dễ ghét. Julie hài lòng với bạn như rất thích. Rồi nàng bảo Quyên ngọt xớt:

- Mình trông được khen cho sướng chứ lị?

- Julie là nhất hạng trên đời. You are number one for ever. Muôn năm đó Nàng Thơ ơi!

- Thank you.

- Hi hi. Quyên người ta tiếp tục cười.

Julie cùng Quyên vui ngồi uống xong coffee rồi thưởng thức nơi trà cúc thêm, để họ nghe thêm vài bản nhạc Trịnh.

Quyên lại thốt lên lanh lẹ:

- Mình thích quán coffee này vì ghiền nhạc Trịnh lắm...

- Thảo nào, hèn chi nghe như hồn chết lịm hè.

- Hi hi ... Đâu có như vậy? Julie cứ thi vị hóa đó thôi.

- Không có lửa làm sao có khói. Mọi chuyện bao giờ đi từ thực tế trước chứ nàng.

- Ha ha, hết chịu nổi với Julie luôn nha.

- Ô hi hi... Hì hì...

Sau đó một khoảng Quyên đi gởi tiền, và hai người rời quán coffee mang tên "Nổi Tiếng" gần rạp hát Trinh Vương xưa. Quyên người ta lại đưa Julie đi ăn bún rêu bình dân nàng thích. Cũng khá gần nơi đó. Khu vực này họ kết hợp coffee ăn uống bình dân, nhưng ngon và vui nhộn lắm. Khách rất chuộng những điểm này...(Quyên người ta - Là nickname của người yêu Mai Từ Chinh dùng cho nàng. Vậy mà vẻ như hay hay Quyên lấy làm thích luôn.)

Xong đoạn đứng lên Julie sốt sắng lên tiếng:

- Quyên ơi Julie muốn vào khu du lịch Ghềnh Ráng liền đó.

- Được thôi nàng ơi.

Quyên tính tiền luôn nơi bún rêu bình dân. Nhưng Julie vẫn tip thêm 50 dollars, rồi Quyên gọi taxi ngay, chỉ một hai phút taxi đến rất lẹ. Hình như nó đậu đâu gần đó. Tài xế taxi có vẻ quen với Quyên lắm. Nên thoạt đầu trông, Julie nhận được sự thân mật giữa hai người. Lúc anh tài ra dấu mời.

Julie, Quyên mỉm cười bước lên taxi. Chiếc taxi anh ta không cũ không mới lắm, diện trung bình.

Vừa lên xe tài xế taxi hỏi thêm:

- Chị Quyên có bạn nước ngoài về chơi vui há.

- Bạn thân đó Quang Duy. Vì cô bạn chị có một cuộc đời như huyền thoại.

- Là sao chị Quyên?

Julie cười mở to đôi mắt như ra hiệu. Làm Quyên cụt hứng im luôn, rồi chỉ mỉm cười mà rằng:

- Đùa thôi cũng giống như bao Việt Kiều thế thôi!

Nhìn ra bên ngoài cửa kiếng taxi. Julie nhận định:

- Quy Nhơn bây giờ thay đổi nhiều quá hả Quyên?

- So các tỉnh mình vẫn chậm. Nhưng mình có Ghềnh Ráng đáng tự hào. Và nhiều điểm du lịch "hot" đáng nể.

- Bộ lâu lắm chị không về hã? Người tài xế cất lời hỏi nữa.

- Ừa mười năm. Julie đáp.

- Vậy khá lâu. Chủ tài taxi vẻ đồng ý, gật đầu nghiệm ngẫm một điều chi...

Hai người Quyên, Julie ngồi bên nhau. Họ ngồi hai ghế phía sau. Mặc dầu xe có seatbelt. Quyên và Julie một bên người tay trái, một bên người tay phải, họ đan ngón tay nhau, luôn mỉm cười hướng về phía trước. Quang cảnh con đường, hoa lá như chạy ngược lại trong mắt họ, họ cố nhìn, nó mỏng manh mà dễ thương quá... Trời mây Quy Nhơn vẫn đẹp, vẫn lả lướt và thong thả, đang cho họ một niềm vui, và niềm tin... Chẳng mấy chốc Khu Du Lịch Ghềnh Ráng hiện ra trước mắt, và họ chia tay bác tài để bước xuống xe. (Cả ba người Quyên, Julie, bác tài chia tay với nụ cười như hàm gởi cho nhau may mắn, mà không nói gì hơn...) Rồi Quyên người ta như hiểu được, nhận nhiệm vụ đi mua thẻ để vào cửa đầu tiên. Quyên thật là service hết mình với cô bạn Julie nàng thơ này!

Rồi đột nhiên Quyên không hiểu từ đâu đám bạn đã hiện ra, trên mười người, cười khúc khích. Họ đứng ngồi ngay trong sảnh đài đầu tiên, nơi mà để bạn chọn lựa vào khu nào. Dù tuổi là trên bốn mươi hết. Nhưng mỗi người là một gương mặt thanh xuân, sắc diện lắm...

- Ý trời ơi Nữ Hoàng thi ca của Hương Xưa vừa thức giấc sau giấc ngủ dài, thêm đẹp và lỗng lẫy chắc. Mèo Con khen chọc, nửa đùa nửa thật.

Julie nhìn ra danh hiệu Mèo Con phá lên cười và nói:

- Nữ Hoàng thì không dám đâu, Nữ Hoang thì có đó. Ủa sao các bạn biết mình về, mà tập hợp sớm ở đây vậy Quyên?

- Có thám tử nè chỉ đường mà hi hi. Song Song chạy vào xía vô "Nàng nói lật đật, như sợ ai giật câu nói mình."

Trầm Tưởng thì ung dung thả giọng:

- Người Julie nhìn thi sĩ, văn sĩ thật đó nha, có vẻ đẹp và thơ lắm. Tạo hóa đã không lầm trao cho một tâm hồn...

- Không dám đâu, anh cứ tô đậm. Anh là Trầm Tưởng phải không? Nhớ bài thơ anh tặng...

- Mười năm ngủ lâu mà vẫn nhớ. Hay thật!

- Làm sao quên anh? Nàng trả lời dịu dàng.

Quay ra Quyên giới thiệu thêm. Đây là Rêu Rêu, đây là Anh Phương, đây là Đoàn Kim Thanh, đây là Kim Đức, còn đây là ai? Julie tự nhớ đi.

- Ái này, Tiết này, Thu Thủy này, đây Mộng Cầm này...

Vừa lúc Quế Thanh từ đâu đến, anh bồng Julie nâng lên một cách đẹp. Như anh từng bồng một cô đào diễn viên... Làm cho mọi người ngơ ngác nhìn. Thấy anh xoay vòng và để Julie xuống nhẹ nhàng. Quế Thanh hớn hở bảo:

- Julie em thật là hay. Anh cứ sợ em ngủ thêm bốn chục năm nữa là mất tiêu, chúng ta không thấy nhau được đâu, phải không nhỏ? Tất cả hãy vào kia uống rượu Champane chúc mừng, nhảy nhót cho vui đi.

- Thôi anh? Mừng được rồi. Mình lớn hết rồi nhảy gì anh. Julie lắc đầu.

- Càng lớn, càng nhảy để exercise, để vui, để giảm mỡ... Quế Thanh biện minh.

- No. Không, em muốn chúng ta đi dã ngoạn, tham quan và chụp hình kỷ niệm hơn. Nhảy nhót em thích để bữa khác.

- OK. Vậy thì cái đó dành lại sau há. Đây nè giờ cùng các bạn together bấm máy để lấy hình nha. One, two, three, four, five... Quế Thanh hô lên.

- Yes! Yes! Yes! Các bạn đồng thanh hưởng ứng, bấm máy trên tay. Năm, sáu máy ảnh mang quay vào bấm hình. Julie trông các bạn thật vui như hội (Máy của Trầm Tưởng, Lệ Quyên, Anh Phương, Song Song. Đoàn Kim Thanh. Cố nhiên Quế Thanh là người bấm máy đi đầu làm chủ xướng.)

Và họ đi ra dã cảnh chụp liên tục hình. Tiếng kêu ơi ới, tớ thích chỗ này, tao mộ chỗ nọ, tớ yêu chỗ kia, mình chuộng chỗ nớ, trông thật vui chưa từng thấy... Đi đâu rồi Julie vẫn quay về bên cạnh Quyên nhiều nhất. Họ mua bánh trái, nhiều nhất là trái dừa tươi, bưởi Trung Định, và nem nướng giòn Phù Ly, chả lụa thơm tôm rang nóng Đập Đá, bánh mì mới Diêu Trì... Nước mía tươi lấy từ cây mía Tây Sơn đưa về Quy Nhơn, cũng được bạn bè ưa chuộng. Họ rồi quây quần, ngồi ăn uống với nhau như một cuộc picnic đầy thú vị. Của cuộc chơi chung cùng nhóm Hương Xưa...

Xong họ vào các Karaoke khu vực. Rồi đi coi phim một rạp lớn ngay trong khu du lịch Ghềnh Ráng. Rồi họ hôn, rồi ôm choàng nhau, họ để phải chia tay v.v...

Cứ như thế ngày nào Quyên và Julie vẫn qua khu này. Hai nàng như cặp tri kỷ với nhau đi xem nhiều thứ, viện bảo tàng, phòng thư giãn, phòng dùng computer, phòng đọc sách, sách đủ thể loại được trưng bày trên giá kệ, trông đẹp, bìa cũng rất là hút mắt ở đây.

Mười mấy năm về trước Julie từng đến nơi này thật quá thô sơ, so với bây giờ. Bây giờ có ngay cả phòng coi mấy em biểu diễn võ thuật, đấu kiếm thật v.v... Trông rất hấp dẫn, sinh động. Muốn coi ca nhạc vẫn có xuất. Nhưng ghi tên khoảng 100 người, thì xuất diễn sẽ được đáp ứng, và thì giờ của trình diễn sẽ được thông báo trên banner lịch trình cho biết...

Julie quá tự hào về sự đổi mới của Quy Nhơn nhất là sự vui chơi giải trí. Nàng vẫn mong có một sự đồng bộ đi lên của kinh tế tỉnh nhà. Để đưa đời sống vật chất, tinh thần trong phạm vi toàn bộ tỉnh lên cao hơn. Nàng ở Mỹ nhiều năm, nàng thấy đất nước họ, chính quyền họ, tiểu bang họ, luôn cố gắng đem lại phúc lợi cho nhân quần trước hết. Mặc cho dầu họ vẫn có những xấu xa, phi lý lộ liễu. Nhưng cái lớn, cái hay chính phủ họ thực nghiệm tốt đẹp, và đủ nhiều.

Mục đích là để mọi người yêu đời, yêu người, sống làm việc cống hiến, không tiếc sức... Julie thấy sự nhìn ra thế giới nói chung. Trái tim nàng mừng, mừng hẳn khi tại tỉnh nhà đã làm, và đang thực hiện vì chân lý đẹp đẽ, vì công bằng cho đất nước phát triển mạnh lên. Nàng lòng vui lắm, tưởng chừng ôm không xuể với nỗi mừng to lớn đó! Niềm khao khát Julie vẫn hằng mong đợi như thế đó...

Sau những ngày thì Quế Thanh, anh triệu tập một lực lượng bạn để giới thiệu về nhà thơ Julie-T. Những đóng góp trên tinh thần thơ ca, và văn chương nghiệp dĩ, qua nhiều tác phẩm. Anh mời khá đông trong giới văn nghệ, thơ ca văn chương đến mừng vui chia sẻ. Chương trình được chọn lọc phát sóng, mà Quế Thanh là người diễn giả - là MC dẫn chương trình chính. Lẽ ra “kịch bản này” phải làm cách đây mười năm về trước, nhưng vì hoàn cảnh đưa đến hôm nay, lại thêm long trọng. Quế Thanh đã hân hạnh giới thiệu...

Quyên, Julie ngồi coi, chương trình TV tỉnh. "Điểm văn nghệ văn học phát sóng." Một đoạn để giới thiệu Julie-T "Tác Phẩm - Con Người - Và Quê Hương."

Julie, Quyên hôm nay đang dùng coffee, trà cúc, bánh ngọt hạnh nhân, bánh socola, bánh dừa nếp, ở nhà Quyên, đặc biệt để nhìn lại chương trình đã diễn ra và quay hình lại. Tại nhà Quyên thì lúc đó có nhà thơ Trương Việt Dân, Thanh Hiền cùng với Cát Lân, Lan Phạm, Thùy Dương, Gấu Thơm và một số bạn bè từ Sài Gòn ra. Họ vẫn chưa về, họ còn ở Quy Nhơn, để đi thăm chơi các vùng lân cận Biển Kỳ Co. Biển Trung Lương. Cát Tiên Sóng. Bãi Gió Nồm. Với những cảnh đẹp, họ cần có dịp để đi tham quan.

Hôm nay họ đến nhà thăm Quyên và Julie. Vì Julie có mặt ở đó nhiều hơn. Thỉnh thoảng Julie mới về đêm ở Hotel.

Bao người Julie nhận ra. Duy có một điều nàng không nhớ gì nhà thơ Trương Việt Dân. Trong lúc gặp nhau anh ta cứ nói:

- Em không nhớ anh hã Julie? Họ đã ngồi quây quần sau một garden, sân sau nhà Quyên. (Quyên có thiết kế, mua đặc hai chiếc bàn đá và ghế đá nơi ấy, để bạn bè tới ngồi chơi ngắm cảnh, ngắm hoa...)

Julie nghe hỏi thì lắc đầu bảo:

- Em không nhớ.

- Lạ há ớ? Tại sao những người khác em nhớ. Em thử cố gắng nhớ lại, em vẫn bình thường mà. Bài thơ anh làm cho em ngày đó nè.

- Không, em không nhớ nổi đâu. Anh đọc chi vô ích.

- Nhưng bài thơ của em. Em riêng tặng cho anh, là nhớ chớ Julie nè? Anh có thể đọc chứ. Bài thơ năm xưa. Anh thích lắm. Trương Việt Dân vẫn hoài niệm và cố nói một điều từ tấm lòng.

- Không... Em không nhớ được mà. Sorry anh. Và không

cần để nhớ anh à.

- Hoặc bài thơ anh viết ra đây, hoặc của em tặng anh. Em tặng anh trước khi em ngủ quên. Thơ thật tha thiết những kỷ niệm. Bài thơ đó mang tên "ĐQNTCB" đây nè. Trương Việt Dân thao thao nói, và Trương Việt Dân đưa ra bản viết được ghi trên nền giấy xanh lơ thật đẹp. Nhưng Julie dửng dưng chối từ, chứ không có nghĩa là cô lạnh lùng mất cảm giác. Cô bảo:

- Có thể bài thơ em. Nhưng tặng anh thì em không nhớ.

Các nàng và các chàng đã bỏ đi. Để lại không gian cho hai người khá lâu. Song Julie hoàn toàn không quan tâm về sự có mặt của Trương Việt Dân. Cô chỉ đi cưng nựng những cánh hoa, những cụm lan đẹp màu, những cụm hoa hồng nở rộ, những hương huệ trắng đang điểm trang dưới bầu trời, vài loài hoa lay ơn đang nghiêng mình soi bóng, sau cơn gió nhẹ trong vườn nhà Quyên mà cô thích thôi...

Và cuối cùng anh Trương Việt Dân đành cất lại các bài thơ nơi túi mình rồi nói:

- Anh đi đây, tý sẽ ghé lại. Em cố gắng tập trung để nhớ nha.

Julie trả lời:

- Vâng, nhưng có lẽ không cần đâu anh. I think so.

Việt Dân rời khỏi vườn sau của Quyên. Anh đi bộ đến góc đường coffee "Nổi Tiếng" Anh gọi phone cho Quyên:

- Chịu thôi em ơi. Tại sao Julie không nhớ về anh nhỉ? Trong lúc anh và cô ta có nhiều kỷ niệm, dù chưa gặp gỡ, chưa diện kiến trước kia thôi.

- Em làm sao biết, phải thua thôi anh ơi!

- Cô ta bình thường, rất bình thường.

- Em cũng nghĩ vậy mà! Nhưng đành chịu...

- Uổng thật, thôi chịu chết. Em có biết ngày Julie về? Anh nằm mơ thấy cô ta về. Và anh hăm hở ra đón thử. Thế mà đúng ngay, y chóc là ngày của đêm cô về cố quốc đó. Song cô không nhận anh, và cố làm ngơ.

- Vậy sao? Kể ra hơi bất công nhỉ?

- Quá bất công chứ cũng hơi cái gì Quyên?

- Em chả hiểu Julie về việc này. Anh thông cảm nha, để từ từ thử...

- Đành thôi.

- Anh ra uống coffee với tụi em. Cứ để cô ta ở đó đi. Julie hay thích lang thang một mình ngắm cảnh, ngắm hoa, ngắm đất trời! Em biết tánh Julie!

- Ồ anh đi ra ngoài rồi. Anh cũng muốn đi ngắm cảnh một mình tý. Lâu quá anh không được đi dọc bờ biển Quy Nhơn.

- Ừ anh cứ đi theo sở thích...

Trương Việt Dân đi tản bộ ra vùng biển Quy trước trường ĐHSPQN hiện thời, anh ngồi xuống một mình ngắm mây trời, ngắm nắng đẹp của Quy Nhơn. Anh lại liên tưởng đến bài hát họ Trịnh mà anh không bao giờ quên "Nắng Thủy Tinh." Một của những tình khúc anh cho là hay nhất ở nhạc Trịnh. Tình khúc đó luôn làm anh ám ảnh về mảnh đất Quy Nhơn này, con người Quy Nhơn...! Rồi với Julie. Anh nhớ mãi bài thơ mà Julie tặng anh cách đây mười năm. Chính nàng đọc cho anh nghe. Giọng nàng còn âm vang trong tâm khảm anh. Thế mà cô nói, cô đã quên, và vô tư với anh. Lòng anh buồn khôn tả. Man mác dư âm bài thơ cứ bám lấy, châm đậm vào tâm trí anh...

Còn tệ hơn nữa, cô tặng cho anh giọng ngâm của HĐT mà trên mười năm anh vẫn âm thầm nghe thôi. Kệ người ta quên mà mình vẫn nhớ. Vì bài thơ như một kỷ niệm, không có tội. Có không, không có huyền hoặc trong nàng... Song anh thích và không bao giờ quên được. Đó là bài "ĐQ"

Đêm qua nằm thấy em về
Tóc dài em thả con đê ghen thầm
Trăng xa lại hái hoa gần
Làm quà em tặng mến dâng người tình...
Anh mừng anh đứng lặng thinh
Em mừng chia bóng đôi mình có nhau
Ngập ngừng em chuyển vòng quay
Gió thương hôn nhẹ gót giày em nâng...
Tình yêu ôi thật tuyệt trần

Em về xóa hết nợ nần dở dang...
Sóng xô ngọt mật Cửu Giang
Sóng xô mật ngọt môi tràn. Lệ em...?

Và một bài nàng làm khi giận anh "TLAHNC"
Ta trả hết mắt môi ngày cũ
Trả lại anh ngày lũ... tha thiết yêu em
Trả lại anh tấm chiếu với chăn mùng?
Đã bọc em và nuôi tình em khôn lớn
Xin trả lại anh, trả lại anh bao đau đớn
Từng lời thơ rung động đến diệu kỳ
Trả lại anh trả lại anh những âu yếm mê ly
Để hồn anh đi hoang. Bây giờ cất cánh...
Trả lại anh, trả lại anh ngàn đời em xa lánh
Em về thôi, xa xôi nơi đó có rừng reo
Hay em về thôi trên những vách đá cheo leo...
Hay em về thị thành, không một chút gió mang theo?

Julie những có 485, bài thơ nhưng với Việt Dân là hai bài thơ này đã đủ chiếm lấy hồn anh tê dại. Thế mà cô lãng quên. Thật ông trời không công bằng chút nào cho anh! Anh thơ thẩn suốt buổi chiều ở dọc biển Quy, dạ nghe như ai xé. Anh nghiền ngẫm nỗi đau này như chính nhạc Trịnh đâu đây lại cứa đau tâm hồn anh hơn... "*Ngày mai em đi biển nhớ tên em gọi về, gọi hồn liễu rũ lê thê, gọi bờ cát trắng đêm khuya. Ngày mai em đi đồi núi nghiêng nghiêng đợi chờ. Sỏi đá trông em từng giờ nghe buồn nhịp chân bơ vơ. Ngày mai anh đi biển nhớ em quay về nguồn. Gọi trùng dương gió ngập hồn. bàn tay chắn gió mưa sang, Ngày mai em đi thành phố mắt đêm đèn vàng, hồn lẽ nghiêng vai gọi buồn... Nghe ngoài biển động buồn hơn...*

Hôm nao em về bàn tay buông lối mộng... Đàn lên cung phím chợt sầu lên đầy hoang vu..."

Riêng Julie đi về lại khách sạn, rồi cô tìm ra biển Quy Nhơn, lòng cô thì nhẹ nhàng nhìn những phong cảnh của biển đáng yêu. Và con tim cô đang nối sóng với vài hát "Biển Hát Chiều Nay" của Hồng Đăng mà một thời cô yêu thích... Bởi vì có lẽ, hai con người hai con tim họ đã có cách rung động khác nhau rồi. Vâng Julie đang mê say với bài hát cũng xa vời vợi lâu rồi, nhưng nàng đã thích khúc ca nói về biển này.

Chân trời rất xanh gọi nắng xôn xao

Con thuyền rất vui và gió hát vẫn ngọt ngào

Môi cười rất xinh lung linh màu áo

Mây trắng gợn lên những cánh chim hải âu. Có gì sáng nay mà sóng xôn xao. Chân trời vẫn xanh màu nắng vẫn ngọt ngào. Từng đàn cá bơi đang trên biển lớn. Câu hát gợi lên những khát khao đại dương.

Ôi biển Việt Nam, ôi sóng Việt Nam qua bao nhiêu thăng trầm, qua bao những thăng trầm. Mà chiều nay vẫn dịu dàng. Vùi sâu dưới đáy những gì đau thương. Biển lại hát bản tình ca, biển kể chuyện Quê Hương... Mơ một tình yêu mơ một cuộc đời, qua bao nhiêu thăng trầm lửa thử vàng mới nên người. Biển xanh vẫn nhắc những lời yêu thương... Biển lại hát tình ca, biển kể chuyện quê hương...

Nàng như thật sự bình yên thả hồn vô bài hát đó, mà nàng quá yêu thích đi mất.

Những ngày ở Quy Nhơn đầy kỷ niệm. Julie thật ngưỡng mộ và khó quên, của một chuyến nàng đã về thăm cố quốc...

CHƯƠNG NĂM

Một ngày đầy nắng ấm mùa hè, đầy hoa lựu, hoa lê và hoa phượng nở trên dãi đất miền nhiệt đới Việt Nam, nhất là miền Trung. Thì Julie, Quyên cùng các bạn đi thăm biển Nha Trang. Chiếc xe taxi lớn của nhà Quế Thanh đưa đi. Niềm vui mọi người tưng bừng hớn hở trên xe. Đường lộ bây giờ cải cách hướng, phóng thoáng, đi nhanh lẹ. Chẳng mấy chốc họ đến vùng trời Nha Trang như ước muốn.

Đến biển Nha Trang, Quế Thanh công bố "Quyền tự do sở hữu chẻ ra từng nhóm, ai muốn đi đâu thì đi, sau đó sẽ tập hợp lại. Một ngày khi thỏa mãn tham quan trên bờ, tất cả các bạn sẽ được đi du thuyền..." Quế Thanh nhà tài trợ chính cho chương trình. Và Julie đồng đóng góp, cùng các bạn "của ít lòng nhiều" để ủng hộ cho niềm vui chơi chung cuộc. Kế hoạch Quế Thanh đã lên như thế.

Quyên, Julie chọn một shop coffee có vẻ thơ mộng nằm sát biển, và gặp được Thanh Hiền, Cát Lân đưa khách đi du lịch. Lại gặp được cả Lan Phạm cùng chồng đi ngắm biển Nha trang. Chồng Lan Phạm là một nhạc sĩ tên PMT song tiếng tăm chưa được lừng lẫy lắm. Họ chào hỏi nhau vài tiếng rồi đi vào chỗ riêng tư của họ.

Trương Việt Dân anh đi với đoàn, Hội Văn Quán Văn. Vô tình như sắp gặp lại lần nữa, anh thấy Julie, Quyên. Song anh chẳng dám tới chào. Anh né sang một góc gọi điện Quyên:

- Hi Quyên.

- Ô chào anh?

- Em và Julie đi du lịch thăm khu biển Nha Trang hã?

- Không nơi, đi cả đoàn nhóm Hương Xưa! Được Quế Thanh tài trợ xe, có Julie cùng Quyên ủng hộ phần du thuyền ra biển. Và mỗi thành viên ai ưng chi đóng góp thêm. Nhưng chừ còn trên bờ, chẻ ra đi chơi nhóm lẻ. Sau đó mới tập hợp lại...

- Thế là vui quá.

- Anh cũng đang có mặt nơi đây nhỉ?

- Vâng anh đi cùng hội Nhà Văn Quán Văn.

- Cha chả đúng là quá duyên, quá nợ.

- Anh thì nghĩ khác vô duyên, không nợ.

- Em chọc anh thôi mà. Quyên đáp.

- Quyên em, anh không hiểu sao nổi Julie? Em có nghĩ là Julie không nhớ anh, hay cô ta không muốn nhớ lại anh?

- Em không hiểu nơi, em không hỏi về chuyện này. Vì thấy cô ta không quan tâm anh ơi?

- Anh muốn em hỏi khi nào tiện nhất. Hỏi giùm anh...

- Yes, em sẽ ask her một ngày cho anh. Chúc anh một ngày vui đầy năng lượng.

- Em cũng thế nha!

Họ đã off phone. Julie nhìn bạn:

- Ai gọi thế bồ Quyên?

- Anh Trương Việt Dân gọi. Ảnh có đi đây, đúng trái đất quá nhỏ và quá tròn. Ảnh đi theo Hội Quán Văn tài trợ.

Julie không để ý lắm mấy lời nói cuối của Quyên, nàng lại bảo:

- Chúng ta cứ đi lang thang cho vui Quyên.

- Quyên mỏi chân nơi, ngồi đây đi hĩ? Mình thích uống coffee nghe nhạc Trịnh tý nghen.

- Lại nhớ đến người xưa. Bạn thật có một không hai. Vĩ đại nha!

- Đâu có, chỉ thích nhạc thôi. Quyên có thể ngồi nghe nhạc Trịnh ba tiếng không ngán mà.

- Wow. Julie vẫn thích nhạc Trịnh. Ông vua nhạc Trịnh này đấy. Nhưng không thể nghe trong ba tiếng hi hi.

- Bạn trẻ trung nên ưa thay đổi.

- May be. Yes I am. Mà chỉ đúng 70% thôi nè. Julie nói nửa Việt, nửa English và mỉm cười.

Một hồi nghe nhạc Trịnh đã rồi, Quyên mới chịu đi theo Julie. Tất cả nhóm đi chơi riêng giờ gặp lại. Đó là thời gian phải đến, họ dành cho nhau lên thuyền để ra khơi. Ai nấy cười tươi nơi, tư thế chuẩn bị sẵn sàng. Quế Thanh điểm danh đầy đủ, từng người giơ tay báo hiệu. "one, two, three, four, five, six, seven, eight, nine, ten, eleven, twelve, thirteen, fourteen, fifteen..." Và thuyền họ như dự định, họ sẽ ra khơi...

Nhìn sông nước biển cả mênh mông. Quế Thanh xướng trước tiên:

Du thuyền ra biển rộng - Quế Thanh
Sóng nước thật mênh mông - Cẩm Ái
Duyên xưa đã đến kịp - Nguyễn Tiết
Giờ em đi thuyền rồng - Julie
Chân trời xa em trông - Quế Thanh
Ô kìa áng mây hồng - Cẩm Ái
Nàng thẹn thùng e lệ - Nguyễn Tiết
Bởi một sắc cầu vồng... Hi Hi- Song Song.

Song Song chạy nhanh miệng đốp vô một câu cuối khá độc đáo, như con cá đốp mồi cuối cùng. Nàng thích chí, không thì mất phần. Vì đang làm bài thơ tả nhanh, trong mau lẹ chớp nhoáng nhất mà! Song Song - Nàng thơ tiếng tăm Lục Bát này biết điều đó mà. Đâu có thể nào để mình mất một cơ hội. Cố nhiên có những người không vịnh mau được, chỉ ngồi nghe.

Quyên cổ động vỗ tay rất hoàn hảo cho bài thơ. Cả đoàn sẽ đi xa, ra tận biển rộng... Quế Thanh lẩm nhẩm nhắc lại bài thơ và anh ghi chữ ở document vào iPhone để dành, không thì kẻo quên. Anh khắc dấu hiệu từng tác giả từng câu một. Quế Thanh lấy làm ý vị riêng, thích thú riêng. Quyên bắt chước làm theo Quế Thanh, đang cất bài thơ nhiều bạn sáng tác này để dành trong máy. Tuy nhiên miệng Quyên thì chả đọc lẩm nhẩm như Quế Thanh. Có lẽ Quyên người ta mau thuộc... Thuyền ra khơi xa. Họ nhìn biển tươi mát. Sóng biển nhẹ nhàng nhấp nhô đưa con thuyền nhỏ, chứa đựng bao con người, tình thân được kết nghĩa vẹn toàn. Sau những lần hẹn khất, giờ mới được thực hành. Nơi trời cao bể rộng, họ thấy mình nhỏ bé đứng trước vũ trụ mênh mông kia. Nhưng họ tin yêu... Và họ thấy mỗi cá nhân thêm sống động, ưng ý hơn, mạnh mẽ hơn, cho con thuyền thì thầm để lướt sóng yêu thương đó...

Đúng là duyên số. Bao lần Quế Thanh định đưa đoàn đi, song cứ bận khó tập hợp. Lần này Julie về tạo một khí thế mới. Mời các bạn đồng lòng ủng hộ nhanh. Một cuộc du lịch thú vị, có cắm trại ngoài trời đó, đã để lại trong lòng mỗi thành viên HX năm xưa những nỗi nhớ, trong nhóm họ vui chơi thỏa chí, tình thân họ thêm kết bện hơn, và tạo thành những kỷ niệm đẹp vô bờ...!

**

Sau ba ngày cả đoàn về lại Quy Nhơn với niềm vui như đứa con đi chơi xa về lại gia đình, tổ ấm họ! Quy Nhơn vẫn nắng ấm của một mùa hè... Quy Nhơn bầu trời vẫn trong xanh. Quy Nhơn vẫn có nắng pha lê gợi cảm. Và Quy Nhơn thật khá dễ thương đến bất tuyệt...!

Hôm đó đi tập thể dục câu lạc bộ ở Ghềnh Ráng. Đang lúc ngồi nghỉ Quyên hỏi Julie:

- Quyên hỏi thiệt nè.

- Quyên nói gì? Julie ngước đôi mắt tròn xoe nhìn bạn.

- Julie còn nhớ anh nhà thơ Trương Việt Dân không? Hay giả bộ quên, nói Quyên nghe đi.

- Tại sao hôm nay Quyên người ta lại hỏi mình câu? Hi hi...

- Quyên thấy lạ, ai Julie cũng nhớ cả. Mà sao anh ấy Julie lại quên, thấy tội ảnh chứ. Quyên nói, cười mim mỉm.

Julie cười mim mỉm lại, trả lời tươi tắn:

- Quyên giữ bí mật cho Julie nghe.

- Đương nhiên sure mà. Chắc thôi.

- Julie nhớ chứ, nhưng Julie không muốn nhớ về người này nữa thôi. Không có gì bạn ạ.

- Nếu nói nhớ đâu có chết, sao bạn kỵ người ta vậy hè?

- Không, Julie không muốn. Bạn nghĩ như vậy đi. Mình không phải là kẻ xấu, song không muốn rắc rối phiền phức.

- Có gì đâu mà phiền. Điều này Julie ác tâm nghen muội, hu hu. Quyên đùa đưa mắt nhìn cặp môi còn mọng đỏ của Julie.

- Julie bản chất rất hiền. Nhưng lại khó với chính mình.

- Điều bạn nói nghĩa là gì?

- Julie không muốn sự xúc cảm tái diễn, dằn vặt nó làm gì. Hãy để cuộc sống mình happy, tự nhiên đi.

- Chà Julie hôm nay triết quá đó nghen.

Nói đến đây thấy Ái và Tiết bước vào. Vì hẹn với tiết mục thể thao nhịp điệu. Ái, Tiết, Quyên, Julie điều yêu thích bộ môn này. Nên họ happy lắm khi tập dợt thỏa thuê. Mồ hôi họ đổ ra ướt áo hơn mưa trút vậy, khi mà nhảy rộn rã vui làm họ thích lắm... Một lát Julie bao cho cả đám họ, tức bốn nàng đó đi tắm hơi, nơi phòng gần đó, nhìn thấy mặt nhau, như tuyết mù sương phủ mơ màng, bởi hơi nước lung linh, đẹp hơn phim đóng... Thật tuyệt vời và vui hết cỡ những đôi môi, đôi mắt họ thì thầm to nhỏ, hoặc họ giỡn lả đôi chút trong phòng tắm...

Sau đó cả đám họ đi ăn bún cá rồi dẫn nhau karaoke như thường ngày ở đất Quy. Thường Ái, Tiết đến nhiều hơn các bạn khác. (Cố nhiên là Quyên luôn sát cánh với Julie rồi...)

Ái và Tiết ca nhiều chứ Julie ít ca, dẫu rằng tiếng ca nàng không phải thể thường. Còn Quyên người ta thì chỉ ngồi nghe, nhìn hình ghi điểm để vỗ tay, chụp ảnh... Đặc biệt khi Quyên thấy ở điểm cao thì cố la lên cho thật to hơn, như sấm vang một vùng vẫy gọi ai...

- Ô hay quá number one, number one, hoan hô, hoan hô, Ôi rất tới bến, tới bến nha ha ha. Ha áh. Đó chính là tiếng Quyên người ta hay cổ động phong trào!

CHƯƠNG SÁU

Một nơi cuối cùng là đảo Phú Quốc chẳng ai đi, chỉ có Quyên và Julie thôi.

Nằm trên bãi cát lội qua các khu đồi nổi tiếng. Qua khung cảnh dừa rợp bóng dưới nắng đẹp mơ màng Phú Quốc...

Quyên thì thầm bảo vào tai Julie:

- Kỳ này chỉ hai đứa mình. Phú Quốc ít nhộn nhịp ít ồn ào hả Julie?

- À há đúng vậy!

- Những người thường hay thích ra đảo dịp tết Julie à!

- Chắc thế!

- Ái, Tiết chịu đi rồi, giờ chót lại hồi, ghét thiệt nha!

- Thì hai ta vẫn có nhau nhiều duyên nợ hơn ai hết. Chính lẽ đó Julie mở mắt lại gọi Quyên trước. Số phần chúng ta như gắn chặt giống nam châm hít mà! Đúng không?

- Đúng. Exactly nàng ơi. Cả hai lại vui vẻ cười.

Rồi họ nhìn xa xa, họ vẫn có thấy một, hai nhóm đi picnic, cắm những chiếc dù lều trắng tinh, hay hồng nhạt phủ, bay bay phất phơ đẹp kìa. Nơi ấy sẽ cho họ tiện nghi, cho con người dùng làm thay đồ đạc kín đáo thỏa thích, và dùng để chứa những hành lý, dụng cụ linh tinh họ trót mang theo khi cần thiết. Cả hai nhìn quanh cảnh đó một chặp, như thưởng thức ké, thoáng qua những mỹ cảm mơ màng. Quyên quay nhìn lại Julie và hỏi:

- Khi về lại Mỹ, bao giờ bạn về lại Việt Nam nữa Julie?

- Sẽ về thường. Bạn có đủ sức đi chơi với mình chứ? Julie cười và hồn nhiên chọc Quyên thế.

- Sure thôi chứ. Quyên đáp.

- Hà Nội, Sa Pa, Hải Phòng- Sầm Sơn, Huế- Thuận An. Phá Tam Giang chưa đi mà... Đó là nói cánh đi ra thôi, còn đi vô chưa tính nghen. Chưa tính cánh vào Nam như Hà Tiên, Tây Ninh, Cần Thơ, Trà Vinh, Châu Đốc, Sa Đéc... Những địa danh đó mình rất thích.

- Chỉ quần Quy Nhơn đủ hết giờ, hết tháng. Phải không?

- Quê tỉnh chính mà ly? Hi hi.

- Hình như mình thấy bạn yêu biển Julie?

- No, không phải vậy đâu bạn Quyên người ta. Rừng Julie vẫn yêu lắm đó chứ. Nhưng mùa hè nên mình thích đi biển và thú vị hơn thôi.

Lại bỗng vô tình thấy vợ chồng Thanh Hiền, Cát Lân lần nữa. Họ liền chào nhau. Julie vui vẻ mừng rỡ nói:

- Lại gặp nhau nè Thanh Hiền, Cát Lân?

Cát Lân nhanh miệng:

- Biết Quyên Julie ra Phú Đảo nên vợ chồng tụi này follow.

- Hân hạnh và cảm động nha. Quyên trả lời.

- Phải bám theo "Nàng Thơ Tình Yêu." Để làm trái tim rung động một chút nè. Hiền bảo thế.

- Thanks nha. Chỉ là những cảm xúc bất chợt thôi Hiền à.

- Bất chợt mà nghe còn rụng rún. Thường trực nữa là chết luôn độc giả Julie ơi.

- Thường thôi, có gì kiệt tác đâu Hiền?

- Đọc cuốn hút rung động là xuất sắc rồi. Kiệt xuất, hay kiệt tác không? Để thời gian sẽ định tính chứ.

- Thanh Hiền. Thanh Hiền nè, có thể sẽ làm nghề tay phải, là diễn giả nha! Anh Cát Lân ơi. Julie cười chọc đôi vợ chồng họ.

- Anh cũng định cho cô ta chuyển nghề. Nhưng một diễn giả xuất sắc, thì cô ta lười nấu cơm. Anh Lân đói, anh sợ...

- Anh Lân nói chuyện vui quá Hiền. Julie bảo mà nhìn Hiền, rồi nhìn Cát Lân.

- Đừng khen quá ảnh nở mũi. Thôi chúng ta đi ngắm cảnh, quay mấy đoạn phim clip video cho vui nha. Và chụp ảnh lưu niệm đi. Được không? Hiền bảo thế.

- Được quá đi chứ. Gặp nhau ba lần, lần này Julie mới có dịp ngồi ngắm biển cùng Hiền nha.

- Có duyên thì không gặp kỳ này, trời sẽ cho gặp kỳ khác, chỗ khác. Nếu không duyên thì đành chịu Julie ơi.

- Mong chúng ta có duyên nhiều nhiều với nhau nha Hiền. Julie nói thêm nữa và cười nhẹ...

Bỗng dưng Hiền ghẹo lại:

- Julie ơi chỉ cho Hiền uống loại thuốc, ngủ mười năm...

- Chắc hồi Julie làm việc thiếu ngủ, hay sao đó rồi uống lộn, thuốc cộng hưởng hai thứ nhập lại, tạo hiệu ứng kỳ lạ Hiền ơi? Chứ Julie có mong uống thuốc ngủ thế đâu, hi hi.

- Có như thế mới có những cuộc gặp gỡ bạn bè lịch sử thần thánh này. Đúng không Julie? Thanh Hiền tỏ thái độ. Nàng nói và nhìn Julie cùng Quyên với tia mắt như không chớp.

Quyên cười hưởng ứng ngay:

- Rất đúng 100%. Chính xác quá Hiền - An Khê ơi. (An Khê là bút hiệu thơ của Thanh Hiền.)

Còn Julie mắc cỡ điều chi, cười ngượng ngùng bẽn lẽn thêm.

Hiền vừa sánh bước với Julie, Quyên nói chuyện dăm câu, cho Cát Lân quay phim... Và một đoạn sau đó họ đi tìm đặc sản để ăn. Họ chung vui thật là thú vị.

Vừa lúc phone reo, Julie thấy số con gọi, vội đưa phone áp vào tai trả lời:- Má đây.

Bên kia con hỏi qua phone:

- Má khỏe và vui chứ? Con của Julie vẫn nói được tiếng Việt sành sỏi.

- Má vui lắm, đang ở Phú Quốc cùng bạn bè đây.

- Khi nào má về Mỹ lại. Má có dự án gì chưa?

- Thôi khi nào má nói chuyện. Giờ đang vui với bạn.

- Chỉ hỏi thăm má thế thôi. Chúc má happy and lucky, con bye nha.

- Ừa bye! Chúc con khỏe đẹp, má sẽ gọi lại sau.

Julie off phone. Trong chuyến đi Phú Quốc Julie vui với Quyên, Hiền, Cát Lân chồng Thanh Hiền. Tự nhiên không hẹn mà gặp, rất hay. Phong cảnh, thức ăn đặc sản của Phú cũng rất là ngon, có những nổi bật rất riêng, tuyệt vời. Mà Julie cùng bạn Quyên, Thanh Hiền, Cát Lân đều cảm nhận như thế.

CHƯƠNG BẢY

Về với Hotel Bình Minh ở Phú Quốc. Một đêm trăng đẹp của mùa hè. Quyên thì nghe nhạc, mãi mê ghép hình lên fb. Sau đó Quyên đang đọc sách. Vợ chồng Cát Lân Thanh Hiền vẫn còn mãi mê đi rong chơi ngoài bờ biển. Julie thấy rảnh chút, nàng cần gọi lại cho con để nói chuyện. Đó là nàng gọi cho cô gái lớn, tên Việt nó vẫn giữ bảo tồn là Bích Trâm. Hai má con đã thoải mái chuyện trò, Julie bảo:

- Má về lại đi dạy một trường tiếng Việt. Má học thêm đàn piano má ưa chuộng. Ngoài sự đi dạy học, sáng tác làm một writer, má muốn biết chơi đàn piano, má thầm yêu thích.

- Má chỉ cần đi dạy tiếng Việt, sáng tạo tác phẩm, má vui chơi được rồi, không cần đi làm công nhân nữa đâu má à. Ngày đó con thấy má vừa đi làm vừa sáng tác, rất cực khổ. Con biết trong khổ cực cũng tạo nên một phong cách tài giỏi của con người. Nhưng má quá đủ khổ rồi, con thật sự không muốn má khổ nữa.

Im một chút như để lấy hơi. Bích Trâm tiếp tục bày tỏ tình cảm với mẹ Julie:

- Con biết người ta có thể chế tạo một dụng cụ công nghệ. Họ đem lại phục vụ cho đời sống vật chất con người. Thì má tạo ra những sản phẩm tinh thần để tác dụng vào xã hội. Như Bill Gate đã từng nói ý "Đời sống vốn dĩ không công bằng đôi khi ta phải chấp nhận nó." Hàm ý là như vậy.

Thế nhưng, ý nghĩa nó còn cao xa hơn. Ta nhờ vào văn học ta làm sáng đến luận đề này. Ta dùng văn học lấy ra bài học kinh nghiệm, xây dựng và đào thải nó v.v... để cho cuộc sống tươi đẹp hơn. Dùng văn học để đánh đổ, định hướng, biết vạch ra phương đi đúng, tránh sai lầm, để tiến bộ, cắt bỏ hủ lậu, khai phóng mới lạ, tinh tế và khoa học v.v...

Im một chút Bích Trâm muốn nói cho hết ý với mẹ luôn:

Một chức năng văn học rất lớn. Trong cuộc sống thường ta gặp khó công bằng lắm. Phải hiểu một cách tích cực, có nghĩa không thể giẫm chân tại chỗ! Chấp nhận thường có nghĩa là bình tâm và đi khám phá. Lùi một bước để tiến ba bước. Mềm mỏng thường thừa thành công lớn hơn, của người có trí phải không má Julie...

- Má hiểu chứ, cuộc sống ta, có những bất công gắn xuống, tự nhiên dễ dàng lắm. Ta chấp nhận là thử thách, là để vươn lên. Nguyên nhân sẽ làm cho chính trái tim khối óc ta bất bình, nên phải tìm kiếm công lý, giải thoát, và xây dựng cổ xúy. Tất cả nhờ vào văn học, nội tâm con người được khám phá, để soi rõ, mà tạo thế huy hoàng cho ngày mai, lui để tiến lên, nhịn để thành, khôn phải khéo, nhu để mạnh. Đó nhờ vào những hạt ngọc văn học. phải gõ lên tiếng nói thích đáng, phải tìm ra nguyên lý, nhìn thẩm thấu qua trải nghiệm, nhân vật, xã hội, và bao mối tương quan kia v.v... Má còn nhớ nhà văn học nổi tiếng Việt Nam, Trần Tú Xương thi tập. Ông ta đã viết lên những câu thơ giá trị như thế này này.

Khôn nghề cờ bạc là khôn dại
Dại chốn văn chương ấy dại khôn
Này kẻ nên khôn đều có dại
Làm người có dại mới nên khôn.

Được ví von như vậy đó Bích Trâm.

- Wow, vâng! Con hiểu chứ, con hy vọng trái tim má sẽ được chia sẻ thành quả ở sáng tạo duy tư. Con thì cuộc sống ổn định và như ý rồi, nhưng không vì thế mà chủ quan. Còn khi má về lại Mỹ, Jinni sẽ kết hôn bạn trai nó. Jinni mới nói với con hôm qua.

- Má chưa nghe nó nói gì. Má hy vọng cuộc sống hai con luôn tốt đẹp. Và má thankful bề trên hộ giúp, nâng đỡ cho gia đình chúng ta.

- Ừa má. Ông Don có nhã ý tặng cho má chiếc du thuyền nhân dịp ngày birthday má sắp tới. Ông ta nói sẽ gọi cho má. Ông ta cứ để cho má vui chơi ở Việt Nam thoải mái đã.

- Má thanks ông ta, nhưng má không cần chi cho cá nhân má nữa. Má muốn Don cộng hưởng vào với nhóm từ thiện trong Hương Xưa của má... Má sẽ về Mỹ nói chuyện với ông ta nhé.

Julie nói thêm:

- Về xứ Việt đi chơi. Nhưng đêm thỉnh thoảng ở khách sạn- hotel má vẫn viết được truyện. Học tập dịch thuật. Má luôn luôn muốn làm việc đó, và vui sướng về điều này. Má khát khao một thế giới hòa bình tươi đẹp, đóng góp trí tuệ mình trong đó, bằng cách viết để hoàn thiện hơn, thể hiện con tim má... Má yêu chuộng những nhân vật như đứa con má sinh ra. Và những khung cảnh kia như mái nhà che chở để ấm áp chúng... Họ yêu ý tưởng của họ. Người yêu văn học xưa nay vẫn thế con à.

- Con hiểu. Chúc mừng má cứ vui.

- Thanks con.

Hết nói chuyện với con. Julie soi gương, trang điểm thêm một tý xíu đến phòng Quyên, nàng rủ Quyên người ta đi ăn khuya bên ngoài, dạo chơi thành phố Phú Đảo về đêm. Quyên đồng ý, mỉm cười, Quyên hết ngồi cho facebook, hết luôn đọc sách. Nàng đứng lên vận đồ đẹp hơn, tô chút môi, đánh chút phấn má hồng, make up nhẹ. Rồi đi cùng nàng thơ Julie ra ngoài. Họ đi với nhau, qua các dãy phố ngắm nhìn sự sinh hoạt của Phú Quốc về đêm. Julie cảm thấy ngạc nhiên và trầm trồ với Quyên "Một thành Phố Đảo về night của Việt Nam rất là đẹp, đẹp hết cỡ phải không?" Quyên thì cứ mãi mê mùi hương tóc mới gội của mình nắm lấy phần đuôi mà ngửi, ít để ý câu hỏi của Julie. Làm Julie bất chợt đánh nhẹ vai bạn mà rằng:

- Quyên ơi. Thôi vào ăn kem một quán nào đi. Mê tóc

mới gội phải hôn? Ngửi hoài không thèm để ý Julie hỏi nói chi nha, he he.

- Nghe chứ mà từ từ trả lời thôi.

- Nói chứ Julie thèm ăn kem một quán thấy hồi nãy kìa, ta băng, trở lại nơi đó ăn đi. Cảnh thì rất hữu tình đó bạn ơi.

- Chiều theo ý Julie thôi. Julie luôn là number one muôn thuở mà. Quyên nói và cầm tay Julie đứng sững lại.

- Good, good. Thank you! Julie kịp nói và mỉm cười, nhìn vào đôi mắt bạn Quyên.

Quyên cũng nhìn vào mắt Julie nàng giơ tay cao, nắm đẩy ngón trỏ cùng ngón cái lên. Một kiểu đồng ý thán phục hết hơi, hết cỡ của nàng. Quyên ra hiệu như thế. Sau đó họ quay ngược tìm lại quán kem.

Vô quán kem. Họ không ngờ lại gặp vợ chồng Thanh Hiền, Cát Lân ngồi ăn kem nghe nhạc ở đây, không hẹn mà gặp nữa. Họ vui vẻ tay bắt mặt mừng, rồi thưởng thức kem hương vị quyến rũ mang tên "Dâu Thơm" Một đặc biệt nhất sản phẩm của kem quán này ở Phú Quốc... Cát Lân có vẻ sành điệu kêu gọn, định tính tiền chung. Anh và Thanh Hiền cũng vừa vào quán kem mang tên TÌNH YÊU này không quá ba phút.

Hết ăn kem Cát Lân lại mời họ đi xem ca nhạc xuất hai, từ 10h đến 12h. Có các ca sĩ Bằng Kiều, Ánh Tuyết, Phương Thanh, Quang Dũng, Quang Linh, Cẩm Ly, Thạch Thảo...

Julie hỏi ý kiến Quyên.

- Sao nàng?

Quyên bảo:

- Bịnh gì cữ, khi Cát Lân vị hôn phu của Hiền mời mà...

Cả bốn người cười và cụng những khớp tay nắm lại, kiểu biểu hiện - Đồng ý nhất trí với nhau ở vào thời đại mới.

Thế là cả bốn nhập cuộc đi xem một xuất ở câu lạc bộ Viên Quý...

Họ xem hát xong ra về. Ra cổng Hiền phản ứng:

- Quang Dũng, Quang Linh, Cẩm Ly đêm nay hát không

xuất sắc mấy.

Quyên giả định:

- Chắc là khan cổ gì đó thôi mà.

Julie cười nói:

- Khan cổ vẫn có lối hát hay, chỉ tại nhớ người yêu thôi.

Cát Lân cười đùa:

- Chỉ Julie là tiểu thuyết gia và đúng thôi. Nên hoan hô. Cả đám bốn người nghe, nở nụ cười ha hả.

Thanh Hiền, Cát Lân có xe nhưng họ thích đi bộ hóng mát chưa chịu về khách sạn. Riêng Julie Quyên không mấy đi bộ, nên đã mỏi chân. Quyên gọi phone kêu taxi gần nhất để chở họ về. Cả hai lên taxi, rồi vẫy đưa bằng bàn tay tạm biệt...

Thanh Hiền, Cát Lân cũng thế, họ tạm biệt nhau bằng ánh mắt và vẫy tay thân thiện không khác chi Julie và Lệ Quyên đứng đó. Họ bye- bye, và cả hôn gió nữa kia...

Về Hotel Quyên người ta lại vào iPhone, up ghép hình lên facebook chơi. Một thú vui nhất của nàng. Julie thì lấy quyển vở ghi thêm những dòng nhật ký đáng lưu tâm...

Ngoài trời đôi bạn Thanh Hiền Cát Lân vẫn bên nhau những bước chân trải dài trên hè phố, một vài ngôi sao xa tít như ghé mắt, thơm thơm, nựng nựng đôi môi nàng Thanh Hiền. Và như cố chiếu trên môi hai người thêm, như cảm kích họ, muốn nói năng với họ thêm những điều gì... Loài Sam đâu đó của biển cũng ẩn mình sát cạnh bên nhau... Đêm của xứ Phú Đảo thật tuyệt vời...

CHƯƠNG TÁM - CHƯƠNG KẾT

Vài tuần sau đó thì bạn bè đưa Julie về Mỹ. Cảnh cuối họ chia tay trên Airport Tân Sơn Nhất. Mọi người vui thay, cả ngậm ngùi quyến luyến, những điều luyến tiếc băng qua với kỷ niệm. Không gian và thế giới tác động bên ngoài không ngừng lại, như mãi trôi, nó càng nhấn nhưng không chìm. Những khoảnh khắc bên nhau thêm sâu sắc trọng lượng, để lại nơi tim giữa mỗi người... Dù cho rằng, như mỗi bước chân họ cứ đi, và phải đi... Và họ ngầm hẹn nhau những mùa sau: lương duyên, tao ngộ, tương phùng...*/.

Vài lời chia sẻ: Quê hương ai cũng phải có để nhớ đến, nếu như ở trên quê hương nỗi nhớ đã có. Nếu xa quê hương nỗi nhớ càng tăng lên gấp mấy triệu lần. Tác phẩm này hình thành trong nỗi nhớ đó. (DHT). Nhớ một câu nói của nhà văn Nhật- Tác giả nổi tiếng tên là Haruki Muramai mà bạn đọc yêu văn học hiện đại rất yêu chuộng và mê thích, đã có phát biểu tương tự như thế. Nguyên câu ông là: "Thực sự tin tưởng rằng chỉ có thể tìm thấy quê hương khi ở xa nó."

Truyện mang hình thức một giấc mơ, và tác giả tưởng tượng thêm để viết, tạo một câu chuyện hoàn hảo. Với những yêu mến con người, mỗi tâm hồn là có thật. Để mà viết... Để rót hồn...

HDT. Viết 2014

KHOẢNG NHỚ

Phong cách thể loại truyện mang Tiểu Thuyết - Một chút Hồi Ký.

Ngủ đi giấc ngủ no tròn
Em ơi suy nghĩ lo toan việc gì
Mình nghèo nhưng có sá chi
Người giàu đâu phải ước gì cũng xong
Mình nghèo nhưng vẫn thong dong
Hạnh phúc ta có ước mong bình thường
Em sinh con đẹp dễ thương
Lớn lên học giỏi nhất trường con anh
Hỡi người vợ tuổi còn xanh
Ngủ đi em nhé tay anh ôm tròn...

(Trích, tác giả cùng tên qua bài "Ngủ đi em!")

CHƯƠNG MỘT

Đình Văn cưới Thu Hà ba tháng, song nàng thì có bầu trên ba tháng. Anh không thấy buồn và giận, cũng không thấy mình vội vã hoặc hồ đồ. Mà anh thấy thích, thấy mình thật sự hạnh phúc! Anh yêu thương Thu Hà nhất vì Hà đã thuộc về anh trước nhất và sẽ mãi mãi!

Thu Hà vừa tròn hai mươi tuổi. Nàng một cô gái có tâm hồn lãng mạn, nhạy cảm, nhưng trinh trắng. Những mối tình nơi quê hương, cũng khép lại với các chàng trai săn đón nàng từ tuổi mới lớn! Nàng vẫn thường kể cho Văn nghe các mối tình ngây dại ấy, lúc nàng mới bước vào mười bốn hoặc mười lăm tuổi, với những lá thư màu xanh, rải chút nước hoa hẹn hò...

Nàng lãng mạn nhưng lại nhát gan không dám? Thu Hà chỉ lo tập trung cho việc học hành. Nhưng Thu Hà gặp chàng ở nơi đây. Và họ đã trở nên chồng vợ như đinh đóng cột.

Hà vốn là quê hương Bình Định... Học xong 12 Hà vẫn đi thi đại học như bạn bè, với số điểm không thua kém. Nhưng ước mơ một cô giáo nhỏ nhoi của Hà vẫn không thực hiện được! Bởi nhiều lý do, buồn ý nàng chuyển sang thợ may. Cô vào Vũng Tàu để học nghề này.

Hà có chị ruột, và anh rể làm thợ may ở BRVT. Thời kỳ may không hái ra tiền nữa. Người chị và anh rể mua đất chuyển sang làm rẫy. Trồng tiêu, làm cà phê, làm hoa màu, bắp đậu v.v... Hóa ra học xong một khóa thợ may, Hà phải theo anh chị chuyển tới vùng đất mới, vùng đất xa lạ hơn- BLHB. Một ngày kia có người giới thiệu Văn đến làm quen. Anh đã đi đến giai đoạn, và đốt cháy giai đoạn. Anh yêu Hà nồng nàn, đồng thời chinh phục được trái tim Hà. Văn không giàu có, không đẹp trai, nhưng với Hà thì "Anh vẫn đẹp trai." Cô thường bảo anh như thế. Và Hà yêu Văn bởi anh có một tâm hồn nhẹ nhàng, pha chút lãng mạn, cũng yêu thơ nhạc mà nàng thích!

Anh rất cám ơn định mệnh đưa đẩy Hà vào nơi này, bởi người ta nói "Lắm lúc xui, lại gặp hên nằm trong." "Phúc họa, hoạ phúc" Văn chợt nghĩ ngộ nghĩnh cái ý nghĩa đó...

Thu Hà không vào đây? Miền Trung xa lắc thì cuộc tình duyên anh có bén nhạy, có đến hay không? Làm sao anh có thể gặp Hà. Thật ông tơ bà nguyệt cố tạo bến yêu đương cho mỗi người! Dòng sông nào chẳng về biển cả... Nước mưa nào hà tất cũng chung nguồn...! Duyên phận hà khắc sẽ xảy ra. Anh suy diễn thế.

Rồi anh yêu Hà, theo Hà phụ làm cà phê cho anh chị. Sáng nào anh cũng bắt vòi tưới cà phê cùng nàng đến ba mẫu đất mới trồng! Làm mướn không tiền, nhưng anh có cơm ăn ngày hai bữa, có người yêu đi bên cạnh thì còn gì bằng! Văn vui vẻ hăm hở ở phụ rẫy. Có khi hai tuần anh chưa về lại gia đình. Bị mẹ mắng trách, song trái tim tình yêu của người con trai, Hà đã đốn anh ngã quỵ. Hình như nàng ngự trị, chiếm trong anh trên tất cả!

Và rồi những buổi chiều ra suối, những buổi trưa nằm nghỉ, những buổi tối bên nhau, ngắm trăng tình yêu... Nơi men say tình ái khó ai làm chủ cho được? Thế là nàng thuộc về anh trong cái đêm "Trăng Mơ Màng" anh tấn công... Những "mật ngọt ân tình dâng hương tình yêu đến nàng." Mật ngọt ân tình, nó xóa sạch lòng thơ ngây kiêu hãnh của một cô gái. Mật ngọt ân tình, nó khỏa lấp đi sự ngạo mạn trong cô. Và mật ngọt ân tình thật sự nó ru ngủ cô rồi...

Sau ba tuần, khi nàng có triệu chứng của một người... Hà biết và báo cho Văn hay. Chính đêm đầu tiên đó nàng đã làm người đàn bà! Chính đêm đó Hà vượt qua giới hạn của hàng rào thiếu nữ. Hà không ngờ mình hư đốn hay là chiều chàng quá mức? Hay là, là gì nữa... Hà cũng đã mang thai.

Văn không buồn mà mừng lắm. Anh báo cho gia đình anh hay.

Thế là đám cưới của anh và Hà diễn ra tại nhà chị của

Hà- BLHB. Chỉ có mâm trầu cau. Có mẹ anh lên đại diện, bên Hà chỉ có anh chị chấp nhận, làm chứng. Ba mạ Hà giận, không vào dự. Ông bà gởi thư nhắn, như một tối hậu thư được viết rằng "Khi sanh cháu lớn, bồng cháu về thăm ông bà ngoại. Chúc mong hai con thương nhau trọn đời…"

Cha mẹ giận không vô nói vậy! Nhưng chấp nhận nhìn cháu về thăm sau này, cũng là nhất rồi! Mai này mình sẽ mang vợ con về thăm, còn ao ước gì hơn! Cha mẹ nào không giận nóng khi con cái, có con trước hôn nhân! Dầu anh kịp thời đã cưới Hà ngay! Nhưng cũng đi sai nửa nước cờ, theo ba mẹ trông đợi. Văn nghĩ thường an ủi Hà như thế.

Và từ khi anh cưới Hà. Một cô gái xa lạ từ miền Trung về chung sống với anh. Cô gái ấy không ở với anh chị nữa. Nhà anh chị ở Hòa Bình cách nơi Văn khoảng trên 30 chục cây số đi về phía Đông Nam XM. Và mẹ Văn cho Văn căn nhà nhỏ. Mẹ đi khắp nơi bốn phương trời thăm con cháu. Còn ba chàng cũng như thế. Hai ông bà thi nhau đi Nam ra Bắc, như hai con chim già còn ưa sải cánh bay xa! Hai hoặc ba tháng ba mẹ mới về một lần! Có về đi nữa cũng ở bên chị Hương. Nhà chị Hương rộng rãi, cao to, nhà được xây cột lớn vẻ mát mẻ, chứ không ở nhà anh "lè tè túp lều thời đại đâu." Và từ khi anh cưới vợ, là mẹ anh cho anh đứt cái dinh thự "Một căn nhà tranh, một vách đất đó rồi" Nhưng Văn vẫn cảm thấy nó đẹp hơn bất cứ ngôi nhà nào. Bởi chính là cảnh vật phụ thuộc vào con người, chứ không phải con người phụ thuộc vào cảnh vật. "Đúng là một túp lều tranh một vầng trăng tròn, hai quả tim vàng." Là nơi anh đang trải nghiệm và thực hiện đây.

Nói là nói vậy. Nhưng Văn vẫn lo lắng cho tương lai. Anh cứ nghĩ một ngày nào đó. Anh xây căn nhà lớn hơn. Anh đã đi làm thợ nề trở lại, anh có nghề mà! Từ khi cưới Hà và những ngày không có nhà dân làng xây, hoặc không có công trình của chính quyền, của nhà nước. Anh sợ đói cơm cho vợ, nên Văn quay vào rẫy của mẹ anh trồng tỉa. Anh rể thì cho đất tốt đó, mà ở xa quá khó lên được. Văn chỉ biết cám ơn bảo là: "Thôi để vợ chồng em ở dưới LD này. Em sẽ xoay xở lo cho Hà được mà!" Còn nữa, Văn vẫn có dự định sau khi Hà sinh nở xong, anh sẽ mua cho Hà chiếc máy may. Anh cho Hà học thêm nghề lại, để may đồ cho con, cho chồng, cho bà con làng xóm... Nàng chỉ làm kiếm tiền chút đỉnh thêm, để phụ mua rau rán, mua ít cá ăn là đủ rồi, anh không mong mỏi gì hơn! Cuộc đời anh chỉ ước mơ như thế là quá đủ! Anh vẫn thường thủ thỉ với người con gái, mà bây giờ là vợ Hà của anh hằng đêm...

Văn đang suy nghĩ về mối tình của anh và Hà- Vợ anh... anh loay hoay trồng tỉa mấy cây hôm mì đến nơi đất cắm, anh đã vun thành luống xong cho hết thôi. Nhưng sao nỗi nhớ cứ bám chặt tâm trí, Văn cố gắng làm cho nhanh hơn. Trời tháng chín gió hiu hiu, nắng cũng nhỏ nhẹ yếu ớt, thanh thản. Vài con chim đâu đó chuyền cành nặng kêu lệch bệch. Và những vài con cút lẻ bạn cũng chạy lẹt bẹt, chúng ở miệt những đám cỏ nối dài, dẫn ra lối mòn để tìm nhau... Văn người thanh niên vừa mới có vợ ba tháng, anh nhìn nó ngậm ngùi thương xót chúng! Anh nghĩ loài chim vẫn dễ thường, muốn có đôi có bạn kia mà...! Thì con người lại làm sao...

Rồi Văn cứ lo cắm cúi làm, đôi vai áo ướt sũng từ bao giờ. Anh cởi áo để làm nhanh hơn. Nhưng cuốc đất mồ hôi vẫn đổ ra như cục, vì anh lật đật làm vội lắm để đi về...

Nơi đây, nắng chiều đã hạ xuống thêm lung linh, xuyên qua các cành cây kẽ lá, Văn trông thấy nó đẹp làm sao, màu nắng lại vàng hoe lịch lãm! Hay chính lòng anh tràn ngập yêu thương lịch lãm nên anh mới thấy đẹp đến vậy! Văn uống thêm mấy ngụm nước lấy hơi, tiếp tục cắm hết mấy lóng hôm mì còn lại khi đã cưa, chặt gọn để sẵn! Gần hơn mười tiếng anh xa Hà, Văn nhớ nàng xốn xang. Anh nhớ và phải nghĩ lung tung về nàng. Anh lấy đồng hồ bỏ túi quần ra coi. Văn cho là, nếu ai bảo người tình nhớ hơn vợ, anh không tin điều đó đúng đâu? Anh cố gắng làm nhanh, để về với vợ Hà sớm hơn chiều nay chứ!

CHƯƠNG HAI

Nói về Hà; nàng là người, cô gái lãng mạn nhưng siêng năng kín đáo, luôn lo chăm sóc cho chồng. Từ hồi cưới nhau biết nàng có bầu, Văn cưng vợ, không cho nàng thức khuya dậy sớm. Mà lúc nào Hà cũng dậy sớm pha cà phê, và nấu cơm để sẵn cho anh. Dù Văn đi làm thợ hay làm rẫy cũng vậy... Có nhiều lần biết Hà trở mình thức giấc. Văn lại ôm vòng Hà vào lòng, song lần nào anh cũng thua. Mỗi lần anh ôm Hà là anh thương cái vòng eo cô lắm. Vòng eo nàng thật tuyệt vời! Nhỏ đẹp và dịu dàng, anh tựa hồ như một cánh bướm mùa xuân mang nhiều quyến rũ... (dù nàng mới mang con trong dạ nên to to hơn, khác khác ra một chút thôi...!) Ôi nhưng lần nào anh mê, anh ôm, anh ghì, vẫn cứ trượt thua nàng; ác là vậy! Vì Hà khá mạnh, hay là Văn đã thất thế trong trạng thái còn ngái ngủ. "Ai mạnh hơn thì thắng nghen? " Hà dễ thương tuyên bố, chọc quê Văn câu nói đó. Và có lẽ Văn cũng không muốn hơn vợ ở cuộc này. Nên đa phần cô đã thắng chồng!

Hà dậy sớm, cô rời khỏi giường là làm vệ sinh cá nhân liền. Xong lo cơm nước cho chồng, pha cà phê thật khéo, chế trà thật tuyệt để sẵn. Nhiều lúc cô còn lấy cả kem đánh răng, để chuẩn bị cho Văn trên bàn chải và thau nước bằng nhôm ấm nhỏ. Nàng vẫn có cách riêng để cưng chồng chứ...

Còn Văn, từ hồi cưới nàng về ở chung đến giờ, Văn không đi uống cà phê ngoài lộ thường nữa. Anh thích uống cà phê nhà vợ pha, ăn cơm với vợ nấu, cười cợt với vợ, dăm ba câu nói bông đùa... Rồi được vợ hôn ngọt ngào, trước giờ mình đi làm, thế thì anh vui hơn đấy chứ! Còn gì bằng ta...!

Từ ngày mang bầu người ta nói có bầu ngán cơm, ngán canh cá, nhưng Hà lại ở vào "tuýp" người không phải vậy. Hà thèm ăn, nàng ăn ngon miệng hơn, nàng không ngán thứ chi hết! Nhà không giàu, song Hà muốn gì Văn đều mua cho cô ăn. Ghiền món gì cô cứ sắm. Thích thứ gì cứ chuộng. Ưa thứ gì thì cứ nói... Hà thèm nhất là món canh chua cá lóc, mà ông ba Tý chiều nào câu bên bàu đem sang bán. Hà hay mua thật nhiều để rông, đặng nấu canh chua cho mình và chồng ăn dần dần trong tuần. Hà người vợ anh nấu thật sự đơn giản chỉ vài lá me, vài lá chua rẫy, vài đọt môn bạc hà, ít cộng hành, ít ngò ôm, ít cộng giá, một ít ớt hiểm. Nhưng Văn cảm giác ngon nhất, ngon hơn những bữa công đức thợ nào, anh từng ăn loại cá này. Hoặc những cao lương mỹ vị khác, vẫn không thể nào sánh nổi bát canh cá lóc vợ anh nấu! Anh tin như thế! Hà vợ của anh nấu hương vị thơm lạ lùng, ngon thật riêng lắm, nước trong veo và nhìn hết sức quyến rũ, tuyệt mỹ... Thật là vô cùng hảo hạng đó...

Tiền bạc thì Văn đi làm thợ, hay làm mướn có bao nhiêu, anh đều đưa cho Hà cất giữ. Anh không cầm một đồng dính túi. Chỉ khi nào anh cần, anh mới hỏi nàng đưa lại một ít anh xài, hoặc anh mua vài cây thuốc lá để hút mà thôi. (Nhưng hai tuần nay anh đã giảm thuốc lá.)

Cuộc đời như thế Hà cũng cho là rất đáng mừng. Vì có một đức lang quân dễ thương, hiền lành, tằn tiện. Đã vậy biết vợ có bầu, Văn cưng không cho Hà làm chi cả! Đúng là nàng như hoàng hậu của anh lúc này! Nhưng chàng đi rồi. Hà vẫn thích làm lụng, cô giúp đỡ chồng. Hà cuốc xới đất tơi những vùng, nơi góc vườn nhà, những đám bình tinh, những đám gừng, đám củ nghệ. Nàng quét dọn nhà cửa sạch sẽ, chuồng gà chúng ngủ, bếp núc gọn gàng, săm soi gà đẻ trứng v.v... Nàng đã trồng thêm mấy cây bồ ngót, mấy giậu mồng tơi, vài luống rau lang... Hôm nay nàng săn sóc mấy cây mồng tơi xong, Hà nghỉ vô nhà, cơm nước cho Văn. Vì trời đã xuống chiều rồi, vài giọt sương có lấp lánh trên đọt gừng, đọt nghệ, đọt chuối non...! Hà đưa mắt nhìn mảnh vườn nhỏ lần cuối cùng của mình, qua bao ngày tháng nàng về đây, tiếp sức nơi mẹ chồng để lại, nàng cũng có công chăm sóc tỷ đỉnh, để tạo nên hình ảnh... Hà nhìn ngắm quanh cảnh vườn thật đáng yêu quá, rồi nàng muốn biến đi vào nhà làm những công việc khác đang đợi nàng...

Người con gái ấy đang lui cui ở dưới bếp. Một bên nàng đun nước ấm để gội đầu chanh và bồ kết. Một bên bếp là nàng nấu canh bồ ngót với cua đồng, tối qua Hà đã giã cối bỏ sẵn. Hà đang mặc chiếc áo bầu, bông cúc vàng đan xen bông tím bằng lăng, cổ cánh sen bâu áo rộng rãi, nhưng mà sao vẫn làm cho nàng nực nội, hơi khó chịu một tý. Tuy vậy Hà vẫn vui nơi lòng...

Thì tiếng đạp xe kêu kút-kít từ xa đưa đến. Nơi cây trúc mẹ anh trồng đầu đường, nay lên cao vương bóng xe, Văn lái xe đạp qua lối đó, để vào nhà. (Mẹ Văn là một người phụ nữ khá đẹp lúc xưa, có cá tính yêu thơ và yêu cảnh, nhất là tre trúc. Nên bà dặm trồng theo khung, chung quanh vườn nhà cho thật đẹp, để ngắm...)

Hà nghe vội bước ra...

Chính Văn đã về. Hà vui đón chàng. Miệng nàng cười sáng trưng:

- Anh về hã, em tưởng ai?

- Còn tưởng ai nữa. Ai mà vô nhà anh đi xe kút-kít như anh. Chắc tưởng ông nào vô cua em chứ gì? Em chạy ra đón hả?

- Ai mà cua em. Em mặc áo có bầu rồi mà!

- Vậy mà có đó. Hổng phải hôm bữa anh đi làm về, mấy cái ông Sàigòn xuống săn bắn gì đó, nhè nhà vợ tôi mà vô gởi xe gắn máy đó sao?

- Có một lần chứ mấy! Nhưng nhà mình gần đường cái lớn, qua bàu nhanh, qua đò nhanh... Anh nên thông cảm cho họ ông xã.

- Hổng dám thông cảm đâu. Thì chung quanh nơi đây còn nhiều nhà mà. Tại mấy ông đó muốn dê vợ tôi thì có?

- Anh nói oan người ta, họ không có ý đâu, em nghĩ vậy.

Văn vừa nói đùa với vợ, vừa bước xuống xe vừa hôn vợ. Anh đang mặc chiếc áo sơ mi mỏng nhánh dính da, chiếc quần tây nâu đã bạc bên đầu gối, và một vài chỗ vì đã cũ, một vài nơi ở lai quần lủng lỗ, rách tum... Hà nhìn anh thấy thế, nhưng nàng lại thật thương...

Văn lại đi để chiếc xe đạp vịn vào tường cho sát hơn, anh nói tiếp:

- Đàn ông hay nhiều chủ đích lắm, em không biết đâu? Anh không ích kỷ, nhưng tuyệt đối không cho họ vô nhà, khi không có mặt anh, khi em ở nhà một mình, em chịu chưa?

- Trời ơi. Không có gì đâu? Anh nghĩ chi xa vậy anh yêu. Hà nhìn chàng và bảo thế.

- Anh biết vợ anh dễ thương, mà không biết có nhẹ lòng dễ thương với ai nữa không đó, nên anh khổ tâm lo lắng thôi? Đúng không em?

- Thôi mà không đúng, chỉ có một lần chú đó vô thôi, anh nói hoài...

- Nè anh không khó, nhưng anh sợ vợ anh một phút khờ khạo mới chết cho anh chứ! Gang tấc đó chao lòng, sợ lắm chứ, sợ em khờ ra đó nha. Ai mà biết được lửa tình để khờ!

- Trời ơi lửa tình để em khờ hã? Anh coi thường em, em hổng chịu nha.

Chàng cười hi hỉ và thêm giọng dù ôn hòa:

- Ý không khờ mà được vợ anh sao. Con người mà ai đâu rắn như đá cuội được em? Nên anh cũng lo xa khi mình nghèo. Biết đâu được nà em? Bà xã nghĩ đi, Hà em ơi.

Hà làm thinh. Hơi buồn đột xuất nàng nín thinh không thèm nói, không thèm nghĩ chi cả.

- Đùa thôi, thương em thì ghen mà. Vợ anh, bà xã hiền tốt bụng chứ nhất định không khờ nghen. Em chịu chưa nghen?

- Ừa. Mấy hôm sau mấy chú đó có vô nói, gởi tạm đi săn chim thú gì đó, chiều về. Nhưng em nghe lời anh không cho nữa mà!

- Đó vậy là tốt rồi hiểu ý anh rồi, vợ hiền của anh. Bây giờ nói chuyện mình đi, sao em ở nhà ăn được không? Có nhớ anh nhiều không? Cả hai nói chuyện và cũng bước gọn vào nhà.

Hà trả lời vui vẻ:

- Ăn thì được, nhưng em nhớ anh!

- Anh cũng nhớ em muốn chết luôn chứ. Anh ráng làm xong công việc về sớm, thiếu điều đứt cái lưng mới về với em đây nè! Bà xã ơi.

- Dữ hôn. Tội nghiệp anh quá! Bảo em sao không

thương, không nhớ cho được? Lát nữa em đấm lưng cho anh nha... Dù anh nghèo nhất, cả đời em vẫn chỉ yêu mỗi mình anh mà thôi!

- Nói phải nhớ lời nghen. Anh cũng cầu mong như vậy.

- Ừ há anh yêu.

Hai người tiếp tục nói chuyện, Văn đã ngồi xuống. Hà bắt chước ngồi theo. Hà ngồi vào chiếc ghế dài cùng chàng. Nhà chỉ vỏn vẹn một ghế cá nhân ngồi riêng, ba chồng nàng thường vào tới ngồi vào nó. Như một thế giới riêng khi ông đến. Và một ghế dài như băng dài để sang một bên, ngồi được từ hai đến ba người. Bây giờ hai vợ chồng nàng đang ngồi chung chiếc ghế dài hai người đó. Ghế là do nơi Văn lượm gỗ ở đâu, anh tự làm thợ mộc, anh trau chuốt bào ghép, đóng ráp thôi. Song nhìn cũng chắc chắn và khá đẹp...

- Anh lo xa vậy thôi, nhưng anh hiểu trái tim em nhiều mà! Chàng Văn lại cào nhẹ vài cộng tóc Hà lơi lả, bỏ vô tay mình, để nhìn nói đầy vẻ yêu thương.

- Vậy mà cứ kiếm chuyện với em hoài hà? Nàng nói và bóp nhẹ yêu bàn tay chồng.

- Thương nhau lắm cắn nhau đau. Ông bà mình nói mà em! Bà xã...

- Thôi em không thích cắn vậy đâu nha?

- Nghĩa bóng mà vợ tôi thông minh sao chậm hiểu nè. Hà ơi...

- Em hiểu chứ, thích nói vậy cho huề với anh? Hi hi. Thôi đau lưng, cho em đấm đi nha.

- Cám ơn em! Anh chỉ đau lúc đó thôi. Bây giờ hết đau rồi em khỏi lo, vợ yêu của anh...

- Vậy nghen không cho em đấm, em đi làm chuyện khác.

- Chuyện gì em?

Đình Văn nói, Hà bất giác đứng lên rồi. Văn cũng theo Hà đứng gióng lên cùng. Nơi góc cửa nhà trên, Hà dần dà dời chân xuống nhà bếp để làm cái gì đó. Văn nhìn theo, và nhìn thoáng phía trong bếp, chàng nghe mùi canh ngót đưa hơi thơm lại gần quá... Nó làm chàng cảm thấy nôn đói, bụng như đánh lô tô... Văn liền nhìn sau ra chài, thì thấy khang khác, có những cây que củi được sắp xếp gọn gàng ngăn nắp, nên chàng hỏi:

- Ủa sáng nay làm gì Thu Hà? Tại sao em gom củi đuốt làm chi?

Hà đang đi đẩy lửa bằng những bã mía, gốc mía khô nhưng mùi thơm dịu ngọt, có xen thêm vài cây củi nhánh đào khô rụng để chụm chung. Cả hai loại được Hà đem vô một số ít, và nàng đã sắp xếp một cách gọn gàng nhất để gần nơi bếp, dưới gầm bếp, mà nấu nướng dần thôi. Nàng đang nghĩ chỉ cần một giậu sôi nữa thì canh đủ chín rồi. Nàng cũng nghe một mùi thơm như khiến nàng thèm ăn tới nơi. (Bếp nấu Văn làm một cái bếp nổi, cao trên sàn nhà khoảng tám, chín tất gì đó, chưa gần một mét. - Phần dưới bếp nấu là được gọi gầm bếp đó, phần này để chất củi đuốt gọn gàng vào dự trữ nhưng không thể đem nhiều, và nó cũng cần sự thoáng đãng mỹ quan theo ý chàng... Và chính vì không phải trực tiếp từ sàn nhà với mặt đất, nên có bầu Hà vẫn đứng đun bếp dễ dàng, thoải mái, nhẹ nhàng.) Và nàng trả lời:

- Ô em thấy khi em ra ngoài thăm, mấy luống bình tinh. Em trồng thêm mấy nhánh bồ ngót, sẵn tiện gôm những nhánh củi khô nơi vườn, những bẹ dừa, những cánh đào gãy, những nhánh khế khô rũ. Em góp cất đó mà... Phần ở trong gầm bếp thì em làm sẵn đã hơn tuần trước, và cũng có phần phụ nơi anh. Em chỉ bỏ thêm một ít sáng nay...

- Anh hiểu. Anh nhìn phần ngoài chài kia rồi, anh mới hỏi em đó thôi? Để anh làm, em đang có bầu, có em bé. Em biết không? Chàng hỏi và đưa mắt nhìn bếp lửa cháy nhẹ nhàng thơm mùi mía khô, được đan chen với vài cành đào nhỏ kia. Một mùi thơm canh bồ ngót lạ lùng trước đó, và còn tiếp diễn! (Cần nói rõ thêm là những bã mía và gốc mía khô, cứ mỗi lần đi làm về, là Văn lượm ở đâu, cứ tha về một ít, một ít. Riết hồi chàng góp lại cũng thành nhiều, để dành cho nàng chụm lấy nấu cơm...)

Hà coi như đã xong chuyện bếp núc. Chuyện cơm nước

của nàng hôm nay chỉ đơn giản, cơm và canh bồ ngót với cua đồng thế thôi. Mấy hôm nay thì nàng thèm món này thay, cho canh cá lóc nấu chua thường nhật của nàng. Nồi nước nàng nấu nóng để tắm đã chuẩn bị xong luôn. Đâu vào đó hết. Hà nhìn chồng thương lắm, và âu yếm trả lời lần nữa:

- Công việc nhẹ hều, em phụ anh một chút có sao đâu.

- Anh chỉ muốn em thổi cơm cho anh thôi. Em có thể nằm coi những quyển sách, hoặc tạp chí nói về cách nuôi con, chuẩn bị cho bé sơ sinh... Chán thì em đọc thơ một tý, rồi quay lại học hỏi những thứ đó giùm anh đi! Anh không muốn em làm gì to tát đâu? Anh thà vất vả, nhưng không muốn em khổ cực trong lúc này...

- Không có gì vất vả, hay khổ cực gì cả anh ơi? Ông xã ơi. Vợ chồng em muốn chia sớt với công việc dễ ợt mà anh. Em làm được...

- Nhưng anh bảo nghe anh đi. Em phải nghe, em đang có em bé. Chuyện gì anh chiều, nhưng chuyện này em phải tuân lịnh anh nghen.

- Công việc như tập thể dục nhẹ nhàng mà anh. Em gom góp chúng làm củi để dành thôi. Ông xã...

Hà nói và chuyển lại lên nhà trên, cô ngồi vào ghế dài, có chiếc bàn nhỏ lúc nãy. Văn cũng lên ngồi theo.

- Cãi nữa vợ yêu, vườn tược, cỏ rác em đi vấp té. Anh không có bên cạnh, em tính làm sao chứ hã?

Thấy chồng vặn hỏi lung tung. Hà chỉ nhìn chồng trong đôi mắt nai tròn dễ thương của mình, rồi đưa hai tay vuốt tóc, nàng vuốt đuôi mái tóc hơi nhọn ở một bên nơi cổ, nó trượt phượt xuống thong thả phía trước nơi gần bờ ngực. (Hà thường có hoa tay nên tóc nàng, nàng tự cắt đơn giản thôi. Ngày trước nàng cắt tóc đuôi bằng thả qua lưng, bây giờ có bầu, nàng đổi kiểu mượn chồng Văn phụ với nàng cắt theo hình chữ V, nghĩa là tóc có hình nhọn trung điểm vớt cao hai bên một tý.) Chàng nhìn nàng tóc có vẻ dày và mịn màng đẹp, da tươi trắng, sóc vóc thơm tho, nàng như một công chúa, nhưng phải trải qua thời gian khó khăn chắc, tội cho nàng quá nhỉ...? Anh ngẫm nghĩ so sánh coi ra ảo tưởng với anh hơi bị nhiều, song nhìn Hà thương quá. Hà thì vẫn dịu dàng chỉ tay vô trán chồng. Nàng bảo:

- Em đi cẩn thận, với cũng có con chị Hương ở gần mà anh yêu... Có chi mà anh sợ giữ vậy?

- Tụi nó là con nít không giúp em được gì đâu. Khi em té, hoặc đau bụng dạ ngoài trời, anh không an tâm. Anh làm được tất, chỉ vài phút, hay vài tiếng thôi. Em đừng làm anh đứng tim. Khi anh nghĩ tới có được không? Trời ơi anh lạy em luôn đó.

- Được rồi, được rồi em phải nghe anh há ông xã? Nàng lại nhoẻn miệng cười tươi.

- Vậy thì ngoan lắm vợ yêu. Anh thích vậy. Bây giờ anh đi tắm đây.

- Em nấu nước nóng nhiều anh pha với nước lạnh dùng trước, em lát gội đầu tắm sau. Hà nói và càng tỏ ra vui hơn nữa.

- Anh dùng nước lạnh hết cho mát. Không cần đâu em, để em dùng sau Hà ơi!

Văn nói rồi lấy khăn bông đồ đạc ra nơi tắm trước. Lòng vui hào hứng, nên anh trở vào nhà bảo thêm với vợ:

- Em cần anh xối nước để em gội đầu không? Lát anh làm cho nha em cưng. Bà xã...

- Không đâu, anh lo đi tắm đi. Em tự lo được mà, anh tắm rồi nghỉ cho khỏe. Đi làm cả ngày mệt rồi anh.

Nghe Hà trả lời, Văn lại quay ra giếng. Và phòng tắm gần đó cách nhà chừng tám mét, tính theo cửa sau nhà bếp. Một nhà tắm chàng chỉ che theo lối “dã chiến” bằng những bẹ dừa bao bọc chạy quanh. Nóc lợp thì chỉ vài tấm tranh cỏ gọn gàng. Tuy nhiên cũng có cửa then cài khóa hẳn hoi.

Hà nói xong và lẳng lặng chờ chồng. Cô thấy lòng rộn ràng vui lên, như có những khúc nhạc êm đềm du dương, xa xôi trôi lạc nào đó đem về, như trao tặng đến tận tim lòng Hà... Hà lãng mạn nhưng vốn yêu âm nhạc là thật, nên nàng nghĩ rồi tự đi mở máy cassette để nghe. Hà biết ơn anh, dù nghèo cách mấy, Văn cũng mua được một cassette loại thường cho nàng nghe! Hà mở băng đĩa từ thơ của Phạm Thiên Thư, nhạc sĩ Phạm Duy đã phổ ra nhạc, mà gần đây nàng thường thích bản này! Hà mở ngồi nhẩm nha theo ca sĩ ca, dù bụng nàng giờ đây chính xác đã trên ba tháng cao lúp lúp, song nàng vẫn thấy khỏe khắn và vui lắm! Nàng ngồi chiếc gần đó, Hà nghe như thế. Giọng Duy Quang ngân lên:

"Rằng xưa có gã từ quan
Lên non tìm động hoa vàng ngủ say
Thôi thì thôi để mặc mây trôi
Ôm trăng đánh giấc bên đồi dạ lan
Thôi thì thôi chỉ là phù vân
Thôi thì thôi nhé có ngần ấy thôi
Chim ơi chết giữa cội hoa
Tiếng kêu rơi rụng giữa ngân hà
Mai ta chết dưới cội đào
Khóc ta xin nhỏ lệ vào thiên thu..."

Nghe nhạc và chờ chồng tắm. Lòng Hà thanh thản vô cùng, yên vị và yêu đời nữa! Nàng còn đưa mắt ngắm những bức tranh. Văn chỉ vẽ một màu bằng bút chì đen nhạt, bằng giấy thường gắn lên tường. Chàng, ông xã vẫn có một năng khiếu sơ sơ của họa sĩ mà! Bức vẽ của chàng đơn sơ nhưng sắc nét, lãng mạn và giàu tính khoáng đạt. Hà dừng lại ở bức vẽ cho nàng là nhiều nhất... Chàng đã vẽ đôi mắt nàng biết cười cùng với đôi môi, chiếc miệng là mùa xuân! Bởi vậy phía dưới chàng ghi: Xuân Của Nàng!

Hà nhìn tranh rất là thích thú tự hào cho mình qua bàn tay chàng tái tạo. Ôi nàng nhìn như không muốn rời mắt...

Còn chàng. Cái nhà tắm cũng rất đơn sơ ấy, nhỏ một mét chiều rộng, và chiều dài được một mét tư, chỉ một người tắm mới thoải mái, hai người tắm chung thì hơi khó một tý. Nên Hà không muốn tắm chung cùng chồng! Nàng đã chờ Văn, ngồi ở chiếc giường nghe nhạc. Chàng thì đang cứ tắm...

Xong khoảng hai mươi phút Văn trở vào. Nước mát đến tận tim phổi. Văn đi vô chàng hát nháp theo băng Hà mở vọng ra. Đến vận mệnh mình bước ra, Hà không tránh nổi nụ hôn đón đường và tiếng hát lí nhí từ miệng chàng. Cưới nhau đã ba tháng, nhưng Văn vẫn cứ nhì nhằng như mới hôm qua, đôi lúc làm Hà bực mình vì bầu bì. Nhưng nghĩ lại nàng thấy vui hớn hở với Văn, và cảm thấy thương chàng lắm, thiết tha với chàng lắm...! Mặc dù chàng, ông xã nghèo như rớt mồng tơi, mặc cho chàng không phải là hạng vương tôn công tử, hay là quan trạng gì... Nhưng tình yêu trong nàng dành cho chàng đang mượt xanh! Hà yêu Văn lắm lắm...

CHƯƠNG BA

Cơm nước xong. Trăng đã lên. Người ta bảo chỉ có trăng rằm tháng giêng và trăng trung thu là đẹp nhất, nhưng sao với Văn, chàng thấy trăng lúc nào cũng đẹp.

Bất cứ lúc nào! Ngôi nhà bé nhỏ của Văn như chìm trong cảnh thơ, cảnh mộng. Ban đêm hơi hão huyền, vài cây hoa lan và ngọn hải đường lả lơi đằng trước. Đâu đó tiếng sâu bọ, dế mèn, tiếng côn trùng bện lên một âm thanh kỳ lạ rêm nhói, và hơi có chút khắc khoải du dương nữa là khác. Có lúc, gió đồng nơi ngoài bàu thổi vào mát rượi. Trăng soi chênh chếch đi vô khe trống lớn của cửa, và rớt vào ô cửa sổ vuông, trông thật đáng yêu hết mức! Căn nhà của chàng đã là bức tranh rồi. Hà cảm giác miên man, rồi nhẹ nhàng da diết như những cảnh vật vô tình, hay hữu lý đã ru ngủ nàng hơn...

Văn và Hà ngắm trăng lọt vào nhà... Cả hai lên giường chung bóng! Văn thích thơ nhưng bây giờ đã lười đọc. Từ ngày yêu Hà, lấy nhau đến giờ, anh toàn là bắt Hà đọc cho anh nghe thôi. Anh thích thơ của Vũ Hoàng Chương, Xuân Diệu. Hà thì thích thơ của Nguyễn Bính và Hàn Mặc Tử v.v... Nên Hà thường đọc thơ Nguyễn Bính, Hàn Mặc Tử cho anh nghe, riết hồi anh cũng thích thơ Nguyễn Bính và Hàn Mặc Tử luôn. Anh luôn luôn chiều Hà trong tiết mục giải trí. Hà ít chiều anh ngoại trừ, là phá anh! Nhưng anh cảm thấy hạnh phúc ơi là!

Hai vợ chồng đọc thơ vui chơi, bỗng nghe có tiếng soạt sẹt bên ngoài, Văn bảo Hà:

- Im đi em, ba tưởng mình ngủ ba về. Không thì ba vô chơi lâu đấy!

Văn sinh trong Nam, anh nói giọng Nam. Gia đình anh là Bắc di cư, (quê tận Hải Phòng.) Mẹ anh cũng nói giọng Nam lai. Chỉ ba anh nói giọng hoàn toàn giữ quê cha đất tổ. Tiếng ông bên ngoài rất nhỏ. Nhưng giọng còn rặt Bắc...

- Bố tiên sư tụi này đi ngủ sớm thế, ngủ theo gà rồi... Ối giời ơi... Tụi này, tụi này...

Nói rồi ông lẩm bẩm cái chi trong miệng theo thói quen. Sau đó ông à ơ ngâm một câu Kiều đi vào hướng khác. Bố chồng đi đâu về đây vẫn ở nhà chị Hương. Ban đêm ông vẫn thích đi lòng dòng như thế ngắm trăng suông, ngâm thơ Kiều, hát ví dặm tuồng chèo... Cách nhớ quê neo đậu trong lòng của ông là luôn như vậy!

Thu Hà thấy chiếc bóng ba chồng loáng thoáng đi qua cửa sổ nàng định nói. Nhưng Văn bụm miệng nàng. Làm Hà chỉ còn thốt ra trong hơi thở nhỏ, thì thào bị túm:

- Trăng đẹp quá ba đi thăm tụi mình. Ba thích nói chuyện dậy đi anh. Không ba trách mình đó, em không muốn đâu?

- Trách gì mà trách, thấy cảnh đẹp, buồn buồn ổng đi ngắm cảnh vậy thôi. Không, anh không dậy, ba sẽ đi dòng dòng và ổng về nhà bà xã ơi... Không thì ba vô đây, là cả tiếng đồng hồ nói chuyện với anh. Ba không chịu về đâu em?

Tự nhiên Hà lấy tay Văn ra khỏi bụm miệng mình và hỏi:

- Ngày xưa ba yêu má thắm thiết như mình không anh?

- Ba yêu mẹ lắm, ổng sống chết vì người đẹp Hải Phòng đó chứ...

Văn nói tiếp:

- Sau này làm vợ có con đầu lòng rồi, mẹ mới yêu ba nhiều. Nhưng ba đã làm mẹ ghen, mẹ tức một bận. Mẹ bỏ ba một thời gian sau mới hiệp lại. Nghĩ đến chuyện này anh cũng oải lắm đó.

- Ủa, sao anh chưa bao giờ kể em nghe chuyện này?

- Chuyện không có gì để mình chú ý. Anh không muốn kể nghe. Bây giờ em hỏi ngẫu hứng anh nói cho vui thôi…

- Sao nhiều rắc rối vậy. Em không muốn mai mốt anh làm em buồn, em xa anh, em xé anh ra đó nha.

- Cố nhiên rồi ba khác, anh khác chứ. Bà xã…

- Nhớ nghen?

- Nhớ. Mà em không sai với anh nữa chứ?

- Em làm gì sai?

- Biết đâu được nà.

- Hum…

- Anh đùa tý thôi. Em biết đấy anh thương ba, song anh thương mẹ nhiều hơn. Mẹ anh đi đâu đi. Và không ở chung với dâu, nhưng mà rất thương dâu mà bà xã.

- Em có biết lòng má anh rồi mà! Mai mốt em có con trai em cũng thương dâu vậy đó.

- Nhưng nếu con gái hết thì sao hở em, bà xã?

- Thôi mệt cứ nói xui? Dĩ nhiên em có con trai chứ anh!

- Hi hi. Anh giỡn mà! Chàng cười nhìn vào mắt nàng. Một đôi mắt đẹp nơi người vợ anh, hơn cả mọi ngôi sao nào của bầu trời đêm lấp lánh… Văn cảm giác và hết sức yêu nàng…

- Thôi trở lại vấn đề, ba đi rồi đó… Em đọc thơ tiếp cho anh nghe đi, ba chắc về nhà chị Hương rồi bà xã.

Hà liền đọc cho Văn nghe tám bài một lượt. Xong nàng nhõng nhẽo:

- Em đọc cho anh nghe tám bài rồi*. Anh phải hát cho em nghe chứ. Công bằng cho em đi ông xã… (Tám bài nàng đọc đó là: Ái khanh hành. Tôi Còn nhớ lắm. Ghen. Chân Quê. Trăng sáng vườn chè - của Nguyễn Bính. Dấu tích. Muôn năm sầu thảm. Đây thôn Vỹ Dạ - của Hàn Mặc Tử)

- Hát gì không đờn địch mà hát em. Mình nằm mở cassette nghe hay hơn em à! Văn như phản đối vợ.

- Không, em không thèm nghe cassette nữa đâu, em thích anh ca hơn. Ngày xưa mới quen nhau, ngày nào cũng thích ca cho em nghe mà. Nay lười em không chịu đâu?

Em đọc cho anh tám bài thơ. Công em anh phải trả chứ. Hãy hâm ấm lòng em bằng âm nhạc chính anh hát đi mà. Ôi anh yêu...

- Em tiểu thuyết quá!

- Thiệt chứ tiểu thuyết gì, em thích anh hát! Với lại tiểu thuyết hay cũng đáng đọc chứ anh!

- Em hôm nay nói năng như lớp giảng luận nha.

Hà cười buồn:

- Nhưng em đã mất thời làm giảng luận! Chỉ còn thời nghe anh hát thôi. Hát cho em nghe hôn nè?

- Hát gì mà hát em. Chắc giọng bây giờ còn dở tệ đó...

Hà xoay qua một bên rúc đầu vào chỗ khác mà rằng:

- Không hát thì thôi. Ngắm trăng đẹp hơn kìa. Em không thèm ôm anh đâu. Không, không nhất định không thèm ôm anh nửa đâu. Hu hu hừ.

Văn khều vào vai Hà, và cắn nhẹ vào vai nàng thỏ thẻ:

- Lại hát bài "Không" của Nguyễn Ánh 9 nữa rồi. Mệt ghê ta ơi.

Im một chút chàng nói tiếp:

- Được rồi, nhưng em thích bài gì nói cho anh nghe đi. Khó dễ quá nha bà xã!

Hà chịu xoay lại đối diện với Văn nàng cười tươi, nhưng xếch xéo miếu chút dễ thương, và nàng bảo:

- Em thích bài Huyền Thoại Một Chiều Mưa của Nguyên Vũ. Anh còn nhớ không?

- Bài hát Huyền Thoại Một Chiều Mưa bắt đầu là: *Chiều mưa cuối tuần. Mưa bay lất phất và mây tím giăng ngang... Em đứng bên anh... nhìn trời mưa mãi nên không kịp về.*

Lời bài phải vậy hôn em nà?

- Đúng rồi đừng nói nữa, ca đi anh. Ông xã...

Đình Văn tằng hắng hai tiếng lấy giọng và để bắt đầu hát thật.

Nàng lắng tai...

Chàng hát rất khẽ, rất êm, lòng đầy xúc cảm. Thu Hà ôm quàng cổ chàng, và lắng nghe sâu thẳm miên man...

Đình Văn hứng chí hát, từ bài Huyền Thoại Một Chiều

Mưa sang bài Nép Vào Lòng Anh, đến bài Ghế Đá Công Viên - Mai Anh Đi Rồi Còn Ai Vuốt Tóc Những Khi Em Hờn Dỗi... Và Văn hát qua bài Hoa Trinh Nữ - Đây là một bài hát mà Hà yêu chuộng đứng vào hạng nhất nhì trong lòng nàng... Nàng đôi khi, không nhớ rõ lời của tựa đề bài hát lắm. Nhưng Hà thường vẫn lấy câu đầu làm tựa nếu như quên, cách nhớ của Hà là như vậy. Nàng nghe chàng hát. Hay chàng đang nỉ non âm vọng, gởi vào trái tim nàng – Để cho nàng - Người vợ thích mê thơ và thích nghe ca từ lời bài hát...

Đó là dòng nhạc mà Thu Hà yêu nhất. Thu Hà nghe và chất giọng của Văn đưa Hà vào giấc ngủ say mê, như một chất kích thích ngấm dịu vào hồn cô, như ru cô vào mộng mị! Chất giọng chàng đẹp êm đềm quá, tựa như vầng trăng sau hè còn thơm ngát trên cây mì non kia... Đẹp như ngọn sóng của dòng sông thì thầm, nói tiếng yêu đương. Đẹp như hiu hiu của gió mùa thu lãng mạn gởi về... Say đắm, yếu ớt, nhựa nhàng, nhưng kỷ lục, và sức sống!

Đình Văn vẫn cứ hát một mình, anh tự lắng tai nghe giọng ca mình khá lãng mạn. Anh tự thưởng thức chất hơi và lời ca anh. Lâu lắm rồi Văn ít khi hát... Hôm nay vô tình vợ anh, bà xã đòi, làm anh sống lại những khoảnh khắc đam mê ca hát... Và cũng làm anh nhớ lại...

Anh nhớ lại ngày xưa lúc mới lên mười bảy tuổi, anh học chơi đàn guitar. Anh mê cô gái ở Long Điền đẹp và hát rất hay, song cô ấy không yêu anh vì chê anh nghèo. Anh đã bỏ học đàn từ đó. Để giờ này người vợ nằm bên anh, bảo anh hát. Văn hát và chạnh lòng nhớ một thuở xa xưa... Anh yêu văn nghệ đi qua... Nhưng sự hiện hữu của anh, có người vợ khá xinh đẹp, ngoan hiền bên cạnh thì còn gì bằng? Bao chuyện đi qua anh không hề mảy may tiếc nuối đâu, chỉ là một khắc nhớ mà thôi. Thượng đế đã trao cho "chàng" một giấc mơ không xa thực tế lắm! Anh cũng đã có vợ đẹp con sẽ xinh... Đình Văn nhìn Thu Hà ngủ mê say, nhịp thở đều đặn nơi lồng ngực co bóp, tóc mai nàng lõa xõa trông thật quyến rũ lạ thường. Làm tim anh se thắt và thấp thỏm. Vợ anh đáng yêu thật! Anh ngồi dậy và cứ nhìn, cứ nhìn. Anh cúi xuống hôn nàng nhè nhẹ, còn hơn tơ vương... Để nàng ngủ ngon. Văn tìm cảm giác yêu thương khi nhìn vợ ngủ cũng khá đủ...

Văn nâng niu nàng ngủ ngon giấc hơn. Anh muốn dời gót đi ra ngoài một tý...

Anh lên phòng khách. Nhà cất chỉ vỏn vẹn ba phòng nhỏ, một phòng ngủ, một khu bếp nấu, một phòng khách. Trăng rằm đã lên cao, và đứng bóng. Văn đã bỏ thuốc lá cảm giác hơi thèm, nhưng anh không dám nghĩ tới! Anh quyết chống nó tới cùng. Đọc báo khoa học anh hiểu. "Gần gũi vợ đang mang thai, hút thuốc lá chỉ có hại, không lợi lộc gì cho con, cho gia đình và cả chính anh." Nên Văn hạ quyết tâm bỏ hơn mấy tuần nay. Và Văn quyết khống chế để thắng nó. Anh thật sự muốn chứng minh sự việc này, anh đang mong mỏi...!

Đình Văn liền muốn đi rảo ra, đến trước sân ngắm vài chậu Hoa Lan trắng buốt dưới trăng thật quyến rũ. (Nhà thì nghèo nhưng hoa và cảnh tre trúc, anh, vợ anh, và người mẹ từng sống không thể thiếu nó ở chung quanh...) Và anh nhìn đóa Hải Đường mà anh chợt nhớ đến câu thơ kiệt tác của Nguyễn Du*...Đó là hai câu thơ nói về Hải Đường được nhắc lại hai lần qua hai bối cảnh của Truyện Kiều.

"Hải Đường tả ngọn đông lân/
Giọt sương gieo nặng cành xuân la đà..."
Rồi một dịp khác:
"Hải Đường mơm mởn cành tơ/
Ngày Xuân càng gió càng mưa càng nồng")

Cái tả tình lồng trong cảnh của Nguyễn Du rất độc đáo, trừu tượng, xa xôi, nhưng cũng không phải là không gần gũi để dễ nhìn, dễ thấy. Câu thơ được nằm vô lòng của mọi giai cấp, từ cao đến thấp từ sang hèn, hoặc đến với kẻ bần cô giữa chợ đời thiếu thốn, khổ kham, như vẫn có thể hiểu được và yêu thích xúc cảm về nó. Nếu họ đã được đọc và hình dung ra nó. Như thế thì thơ vô cùng ý nghĩa và sự thi vị ấy đơn sơ mộc mạc nhưng trau chuốt của văn từ một cách linh diệu, đến nỗi khó ai theo kịp, và khó ai liên tưởng khéo đến vậy. Đêm nay Văn thấy cảnh sinh tình, và nhìn cảnh vật mà Văn chợt thương quý người đại thi hào này biết bao... Và ông đã làm cho anh thưởng thức được hình bóng tuyệt vời hương vị của câu thơ, Thơ ông thật xứng đáng cho người đời ngưỡng mộ, khâm phục về một tài năng xuất chúng của thơ ca tuyệt đối...

Rồi Văn chợt cựa lòng suy nghĩ sự hiện tại của anh. Anh sẽ sắp có đứa con gái đầu lòng, khoảng hơn năm tháng nữa! Anh mong con anh lớn lên xinh đẹp, dễ thương, thông minh, ngoan hiền. Rồi ước mơ vào đời con sẽ tự tìm lấy! Anh, và vợ anh chỉ sinh thành dưỡng dục là đủ. Đời sẽ giúp cho con đôi cánh bay lên! Văn thầm nguyện cầu, lòng anh nhẹ nhàng rồi vui hẳn như nước về mùa đúng dịp hân hoan, hay ngọn nước triều cao dâng đưa, hoặc đẹp tựa hồ mặt nước tự do nơi vỡ đê, mà có lý do của nó, để reo hò, để tung nhảy, để hân hoan vui sướng... Anh không còn gì lo lắng buồn phiền. Mặc dù anh rất nghèo, nhưng sự lãng mạn xa vời là trời đã như cho anh có, từ trong những giọt máu...

Bỗng dưng anh muốn làm gì đây khi chưa thấy thèm ngủ. Văn đi xem sách, coi truyện, đọc thơ ư...? "Thủy Hử" "Anh Hùng Xạ Điêu" "Cô Gái Đồ Long" Anh cầm lên rồi cất lại. Đình Văn có một tủ sách nho nhỏ. Thu Hà vẫn thích sách anh đọc. Song Hà yêu thơ và những Tạp Chí Thời Trang hơn. Cô còn thích đọc "Khoa học và đời sống gia đình" "Nhìn ra thế giới" "Phái nữ làm đẹp." Chuyện xưa kiếm hiệp, cô không ham mộ hoặc mặn mà với nó, bằng chồng Văn của nàng!

Suy nghĩ mông lung anh bỗng muốn viết một cái gì cho Thu Hà. Trăng sáng gợi cảm, gợi hồn yêu thương, gợi về lưu luyến! Văn có một cảm nghĩ thoáng qua, mà thấy hay hay vô cùng... Văn như rơi vào tiềm thức! Anh muốn viết để tặng vợ - Hà yêu. Anh cắn bút năm giây suy nghĩ, để ghi tựa câu chuyện "Giấc Mộng Đầu..." Anh mỉm cười và bắt đầu viết.

Văn cắm cúi viết, sửa đi sửa lại mấy lần, mới được một phần ba khoảng trang vở, thì nghe Thu Hà trở mình gọi tên:

- Anh Đình Văn anh ơi, anh đâu rồi? Em ngủ lạnh mà anh bỏ đi... Em không chịu đâu ông xã, anh đâu rồi anh Đình Văn?

- Nằm đi, chút xíu anh vô liền...

- Không được, anh làm gì ngoài đó? Nàng hỏi vọng ra.

- Anh đọc sách... Văn trả lời.

- Thôi thôi, không cho anh đọc sách đâu, ngủ với vợ mà đi đọc sách? Trời ơi thiệt tình ông xã...

Đình Văn cười nhẹ bỏ bút đi vào giải thích:

- Nói chứ em chìm vào giấc ngủ ngon, còn anh ngủ chưa được, chạy ra phòng khách anh muốn viết câu chuyện chúng mình vui vui. "Giấc Mộng Đầu" để sau này cho con coi, mình coi lại. Em nhỉ...

- Thôi em muốn anh ngủ với em nè, dừng lại hôm nào viết tiếp mà!

- Được thôi, tuân lịnh em. Hoàng hậu của lòng anh đấy! Đình Văn nói và hôn vào trán nàng, lòng dâng tràn hạnh phúc. Sau đó chàng cầm đôi tay có bầu nhưng chắc nịch và dịu dàng thơm mát của Hà mà hôn, rồi buông xuống, lòng Văn đầy thích thú sâu xa... Hà chỉ biết im lặng và tận hưởng những cảm giác bên chàng!

Một đoạn sau Đình Văn ra ngoài phòng khách cất bút vào hộc bàn, trang vở viết cũng được xếp lại.

Hà trong phòng chờ đợi lắng tai. Nàng đưa tay sờ vào lồng ngực như lắng nghe nhịp thở con tim hơn, rồi ôm gối... Đình Văn đã vào phòng với Thu Hà. Nàng buông chiếc gối ôm ra, đẩy gối ôm đi. Nàng đưa tay Văn ngã vào lòng, khi anh như chưa kịp, buông thả hết người xuống...

- Anh có biết em lạnh không? Khi em mở mắt không thấy anh! Ông xã... Hà nhõng nhẽo bảo thế.

Văn gục đầu xúc cảm, anh nhìn đôi mắt của vợ anh trông nó có vẻ buồn, lại có chút tươi tươi, nhưng hiền dịu và đẹp làm sao! Đẹp an bình như mặt nước mùa thu... Anh đang cảm nhận.

Văn chưa kịp nói gì thêm Hà đã ôm đầu anh, làm Văn ngã hơn...Văn ngã xuống dễ dàng nằm trên ngực Hà... Anh cảm giác thật tuyệt diệu! Anh mỉm cười và thay đổi vị trí. Văn ôm vợ vào lòng siết mạnh hơn. Cảm giác yêu thương và ân ái xâm chiếm cả gian phòng, vào cá nhân người chồng anh. Một hạnh phúc được thăng hoa đang chiếm ngự vô biên! Văn hiểu được những cảm giác của vợ Hà, chính là cả anh trong lúc này.

Một bàn tay của vợ... Một bàn tay anh...

Trăng ngoài trời soi bóng, sương lạnh về khuya. Hai vợ chồng xuân trẻ càng thêm dào dạt ân tình...

HDT viết 2012.

MIỀN ĐẤT HỨA

Hân hạnh giới thiệu:

Tình yêu tưởng như hạnh phúc nắm trong tay. Nhưng định hướng đôi lúc đi ngược lại. Thiên đàng và địa ngục rõ ràng ranh giới không xa? Có khi chính địa ngục là một cơ hội- Một tươi sáng khổng lồ không ngờ được. Thấm mệt, thấm buồn, thấm khôn ngoan... Là niềm tin cho một Nhã Thư, một tâm hồn trong sạch giàu tình yêu, nhưng ghen hờn, giận dỗi, tự ái, và đong đầy lãng mạn cá tính!

Quê tôi có những đồi sim.
Có hoa mua trắng trên triền tràm xanh
Có đồng ruộng nhỏ bao quanh
Có căn nhà lá lợp tranh thuở nào
Thuở tôi còn nhỏ ước ao
Chiều về cùng mẹ ra vào tận nương
Thương sao tiếng cuốc bên đường
Lắng tai mấy nhịp canh trường xót xa
Thương sao những buổi chiều tà
Quê tôi nghèo khó đậm đà bức tranh...

(Trích bài thơ "Quê Tôi"cùng tác giả.)

CHƯƠNG MỘT

Nhã Thư nhận được giấy đi Mỹ, phỏng vấn đã đậu song cô buồn hết sức. Vì là nỗi buồn của người sắp xa quê hương, xa ông bà cha mẹ, chị em, xóm làng thân thuộc. Con sông, bờ tre, bến nước, ngôi đình v.v...

Cô bỗng trổi dậy một tình yêu mãnh mẽ nhất, Thư thường đứng lặng người trong đêm, cho những cảm giác trôi qua. Ánh trăng từ nơi phương xa, sao trên trời chiếu, mây lững lờ trôi... Tất cả như nhắc nhở, như luyến tiếc hơn với cô - Ở những giờ phút thiêng liêng hôm nay! Có lẽ sự đa cảm, làm cho Thư nhạy hơn với quê hương. Khi Thư phải sắp rời xa nó, để gặp lại chồng sau gần chín năm xa cách...

Rồi sự liên hoan, Thư và hai con sẽ lên đường sang đất Cờ Hoa cũng đã đến. Cả nhà ai cũng vui như tết. Anh chị em đến, bà con, họ hàng thân tộc, bạn bè, cả người dưng vẫn được đến dự, nếu ai có lòng chia vui...

Hai con thơ của nàng (Nhã Vy và Thúy Hằng) sắp gặp lại ba chúng. Chúng có vẻ vui mừng hớn hở, tuy chúng chưa biết gì về đất Mỹ. Song chúng có quyền hãnh diện và tự hào với những đường xá bóng loáng sáng trưng, sạch sẽ như gương. Xa lộ, siêu thị, xe hơi... Khi ba và cô chú chúng gởi về coi. Chỉ duy là Thư buồn nhất, điều đó cũng hơi lạ nơi Thư. Cô từ lâu muốn gặp lại chồng. Hẳn là cô nghĩ đến chồng nhiều chứ. Vậy mà giữa cuộc đi, kẻ ở, làm Thư phân tâm tư tưởng. Bởi Thư lại phải xa người mẹ hiền yêu dấu. Mẹ đã từng chung sống với cô gần chín năm... Tình mẫu tử đã thấm đậm và dâng cao trong Thư...

Buổi liên hoan mọi người đang ca hát. (Sân nhà được dựng thêm rạp lớn hơn, bằng những tàu lá dừa và phên nứa, phên tre lạt của bà con trong xóm để tráng bánh, cũng được gia đình Thư dùng mượn, tạm lấy để ghép làm cho rạp đẹp... Hình thức là thế đó một bữa tiệc trung, để mà chia vui tiễn mẹ con Thư sắp ra đi.)

Có cô ca sĩ huyện kia, theo anh nhạc sĩ miền vườn lên chơi nhạc, hát bài:

"*Mỗi mùa xuân sang... Mẹ tôi già thêm một tuổi, Mỗi mùa xuân sang ngày tôi xa mẹ càng gần..*

Rồi mùa xuân ấy tóc trắng mẹ bay. Như gió như mây bay qua đời con. Như gió như mây bay qua thời gian. Ôi mẹ của tôi. Mẹ già như trái chín cây. Gió lay mẹ rụng con về mồ côi

Gió lay mẹ rụng con về mồ côi. Mồ côi tội lắm ai ơi

Đói cơm khát nước biết người nào lo...

Thư biết bản nhạc của Trần Long Ẩn khá nổi tiếng qua tiếng hát Thu Hiền, nàng nghe nhiều lần. Hôm nay thì cô bé kia hát, các bạn bè, các em vỗ tay tán thưởng. Nhưng không hiểu sao có chút gì đó buồn khác lắm, da diết lắm, đã khuấy động tâm tư Thư. Cô như chịu không nổi. Cô bỏ trốn vào buồng trong, Thư ngồi hóa nhiên khóc hụ hụ... (Ở đây các nhà đều có một phòng để có chứa vàng bạc, hoặc quần áo thứ chi cần thiết không cho người lạ biết, phòng đó được gọi là buồng trong.) Phải chăng tiếng hát Thu Hiền từ lâu làm cho Thư tiếp nhận, đến hôm nay sự đồng cảm chín muồi hơn. Tâm trạng được khơi dậy nơi lòng Thư mạnh mẽ hơn, khi cô bé cất lời hiu hắt...

Bạn bè, anh chị người thân hốt hoảng chạy vào phòng, mới thấy Thư ngồi khóc ủ rũ và không nói lên lời.

Một người bạn may với Thư. Trực lên tiếng:

- Sao vậy Thư? Chuyện gì vậy Thư?
- Bài hát làm mình không cầm được nước mắt.

Có người lên tiếng:

- Sao lại cho hát bài hát như vậy chứ?
- Thì vui liên hoan mà, bài hát không đặt thành vấn đề.
- Sao lại không chứ. Hát nhạc vui lên đi.

Lại có người khác sâu sắc thì nói ngược lại:

- Hát để nhớ mẹ là điều tốt thôi chứ.

Thư biết mọi người thương mình, mà tranh luận đôi ba

chiều trái nhau. Nên nàng liền bảo:

- Không sao đâu, mình xúc động chút thôi, sẽ tỉnh lại mà. Thư trả lời đôi mắt như còn lệ nhòa chan chứa.

Người mẹ già trên bảy mươi tuổi lưng chưa còng, nhưng mắt bà đã yếu đôi chút, bà chậm rải bước vào phòng. Thư đứng dậy chạy vào ôm mẹ mềm tay, lệ như thêm chảy. Nàng không nói được gì lúc đó. Hình như người mẹ đã hiểu, lần ý bảo nàng:

- Thư à đi đi. Không sao má còn các anh chị con lo mà... Đừng quá như vậy... không tốt con.

- Nhưng con thương má quá.

Hai con nàng cũng vào thấy. Nàng và bà ngoại đứng buồn. Chúng quấn dưới chân nàng:

- Mẹ ơi mẹ đừng khóc mất đẹp nè. Sẽ đi qua ba vui thôi.

Thư quay lại ôm con, rồi thủ thỉ:

- Mẹ hiểu nhưng mẹ... Mẹ thương ngoại con à.

Nơi phòng riêng đặc biệt đó, kẻ vô người ra thăm nàng, bên ngoài thì vẫn tiếp tục ca nhạc. Có nhiều em nhỏ ngồi lắng tai, miệng há hốc thơ ngây. Vì cuộc ăn no vui lớn, cho tiệc đãi đằng, còn được nghe nhạc khỏi tốn tiền. Dễ gì có mấy khi!

Xong đoạn Thư dằn lại cảm xúc nói với người mẹ rằng:

- Má ơi con xa má chắc là nhớ lắm, nhưng vì chồng vì hai con. Con phải ra đi. Má ở nhà cố giữ gìn sức khỏe nha.

- Má biết mà Thư. Cố vui lên con gái.

Đương lúc các chị, các em hiểu Thư xúc động, bởi bài hát, họ xúm vào phòng an ủi nàng hơn. Thư có cả ba người chị, và hai em đều có mặt nơi đó hết. Và một số người thân hữu nhất của Thư vẫn ở đó.

- Em đi mới là khó, về thăm má dễ mà. Ở nhà có các chị tới thăm nom lo lắng cho má. Hãy vui đi em, ăn mừng mà biến thành buồn thì xui xẻo Thư ơi! Các chị thì nói như vậy.

Còn hai em thì nói khác hơn:

- Không sao đâu chị Thư, mong chị vui vẻ lên đi. Lớn rồi mà mủi lòng nhanh thế chị Thư. Em kề bảo.

- Đừng buồn như vậy chị Thư. Em út nói.

Và có người con trai chú họ tên là Kha, đã xông vào phòng lôi Thư ra trước mặt tiệc:

- Tuyên bố với bà con "Chị tôi lại nhớ chồng vào phòng khóc thôi." Tôi lôi ra đây nè.

- Làm gì có, Thư đang nhớ mẹ trước khi đi. Bạn may nàng, Trực vẫn tiếp ứng như thế.

- Thì nói cho vui mà. Kha hiểu tánh chị Thư mà Trực?

Trực là bạn thợ may, cũng là người thầy dạy cho Thư nên nghề. Hai người cộng tác với nhau mấy mùa mưa nắng, và rất thân. Trực lau nước mắt cho Thư. Thư lau nước mắt thêm cho mình. Rồi bước ra ngoài phòng, vội cầm micro Thư nói:

- Cho Thư thành thật xin lỗi. Vì bài hát làm Thư xúc động quá. Xin cám ơn tất cả đã đến đây để chia vui với Thư. Hôm nay Thư ở niềm cảm xúc nghẹn ngào thành thử... Thư thật lòng xin lỗi. Một lần nữa xin lỗi... Thư sẽ cố gắng, cố gắng gượng dằn cơn xúc động. Mong để được vui cùng bà con, bè bạn trước khi ra đi xa...

Một số người vỗ tay và một số em bé gái, bé trai gật đầu mừng hớn hở vỗ tay nhiều hơn, chúng như tán thưởng lời nói của Nhã Thư.

- Đó xúc động rồi hết thôi mà. Có người trong dòng họ lên tiếng riêng vậy nữa.

- Cố gắng lên Thư. Cố gắng lên mà em. Tiếng nói của chị Thu con ông bác họ chen vào. Và chị Thu nói thêm:

- Tánh em thì chị biết rồi dễ xúc động lắm Thư.

- Dạ nhớ mẹ khi phải xa chị ơi.

- Cố lên mà. Đi Mỹ là sum hợp với chồng, để tương lai con có cha.

- Em biết nhưng mà chị ơi... Vâng được em cảm ơn chị khuyên. Thư nói mà bịn rịn trong nước mắt.

- Nghe chị đi, lau nước mắt đi em.

- Dạ em cố gắng. Thư nói và lấy khăn chặm nước mắt mình hơn nữa.

- Hết buồn lại vui, cuộc ca hát văn nghệ ăn mừng tiếp

tục tại sân rạp.

Mọi người đang lắng nghe. Chú Kha tính cách ưa bài bản, nên giới thiệu một bài hát màu mè một chút:

- "Cung đàn mùa xuân." Là em ơi vút lên một tiếng đàn, thơ Lưu Trọng Lư được Cao Việt Bách phổ nhạc vào những năm nảo năm nào, nhưng mà bài hát sẽ nổi tiếng ngàn đời, hoặc muôn thuở đời. Ha ha. Ha ha chính xác vậy...

Nói xong, Kha bắt đầu hát luôn.

Em ơi vút lên một tiếng đàn. Cung đàn đã so dây
Kìa cung đàn đã so dây, cung đàn đã lướt phím.
Đất nước mình xôn xao, mùa vui đang nở rộ
Bình minh chiến thắng reo ca, xuân về non nước bao la.
Mầm sống ta ươm giữa đời
Tay anh bưng ngọn đèn, tay em che ngọn gió
Anh nâng mầm trỗ em trút nắng vàng
Đường vui nay bước thênh thang
Tâm hồn lộng gió, em ơi xây đẹp mộng ước tương lai
Em ơi vút lên một tiếng đàn....

Mọi người vỗ tay tán thưởng. Sau chú chuyển sang giai điệu bài hát "Hoa sứ nhà nàng." *Đêm đêm ngửi mùi hương/ Mùi hoa sứ nhà nàng/ Hương nồng hoa tình ái/ Đậm đà ngày đó gọi tên/ Nhà nàng cách gần bên/ Giàn hoa sứ quanh tường*" Rồi nửa đoạn chú lại chuyển đến bài."Bướm Trắng *- Nhà nàng ở cạnh nhà tôi/ Cách nhau cái giậu mồng tơi xanh rờn/ Hai người sống giữa cô đơn/ Nàng như cũng có nỗi buồn giống tôi/ Giá không có giậu mồng tơi/ Thế nào tôi cũng sang chơi thăm nàng/ Tôi chiêm bao rất nhẹ nhàng/ Một con bướm trắng thường sang bên này...*" Chú Kha làm như hát liên khúc không bằng, rồi đưa cho thằng con chú hát phụ. Chú bỏ đi có việc chi đó. Kha là người hát hay, vui tánh, bộc trực, con của một người chú họ Thư. (Nghĩa là ba Thư và ba của Kha có chung một ông nội - Ba của Thư vai anh lớn. Nên Thư nhỏ hơn Kha 10 tuổi. Nàng vẫn đóng vai vế là chị. Anh em họ như vậy ở đây họ kêu là anh em thúc bá.) Kha hát lạ chuyển tông, xử lý nghe vui nhộn, rồi êm dịu. Như một chương trình văn nghệ giải trí thực thụ.

Sau Kha đưa Ngọc Tuyến tiếp tục ca. Ngọc Tuyến là con trai cưng của Kha đã lên mười lăm tuổi, đẹp trai da dẻ "môi son má phấn" như con gái, ai trông vui cũng bảo má cậu ta "nắn" đã lộn rồi... Nhưng thật ra cậu là nam tử hoàn toàn, chỉ mỗi phần da dẻ tự vậy thôi. Về các "khán giả" thì cứ nghe, cứ ăn uống hồn nhiên. Bởi ít khi làng xóm nơi quê nghèo, có được bữa vui đãi đằng như vậy... Cuộc liên hoan trước khi chia tay của Thư, được mẹ và các chị em tổ chức đầy đủ. Người tới góp phần, góp công chúc mừng đông đảo. Người dưng và cả bà con họ hàng đi đứng qua lại, non như một đám cưới ở làng quê...

Hai con nàng thì cứ lẩn qua, lẩn quẩn, chạy lòng vòng. Đứa lên chín, đứa lên mười trông thật dễ thương. Bà con nội ngoại của má Thư, ai thấy cũng muốn hôn chúng, vì ngày xa của chúng sắp đến rồi. Kể từ ba nó đi, nó từ Nam về đây ở họ đã mến tay chân nhiều lắm. Con nít bụ bẫm, xinh đẹp sạch sẽ ai chẳng thương thích! (Chính gốc quê nội nó cũng là Bắc Hà thôi. Chỉ di cư vào Nam, của thành phần 1954, song đã thành ngóc ngách trong đó lâu.) Thư thì luôn luôn có lời chúc tụng từ chị em ruột, người thân, bạn bè, bà con làng xóm thật nhiều. Cô muốn nở nụ cười trên môi nhưng sao nghe lòng đăng đắng, mơ hồ... Có lẽ cô đã nhớ mẹ khi chưa xa. Vì chỉ còn ba ngày nữa Thư xa mẹ, xa bà con. Niềm vui, nỗi buồn cứ như đi xây quanh tâm trí nàng. Nụ cười Thư sao ẩn nhiều nước mắt...

**

Rồi thời gian đến nàng phải cách xa. Nhã Thư gởi gắm mẹ già lại cho các chị, các em. Thư nói ở những giờ phút nơi đó, nơi mà cả gia đình họ đưa Thư ra đi, ở một góc ngoài sân bay để nàng chuẩn bị vào bên trong:

- Con đi, má giữ gìn sức khỏe. Má ở lại có mấy chị và hai em trông nom giùm. Bà con quê hương mình ở đây tối lửa tắt đèn vẫn thương yêu nhau, đùm bọc nhau.

Thư im lặng chút như nghẹn và cố nói thêm:

- Chín năm con về ở với má, con hiểu tình người và đất quê ta lắm. Ơn này cao dày lắm, con không biết làm sao để trả. Nghĩa nơi mẹ muôn đời con khắc cốt ghi tâm. Nhưng mà con phải...

- Má biết những núm ruột lìa xa mà con. Má cũng nhớ con Thư ơi. Bà nói và nhìn Thư thật thương nàng.

- Con nào không đau khi xa mẹ, nhưng con chỉ còn an ủi để mà trước khi con đi xa thôi. Má hiểu cho lòng con không?

- Má hiểu, má hiểu lắm con à.

Mẹ con ôm nhau không muốn rời, nhưng rồi phải rời.

Lần cuối cùng tại ngoài phi trường và sắp vào bên trong lên máy bay, phòng cách ly sẽ chốt cửa... Bao người thân đứng đó nhìn Thư cũng xúc động cho Thư và mẹ, và họ dành riêng cho Thư và mẹ ở giờ khắc này nhiều hơn. Họ hiểu và ít ai muốn nói gì nữa, họ chỉ còn lại cái bắt tay và gật đầu, chào tạm biệt người con gái tên Thư sắp theo chồng, để đoàn tụ nơi trời Tây, và nàng sẽ đi xa thôi, xa đất Việt thôi...

Cả ba mẹ con đi vào bên trong đó. Rồi chiếc máy bay đã thi hành nhiệm vụ, chở nàng và hai con rời khỏi quê hương. Mang hình hài nàng đến một vùng đất lạ, xa xôi bên kia đất nước - Thái Bình Dương nghìn trùng thương nhớ... Nàng đi chuyến máy bay thuộc về ban đêm, ngàn sao trên trời lấp lánh, nhấp nhô, sóng sánh đưa lối... Thư cứ tưởng tượng mà nhìn, như nước mắt mình nghìn xưa hóa kiếp thành sao, để đưa tiễn nàng đấy, lòng nàng bao vấn vương xáo trộn!

CHƯƠNG HAI

Đến đất Mỹ vào thời điểm trời đã vào lạnh. Thư cùng hai con được chồng và các cô chú bên ấy giúp đỡ. Tuy nhiên nàng cảm thấy buồn thật nhiều. Niềm vui gặp lại chồng, song nỗi buồn của một kẻ hành trang, một kẻ xa quê, tìm đến từ miền đất lạ... Nỗi nhớ cày xới trong lòng Thư về người mẹ già xa xôi hiu hắt. Khiến nàng không tươi tắn lắm. Chồng nàng, các cô em gái bên chồng không thích vậy, có phần giận. Nhưng đố ai cắt được bản tính Thư. Bản tính của một người con gái, có nguồn gốc đa cảm, nặng lòng, trách nhiệm và hiếu thảo!

Một hôm người em chồng nói với anh trai:

- Chắc chị xa anh lâu quá, hay chị có bồ chi bên đó, mà chẳng bao giờ thấy chị vui trọn ngày. Biết chị như vậy dẫn qua làm gì? Mặt đẹp mà cứ như đưa đám ma, em không hiểu nổi luôn nha.

- Anh đã lo cho vợ con thật nhiều để sum vầy. Khi qua thì nó như vậy. Anh không biết sao mà nói.

- Hay anh kiểm lại đi, anh có làm gì không? Khiến chị không vui? Em muốn biết cho công bằng nơi hai người nghen?

- Thì có làm gì đâu. Cái tật anh thèm lên mạng chát chiết hồi giờ cho vui thôi mà. Nói chuyện vãn cho vui bậy bạ... Nó không thích.

- Trời ơi no no. Anh đừng làm vậy. Có chị anh phải thay đổi cách sống. Chị mới qua buồn nhớ nhà. Anh nên ấm áp với chị chứ.

- Nhưng vợ anh đâu có như ngày xưa... Thành thử anh nghĩ, và đâm ra anh chán...

- Có thể chị mới rời chị em, xa mẹ ruột cũng có thể nhớ lắm. Đàn bà là một trăm chuyện của tâm lý, một trăm chuyện của trái ngược, một trăm chuyện của lo lắng. Hoặc xa anh lâu quá biết đâu chị...? Làm chồng anh phải biết cách. Hay đôi lúc anh sai cái gì, chị giận lẩy nữa chăng? Muôn chiều hướng trong lòng người phụ nữ. Họ khó được cái đơn giản như anh tưởng. Mà nhất là anh phải nhìn anh cho kỹ lại.

- Trời ơi. Nếu kể thì nhiều lắm. Thì hôm nọ thấy anh check mail, chat. Nó vô xô máy, giựt điện thoại, đánh vô mặt anh nè...

- Chị thấy hiền mà dữ vậy sao?

- Đánh mặt anh mấy lần. Anh biết vậy anh không dẫn qua...

Im lặng bởi người em hỏi. Đoạn anh nói tiếp:

- Anh thích tự do. Và người vợ không nên làm như vậy.

- Ồ có thể chị ghen mà, phụ nữ ai chả thế. Lúc hiền như ma sơ, lúc như bà chằng lửa, lúc sư tử Hà Đông xuất hiện, là thường tình thế thôi mà anh.

- Hồm giờ tự nhiên tối nào cũng lủi đi ngủ riêng một mình. Và anh vào phòng thì cô ấy bảo:

- Đừng đụng đến tôi... Hứ! Ở ngoài đó chát chiết nữa đi.

- Rồi sao nữa? Duyên em gái của chồng gạn hỏi thêm.

Chồng Toàn phân trần cho em gái anh luôn:

- Thôi nó nghĩ nó ngon mà. Nguôi với anh lắm Duyên có biết không?...

- Hay chính là chị có bồ ở Việt nam vì anh xa lâu chăng?

- Nhiều cái lạ, hay như em nói quả thiệt. Anh cũng không biết đường trời nào...

- Trời ơi tôi thua anh luôn, vợ anh mà anh không biết được chính xác sao?

Toàn không trả lời nổi, người em gái Duyên đã lắc đầu bỏ đi... Cứ như thế vợ chồng đã giận nhau. Các bữa cơm Thư không thèm ăn cơm chung với chồng... Chỉ nấu dọn và đợi cho chồng con ăn thôi. Nhã Thư rúc vào nơi phòng coi phim Việt Nam. Hai con vào năn nỉ vì chồng Toàn nhờ chúng. Thì Thư mới chịu ra ăn cơm cùng. Từ Việt Nam qua Thư ở với chồng và hai con - Nơi nhà gia đình em gái chồng là Duyên. Nhưng Duyên vẫn để cho vợ chồng Thư và con cái ăn cơm riêng, với một gia đình tư riêng của họ... Tuy có những lúc ăn cơm chung với đại gia đình Duyên đi nữa, tâm hồn hai người như giận, như hờn gì nhau, hai người như đã phải bay đi mỗi nẻo, họ khác nhau lạc loài mất rồi...

Và không bao lâu một ngày của Noel năm đó. Thư đã bắt gặp receipt chồng gởi tiền cho một cô gái Việt, Nhã Thư khóc nức nẻ vì tức, vì đã phanh phui một sự thật nơi chồng. Thế rồi cô bỗng dưng đòi muốn ly dị cho bằng được. Thư la lên:

- Em không thể sống với người chồng lại đi yêu một người khác.

Mặc dầu anh phân minh:

- Quen biết tình người, anh chỉ giúp đỡ cho cha người

ta bị hoạn nạn…

- Tại sao anh không nói em nghe chứ? Nàng hỏi nhìn thẳng vào mặt chồng.

Chồng Thư chưa bao giờ thấy đôi mắt nàng mở to và đẹp sắc sảo như lúc này. Nhưng chàng lẹ quay mặt đáp:

- Anh sợ em buồn thôi.

- Không được. Em bắt gặp lại buồn hơn. Anh nên biết là như thế chứ.

- Bây giờ em tính gì? Bỏ qua đi. Chàng lại nhìn nàng.

- Không đời nào. Em không thích anh nữa. Em muốn li dị anh. Nàng quả quyết.

- Em đừng làm khó quá!

- Không, em không còn yêu anh nữa. Hãy li dị đi. Em quyết định gấp!

- Bộ em muốn vậy sao?

- Em vậy đó, anh muốn làm gì làm. Em không thích kiểu như vậy đâu?

- Em đừng có chọn, rồi ép anh?

- Không ép gì hết. Em vậy đó! Coi như để xong…

- Hay em yêu ai hơn anh?

- Đừng nói chuyện lôi thôi, lảm nhảm. Tốn thì giờ em.

- Đừng buộc anh có được không?

- Không buộc gì hết. Anh đưa mẹ con em qua tới đây, là em cám ơn rồi. Em không thích người chồng mà sống, với một dạ hai lòng, thế thôi.

- Em giảm nóng giận để nghe anh nói có được không?

- Không được. Chắc chắn là như vậy.

- Em đừng làm khó như vậy, chuyện coi như nhỏ đi.

- Không khó gì cả. Chuyện nhất định không nhỏ. Em đã nói, thì thế thôi. Em muốn em được an bình hơn.

- Có gì đâu không an bình em?

- Anh nói như vậy là anh không hiểu gì phụ nữ cả? Mà thôi em khỏi giải thích, anh cũng không nên phản biện chi. Lối rẽ đã cuốn phăng em, anh hai lối rồi.

Nhã Thư quyết định như đinh đóng cột. Vì đối với cô là tình yêu không một chút hoen ố, hoặc mờ nhạt. Bởi nó đã làm tổn thương trái tim Thư, nàng không chịu nổi, chồng Toàn đã đánh mất tình yêu nơi nàng, đến hụt hẫng, tước đi sự đẹp đẽ thăng bằng nơi tình yêu, từ sự kiện này rõ nhất...

Tưởng gặp nhau vợ chồng hạnh phúc nhưng trời đã khiến, hai người như sa vào hai lối lạc? Chiến tranh lạnh, rồi chiến tranh nóng, rồi bùng nổ như trên. Giữa Thư và chồng hai kẻ giận nhau, cứ tăng lên cấp số nhân. Hai người như đi hai hướng nghịch chiều, Thư trở nên lạnh lùng băng tuyết với chồng, không cần quan tâm, không cần nói chuyện, không cần hỏi han gì nữa, ngày càng khoảng cách hơn... Cả nhà đi lễ rồi về quay quần hát karaoke, nhưng Nhã Thư từ việc đi lễ đã không đi chung, viện lý do học này, học nọ. Về nhà thì Thư cũng chẳng chịu chung vui với mọi người. Nàng lẳng lặng không ngừng mày mò học English, và cầu nguyện ơn trên. Thay vì đi nhà thờ với gia đình họ, từ khi họ rời nhà. Thư thì đã nằm vào giường nhắm mắt, tự trả lời các câu hỏi của bài thi, của luật, lái. Lái xe là một điều tối cần ở xứ Cờ Hoa này, nàng không thể chần chừ lâu nữa... Thư không thể xem nhẹ bỏ qua lâu được, dù gì nàng cũng cố gắng nhiều ở điểm này... Nàng phải yêu cái bằng lái xe, giống yêu lấy bản thân mình, hơi thở mình, như không hơn không kém chứ. Thư tự giác và ý thức kẻo sợ muộn. Hơn nữa Nhã Thư vốn là một cô gái dịu dàng, nhưng mạnh mẽ và ít lười biếng cho bất cứ việc học nào.

Và chẳng bao lâu Thư đậu bằng luật, cả bằng lái. (Ở Mỹ bằng luật là trả lời lý thuyết, bằng lái là xe đi qua nhiều qui cách nơi thực hành. Phải lái chạy trong cuộc thi đó, phải cố gắng để không rớt ở vùng qui định đó. Nghĩa là phải đậu ăn chắc hoàn toàn! Thư đã chứng minh mình đủ hai điều kiện.) Rồi Thư cũng xin được sở làm như ý dự định, để rồi cô vô tình hay cố ý, cứ lên xe là nhìn nghĩ thấy đến sự việc kia, cô luôn luôn ám ảnh cái số tiền Toàn gởi về cho cô gái Việt là 500 usd kèm theo lời nhắn. Những lúc chạy xe trên đường làm về khuya, một mình Nhã Thư luôn thao thức với cái receipt đó, nơi tay cô từng được đọc gọn bức thư ngắn hôm nào "*Vợ anh, anh đã đem qua, anh có thể về thăm em... Em ngoan nhé.*" Lái xe trên đường về nhà, với ánh mắt nhìn xa xôi mông lung, qua các lối rẽ để về nhà, nhưng lòng Thư lại nhận lãnh một nỗi buồn sâu thăm thẳm đi vào hồn mình, buồn như không biên giới... Buồn như lòng các giếng lạng thưở xa xưa nơi quê hương, nó được phủ thầm, kín đáo, rong rêu đến cả ngậm ngùi... Buồn nơi nàng quá là buồn thảm, buồn ở nhà, buồn hơn khi ngồi xe, chạy xe... Nàng càng quẩn tâm rồi nhớ đến mẹ vô cùng. Có lẽ nỗi buồn không yên nơi chồng, vắt lên mảnh vai nàng quá nặng! Nàng âm thầm đi làm hãng và về như một chiếc bóng không hơn không kém...

Cả đám em chồng có khuyên can. Nhưng Thư quyết định. Thư không ngờ người chồng nàng. Nàng chờ đợi của chín năm, để đem đến cho Thư một sự thất vọng... Sống với nàng, lại yêu thương người khác, lo cho người khác. Thì điều này làm sao nàng chịu nổi? Mà hai người, chồng và Thư có những kỷ niệm đẹp vô bờ, đẹp hơn mọi giấc mơ nàng tưởng! Nàng thật sự không chịu một bông đùa nào, nhỏ nhít nào, để làm nàng tổn thương. Chuyện này đâu có nhỏ như đầu tăm kia, hay hạt sạn kia, mà to như quả núi Trãng Châu ở Đồng Nai thì có chứ. Theo Thư nghĩ vậy! Thư không cho phép hoạt tích bỡn cợt nào, để coi nhẹ tình yêu nàng. Thư không cho phép chồng đem chiếc áo "ái tình" của nàng cởi ra, để ngắm chơi, để nhìn hí lộng đùa giỡn, vờn vập ảo giả! Dù cho rằng chàng đưa nàng đến đất - xứ cờ Hoa này. Nhưng đâu phải đem nàng qua mà chồng sẽ có cái quyền tự do vượt lên trội, muốn làm gì làm. Không còn tôn nghiêm nàng chăng? Nàng là vợ chính thức có hai nhị con đàng hoàng đâu phải chiếc bóng mờ bên lề? Sao nỡ coi thường nàng, qua mặt nàng dễ dàng. Bản tính tự ái và không luồn cúi đã nằm phục sẵn nơi Thư... Nàng đã cho sự thiếu tôn trọng quá mức, trong tình yêu của người chồng đối với nàng...

Thư nạp đơn, đòi vợ chồng ly hôn. Một ngày xấu trời hay đẹp trời đó, nàng với chồng Toàn ra hầu tòa hủy hôn thú. Thư nộp đơn khá lâu mới được chấp nhận. Sự đến tòa chỉ hình thức ra ký giấy là xong...

CHƯƠNG BA

Sau ngày ra tòa, Nhã Thư vẫn coi như có công ăn chuyện làm ổn chuẩn. Nhưng nàng vẫn nhớ Việt Nam nhiều. Nhã Thư nhớ xa tít những ngày mới lớn. Những đêm xuân văn nghệ thanh bình, nhớ quê hương những khi vào mùa... Với chồng nàng đã nhớ quá nhiều. Và nàng không cần nhớ nữa. Thư nhiều lúc muốn trở lại với cuộc sống chân lấm tay bùn ở đồng ruộng, hoặc nương rẫy kia. Nàng thấy thích, và yêu sự thoải mái ở nơi đó... Nơi đó có cha có mẹ, có anh chị, bà con họ hàng, có những người lối xóm thân quen thì vui nào bằng!

Người chồng nàng đang có bên cạnh cũng như không? Nhưng đâu phải ước là được, mơ là xong. Nàng có lối chọn, thì nàng phải đi thôi. Thư đang ở Mỹ, quê hương ơi quá xa tầm tay mình! Bên kia bờ đại dương, như mù xa cách biệt, đến vô ngần nghìn trùng cách trở, nhớ mong trong nàng!

Chồng đã ly hôn hai người ở riêng. Nàng không còn ở chung bên gia đình chồng, nơi em chồng nữa. Nàng đi share phòng cùng hai con sống. Chỉ chồng Nhã Thư còn ở lại với gia đình em chồng Duyên mà thôi.

Li dị chồng không phải là lỗi của Nhã Thư, song nàng lại phải tốn nhiều thì giờ để khổ. Con nàng rất buồn. Đôi lúc hai con cứ hỏi hoài:

- Sao ba không sống chung ở đây vui hơn hã má!

Nàng vẫn luôn phải trả lời:

- Không sao, ba có đến thăm con mà! Nàng nói và hôn hai con. Rồi hai hàng nước mắt lụy chảy.

Hai con lại nhìn Nhã Thư thắc mắc thêm:

- Nhưng sao má khóc kìa?

Nhã Thư cố nói lãng qua chuyện khác.

- Má nhớ ngoại.

- Con cũng nhớ ngoại.

Vừa có những lúc ba lại đến. Chúng thấy dáng ba là bay về phòng mình. Hai đứa đang ở phòng Thư. Cả hai gặp được ba về thăm, cả hai tíu tít như chim non:

- Ba ơi, ba về đây. Ba ở lại đây đi.

- Ba ơi ba về đây. Ba ở lại đây đi.

- Chắc không được. Ba Toàn nhìn hai con rồi trả lời thế.

- Sao không được ba? Hằng đứa em hỏi.

- Được mà ba về ở đi ba. Nhã Vy đứa chị nói.

Đình Toàn lặng thinh một chút ngắm hai con thêm, và tự tay vuốt lấy mái tóc mình, cùng khuôn mặt mình, như cảm thấy thương hại mình, rồi cứ lắng sâu câu nói của hai bé.

Phòng của chúng TV đang mở những phim hoạt hình con nít "cartoon"để xem, mà chúng khó ghé mắt. Cả hai hay nói chuyện với má, thường ở phòng má hơn, giờ lại bay sang phòng mình, khi ba về... Tivi vẫn hoạt hình, vẫn là "hằng số có" trong phòng chúng, đôi khi như chỉ là vật dụng búp bê, hay không khí nghe thôi. Đành vậy, nhưng chúng ưa mở cả ngày không thèm tắt, vào cuối tuần. Lúc nào tivi cũng được mở, như cho nó tìm theo gió lộng...

Nhìn phòng, nhìn con, nhìn tivi nữa. Ba Đình Toàn suy nghĩ một đoạn rồi bảo:

- Con biết má không cho ba chứ sao. Con đừng đòi hỏi nha.

- Con sẽ xin má mà. Má ơi cho ba ở đi. Cả hai nói và ngóng cổ qua phòng mẹ Thư.

Vừa nói chàng vừa mở quà cho hai con, nào đồ ăn, nào thức uống, nào cream, nào đồ chơi. Và có cả búp bê kỳ này đẹp và xịn quá luôn.

- Ôi chao ơi hai con búp bê này đẹp hết biết ba. Ba mua đâu vậy? (Thiệt ra hai con búp bê rất là đẹp, loại đắt tiền.)

- Mua đâu cũng được, miễn là có cho con mà thôi. Chị một con, em một con nha. Vì anh thấy Hằng đang ôm hết hai tay hai con búp bê.

- Dạ con chia cho chị mà. Cả hai chị em đều có chứ. Hằng nói, và đem chia liền cho chị Hai:

- Ô búp bê chị đây chị Hai ơi. (Chị Hai tức là chị Vy là tiếng gọi của quê ngoại dùng chỉ, đứa con sinh ra đầu lòng được đặt để là thứ Hai.)

- Được chị thank you em. Thank you ba nhiều. Nhã Vy đã lên mười một, nói như thế với ba và em.

- Con cũng xin thank you ba. Hằng bắt chước chị Vy nói thế luôn nữa.

Hai đứa mới biết nói tiếng English bập bẹ... Ba Đình Toàn đang khuyến khích coi phim hoạt hình nhiều, có chữ English kèm cũng là chủ đích như thế. Khi ở VN thì chúng chưa học chữ nào, bởi ở dưới quê. Chỉ mẹ Nhã Thư học chút đỉnh. Nàng phải lái xe đi xa về vùng thị trấn, cách tám cây số so với nhà ngoại đến để học, song qua đây người Mỹ nói Nhã Thư chưa nghe được gì cả. Nàng nghe cứ như vịt nghe sấm! Thiệt lạ cho cái tai không có vấn đề mà sao như có vấn nạn! Thư bao lần đùa và thầm trách hài hước với chính mình như thế.

Nói về ba Đình Toàn lúc này. Khi nghe các con bảo. Chàng nói thêm rằng:

- Được rồi ba thương hai con. Và chàng ôm đầu hai đứa con hôn nhẹ.

Sau đó ba cha con ăn quà vặt, uống nước rồi chơi sắp hình bằng tiếng English kêu. Chàng muốn dạy con học làm quen English bằng hình, và vui với con. Khi xếp trúng chính xác, cây đàn tự ngân nghe rất vui tai nơi phòng riêng hai con.

Nhã Thư thì không nhập cuộc với họ. Chờ khi chồng rời phòng, rời nhà nàng mới sang bên con. Thường là như vậy.

Cứ như thế mỗi lần ba đến, con trẻ lại vui vẻ. Mỗi lần ba đi chúng lại buồn hiu. Riêng Nhã Thư lẳng lặng không nói. Nàng tỏ ra nghiêm nghị kín đáo. Chồng nàng cũng vui với con rồi lẳng lặng ra đi... Đôi lúc gặp mặt, anh hỏi một câu:

- Em khỏe không Thư?

Nhã Thư chỉ từ tốn:

- Khỏe cám ơn anh, nàng khựng lại trả lời, lại biến đi nhanh như con mèo con sợ khách lạ. Thư đi vội như không cho cơ hội chồng nói gì thêm. Nàng như hết mất sự yêu kiều nào đó dành cho chồng rồi. Lá gan tự ái, của nàng lớn hơn ông trời cao. Chàng biết.

Cuộc sống cứ thế đã xảy ra trong ba mẹ con nàng... Con đi học xe bus, về tự vui chơi giải trí với nhau. Nơi nhà chủ này có nhiều người share phòng. Thư đi làm hãng thường ngày. Thức ăn khi nàng nấu, khi thì mua. Cứ thế con tự lo thêm, chúng ăn Xirô với Milk, Pizza, McDonald's Hamburger, Hot Dog Chicken box. Hoặc vài thức ăn khác, đồ Mỹ đóng hộp v.v...

Khi Nhã Thư đi làm hãng TMP lại có thêm một khó khăn. Người thương cũng nhiều, nhưng kẻ xấu, ích kỷ không phải là không ít? Hoặc có thể, họ cũng chưa hiểu hết hoàn cảnh của Nhã Thư. Rồi cũng xảy ra một cuộc xô xát lớn. Hôm đó người làm chung lớn tuổi hỏi Nhã Thư:

- Sao vợ chồng qua vậy rồi chia tay. Dì thấy uổng quá. Sao không cố hàn gắn cho con cái nó vui Nhã Thư?

- Cháu cũng muốn nhưng lỡ rồi. Với lại chồng của cháu, anh ấy ngang quá cháu đành chịu.

- Ngang hơn con cua bò ngang không? Người này có vẻ đùa vui, hỏi mà mỉm cười.

- Dạ chắc còn hơn vậy dì ơi. Thư đáp.

- Thôi đi ngang cái gì. Bà mà nghe cái miệng nó. Đồ đĩ thõa, cái thứ vô ơn dẫn qua rồi đá đít. Nó muốn bay thì có... Ai mà lạ gì nó đang muốn sải cánh đại bàng đó... Hứm.

- Bà đừng nói vậy. Bà nên bụm miệng bà đi. Tôi thấy nó hiền mà.

- Hiền khỉ khô, hiền gì làm bộ như chết giả thôi. Thấy Mỹ đớp đớp kìa. Ai mà bụm miệng tôi được chứ.

- Ô bác đừng có xạo, tôi chưa đớp ai cả.

- Mày thấy ông Earl là sáng mắt, có không?

- Không, cô đừng vu khống tôi.

- Chứ gì nữa, muốn ẵm manager giám đốc thì có. Ở đâu mới vô hãng mà làm tài lanh. Đồ mất nết, đồ hư thân, đồ trôi giạt vô hãng. Hừm.

- Cô đừng nói thế xúc phạm tôi. Tôi thật không ngờ.

- Xúc phạm gì hứ. Mày đi xa đâu, chứ ở hãng này tao nói miết, đồ gái hư, gái thúi, gái lẳng mà cứ làm như trong sạch, tinh khiết. Mai đây lấy hết Mỹ đen, hết rồi tới trắng. Trong hãng cũng có đó, đủ hết đó chứ... Cha-la ma-nhí nữa. Lào, Miên, Thái, Ấn Độ, Mễ, Pakistan ôi. Cái đồ mới qua bỏ chồng, đi li dị đẹp đẽ gì. Tui nghe hết.

- Trời ơi con không ngờ cô nói ẩu con sợ luôn. Con không phải như vậy. Nhã Thư nói và rướm nước mắt.

- Bà đừng nói vậy, nó tủi thân, bà ác mồm vừa vừa thôi. Bà Diễm cùng tên với tôi ơi! Diễm O nói và cười buồn nửa miệng bảo như thế.

- Có bà binh nó chứ ai, tại vì bà biết làm thơ, nó cũng bày đặt làm thơ nên bà thích. Thơ thẩn gì giờ nghỉ, cứ là lấy tay nâng bút viết, múa máy hoài. Tôi làm mệt, tôi ra thấy bực mình hết sức.

- Trời ơi. Ở đời ai cũng có một sở thích riêng mà. Xa cha mẹ nhớ quê hương, thì thích làm thơ. Bà không thích thì thôi, sao cấm cản người ta lạ vậy nha?

- Nhưng tôi không ưa.

- "Không ưa mặc áo mưa đi chỗ khác mà chơi." Đừng có thấy người ta hiền mà ăn hiếp. Bà có nghe câu nói nổi tiếng của Mỹ chứ "Give me freedom, or give me death." Nó vui riêng của nó đâu có gì, có phiền ai mô?

- Hứm, binh nó quá là bà đó.

- Binh cái gì sự thật thôi mà. Ai mà tài nào bưng bít sự thật được chứ.

Diễm Lớn có vẻ hiểu và thông cảm. Bà nói và cười nhẹ nhàng khôi hài hơn nữa. Bà nhìn Diễm Nhỏ.

Hai bà vốn cùng tên. Nhưng người to cao nên gọi là Diễm Lớn, hay gọi là Diễm O vì bà là người Huế. Người nhỏ thấp lé đé kia được gọi là Diễm Nhỏ. Diễm Nhỏ người gốc ba Tàu. Bà sanh ở đất Việt, nên rành tiếng Việt.

Hai bà cũng chả hạp. Nhưng làm lâu với nhau chung hãng thì họ nể nhau. Thấy Diễm Lớn thương yêu Nhã Thư từ công ăn việc làm, bà chỉ cho cô cẩn thận, biết xử lý cách làm, bởi Thư là công nhân mới, đồng thời cùng "môn phái" thích làm thơ, thưởng thức thơ. Nên Diễm Nhỏ ganh tỵ đâm ghét. Tánh nết xấu của người hay nhỏ nhen, bủn xỉn trên đời này đâu phải là không có? Ai mà xưng danh đấm ngực sẽ tàn diệt được thứ đó. Đâu phải như một hàng rào nhỏ sẽ mất hút đi, hay biến bóng rồi trong loạn ly nhanh... Dù ở xã hội nào, phương trời nào, dù đất Mỹ hay Châu Âu, Châu Úc, Châu Phi cũng thế thôi, đời muôn năm như cũ. Hoặc muôn năm vẫn còn ghanh tỵ, hiểm ác, tranh nhau ấy mà. Và còn không hiểu nữa, hay tại số Thư phải gặp nhiều cam go vậy!

Người thích Nhã Thư là Diễm Lớn. Song đâu phải lúc nào cũng được làm chung với bà? Chỉ ngoại trừ làm rework. Cắt hàng nấu lại, mới làm chung, hoặc lau hàng bị dính dầu mỡ qua các lane đi, mới được làm chung nơi. Mới rảnh rang quây quần tán chuyện tý. Chứ lúc làm theo line thì ít rảnh việc, bởi vì mắt và tay họ luôn canh chờ để sẵn, đợi hàng nhả chạy xuống là nhìn chớp bốc lấy ngay. Vậy đó mà, tình yêu Diễm O quan tâm Thư, thì Diễm Nhỏ cắt bỏ, chống đối nàng.

Chọc phá 'rắn hai đầu" bỏ chồng theo trai. Đàn bà mất nết, con nhà dâm đãng. Và một loạt từ, trăm thứ đổ lên đầu nàng. Còn sự làm lụng của Thư cũng rất mau lẹ, cô rượt kịp những người từng là hạng một, nên họ cũng sinh ra không ưa gì, ghét ngầm nữa. Thật ở đời có nhiều nghịch lý, không phải giỏi mà người ta thương hết? Không phải giỏi mà họ ra sức bảo bọc, nuôi dưỡng tôn trọng đâu? Mà điều ngược lại đó, không thể là vô lý... Thư còn nhìn thấy nó kỳ lắm, nơi thang điểm và cuộc sống người Việt xứ người? Ở đây là vậy đó xảy ra liên tục, tranh giành quyền lợi từng chút, từng ly, chứ không phải là đối xử nhau tốt hết đâu? Đời sống người Việt ở xứ ngoại nhiều khuôn mặt, nhiều thái độ, nhiều xu hướng, làm sao nói tới cùng. Vẫn có cái tốt nhưng cái xấu luôn bành trướng, lôi cuốn xâu xé họ... Họ xoay ra làm hư danh phận người Việt, làm hoen ố nề nếp một dân tộc có truyền thống hợp quần và tương trợ tương thân - Chị ngã em nâng, bầu ơi thương lấy bí cùng... Nói về nàng, người Việt dửng dưng với nàng khá nhiều. Nhã Thư nghĩ ra một điều rất kỳ lạ. Thôi mình đành cứ chấp nhận ai thương bao nhiêu cũng được. Ai ghét bấy nhiêu cũng đành chấp nhận, biết sao hơn bây giờ? “Bắt phong trần phải chịu phong trần.” Như câu thơ trong Truyện Kiều thế thôi.

Môi trường có thể làm cho nàng đau đầu. Nhưng Nhã Thư vốn tâm chân không, tự tại, an bình nơi bản thể. Nên nàng vượt qua quá nhiều những hàm oan, nỗi cay đắng ở những kẻ bắt nạt nàng. Từ công ty này, dù hai năm nàng cứ gắng chịu nỗi đoạn trường, Thư hiền hòa làm thinh, Thư luôn cố giữ cho mình, một trạng thái trung dung hòa bình. Dầu là công ty Mỹ, nhưng có nhiều người Việt làm và họ phe phái nhau. Cố nhiên có một số người họ kéo theo, nghiêng về phái chê trách Thư. Vì có lẽ trời cũng sinh ra bản tính mà, vì là những kẻ ác thì hay làm tới, thích phá phách, lẫn dèm pha người khác....

Và thế đó, song về nhà Thư lại tủi khóc. Con hỏi thì Thư ôm con vào lòng nói:

- Má khổ quá, công ty má có người xấu, cứ bắt nạt má. Nhưng má phải đi làm để kiếm cơm, kiếm cá và nuôi con...

- Ai bắt nạt má con không chịu đâu, con làm đơn thưa họ.

- Đừng con, má nhịn được cay đắng mà. Khóc là khóc cho vơi nguồn. Thư nhìn con, nàng nói còn ngấn lệ trên mi.

- Không nhịn, má đừng khóc nữa. Con nàng phản ứng nhìn lại đôi mắt buồn rượi của má Thư.

Cứ thế Thư khóc nhiều, nên con nàng nhỏ mà suy nghĩ rồi lại viết lá đơn:

Can You Help?

“Xin ông giúp má tôi, má tôi khóc miết vì có người ăn hiếp. Bé viết bằng tiếng English.” (Ở đây tôi chỉ viết dịch ra nghĩa tiếng Việt đơn giản.)

Nhã Thư thấy con thông minh, lại có lòng biết thương mình sớm. Nhưng Nhã Thư cất để lá thư một chốn, trong lòng nàng không muốn đưa ra để cảnh cáo ai. Vì lòng Thư cũng rộng lượng và thương người. Thư nấn ná mãi... Tuy vậy đi làm về Thư buồn lại khóc nhiều hơn. Thêm một số ít người Việt cứ soi mói châm chích cuộc đời mình hơn nữa.

Nên đâu thể nào không gây ra cho Thư sự tủi thân, bực bội kia chứ...

Song mỗi lần con bé hỏi, thì nàng lại nói "Má ráng nhịn thôi." Vậy mà khi bưng chén cơm trên tay, Thư không ăn được, nàng nghĩ nàng có gì sai đâu. Nàng bỏ cơm khóc hoài, khóc mãi, khóc khó ngưng. "Rượu không uống mà niềm cay đắng lên men vào lòng..."

Một hôm con bé xót dạ lắm, nó nhìn Thư và cố bảo:

- Má đừng khóc nữa, con buồn lắm, con không học được đâu? Con nói lại lần chót. Không ai được ăn hiếp má, má phải trình giấy con đã viết. Nếu không là con không đi học, vì con thương má lắm. Má không thể chịu mất công bằng, và chịu người ta ức hiếp mãi theo ngày tháng? Đó là con bé lớn. Bé lớn con của nàng năm đó đã bước vào mười hai tuổi. Bé đã ý kiến, khi nhìn thương má Thư quá. Thư khóc nhiều lần trong đêm nó cứ thấy, thấy hoài, một tình mẫu tử nó thấy thương vô cùng...

Rồi tình hình diễn tiến không khả quan. Bao chuyện xảy ra vây quanh: nói nàng theo trai, giựt chồng, bỏ chồng, dâm đãng, loạn lạc, mất nết, hư thân... Họ cứ lập lại, họ làm kéo nhau, hùa phao tin lan tỏa rộng trong công ty, còn hơn bịnh lây lan đậu mùa đáng ngán. Thậm tệ có những kẻ coi nàng như một con hũi đáng khinh. Ai cũng sợ làm quen với nàng, mang tiếng Việt Nam phản bội chồng sớm. Buồn quá Thư không còn chịu nổi, nàng đành liều vào "cửa quan" để gọi tiếng nói công lý. Nàng đưa lá thư con nàng viết đến manager. Một hôm Nhã Thư đi lên office nói:

- I am very sad. Can you help me? Please! Với một câu nói đơn giản bằng English như thế của nàng thì được. Tiếp theo Thư dù có run tay, cô cũng gắng đưa tờ giấy thơ cho ông. Ông manager nhìn lá thư, và ông ghé mắt nhìn vào Nhã Thư, như cố hiểu thấu điều gì nơi tâm tư cô công nhân này. Sau đó ông xem thơ rất kỹ... Ông nóng lòng suy nghĩ, ông bóp trán đắn đo... Và ông cho Nhã Thư rời khỏi phòng office của mình, chừng độ nửa tiếng, để ông tự định đoạt sự việc hơn.

Khoảng thời gian định đoạt những việc trong ông đã hình thành, thì ông đã đi đến quyết định xét xử. Ông mời lên những người có tên trong danh sách đã làm Thư tổn thương, ông cảnh cáo tất cả ai phá rối Nhã Thư. Và phải thực sự chấm dứt. Nếu tái phạm sẽ bị sa thải – bị đuổi việc ngay. Ông tha thiết nhấn mạnh, cởi mở, cũng như ra lịnh khẩn cấp. Ông bảo thêm:

"Phải nhớ rằng. Một cuộc sống cần nhất ở Mỹ là tự do công chính, bình đẳng với bảo vệ, không ai được xúc phạm lên số phận người khác! Mọi người nên hiểu, chú ý lấy việc này trong tâm tưởng. Đồng thời phải nghĩ đó là nguyên tắc, bởi vì nó rất quan trọng từ nguồn hiến pháp đất nước này…" Tôi rất tiếc đã để chuyện này xảy ra. Tôi hứa sẽ không để chuyện tồi tệ này tiếp diễn…

Ôi may thay. Kể từ đó như có lá bùa làm phép, coi như chuyện bắt nạt Nhã Thư ngưng ngay, và hết cạn!

(Ông manager production minh xét, sau đó ông mời một thông dịch Việt từ bên ngoài để làm công chứng. Ông muốn hoàn toàn thể hiện được sự trong sáng, khi lúc ông làm việc…)

Kể từ ngày có việc xét xử quan tâm ấy, Thư làm việc không bị áp lực nữa. Nàng như thoát thân, một khung trời hà khắc. Một khung trời lạ đẹp mắt, tươi nhã dễ chịu, dễ thở hơn, đến với nàng. Hầu như mọi sự soi mói độc địa trước kia được cắt đứt. Những kẻ muốn thân thiện với nàng đã dễ gần hơn… Bạn bè đến, có nhiều friends đến từ các phía về với Thư, cách nhìn về Thư họ thay đổi đi nhiều… Đó là nỗi mừng nhỏ nhất, mà cũng là lớn nhất, kể từ khi Nhã Thư đặt chân lên miền đất hứa- America này trong mấy năm qua.

Cuộc sống lặng lẽ trôi yên ổn hơn, nhưng nàng vẫn tất bật. Người chồng chỉ trao support với giá khiêm nhường cho hai con. Dần dần, lâu lâu anh mới tới thăm chúng đưa đi ăn uống, còn nàng toàn bộ take care hết. Một mặt dẫn con đi chợ, mua đồ chúng thích, quần áo, giày dép, đồ chơi, mũ xách, và đồ dùng, dụng cụ học tập của chúng…

Và chuyện cơm nước, đến chuyện dậy trễ của con, chở con đến trường, khám sức khỏe tổng quát, răng miệng định kỳ v.v... Ôi là bao la chuyện Thư đã dốc lòng làm hết. Nhã Thư phải loay hoay làm lấy vẹn toàn cho con. Mà càng làm, nàng cảm thấy power như tăng. Nàng chưa một lần than thở. Thư vẫn thích, vẫn cam chịu, vẫn thấy vui bên con. Nàng vươn lên như với một sức mạnh tiềm tàng nơi mình...

Biết Thư bận rộn lại đi làm ca đêm. Nên người đàn ông share phòng tên Hà Chi ở gần Thư, anh ta thường tự nguyện phụ lo cho nàng đổ rác. Hoặc dọn dẹp phòng bếp, clean up giùm, giúp dọn bathroom, ngăn nắp các vật dụng nơi để v.v... Đó là một người đàn ông độc thân thầm yêu Nhã Thư kể từ khi cô chuyển đến ở đây...

Riêng Thư chưa bao giờ nghĩ tới. Rồi một hôm bỗng dưng nàng đau bụng phải la lên. Cơn bí quá Thư mượn anh cạo gió. Đây là một phép chữa bịnh rất Việt Nam cùng người Tàu thông dụng. Trong hãng công ty, lối xóm cộng đồng, họ cứ làm, và được yêu chuộng lắm! Họ chưa bao giờ cắt bỏ lối chữa bịnh này, dầu người Mỹ cho rằng sai luật lệ, và đang cố bài trừ, hoặc ngăn cấm...

Thường thì anh chỉ thấy Nhã Thư vào cuối tuần, thỉnh thoảng vào các khi nàng bị "day off." Vì trước khi đi, anh đi làm, thì thời gian Nhã Thư chưa ngủ dậy. Còn khi Nhã Thư đi làm về, thì anh phải ngủ say, để sáng mai đi cày tiếp. Với một sự tuần hoàn, công việc ở Mỹ buộc thế, phải thế. Chàng khó được gặp nàng. Cố nhiên có những đêm khuya anh vẫn chưa ngủ. Anh thích và thèm nghe tiếng xe hãm phanh tắt máy của nàng, và nghe tiếng chân Nhã Thư bước về theo lối nhỏ, tiếng dép nhẹ, hay tiếng guốc đậm nện, hoặc khi đôi giày ống xao khua vội, một chút trên đất sỏi lẹ làng qua hàng lang rồi đi vào phòng. Anh vẫn thèm mong nghe tất cả như thế lắm...

Hôm nay Nhã Thư đau nhờ anh cạo gió. Hà Chi rất vui khi được làm việc này. Vì có bao giờ anh được nhìn thấy da thịt nàng? Ban đầu Thư ngại ngùng, nhưng vì đau quá làm nàng mất sạch hết e lệ! Bởi trời xui cho một ngày, một ngày của một đêm cuối xuân sang hạ... Ngoài trời sao nhỏ ly ti, có những cơn gió cứ nhẹ nhàng, mơm man cành lá, như đu đưa, như muốn ve vuốt tận sao trời... Đêm ấy là...

Nàng vừa đi làm về. Con cái ngủ để chuẩn bị đến lớp sáng mai. Thư nhờ vả, chàng đã vui lòng thực hiện ngay. Cạo gió cho nàng vào khoảng lúc lâu Hà Chi hỏi:

- Em có thấy đỡ không Thư?

Nhã Thư thưa:

- Dạ có, hình như better hơn rồi anh.

Đã một người anh thầm thương từ lâu. Hôm nay cơ hội nghìn vàng được kề cận nhìn Nhã Thư, vòng ngực phập phồng, vòng eo còn có lý thơm tho, vòng mông vừa đủ săn chắc. Lòng Hà Chi ham muốn đến tột cùng, nhưng lại không dám. Dẫu sao anh cũng chỉ là một người "khách mời," được mời cạo gió, để làm giảm cơn đau nàng thế thôi? Khi Nhã Thư trở mình lần cuối cùng. Anh đậy nắp chai dầu xanh lại, nhìn mặt Nhã Thư vẫn còn đỏ bừng như sốt. Song đẹp quá, anh hỏi:

- Cho anh hôn em một cái được không Thư? Anh yêu em từ lâu.

- Em đang bịnh mà hôn hít gì anh? Em cám ơn anh nhiều nha. Nhã Thư vui vẻ mà lại từ chối.

- Ồ thôi. Anh nấu chút gì cho em ăn nha? Hả em?

- Cho em một tô cháo nóng có hành tiêu. Em có mua sẵn cháo đã đóng gói, anh giúp thêm gia vị cho em. Anh làm được không?

- Cố nhiên là được chứ em? Ô hay để anh nấu cháo theo kiểu gạo mình anh thích, và anh bỏ hành tiêu thêm vô.

- Cũng được anh à.

Nhã Thư còn nằm, nàng đưa tay nắm lấy bàn tay cứng cáp, có vẻ thô ráp của Hà Chi, nàng như một chút cảm động. Thư bảo:

- Em cám ơn anh nhiều lắm. Không có anh, không biết ai lo cho em. Thật ra em cũng ít đau vặt lắm. Nhưng hôm nay phiền anh...

Nàng nói khi lúc chưa bớt đau hết, song rất tươi và nhã

nhặn để lộ đôi má lúm đồng tiền, làm Hà Chi thấy yêu làm sao kia chứ. Song chàng chẳng dám "cưỡng hôn" lên mặt nàng mà chỉ vui vẻ đáp:

- Đâu có sao, em khỏe lại là anh mừng vui em ơi.

- Vậy anh nấu cho em miếng cháo nha. Con em còn nhỏ quá không biết lo gì cho Thư. Em thật khổ…

- Không sao mà, chăm sóc đỡ đần cho nhau là tốt. Anh là đàn ông nên chăm sóc em thôi. Mong em bớt nhanh anh mừng. Cạo xong gió rồi em thấy ra sao, nói chân thành đi?

- Em hơi khỏe hơn đấy. Em nằm nghỉ tý nhé. Thư mở lời.

- Được, anh nấu cháo cho em nha. Hà Chi hỏi lại như make sure.

- Dạ cám ơn anh trước! Anh giúp giùm em nha...

Hà Chi nhìn Thư gật đầu, anh bước đi không nói nữa.

Hà Chi sẵn sàng vo gạo và nấu cháo, anh xào bỏ vô thêm ít chút thịt bằm có sẵn. Rồi anh ngồi nơi bàn gần bếp, anh nhịp nhịp chiếc muỗng, như gõ lên thời gian, hỏi nhịp tình yêu vì cớ gì? Nhưng Hà Chi không thấy tín hiệu trả lời ổn. Anh sực nhớ công việc, anh đi giặt mấy đôi giày, mấy đôi vớ của anh trước. Và sau đó chẳng bao lâu cháo đủ độ chín ngon lành. Anh lấy gừng tiêu xay sẵn bỏ thêm vô… Hà Chi nếm thử, anh cảm thấy hài lòng vì mùi vị thơm phức. Cũng chẳng mấy chốc anh đem vào tận phòng riêng cho, Nhã Thư ngồi dậy anh đưa, nàng tay bưng tô cháo ăn. Ăn xong, Thư tấm tắt khen: - Anh nấu ngon thật.

- Sợ em chê, mà khen là anh mừng thôi. Nước đây em uống đi, rồi nghỉ đi vậy há! Hà Chi đưa nước tới tay Thư luôn, rồi anh bước ra ngoài.

Hà Chi bước ra ngoài phòng. Nhã Thư cũng đã uống xong. Anh làm nước có trà gừng thơm. Cô uống thấy thích thật, và đã, nơi lòng ấm lên… Cô nằm lại ôm chiếc gối mềm mại bên cạnh… Nhã Thư nhớ lại câu nói của Hà Chi lúc nãy "Cho anh hôn em chút, anh yêu em từ lâu." Và cô lắc đầu vô tư, kéo mền bông chăn đắp quá bụng. Cô im lặng mơ màng, và cô đang tránh né mơ màng...

Nhưng từ đó Nhã Thư, Hà Chi có vẻ thân hơn. Anh thường làm món ăn chung cho Thư và hai con. Để phần cho nàng những món ngon nhất mà nàng thích. Anh làm xong, bao bọc ráp nhựa plastic cẩn thận, bỏ vào tủ lạnh. Anh có ghi tên vì nhà ở share hơi đông. Anh sợ ai nhầm.

Thế nhưng có một lần Hà Chi nói:

- Anh yêu em. Em có thể yêu anh, chúng mình sống chung một phòng. Em trả lại cho chủ một phòng?

- Không, em vẫn chưa có cảm giác mình thuộc về nhau. Vả lại em còn hai con qua lại phòng. Nên càng không thể ở chung với anh được.

- Chắc là em còn thương chồng. Nên mới từ chối anh.

- Chưa hẳn vậy đâu. Nhưng em chưa thấy yêu anh, và chưa cần sống chung. Chúng mình chỉ là bạn tốt nhau thôi.

- Được tùy em. Nhưng anh rất buồn Nhã Thư ơi.

Rồi mùa đông lạnh đã đến, anh ra hiên đứng ngắm lạnh lùng... Nhìn những cây cỏ trân mình dưới mưa, vài cây trái, và những lá ướt, những thân mình dầm mưa. Vì mưa nhả dày hột quá, nhìn mà thấy thương chúng lắm... Chủ nhà này còn có trồng vài dạng cây ớt kiểu, vài thứ cây rau ăn sống mùi thơm. Một loạt cây nhỏ dại lạ nữa: hoa vàng lá xanh, nhưng Nhã Thư không biết tên gì? Hà Chi cũng thế. Chắc không phải là dòng họ hoa cúc, chỉ hao hao giống thôi, nhưng nhìn chúng rất đẹp. Căn phòng của Nhã Thư đang mở cửa, bóng nàng vẫn thấp thoáng dễ thương. Dù căn phòng Hà Chi lại cất rời ra, chứ không dính liền trong căn nhà gia đình họ - Nơi mẹ con nàng cùng bao người khác thuê kia... Nó là như vậy. Nó là căn nhà nhỏ anh làm riêng thêm, không liên kết. Hà Chi bất giác rung động làm bài thơ từ lúc mới mưa rơi...

Đúng ra Hà Chi làm tự bao giờ, anh chỉ sửa thêm vài ý cho hợp hơn. Anh nắm trong tay, đứng chờ hết mưa qua nhà bếp kitchen, anh sẽ đến phòng Nhã Thư.

Thì đương lúc này Nhã Thư vô tình vừa mới đóng cửa vào xem tivi. Anh lại qua gõ cửa liền tay:

- Hà Chi cho Nhã Thư cái này.

Nhã Thư nghe đi mở cửa ra, nàng nhìn chàng và hiểu. Thư cầm lấy một cái ổi xá lị bự chàng đưa cho, có chẻ nhỏ phân bốn phần, được kèm theo những câu thơ của mảng giấy đi chung, trong một bịch nylon kiểu trắng trơn "Ziploc." Cô vội mở xem kỹ lại thì thấy hàng chữ ngoèn ngoèo được viết:

Trời mùa đông tiết trời lành lạnh,
Tôi chạnh đến người, sao người không chạnh đến tôi.
Duyên ơi tôi đã một đời
Đợi người mấy kiếp tình ơi là tình...
Ký tên Hà Chi

Nhã Thư mỉm cười, vừa cắn lấy cái ổi một phần để ăn kia, đọc đi đọc lại bài thơ con cóc nhưng ý khá hay, khá tinh tế dễ ghét của chàng... Rồi nàng cũng thấy vui vui, buồn buồn ra hàng hiên ngắm cảnh như chàng, dẫu bây giờ đã tắt mưa rồi, những giọt mưa cuối cùng đã phân tán vào lòng đất... Và dẫu rằng chàng có đưa được thơ cho nàng, rồi lui gót về, vô phòng mình từ lúc nào... Có lẽ chàng thèm nghe một bản nhạc để lòng được ấm lên chăng. (Nàng vẫn biết chàng thường nghe nhạc, nhất là nhạc tiền chiến.) Hay chính chàng đang vui mừng enjoy lớn, vì nàng đã nhận được thư mình trao... Và rồi chính bài thơ này làm cho trái tim Nhã Thư xê dịch. Sau đó hai người thân hơn, và hầu như họ đã yêu nhau!

CHƯƠNG BỐN

Số là không thể ở mãi nhà share. Con mỗi ngày mỗi lớn bạn bè đến chơi, thêm vào đó nàng cần "dinh thự" riêng, bếp núc phòng khách riêng v.v... Ngôi nhà thuê share đó quá đông người mà bếp núc chỉ một, phải chờ thời gian khi sử dụng. Đã vậy chuyện clean up chỉ đợi nàng. Bởi vì những người kia đều lớn tuổi. Cặp đôi quá tuổi lao động, họ lười nhác. May mà có Hà Chi giúp cho phần nào dẹp dọn, không thì nhã Thư còn khổ biết chừng nào? Năm đầu, sáu tay chắc cũng mệt lả chứ, ở đây nàng chỉ có hai tay! Hà Chi sợ nàng đầu tắt mặt tối. Nên cuối tuần hay đầu tuần, ngày nào rác rưởi quá đầy, anh đều lấy ra hết, gom đổ ra thùng lớn hết. Dọn dẹp ngay cả bếp núc, clean up khắp nơi nơi, ở đâu cũng sạch sáng trưng, và không để dấu bẩn rơi rớt. Trông anh tội nghiệp, người tình cảm. Nhã Thư đã gắn bó với anh từ đó.

Nhã Thư tá túc ngôi nhà share này trên ba năm, tình của Nhã Thư và Hà Chi mỗi ngày một đằm thắm. Nhưng con cái mỗi ngày một lớn, nàng cần có thay đổi sự dời chỗ, cho phù hợp hơn. Tình hình là như thế, Nhã Thư phải xa Hà Chi, nàng chuyển về một Apartment, khi xưa nó là housing của chính phủ, nhưng sau này một ông "trùm chủ" nào đó mua lại. Họ chỉ cho những người low income, tốt credit, đi làm không trốn thuế, thuê theo đúng tiêu chuẩn. Nhã Thư đã hội tụ đủ điều kiện. Có người giới thiệu, Thư được chấp thuận may mắn ngay từ đầu. Nàng được dự phần đến sống nơi đây!

Thuận bườm xuôi gió, một mùa Thanksgiving năm đó, nàng cùng hai con dọn đến ở. Lại là dịp mùa mua đồ giá sell. Hà Chi giúp nàng dọn nhà, move di chuyển. Anh tham gia với Thư, giúp nàng mua giường tủ mới, và một trăm thứ dụng cụ cho gia đình, đòi hỏi khi vô nhà mới... Niềm vui, nỗi buồn trong Hà Chi có cả hai. Vui là vì nàng Thư đã có một giang sơn riêng, tốt đẹp hơn, sáng sủa hơn. Buồn là vì nàng xa mình, khó mà gặp hơn. Hà Chi thầm nghĩ. Nhưng trái tim anh đã thuộc về cô, anh làm giúp cho Thư nhiều thứ, dẫu rằng tình yêu lại sắp mong manh, sắp như tan vỡ...

Đúng vậy, từ đây ít có cơ hội cho chàng gặp nàng. Nơi giờ Thư ở là khu Apartment luật chỉ có hôn thú mới được sống chung, còn tình yêu cặp bồ, họ không cho phép tùy tiện. Ăn, ở hoặc sinh hoạt với bạn tình vào ban đêm là tuyệt đối cấm kỵ. Đó là policy, là luật. Yêu thì có, nhưng mong kết hôn thì bao lần Nhã Thư trả lời với Hà Chi chỉ như một:

- Trong đời em chỉ muốn kết hôn một lần.

Hà Chi đến nhà mới khi dọn tới, anh tha thiết mấy lần tỏ muốn. Riêng Nhã Thư, vẫn như đinh đóng cột, với câu nói không chuyển lay của nàng.

Lạ thật không hiểu sao Nhã Thư không chịu kết hôn, một mực là không thay đổi ý định này. Hà Chi lấy làm thắc mắc cả ngạc nhiên. Thế là anh không có dịp đến chơi, nơi phòng nàng như ngày xưa. Con nàng thì hân hoan có nhà mới. Nhưng nàng, chàng trở nên có một sức cản quá lớn. Nhã Thư biết điều đó. Nàng vì con, và vì cần cuộc sống thay đổi. Chàng trở nên thứ yếu trong đời nàng, nó như lùi về phía sau, mặc dù tình cảm Thư có cho chàng ở một khoảnh nào không nhỏ.

Với chàng, thì Hà Chi luôn dành cho Nhã Thư thật nhiều. Song có thể nào ép người, khi những gì họ không muốn. Hà Chi hỏi lần cuối cùng khi tới Apartment Cambridge, nơi căn hộ số 54 của Nhã Thư khi anh đến thăm nàng lần ấy:

- Tại sao không marry với anh, để mình sống chung Thư?

Nàng vẫn một mực:

- "Em không thích kết hôn một lần nào nữa cả. Anh đến thăm em, những lúc rảnh thế cũng tốt rồi."

- Đâu có bằng sống chung em. Chúng ta cần marry em ạ. Tại sao em kiên định để lỗi thời cho chúng ta.

- Anh cứ đến thăm như thế này cũng tốt mà anh. Em đã bảo anh như thế anh Chi.

Song ở một môi trường khác, thì những cuộc gặp gỡ thưa dần là điều tất yếu! Nhã Thư cần thấy mình, nhiều điều mình phải đi hơn nữa. Cuộc sống không thể chỉ có tình yêu. Nàng và chồng chẳng từng yêu tha thiết đó sao? Ái tình là một cái gì khó nói, khó hiểu đến tận cùng... Cuộc sống hôm nay dạy cho nàng nhiều thứ. Chứ không phải nàng có tâm ý phũ phàng với Hà Chi.

Và rồi thêm năm, thêm tháng con lớn dần. Nàng đỡ vất vả, vì chúng biết dọn dẹp, biết phụ cơm nước, biết tự đi chợ mua, biết làm đủ thứ. Cô có bạn bè rủ đi học tóc tiếng Mỹ tại một trường VN, được gọi tên Master Cosmetology Thanh Thúy, nhân dịp Tổng Thống Obama đắc cử có cho một chương trình financial aid. Nhã Thư đã ghi đơn xin nhập học. Nhã có bằng high school, low income, có làm việc không trốn thuế, không nợ nần chính phủ, đơn giản vậy qualify. Thành ra form nàng apply là trúng tuyển. Trường welcome liền, không có lý do từ chối nàng được.

Căn nhà không xa trường lắm, nên Nhã Thư không bỏ qua cơ hội. Vừa đi làm vừa đi học. Có cái nghề tốt nhất Nhã Thư cũng hớt tóc được cho mình, người thân, làm màu tóc cho mình, hay cho bạn. Biết được phương pháp massage, giữ gìn da cho sạch đẹp, sao cho thích hợp? Hiểu biết thêm tiếng English trong nghề, trong đời sống v.v...

Thế là mỗi sáng nàng phải dậy sớm từ 9Am để đi học, sau bốn tiếng quay về nhà. Rồi phải vào hãng lúc 3Pm làm đến 12Pm khuya lơ mới về. Có những điều xảy ra, vì lúc mê một kiểu tóc nào đó, Nhã Thư theo thực tập mà quên đi giờ làm nơi công ty. Thư chợt thấy kim đồng hồ xính dính mất, giờ giấc đến hồi. Cô phải xin một vài món thức ăn của bạn bè ở lớp. Cô phóng xe đi tắt để được nhanh gần, lẹ hơn! Đi vội quá, nhiều lúc đường quanh co Nhã Thư khó thấy người lái ngược chiều mình, nàng như sắp tông hít đầu xe họ. Mà không, nàng đã thắng gấp kịp! Vì soi ra Nhã Thư còn lanh mắt, để cả "hai vị bác tài" nhìn nhau tròn xoe con ngươi, giật mình thảng thốt, nói không nên lời... Rồi mỗi người, mỗi tài ai nấy bình tĩnh "hạ nóng, kìm nhiệt" để cho cuộc hành trình lái xe đi phần mình. Còn phải đang tiếp tục đó...

Thư thường cho xe lướt mạnh, lại cười xả mệt, thở rộng miệng, mắt môi, thư giãn với chính mình... Thư làm như vậy thì máu tim Thư khỏe ra chút. Rồi cô cũng vội vàng lái đến công sở. Thế nhưng cô chưa bao giờ trễ nãi một lần. Vẫn còn phong độ bấm thẻ kịp để "to work." Song hồn Thư như còn để đâu đó một nửa chắc? Đôi lúc cô thở hổn hển trông thật tội nghiệp. Nhưng đời này có chín người thương, vẫn có một người ghét chứ. "Đời vẫn thế em ơi..." Làm sao tránh khỏi? Vài người nào họ như bị dư thời gian để họ vẫn ứ é, trề nhúng, chê chọc nàng... Điều đó đâu phải Thư không có mắt thấy khi họ nhìn mình. Tuy vậy, lòng Thư không quan tâm những sự ti tiện, nhỏ nhoi đó. Cái thực để Thư quan tâm nơi mình là cái phải học, và làm gì cho chính mình thôi! “Họ chê mình, mình vẫn không chết đâu, mà họ khinh mình, thì điều đáng coi lại hơn...” Gặp sự việc, sự cố nàng vẫn thường lấy hai bàn tay chà chà với nhau, rồi áp vào đôi má, kéo đến nơi gần cằm, coi như muốn quên nhanh một việc gì thôi. Thư cũng chẳng biết là mình học ở đâu các kiểu, thuật phép giữ thái độ bình tĩnh như vậy!

Và còn trong lớp học Master Cosmetology của chủ Thanh Thúy, thì hầu như người thương nàng được tới 100%. Ai cũng tận tình giúp đỡ, thương yêu. Thường thì lúc còn khác môi trường, không làm chung để kiếm tiền, họ thương nhau hơn, không ganh tỵ, không dèm sỉa vô lý, ít soi mói nặng nề... Bạn bè học chung giúp đỡ, lớp học nơi này rất là tình cảm. Nhất là cô chủ hiệu trưởng Thanh Thúy luôn luôn thích đến bên Nhã Thư, cô khen rằng:

- Em luôn luôn coi chị như người trong gia đình, giúp đỡ chị, vì thấy chị siêng quá đi thôi... Hai con học giỏi, thông minh nhưng chị không ỷ lại. Chị cũng không trông cậy vào chồng nhiều... Đáng quý lắm chị Nhã Thư! Thanh Thúy rất trân trọng, hãnh diện về chị. Chị thật đáng khen. Cái gì chị Thư không hiểu, cứ hỏi các cô giáo tận tình giúp. Vì chị Thư học part-time. Em, Thanh Thúy hiểu mà. Chị đừng ngại...?

- Thanks em quan tâm, động viên, khuyến khích chị. Chị Thư hiểu và vui lắm...

Đại loại có những cuộc nói chuyện giữa Nhã Thư và Thanh Thúy là thế đó. Có thể nói Thanh Thúy và Nhã Thư rất thân, hay ăn cơm chung giờ. (Cần nói thêm tính cách cô hiệu trưởng Thanh Thúy rất ôn hòa, thân thiết, và giản dị với học viên.) Thỉnh thoảng cũng có vài cuộc nói chuyện của hai người, về chuyện vui chơi hài hước nơi học viên, hoặc nghề nghiệp của tóc, tin mới nhận kiểu tóc đẹp hay, của thời trang bốn phương v.v... Mỗi lần nói chuyện như vậy thì Nhã Thư thấy được nụ cười hiền lành chân chất, và có má lúm đồng tiền của cô chủ trẻ đáng yêu, mà cô cũng đã dành tình cảm cho mình thật nhiều...

Thời gian đó Nhã Thư quen biết một người tên là Ngọc Sáng, là học viên trước Nhã Thư khoảng tám, chín tháng gì đó. Ngọc Sáng khá vững các phương pháp làm, những lý thuyết mô tả, Sáng cũng nắm rõ lắm. Nên thời lượng còn lại Ngọc Sáng ưa đọc sách. Nhã Thư thấy người đọc sách thì hâm mộ lắm, dần dần tiến tới quen nhau. Một hôm Sáng mở kiếng đeo ra, hỏi Nhã Thư khi cô tò mò nhìn mình:

- Em có biết thơ ca, văn chương nhiều không? Chị rất ham sách, thích đọc những loại đó. Nên vô đây rảnh lúc nào là đọc sách. Ngọc Sáng da trắng nhưng đã bị dùn đụn chút đỉnh, song chị cười còn rất duyên, khiến Nhã Thư lay động. Nhã Thư thưa:

- Em từng yêu thơ văn và cũng có làm lúc xưa cho vui. Nhưng qua Mỹ bận lắm, em chỉ lo kiếm tiền thôi chị ơi...

- Rồi hay đó nha! Con bé này hay ta... Em có thuộc đọc cho chị một vài bài nghe coi ta.

- Em sợ thơ dở ẹt, đọc làm gì chị?

- Thì đọc đi chị quý tâm hồn văn chương mà. Đọc đi em, chị nghe thử cưng?

- Thôi sợ dở... hi hi...

- Đọc đi, chị nghĩ thơ em chắc không tệ đâu, đọc thử đi. Chị sẽ đánh giá thật lòng.

Sau đó Nhã Thư đọc mấy câu thôi, rồi Thư lanh tay ghi lẹ trên giấy đưa cho Sáng nhìn. Sáng đeo kiếng cận chăm chú đọc bài: Tôi yêu

Tôi yêu một ánh trăng thanh
Một con gió mát trong lành miền quê
Yêu con sông nhỏ yêu bờ đê
Yêu con núi thấp chim về trú đêm
Tôi yêu tiếng hát êm đềm
Của cô gái trẻ trên triền dâu xinh
Tôi yêu những sáng bình minh
Từng đàn em trẻ xinh xinh đến trường
Quê hương trăm nhớ ngàn thương

Quê hương tất cả thiên đường để yêu.

Rồi Ngọc Sáng mở mắt to, ngạc nhiên tấm tắt trầm trồ:

- Wow hay ta ơi. Quá hay chứ em? Thơ em có hồn, cảm xúc rất là mạnh. Em nên tham gia vào hội chị đi nè. Tài năng mình phải cho người ta biết chứ em! Phải cố lên. Con em giờ đi đại học hết em còn lo gì. Còn trẻ mà sao cứ khép kín thân phận vậy em? Nếu thích chị sẽ giới thiệu vào hội thơ chị, sinh hoạt rất vui. Sắp tới hội có ra một tập thơ chung. Em à Thư, nên tham gia đi cưng!

- Nghe chị nói thì em cũng muốn gia nhập, nhưng sợ thơ em không hay?

Sáng nắm tay Nhã Thư vỗ về:

- Cho vui mà. Nhưng chị tin chắc thơ cưng rồi không dở đâu. Xuất sắc lắm đó.

- Em có ở nhà một tập nho nhỏ. Nhã Thư vui miệng bảo.

- Vậy sao? Nhà gần đây không? Chị muốn ghé lại chơi, thăm nhà đọc thử được không? Đi đi em vui hơn. Ở đây học hoài ngán rồi! Ngọc Sáng nói và nhìn Nhã Thư chị cười.

- Chị thích thì mình đi, gần lắm, năm phút hà. Thư trả lời.

- Thích chứ. Học hoài ngán quá cổ em ơi. Giờ break, or lunch mình đi nha em.

- Dạ được.

Và rồi một ngày đó Nhã Thư đưa Ngọc Sáng lại thăm nhà. Căn nhà nhỏ của một Apartment Cambridge khá gần trường. Lái xe không đầy năm phút thật!

Trước nhà đầy những hoa sắc tím hồng, của hoa lan, hoa huệ, cẩm chướng, và lay ơn của Apartment, kiểu hoa trồng trước nhà để tạo ra những lối vườn hoa nhỏ đẹp cho vui. Sáng ngẩn ngơ người, tay đưa nựng nịu một cánh hoa cẩm chướng rất tuyệt vời trước mắt, khi Ngọc Sáng bước xuống xe.

Nhã Thư nhìn chị Sáng một đoạn, nàng xuống sau khóa máy xe. Thư chân thành:- Mời chị vào nhà em.

- Oke em. Khu này ở có lý há Nhã Thư?

- Rất an ninh em thích, và sạch sẽ là số một nữa chị.

Khi nào rảnh chị Sáng cứ đến em chơi, giờ vô nhà đi chị.

- Ừa được em.

Sáng rời cánh hoa tơ nõn, như còn quyến luyến trên đôi tay mình. Sáng theo Nhã Thư vào nhà.

- Mời chị ngồi uống nước trước đã. Thư mời thêm thế.

- Vâng thanks em. Để chị tự nhiên ngắm nhà em chút.

Sáng ngắm. Phòng khách trang trí một ít tranh đơn sơ mà hút mắt do con nàng vẽ. Sáng lặng lẽ nhìn tỉ mỉ. Hai bức tranh: một bức mùa thu, một bức kia dòng sông, Được chia để hai bên. Một bức lớn hơn nữa về đất nước Việt Nam hình cong chữ S, có núi đồi, sông biển, đồng bằng, bức đó thì được nằm chính giữa. Sáng còn thấy đặt trên một wall lệch bên trái, đối diện trên tường khi vào nhà, là con ngựa phi cao bằng giấy cắt dán, và những kiểu tranh liễn kiểu Tàu Ngô đẹp lắm. Bên tay phải Thư đang ngồi ghế salon, là cạnh góc thang lầu đi lên phòng ngủ. Có chưng tivi nơi phòng khách, lồng nơi đó trong một cái tủ, cùng những ngăn hộc được đựng sách vở linh tinh. Và có một ngăn kiếng kính bóng choáng, được Thư bày các "cup" con nàng học qua các năm, thành tích nổi bật những năm của chúng đặt ở đó v.v...

Ngọc Sáng bưng ly nước uống, chút nước cam đã xay vắt sẵn Thư đem ra mời, Sáng thấy ngon, nhưng Sáng còn mãi ngắm cảnh, tranh nơi nhà. Thì đoạn Thư đi kiếm xong, Thư đưa tập thơ làm từ Việt Nam cho Sáng coi, nàng bảo:

- Chị ơi. Đó là những bài thơ em làm khi còn ở đất Việt. Qua Mỹ em với ông xã ly dị. Em tức giận vứt hết vào thùng rác. Con bé lớn em lượm lại đó chị.

Sáng nghe Nhã Thư kể, Sáng vừa cười khúc khích, vừa đưa tay vuốt tóc Nhã Thư:

- Dù gì cũng là gia tài tinh thần mà cưng? Giận chi vậy, tội nghiệp em thiệt đó nha. Hi hi.

Thế là sau buổi gặp gỡ nơi nhà Nhã Thư đã chịu tham gia vào hội thơ do Ngọc Sáng làm chủ bút.

Chẳng bao lâu khi tham gia vào hội thơ, Nhã Thư được làm quen nhà văn Tâm Lân là một chủ bút chủ nhiệm tờ báo "Tiếng Việt Thơm." Anh ta yêu thích thơ và cả người cô. Ban đầu giỡn chơi nhưng sau đó Nhã Thư yêu Tâm Lân thật. Và anh ta cũng đã yêu Nhã Thư say đắm!

Oái ăm là Tâm Lân là một người có vợ, còn được nhiều người biết đến như một người lẳng lơ phong tình có tài nhưng thiếu đức. Song nàng yêu Tâm Lân vô cùng, bất luận ai khen chê, hoặc đàm tiếu xấu xa về Tâm Lân đến đâu, tai nàng như bịt, không muốn nghe. Nếu so ra, thì người nàng yêu nhất đó là Tâm Lân chứ không phải Hà Chi, hoặc hay chồng nàng. Bởi anh nói chuyện hay, văn chương giỏi, xã giao rộng, gallant tốt, anh chiếm trọn trái tim hồng của nàng lúc nào không biết? Tâm Lân như cao tay ấn, có thủ thuật gì yêu đương chăng! Hoặc có thể tâm lý Nhã Thư có gì biến đổi. Anh thích nghi nơi cô rất nhiều...

Thư vẫn tự hỏi. Tại sao nàng yêu Tâm Lan hơn, trong khi chồng nàng lo cho nàng biết bao nhiêu, chỉ một chút lầm lỡ nàng không thể tha thứ. Nàng quay lưng làm mặt lạnh. Tại sao Hà Chi lo cho nàng biết bao, lúc khó khăn cơ cực, nhưng nàng không từng mong chung sống với chàng. Còn Tâm Lân nàng lại khác, nàng ao ước được chung sống với Tâm Lân, chung đường, chung gối, chung mộng hải hồ...! Phải chăng chưa được, khó được sống với nhau, nên con người hay ảo ảnh mơ ước, dù con thuyền tình cứ nghiêng ngã, chao đảo lung lay. Giống như một định mệnh, cứ phải lênh đênh gặp nhiều sóng gió bãi bờ. Nhưng chính nàng khao khát vô cùng với hạnh phúc thế đó chăng...

Vắng Tâm Lân ba hôm là trong lòng nàng xốn xang đau đớn, lòng dạ không yên, như kim châm muối xát. Nhã Thư tự nghĩ nơi sinh lý nàng có gì thay đổi chăng? Nhưng đó không phải là lý do chính đáng. Hà Chi vẫn phong độ, vẫn đẹp trai vẫn dẻo dai kia mà? Song nàng chẳng hề mong tưởng, chẳng hề mặn mà ao ước. Nàng yêu Hà Chi như một sự trả ơn, trả nghĩa, sự gần gũi của lòng lương thiện nàng. Còn Tâm Lân như một sự tình nguyện, thách thức, say đắm, đam mê... Khác hẳn! Nàng yêu Tâm Lân là một sự thú vị. Một khát khao của tuyệt đỉnh ái tình!

Hình bóng Tâm Lân luôn lởn vởn trước mặt nàng. Chiếm trọn con tim nàng lạ thật!

Rồi có một hôm nàng nghe chị Ngọc Sáng cố tâm sự:

"Nhã Thư ạ. Chị có nghe thiên hạ nói nhiều, về mối quan hệ tình yêu em đối với Tâm Lân, chị không muốn làm em tổn thương, nhưng hôm nay chị muốn nói cho em nghĩ lại chuyện đó... Tâm Lân là một kẻ phong tình chẳng có tình yêu thật với ai đâu, nhưng khi yêu ai thật, thì có ngày vợ ông sẽ hỏi thăm sức khỏe vị đó... Vậy em tính sao nhỉ? Là một nữ sĩ như em, tâm hồn đẹp như em thì không nên để cái gì xảy ra quá muộn."

Nghe những lời đàm tiếu, vẻ nhảm nhí như thế nàng sẽ cho qua. Nhưng với Chị Ngọc Sáng thì nàng không thể, không quay về lưu tâm được. Nhã Thư lại cảm thấy khó chịu, đau khổ rồi. Vâng, yêu Tâm Lân là hiển nhiên chuốt lấy khổ đau và bất hạnh. Song nàng thiết tha, nàng đã bị đẩy chìm vào hướng đó, thật là nghịch ngỗ, kỳ dị cho cuộc tình mình, cho nàng. Niềm vui nhưng sao dấu hiệu đại họa đây? Máu tim của nàng là gì, tại sao đam mê để dấn thân vào đau đớn, rủi ro! Nàng phải tự hỏi hàng trăm lần khi thấy nhớ Tâm Lân. Và nàng phải hàng ngàn lần để kiềm chế trái tim mình. Thư vẫn thường mở hàng chục, hàng trăm những bản nhạc tình chia xa, não nuột để nghe, để mà quên đi mối tình ngang trái này!

Rồi Nhã Thư cố tình tìm ra giải pháp cho chính mình mà nàng hết sức nổ lực. Không bao giờ bắt phone Tâm Lân gọi nữa, và nàng không bao giờ gọi chàng nữa. Bắt phone mấy lần nhưng Thư lại cúp, gọi số mấy lần nhưng rồi nàng lại ngưng số cuối. Bấm lỡ phải ngưng, Thư lui tay về hậu cứ, trong hiu quạnh, như thể để "lòng dặn lòng sẽ cố mà quên." Niệm khăn, tấm ra trải giường (Bed sheet) của nàng sũng ướt bao lần đau khổ nhớ thương, vì sự hành hạ "yêu đương cuồng nhiệt" đó... Và nàng cũng đã từ chối bao lần khi chị Ngọc Sáng thương yêu và đặt đến câu hỏi cho nàng, nàng cứ phớt lờ, và không dám trả lời thiện chí với một người chị, nàng đã được thân ở chốn thơ văn.

Về Tâm Lân vắng nàng càng đau khổ, tim như muốn rỉ máu, miệng lưỡi cứng khô, thân hình thêm tiều tụy nhớ thương. Anh không biết lý do nào nàng đổi khác. nhưng Nhã Thư vẫn im bặt. Anh lại hận nàng, cho anh leo cây trong tình yêu. Bây giờ Thư chắc có người yêu mới, đẹp ý hơn. Tâm Lân thầm nghĩ nàng phản bội trắng trợn. Anh tìm báo ngày trước đăng thơ cho cô, anh trả thù, căm thù Nhã Thư, anh ghét đến nỗi gạch chéo hình Nhã Thư trên các tờ báo nào còn lưu đọng. Tâm Lân nhìn thấy, hễ tờ nào có cô, anh đều cho vô thùng rác, anh lấy tập thơ nàng ra chung nhóm họ, với chủ bút lúc Ngọc Sáng làm, anh vứt vào thùng rác mạnh tay, không tiếc... Nỗi ích kỷ điên rồ của anh coi như cùng cực, anh giận lắm, Tâm Lân lẩm nhẩm "Ta sẽ quên người này, mong gì không còn tơ tưởng nhau vậy. Một người phụ nữ trẻ đẹp, nhưng quá quắt lắm thì không nên quan tâm làm chi nữa." Anh đứng phủi tay, như muốn phủi quên đi, một điều mình muốn và có thể...

Thời gian này Nhã Thư vẫn đến các sạp báo Việt Nam lấy báo "Tiếng Việt Thơm" coi, thì ra thơ cô không còn đăng nữa, so với ngày xưa Tâm Lân đăng trên ba hay bốn bài "chùm thơ -N-T ... Và giới thiệu tiểu sử cô. Hiện anh đăng thơ của một người khác, thơ cứng như khúc củi, không có ý chi, hoặc chuyển tải được gì? Không đầu, không đuôi, không hồn, không đáy. Thơ như ráp chữ lạc điệu, sai vần, hỗn độn, tạp chất, tạp khí, lung tung miêu tả... Vậy mà anh lại cho đăng. Nhã Thư đọc và mỉm cười bất đắc...

Đương thời gian này Nhã Thư nhận được hai email, một mail của chồng, một mail của Hà Chi viết.

Nhã Thư em thân yêu!

"Anh sẽ trở về Bắc California. Anh không còn ước một mái ấm nữa. Kể từ ngày em bỏ anh, nhưng anh không trách em. Có lẽ là định mệnh đoạn đường chúng ta có nhau kết thúc. Anh có một dự định, nếu anh bước đi tìm một hạnh phúc nữa, e chăng anh vất vả hơn, đường tình lại thêm lận đận nữa. Thôi đành anh muốn vào tu viện Kim Sơn ở sống. Em cũng đừng áy náy về anh. Anh tự coi một vị bồ tát giúp

em. Bây giờ em có thể tự vươn lên, chân trời đang mở rộng, anh chẳng hờn giận em đâu. Chúc em vui, luôn trẻ đẹp...

Anh: ký tên HC.

Thư email người chồng lại viết:

Nhã Thư Yêu Dấu.

Anh biết anh có lỗi với em, nhưng em ạ con người không ai hoàn hảo được. Đôi lúc con người vẫn nhớ về nguồn. Chúng mình đã có những đứa con ngoan học giỏi, vâng lời. Cả gia đình và anh muốn kỷ niệm hai mươi năm ngày cưới, nếu em bằng lòng hãy tha thứ cho anh. Những lỗi lầm nơi đó, cũng có một phần nhỏ lỗi lầm của em...

Chồng em, Đ.T.

Hai bức thư đó đến, hầu như cùng lúc cách nhau một ngày, chẳng làm cho Nhã Thư quan tâm tới đâu. Con đường quan tâm của Nhã Thư là học, hay làm một cái gì to tát hữu ích hơn! Những hạnh phúc ràng buộc chỉ là tơ trời rất mỏng manh, dễ vỡ, dễ mất, dễ nứt, dễ bể, dễ hư hoại, và chóng tàn thôi... Nàng sợ lắm rồi!

Nàng càng thêm thấm câu nói một danh nhân nào:

"Tình yêu ở xa giống hạt kim cương nhưng lại gần là hai giọt nước mắt."

Nàng rất sợ lời quở trách của Hà Chi, nhưng bao nhiêu lời nói của Hà Chi khiến cô nhẹ lòng. Còn chồng nàng coi như định mệnh hết duyên. Anh có trách Nhã Thư, nhưng đó không phải là lỗi của nàng. Nhã Thư tạm thời hiểu như thế thôi. Cuộc sống nàng cứ thế im lặng, diễn tiến. Nàng không hồi âm cho ai cả.

Nàng lại nhận được thơ mail của con nàng. Nhã Thư lần lượt đọc khi lấy thơ và check - kiểm tra ở hộp mailbox mỗi ngày. Một bé lớn vẫn viết bằng tiếng Việt.

Mẹ yêu.

Hôm nay là ngày birthday mẹ, con gởi mẹ bằng một lá thơ, con muốn gởi qua đường bưu điện. Trước hết cho con hôn mẹ, nụ hôn thật lâu khi nào mẹ bảo đủ rồi con hãy thôi. Cứ như vậy mẹ nhé. Mẹ đồng ý chứ.

Mẹ ơi, mẹ đang làm gì đó? Ngày birthday mẹ, mẹ phải

vui. Con xin gởi mẹ một tấm hình con vẽ về mẹ trong cảm nghĩ của con. Con đi học bác sĩ nhưng con yêu hội họa, kỳ thật mẹ ơi... Lúc nào nhớ mẹ con vẫn cứ vẽ mẹ. Mỗi lần birthday mẹ, là con sáng tạo nơi con một bức tranh về mẹ mới nhất... Con thích làm điều này, thế đó. Và con gởi một sợi dây chuyền có mặt chữ Mom hình thể một trái tim bao bọc, con mua trao tặng về cho mẹ...

Mãi mãi con hứa là con ngoan của mẹ. Và luôn giữ nhớ tiếng Việt gởi thư cho mẹ.

Con: Nhã Ý (Tên thứ hai của Nhã Vy.)

Một đứa viết bằng vần thơ. Đó là đứa con thứ hai, là gái út cũng nhân ngày birthday của Nhã Thư.

Mừng birthday mẹ
Hôm nay là ngày birthday mẹ
Cuộc đời đi qua ngắn dài?
Mẹ vẫn đẹp như sương mai
Trong lành nhưng dễ vỡ
Mẹ ơi con rất nhớ
Tháng ngày đã trôi qua...
Bây giờ con cách xa
Mong mẹ hãy nhớ nhé
Mẹ giữ gìn sức khỏe
Sau này con lớn lên
Lòng nguyện con đáp đền
Mua ngôi nhà tặng mẹ
Mẹ mừng như con trẻ...
He he he. Mẹ yêu ơi!!!
Con yêu mẹ nhất đời...
H-JN tên con đó. Mẹ ơi.

Nhã Thư rất vui. Đứa con gái út là đứa con giống nàng nhất, về mặt mày và tư tưởng. Bé Út. H- Jinni ưa làm thơ. Bé lớn lại giống bố ưa hội họa hơn. Nhưng cả hai con đều thương nàng hết mực, mẹ là mẫu số, là như một điểm giống nhau. (Như đã nói, con của Thư đã lớn dần đi đại học ở xa.)

Con gởi thơ cho nàng những dịp birthday, làm cho Nhã

Thư nhớ mẹ, mỗi birthday của mẹ nàng. Mỗi birthday mẹ, Thư đều gởi quà về cho mẹ. Có một điều nàng chưa bao giờ báo với mẹ, là nàng sống xa chồng thật rồi...

Thư luôn bảo là vợ chồng nàng hạnh phúc, chỉ giận hờn vu vơ chút thôi. "Chén trong sóng còn khua mà má, vợ chồng nào ở chung, không đụng chạm nho nhỏ? " Biết mình nói dối cũng là trọng tội. Nhưng nàng không muốn mẹ buồn. Vì đối với mẹ nàng, một quan niệm còn rất hủ lậu: "không có gì lớn hơn khi vợ chồng chung sống hạnh phúc." Chứ mẹ đâu hiểu lòng nàng đã tổn thương, không thể nào ở chung được! Dẫu rằng Thư tự biết nàng rất thương mẹ. Song nàng không chọn được con đường, ý tưởng như mẹ mong! Bởi vì... Thư biết nàng có lối sống khai phóng, và thời đại, khác hẳn ý nghĩ mẹ xa xưa...

Còn ba Thư đã mất từ lâu do cuộc sống buồn phiền và thế cuộc. Nàng đâu có thể mầu nhiệm bằng cách nào để cho ba sống lại? Nhiều khi nàng ao ước vô cùng. Những ngày giỗ cúng ba. Nhã Thư luôn gởi tiền về cho mẹ, và nhờ mẹ thắp cho nắm nhang, của đứa con gái xa xứ, không về được, với lời cầu nguyện chân thành nhất! Nhiều lúc Thư ao ước nếu như ba nàng sống lại, nàng sẽ tìm cách đưa ba sang Mỹ du lịch chơi, dù cho rằng nếu nàng phải tổn thọ mười năm, hoặc nhiều hơn chăng nữa, nàng vẫn an vui và chịu đổi lấy... Nhưng mơ ước đó chỉ là ước mơ nơi lòng thôi. Sự thật vĩnh viễn khó mà có được. Nghĩ thương ba vô cùng vì thế cuộc, nhưng thế giới của ba đã khép lại từ lâu...

Trong trái tim Nhã Thư giờ đây chỉ hai con và ba mẹ nàng thôi. Những tình yêu đàn ông cứ đến rồi đi, nàng chẳng tiếc, kể cả chồng nàng cũng được coi như là phiên bản không lưu lại cuối cùng! Đôi lúc nghĩ nàng buồn, nhưng quên cho thanh thản tâm hồn. Ít ra nàng có được một lợi thế dễ quên, nếu không muốn nhớ. Nhã Thư trời cho hẳn nàng có một khí chất. Nhã Thư vẫn thanh trừng được khi bất trắc, rồi lãng quên mỗi khi nàng thấy, vì nó quá bất lợi cho chính mình!

Nàng hay tìm đến một người em kết nghĩa vui chơi tâm

sự. Tình yêu cá nhân nàng tự đóng khung lại, bỏ đó. Nhã Thư thường tâm tình:

- Chị không muốn nghĩ đến tình yêu nữa Đình Phúc à. Chị là người không phản bội, nhưng lúc nào cứ ngang trái từ đâu đến ập lên đầu chị, tạo cho chị nhiều nỗi đau.

- Em nghĩ chị là người thông minh, đủ xử lý tình yêu mà.

- Tuy vậy tình yêu khó nói lắm em ơi! Chị thật sự không đủ trí...

Đình Phúc là một người em trai kết nghĩa với Nhã Thư. Vợ đầu của Phúc đi lấy chồng người Scotland. Người yêu bạn gái của Phúc là bạn, là vai trò em tinh thần của Nhã Thư, cùng làm chung company với Thư, "nàng ấy" cũng ôm cầm thuyền khác, sang ngang lấy một người ngoại quốc, người Đức. Anh hụt hẫng đau thương nên tìm đến Nhã Thư chia sẻ. Nhã Thư hiểu biết, an ủi Phúc, nên Phúc đến với nàng thơ này và thân nhau. Phúc ban đầu qua Mỹ anh đi làm hàn tiện, nhưng lý do nào đó anh bỏ nghề. Hiện đang làm tóc cho một tiệm. Anh có dự định hùn hạp với Nhã Thư để cho ra một tiệm tóc, nhưng nàng thơ này chưa chịu quyết định. Cũng đêm tối hôm nay Phúc hỏi:

- Sao tình hình thế nào rồi chị? Sống ở Mỹ mà em nghe company chị làm việc ở đó vẫn bị áp lực lắm.

- Chứ còn gì nữa không sai. Chính xác vậy mà Phúc!

- Nghe nói người Việt trong đó chà đạp ăn hiếp nhau, giẫm nhau mà sống. Có một chức gì, là cứ đì Việt Nam tới bến để lập công...

- Thì hãng có Việt Nam vậy đó, các thằng manager Mỹ có thằng tốt, cũng có tình thương con người. Có thằng vừa ngu, vừa dốt, và chẳng tốt lành gì, vừa ưa thích được nịnh. Chúng không biết chi phương pháp điều hành, nhưng thôi kệ nó. Chị làm tám tiếng là về...

- Ủa ông Earl John manager production đã đi rồi hã chị?

- Ừa, ông ta về New York vì mẹ ông muốn bà gần ông!

- Ừa nghe nói có ông đó. Công ty chị làm việc được công bằng, công nhân được quan tâm hơn.

- À há. Đúng vậy ông ta, là thần tượng của chị đó chứ!

- Có yêu không mới đáng nói nè.

- Không có đâu. Em làm như tình yêu dễ lắm?

- Em giỡn thôi.

- Còn nghe nói tên Quyền Anh người Việt có làm một cái gì trong đó mà!

- Ừa cậu ta OK... đi lính, đi đi về về... Cậu tánh nóng, song hay giúp người Việt hơn là chà đạp... Mà company này nhiều phe phía, mệt mỏi lắm. Cậu đang nhập lính rồi. Chị nghe nói, cậu ta muốn xin nghỉ năm tới không cộng tác nữa.

- Vậy à? Thiệt sao?

- Nghe vậy thôi! Cậu sẽ chuyển nơi khác khi đi lính về.

- À em nghe nói hãng chị, vừa rồi thất thu lớn lỗ mấy tỷ. Đúng không?

- Đúng rồi làm việc kiểu này. Nếu không lỗ được mới chuyện lạ nha Phúc.

- Chị giỏi mà sao chị không đóng góp một idea. Mỹ trân trọng, hãng nào cũng thế, để giúp cho nó nâng cấp lên từ mình. Vì mình trực tiếp nhìn thấy lỗi lầm ưu, khuyết. Trong quá trình gần gũi dụng cụ sản xuất, dây chuyền và công nhân làm việc chung...

- Thôi em ơi, chị thích thơ văn phần chị. Tụi nó ngu thì tự nó chết, hơi đâu mình lo dài tay cho mệt, nhiều lúc chị vẫn thấy bực. Người trẻ ăn hiếp người già, thợ máy ăn hiếp công nhân, packer ăn hiếp người làm thùng, công nhân cũ ăn hiếp công nhân mới v.v... Nó chưa giải quyết ra. Hỏi chuyện gì lớn nó làm được? Tiếc là ông Earl John đi nó lại hoành hành. Lại không có Quyền Anh, mất trật tự, thả lỏng nữa, thì xuống cấp sát luôn!

- Tệ thiệt! Vậy sao hư quá, bất công quá. Phúc tỏ thái độ chua xót bất nhẫn.

Nhã Thư nhìn Phúc nói tiếp:

- Tự nó làm, nó gây bịnh, thì nó suy sụp thôi. Chị còn nhiều cái để chọn để đi hơn, không phí thời giờ nơi đó đâu.

- Nhưng với chị lúc này không ai dám ăn hiếp phải

không? Phúc nhoẻn miệng cười rất tươi và hỏi Thư thế.

- Chị làm việc tích cực, có kỷ thuật, có năng suất biết tiếng English, lúc đầu cũng bị đó. Nhưng qua một trận gió to, giờ chị lớn mạnh nên... Đôi lúc ăn hiếp ai. Chị hay cản mũi kỳ đà, tụi nó ghét chị lắm. Chị Thư là cái gai nhọn của phe ác. Vì chị không thể thấy ác mà làm ngơ?

- Hừm! Phúc xen vô một tiếng tâm trạng như bức xúc, rồi lại làm thinh lắng nghe Thư nói tiếp:

- Vẫn không sao, cuối cùng ác lãnh đủ mà. Xưa nay là vậy mà đúng không em?

- Đúng và thật vậy. Ở Mỹ đâu phải là công bằng hết, nhất là hãng có người VN nhiều, càng thêm tệ, cứ chà nhau. Uổng thật! Dân tộc Việt Nam anh hùng, mà dân tộc Việt Nam yếu hèn nhất, hi hi... Phúc bảo thế để cười buồn.

Nhã Thư thêm thổ lộ:

- Em nói thật chính xác, mới nghe qua có vẻ hồ đồ nhưng là thế! Câu này nghe quả thật chị vừa sung sướng vừa mắc cỡ Phúc ơi.

- Hừm...

- Em biết không? Những con người cuộc sống cứ muốn thực dụng, giả tạo, muốn để lập công, muốn áp lực người khác, kể cả ác lớn bạo tàn. Để mình ngồi trên điều khiển, được khen, được tâng bốc, được nịnh. Mong sao có người giỏi sáng suốt đâu đó sẽ thấy, vạch mặt giả dối, láo xạo của bọn chúng. Ở Mỹ, hay ở đâu cũng cần phong cách làm việc, giúp đỡ đạo đức, chân thành, là cái nôi chung của nhân loại, và cần thiết mọi nơi mà em!

- Wow không sai chị. Em coi sách nói về cách làm việc ở Mỹ.

- Thì chị Thư có mà, sách chị mua tại Việt Nam đã dịch. Sách là một chuyện nhưng đâu phải họ, ai cũng làm được như sách. Thấy hãng có mấy người được như ông Earl John, một đàn ông da đen chính hiệu chị thích.

- Chị ngưỡng mộ ông ta nhiều nha.

- Người tốt mình phải khen, phải ca ngợi thôi. Người xấu thì nên cải cách bớt đi. Xã hội bao giờ cũng có hai màu trắng đen và tốt xấu.

Phúc lập lại: Xã hội bao giờ cũng có hai màu trắng đen và tốt xấu. Hay! Câu nói chị hay nha.

- Thôi đừng khen chị xấu hổ Phúc ơi. Vì chị chưa làm gì cho đời hay như mình ước muốn.

- Wow lại thêm câu nói hay nữa.

- Thôi đủ rồi em trai. Ta nói chuyện vô đề kia đi.

- Ồ đành rằng như thế mà chị. Cái khổ, rắc rối nơi cuộc sống là chỗ đó chị Nhã Thư ơi. Và ít ai thi hành như sách tốt dạy. Dẫu đọc cũng như nước chảy lá môn thôi. Cần nhất là trong lòng họ có tâm, ý thức được, mới biến chuyển!

Nhã Thư bằng lòng gật đầu, rồi nàng rằng tiếp:

- Đúng vậy em. Câu em coi như quá đỉnh nghen. Còn chị không nghĩ chị làm ở đây lâu hơn nữa. Làm lâu cũng có những thú vị riêng, vì mình nắm vững, biết phương pháp xử lý kinh nghiệm, dễ làm. Nhưng môi trường, mình không cải tổ được buồn lắm, tốt hơn là mình từ chức hi hi.

- Chị giỏi mà, cứ đóng góp ý kiến đi! Em khuyên chị cứ thử cái cuối cùng đi, danh nhân nào đó nói mà.

- Ồ. Em có biết chuyện này? Nghe chị kể đây. Khi mình biết làm một cách hay hơn cho công ty, chị ví dụ khi check một cái hàng mới, sản phẩm product chảy "leak" top ở nắp đậy, thay vì lấy basket đổ ra lượm lại từng cái. Để khỏi tốn thời gian mình chỉ cần up mặt bottom trong boxs ngửa lên trên. Check mỗi cái, nhưng sang hẳn directly qua thùng mới là nhanh nhất. Khỏi tốn công đoạn nhiều, mà hiệu quả không thua. Nhưng em biết sao không?

- Rồi sao?

- Vì thùng cũ cũng phá bỏ bởi đã bẩn nhơ rồi, mà đâu cần đổ ra, để mất công phải lượm lại từng cái lôi thôi? San sớt nhiều lần, lại thêm đổ nát, vì sức nhiệt của sản phẩm nóng mới đổ ra mà. Mình kiến nghị teamleader không ưa mình, đuổi mình đi chỗ khác, bà bảo: "đừng nhiều chuyện." Khi mà thông báo để sờ sờ là cải tổ việc làm, đoàn kết teamwork, together work năng suất, phát huy sáng kiến, tìm năng lực cá nhân v.v… hi hi. Như vậy không phải là hèn và tạo giả sao? Nhất là mụ già phù thủy teamleader Kim Che! Mụ ngu dốt mà cứ tưởng là khôn. Thiệt mệt...

- Ganh tỵ đố kỵ, bảo thủ đó chị.

- Thì đó là lý do, chị và không ai muốn góp ý chi cả. Ai cũng... Họ sợ đì, sợ đạp, sợ đổ, sợ đau, sợ đánh, sợ đẩy, sợ thù vặt điên, sợ đủ thứ đến, sợ bị mất job đang đem đâu đó.

- Cũng quá chán với những con người ích kỷ, đang đến đông, điều điên đó, chị Nhã Thư ơi! Hihi...

- Chị còn sợ cả súng đạn nữa. Họ có thể giết mình khi đùng đùng giận. Họ có thể bị khùng mà! Khi họ mất quyền lợi và lòng ganh tỵ, có thể điên rồ sẽ làm bất cứ việc gì?... Phúc à, em biết không? Những điều mình nói là đúng thiệt đó em. Ở Mỹ luật lệ thật chu đáo nhưng giết người họ đang coi dễ, giống như ăn cơm vừa chơi cào số được. Hoặc như giết một con chuột nhỏ không bằng nơi hang động... Thôi đi cách khác cho an toàn hơn em. Nhiều cách đi mà em, vô tư cho xong chuyện. Chị đụng như vậy mấy lần nên chán không thèm góp ý nữa.

- Wow. Đáng khen. Chị giỏi ghê, giỏi lắm đã nha, nhìn xa thấy rộng. Phúc tự nhiên cười tươi, khen thán phục Thư nhiều hơn.

- Nhưng trong tình yêu chị, chị không giải quyết giỏi. Nhã Thư nói và cười buồn.

- Chị có cách giải quyết tình yêu hay đó chứ! Phúc như có vẻ thừa nhận nữa.

Nhã Thư giải thích:

- Mỗi lần xa là mỗi lần chị đau lắm đó chứ. Tại Phúc không biết chị hết. Chị không cứng rắn con tim đâu.

Phúc nói lãng qua chuyện khác:

- Còn chuyện hùn hập, làm ăn với các cô em chồng của chị thế nào rồi chị Thư?

- Các cô em chồng làm ăn cũng được lắm, chị chỉ có phần hùn nhỏ thôi. Vì công tụi nó bảo lãnh chị qua. Hơn nữa nên phát triển tiền đẻ ra tiền tý thôi em. Và chắc chị... Nhã Thư bỗng ngưng nói.

- Sao chị Thư?

- Chị có ý còn muốn theo đi học đại học văn chương Mỹ để biết về phong cách thơ văn hiện đại, quá khứ nhiều thời kỳ thơ, và hiểu thêm các trường phái để diễn thuyết ...

- Chị có ý nghĩ từ đâu lóe lên vậy? Phúc ngạc nhiên hỏi:

Nhã Thư trả lời:

- Cũng mới nghĩ thôi.

Nhã Thư và Phúc vẫn thường tâm sự tình yêu, cuộc sống, về công ty Nhã Thư làm.

Phúc đang làm tóc cho một tiệm. Phúc không giỏi về văn chương. Song anh vẫn thích kết bạn với những người làm văn chương. Được quen biết với Nhã Thư anh cảm thấy như được an ủi cho anh. Anh chia sẻ, tâm tư. Chính vì vậy mà tình chị em giữa Nhã Thư và anh thêm thắt chặt. Họ mến yêu với nhau chân thành khá lâu rồi!

Thường thì Nhã Thư và Phúc hay đi vào thư viện mượn sách, lựa tìm sách đọc, đi mua sắm quần áo, shoping. Đôi khi đi vào siêu thị mua thực phẩm, hay ăn uống, chơi game, đi coffee v.v... Đi với Phúc, Nhã Thư thấy vui, đầu óc thong thả, thanh nhàn, được có kẻ thông cảm, chia sớt tất cả, tám chuyện v.v... Nàng như vứt bỏ mọi lo âu phiền muộn...

Phúc vẫn hay vui vẻ tâm tình:

- Em là cận vệ, chị sai gì em sẵn sàng giúp, hoặc chị kiếm tư liệu đi đâu em vẫn không ngại. Nếu chị cần em sẽ bố trí thời gian, chị em mình đi thoải mái nghen.

Sau những lần đại loại như vậy, được gặp gỡ và nói chuyện thoải mái như vậy. Có một hôm Phúc và Thư đi ăn khuya tại nhà hàng Quê Hương. Thường thì họ đi ăn ở nhà hàng này về đêm. Bỗng hôm nay oái ăm gặp Tâm Lân. Hổng hiểu sao Tâm Lân cũng đi ăn khuya chỉ có một mình. Có bao giờ Nhã Thư thấy anh ta đi ăn khuya đâu? Nhã Thư không tin vào mắt mình, cô đang ngồi bên cạnh với tô hủ tíu mì, đặc sản nóng hôi hổi, đối diện qua bàn có Phúc. Hồn Thư như rơi lạc. Khi cô thấy bóng dáng Tâm Lân ngồi một mình chỗ bàn nọ.

Đoạn Nhã Thư và Phúc bắt đầu ăn, hơi nóng bay nơi tô hủ tíu nghi ngút, thì thấy Tâm Lân đến ngay bàn cô và nói:

- Cô Nhã Thư nè, cô là thứ vô liêm sỉ. Tôi không ngờ cô là giống như con đĩ không hơn không kém nha. Chồng cô đã nuôi cô hơn chín năm cô ở đất Việt, ăn chơi, sướng chi trắng da, dài tóc, giữ được eo thon. Qua Mỹ cô đòi bỏ người ta, đến người thứ hai là Hà Chi, Hà Chi cũng lo cho cô từng giấc ăn miếng ngủ, cô vẫn bỏ, cô vô hãng bồ bịch Mỹ đen Mỹ trắng, và rồi cô nói cô chấp nhận yêu tôi. Cô đã bỏ tôi, để hôm nay cô đi với thằng đàn ông trẻ này. Cô là loại đàn bà không ra gì. Cô biết không? Thơ cô trong sáng, nhưng lòng cô đen tối lắm! Tối hơn chó mực thôi. Cô biết không hã, hã?

Nhã Thư đang làm thinh, vì lắng nghe cô choáng váng, thì Phúc gỡ rối cho Nhã Thư:

- Chú đừng hiểu lầm. Tôi chỉ là người em, người bạn cho chị tâm sự buồn vui. Tôi và chị hoàn toàn trong sáng!

- Trong sáng, hay trong tối mà đi ăn với nhau giờ này. Tôi già hơn chú em mà, đừng gạt tôi?

- Có sao đâu chú, người ta bán mình đi ăn. Với lại chú không nên sỉ vả chị ấy nặng như vậy. Chú không có quyền.

Tâm Lân hùng hổ giải thích:

- Vâng! Tôi không có quyền đó. Xin lỗi chú em tôi quá lời. Nhưng những câu thật xứng để nói với cô ấy. Tôi không muốn gặp cô nơi nào nữa. Đừng cho tôi gặp, xin làm ơn. Làm ơn giùm...

Tâm Lân giằng và hằn học với một thái độ kỳ lạ quá mức, rồi một mình chịu lặng lẽ bỏ đi. Nhã Thư không nói được gì. May quá là quán về khuya chỉ có hai người. Nhã Thư không tin vào mắt mình. Cô như lạc vào thế giới hãi hùng. Lòng Nhã Thư như tan ra từng mảnh, không ai cắt mà đau, đau không thể tưởng, như dao rựa đâu đó cứa vào da thịt cô trăm mảnh không bằng! Như những gáo nước lạnh tạt vào mặt, Thư đau xối thêm tê buốt đến não nề... Còn hơn con chim đang đau, nó bị người săn bắn trúng đạn trong mùa gió tuyết... Hay là như có những giọt cường toan mạnh vô hình xâu xé tim nàng đến khủng kiếp!

Cô như thương tích mê man, đêm vốn lạnh, còn sắc se

lạnh hơn!

Nàng, Thư thầm nghĩ thật ra Tâm Lân vẫn không hiểu những gì ở nàng, trong trái tim nàng. Nhã Thư mím chặt môi, lòng nghe đắng nghẹn. Thư không cắt nghĩa được nơi mình. Đó còn hơn là nàng đã nuốt hàng trăm, hàng ngàn trái bòn hòn kia chứ! Một nỗi đau khó tả cực kỳ.

Rồi Thư phải chia sẻ:

- Xin lỗi Phúc chị buồn, vì đã yêu một người quá vội vàng, quá hồ đồ em Phúc nhỉ. Em tha lỗi cho chị nha.

- Không sao! Em mong chị bình yên ở cảm giác còn lại. Là em mừng thôi. Chuyện đó bỏ đi... vô trash hết đi chị...

CHƯƠNG NĂM - CHƯƠNG KẾT

Hôm đó tết cộng đồng- Người Việt Florida tới ba cộng đồng, thành ra họ tổ chức hội xuân cũng ba lần. Đã bao lần dự định hợp nhất nhưng rồi họ không làm được. Họ vẫn thích thế cho là vui hơn! Sự cạnh tranh phát triển, tạo năng lực hơn, họ cũng có những ý kiến trái chiều, cho là tốt hơn, nên họ cứ giữ duy trì. Đại loại là như vậy. Có những lý do như vậy.

Hội xuân cuối cùng là sự tổ chức của nhà báo nhà văn Tâm Lân, là người đứng đầu của chủ trương trao giải thưởng cho những tác phẩm thơ văn có giá trị. Anh đọc diễn văn cho nhóm, sau đó cũng có phần múa lân như các cộng đồng kia. Rồi tới phần phát thưởng cho mấy em, hát đơn ca, song ca, hợp ca v.v... Đã tới phần phát thưởng cho giải thơ hay nhất, Nhã Thư lẳng lặng nghe giới thiệu tên hai tác giả: Mạc Linh Chi và Ngọc Kim Thoa. Hai người được mời ra sân khấu để mọi người chiêm ngưỡng dung nhan. Và họ đọc thơ mình tiêu biểu cho cộng đồng nghe, vì phát giải.

Cộng đồng vẫn vỗ tay rần rần khi hai tác giả nói chuyện không đầu không đuôi, không bài không bản. Cũng không tư cách nhà thơ, nhà văn gì cả. Nên có một số dưới ghế cộng đồng xầm xì, la ó:

- Thơ văn gì dở thế mà cho là giải, giải khùng giải điên,

giải phe giải phía, giải thương lượng, giải vô lý, giải mất công bằng... Giải thơ chết thôi...

Họ không bằng lòng. Họ nghe không lọt tai, nên họ la hú phản đối nói mạnh mẽ vô ngần...

Trên sân khấu một chàng trai trẻ- MC trấn áp dịu ngọt:

- Xin trật tự. Xin trật tự don't mad... Please... Please.

Dưới khán giả bầu trời giận hờn phát triển mạnh hơn, họ vẫn la ó liên tục, với những câu như trên họ từng nói...

- Thơ văn gì dở thế mà cho là giải, giải khùng giải điên, giải phe giải phía, giải thương lượng, giải vô lý, giải mất công bằng... Giải thơ chết...

MC nhìn họ buộc lòng chán ngán, anh quê quẩy phải im lặng. Anh cũng mau nghĩ rằng: Anh phải nhu mới thắng họ, mới kiềm họ được. "Cương có bao giờ thắng nhu, chỉ nhu lại thắng cương thôi." Chỉ có thể là một sách lược, một cách để tạm thắng họ. Anh liền tạm rút lui và không cần phải "hô la đàn áp ngọt họ nữa." Đúng vậy dần dà họ mới chịu thôi. Họ lí nhí nói, phản kháng, nhưng không còn mạnh mẽ nữa...

Nhã Thư biết Vì Mạc Linh Chi có hai cái nhà hàng lớn Và Ngọc Kim Thoa là một ca sĩ trẻ, biết nhảy đẹp chứ không phải là thơ hay! Một bài thơ thường đã không chắc làm được, chứ nói chi đến bài thơ hay. Hai người biết chi là thơ mà giải nhất với giải nhì chứ? Đứng phát biểu không biết nói cho ra con chữ? Đọc bài thơ mình cũng không trôi chảy, không biết diễn cảm, mà vẫn được giải "tung hô vạn tuế." Đã xét có giải thì nên công bằng và ý nghĩa, nơi đó cạnh tranh rốt ráo, để dấn bước, để đánh giá minh bạch khả năng chứ. Không thể là thiên vị hay tình cảm thương thương, xạo xạo phe ta kia chứ? Vậy mà quái, trò cộng đồng, lâu lâu lại vẫn chơi kiểu "nhóm" mua danh bán tước, mua tìm sự hão mộng như thế. Thật buồn cười và điên loạn!... Đúng là nàng có bốn câu thơ cho bài "Thơ Rao." Có mượn chút ý về ca dao đem về, áp dụng vô đây thật quả không sai:

Con kiến biết hát lạ đời

Con chim câm miệng cũng thời thế thôi.
Hòn đất nếu biết nói năng
Thì thầy chấm điểm hàm răng chẳng còn...

Hoặc nàng có đọc thơ ai đó, với vẻ trào phúng châm chọc tên là "Phiền Thơ." Được viết như sau:

Thơ ai nói nhảm quá trời
Thiên hạ lại bảo, ôi lời thơ hay...
Thơ ai thật quá là hay.
Thiên hạ lại bảo có hay chỗ nào?
Thương ông Võ Phiến thường rao
*Bảo hay chẳng biết chỗ nào là hay**

(*Võ Phiến là nhà viết nhiều sách tiểu luận, phê bình văn học- thơ ca có giá trị.)

Nhã Thư ngẫm nghĩ ngồi kế bên. Phúc nhìn Thư hỏi:

- Thơ gì hai người đó dở vậy chị, mà đạt giải chị nhỉ?

- Ừa chị không biết nữa, hai bài thơ tối thui, không có diễn tả được cái gì? ý tưởng gì? Nó không nói lên được gì, vần điệu thơ không ra gì? Không thâm trầm cũng không bay bổng, cũng không có nét chi sôi nổi đáng yêu, không duyên dùng chi chi cả, lạt nhếch như nước ốc, tệ như cau trầu bị úng thiu, thua cơm nguội thiu hẩm. Cấu trúc lại không có gì, thật là rời rạc? Mà đạt giải mới lạ kia chứ?

- Ô chị dùng từ, hình ảnh vui quá. Mà thiệt đó chứ. Thiếu gì người thơ hay hơn ở cộng đồng này chị à. Đây nè em có đọc tập thơ đây nè, những người khá hơn lại không đạt giải?

- Đời là thế có tiền mua tiên cũng được, có tiền mua giải để thờ. *Thơ không hay nhưng trẻ/ hoặc có tiền lót thì được chấm hè/ cho giải chấm được đậu vì bao che/ Giàu có hơn thì giải có trao treo/ Nghèo thì bị xẹp/ Bẹp thì thất thế/ Ít tiền thì lép vế/ chuyện thế mà em! Hãy mở mắt xem/ Đời nghiệt ngã lem nhem.* Nhã Thư nói chữ theo vần nối, cô mỉm cười nhìn Phúc. Phúc tay vẫn cầm quyển thơ, khi vô cổng Phúc đã mua ủng hộ. Phúc nhìn vào mắt Nhã Thư cũng cười. Anh lại hỏi: - Ừa sao em không thấy thơ chị?

- Trời ơi có sao được nhóm này, triệt tiêu chị lâu rồi.

Mà có cũng như không, có gì quan trọng gì đâu em? Thơ là được xét qua độc giả nhìn số đông với lăng kính thời gian. Chứ đâu phải hô hô, hào hào bằng những giải thưởng rao, quảng cáo, tăng bốc, hòe lòe lễ mễ, hay bồng bế đưa lên đó đâu... Mà chị không cần gì hết. Chỉ biết làm thơ như một nghiệp dĩ cho vui, mong chia sẻ nhiều tâm trạng với bạn đọc. Cảm thông được nỗi đời hạnh phúc cũng như éo le nơi con người, đôi lúc khốc liệt cay đắng mà vẫn thi vị... Đó là niềm vui, sung sướng của thế giới thơ chị thế thôi... That's it.

- Vậy thì cũng hơi chơi xấu với chị đó nha. Thơ chị hay hơn, xuất sắc hơn. Ở Mỹ phải công bằng chứ.

- Nữa, lại lập lại câu nói lý thuyết nha! You was wrong quá rồi. "Còn khuya ướt áo," đừng nói câu đó em Phúc.

- Hi hi. Phúc cười nữa. Anh thật sự không hiểu câu thuật ngữ Nhã Thư mới dùng "Còn khuya ướt áo." Nhưng nghe lạ tai và hay hay anh thích thật.

Nhã Thư như có cơ hội nàng cắt nghĩa tiếp:

- Đã nói ở đâu cũng thế. Cờ trong tay ai nấy phất mà thôi. Để thơ chị ngủ yên, khi nào nó sẽ thức dậy cất cánh, chị đâu cần tung hô mà sáo rỗng như thế, dị lắm em! Ô chị chẳng khiêm cung chúc nào Phúc nhỉ? Nhã Thư đưa tay chặn miệng cười đùa. Vì biết mình đùa quá trớn.

Thư nhìn Phúc nói như thật vui. Xong nàng bảo rằng:

- Nè Phúc ơi chị em mình đi kiếm gì uống đi. Có gì hay đâu, mà ta ngồi đây nữa Phúc?

- Ha ha. Ừa phải. Thì coi cho biết cuộc tổ chức vậy thôi. Chủ đích của hội này là giải thơ chị ơi. Thôi đủ rồi chị hĩ?

- À há. Nhã Thư nói và cùng Phúc đứng lên đi về lối exit ra. Nàng thấy Tâm Lân nhìn mình sững sờ. Nhưng Nhã Thư cứ tỉnh bơ bước đi, cô không quay chào. Cô cũng không biết Tâm Lân nhìn mình đau mắt hay sướng mắt. Thôi kệ cho anh ấy, với cái nhìn free, không bị đóng thuế đó mà. Hi hi...

Nàng muốn cười vui chứ không phải cười trong đau đớn hay thất vọng gì nữa. Thư cảm thấy trong lòng nhẹ nhỏm, dù nàng không mấy bằng lòng hay thiện cảm của chương trình... Khi chương trình phát giải thơ đi qua, nhường phần ca nhạc.

Riêng Tâm Lân dán mắt mãi đến lúc Nhã Thư ra khỏi cửa, khuất xa anh mới thôi. Nhã Thư quay lại nhìn. Nàng thấy như thế. Chàng đứng như chết, như trời trồng... Đúng là Tâm Lân lạm dụng cách nhìn mình, nhưng có lẽ free khỏi tốn tiền thì hà cớ chi chàng phải hoãn lại...

Nàng thì vừa đi suy nghĩ, và vừa nói với Phúc:

- Chắc tháng tới này chị sẽ vào trường đại học văn chương báo chí rồi em ơi. Nàng vui vẻ trao đổi tâm tình cùng người em tinh thần Đình Phúc.

- Lẹ quá đã tới ngày nhập học đầu tiên rồi. Vậy là chị không đi làm nghề cho thẩm mỹ. Học cũng lâu, mệt và uổng đó chị.

-. Việc học để biết không thừa em. Hơn nữa chị nghĩ nghề thẩm mỹ, tóc tai massage nhiều người làm được. Thôi chị đã khổ rồi, lao vào cái khổ bình phương, hay lũy thừa ba đi nữa, cũng không sao? Chị cam chịu được mà, chị vậy mà. Nhưng chị thích!

- Biết đâu sau này chị Thư xuất sắc, nổi tiếng, và thành công hơn trên lĩnh vực này. Vì chị có nhiều trải nghiệm cuộc đời. Thông minh, cộng với trải nghiệm sẽ cho ra một kết quả chắc ăn hơn. Hi hi. Phúc cứ nói và lại phá lên cười riêng.

Thư để cho Phúc cười hết rồi. Nàng hãy nói:

- Chị không mong gì hơn em, nhưng từ nhỏ chị mê văn học và thi ca nhất trên đời. Làm văn học, chính văn học mới ghi nhận được lịch sử và tâm lý con người trải qua. Con người đã từng sống ưu, khuyết như thế nào? Để truyền thụ lại lớp sau, một tình thương cho thế hệ trẻ. Để họ nhận thấy và rút tỉa ra những bài học kinh nghiệm. Đó là bằng chính tiếng nói của ngôn ngữ, của văn chương học, chân thành học. Ở nỗi lòng mình. Chị nghĩ thế Phúc à.

- Em tin tưởng với sự nổ lực, tình yêu nơi trái tim chị có. Em mong chị thành công. Chị Thư sẽ vui trong tương lai. Phúc lại đổi giọng thật nghiêm túc.

- Chị Thư vẫn cầu mong an bình cho mình, và tất cả mọi người ở những nhân hạt an lành. Một thông điệp chung ở điểm cuối. Khi chị nghĩ đến làm văn chương, văn học...

- Tâm chị em hiểu. Vậy chứ cái lớn nhất vẫn rộng mở, bao dung nhiều. Em tin tưởng, chị viết để lại nhiều quyển sách thật. Và hay nhiều nha...

Hai chị em cứ tâm tình. Họ đến một quán nước và coffee gần nhất để enjoy. Trong mùa tết năm 2012...

Hương tết truyền thống quê hương, như còn đâu đây, như muốn gởi thắm trên môi mỗi người. Khi ai biết nhiều và nhận... Nghĩ đến điều đó.

- Nó...

HDT. Viết 2012.

ÁO CƯỚI NÀNG CHƯA MẶC

Dẫn nhập:
Em mừng quá vì đêm qua hết khóc
Hết u buồn khi khuya lạnh trăng rơi...
Không luồng tay mơ tóc gọi người ơi
Tôi nhớ lắm! đêm ơi người khắc khoải!

*

Người đến dâng tôi chi những giọt thương
Người tặng tôi chi những kỷ vật lạ thường
Người biếu tôi chi những lời ân ái
Để xa rồi trọn kiếp tôi vương...

*

Người về đâu chốn muôn nơi!
Gió thương, tôi gởi tiếng tơ sầu...
Người có biết tôi nhớ từng phút nhớ
Lời thơ dịu ngọt, trốn giữa môi...
Một tình nào ngọt đã thả trôi...
(Trích bài thơ tác giả cùng tên- Mừng Quá.)

CHƯƠNG MỘT

Thể Cúc đến trễ nhưng nàng không thể chọn khác hơn bởi nàng rất bận công việc. Đúng số nhà 49 đường Greentree. Nàng cho xe đậu trong một bãi cỏ nhỏ ngoài vòng parking. Vì nàng có nhìn thấy parking của chủ nhà đã kín mít xe. Xe đậu chiếm hết chỗ rồi.

Thể Cúc bước xuống xe. Nàng mặc chiếc áo dài màu xanh rất nhạt, màu xanh của biển chiều, và đi guốc cao. Nắng như chạy theo nàng trong vạt áo mỏng...

Phút chốc Dạ Thanh cũng vừa nhìn ra thấy nàng. Thể Cúc ngập ngừng tiến vào cửa. Dạ Thanh lẹ làng lên tiếng:

- Vào đây đi em. Trời ơi sao trễ vậy. Chị giới thiệu luôn khi Thể Cúc bước trọn vào nhà:

- Đây là Thể Cúc muốn gia nhập hội viên của chúng ta. Trời ơi Thể Cúc ăn mặc đẹp ghê luôn.

Và Dạ Thanh xoay về hướng bốn người đang ngồi. Chị nói nói tiếp:

- Còn bốn người này là Diệp Thanh, Hạ Uyên, Ngọc Cầm, Kim Quận. Số đông hơn đã đi về hết rồi em...

(Ngọc Cầm, Kim Quận vẫn mặc áo dài. Còn Dạ Thanh mặc complet. Hạ Uyên mặc đầm ngắn áo cổ chun mát, chắc trong nhà mình. Hạ cô muốn mặc cho gọn.)

Dạ Thanh hỏi thêm lại:

- Hôm nay đẹp gái ghê nha. Sao trễ vậy em Thể Cúc?

Nàng đưa tay, lưỡi như liếm nhẹ môi và trả lời:

- Dạ em hơi bận một chút chị ơi.

Hạ Uyên chen vào:

- Không sao đã đến thì được rồi.

Những bàn tay chìa ra với nàng. Thể Cúc bắt tay họ, cô khẽ gật đầu, cô thân ái:

- Xin cám ơn tất cả mọi người. Và xin lỗi. Thể Cúc đến

muộn quá, để tất cả trông đợi nhưng...

Diệp Thanh không muốn để thì giờ trôi qua, anh muốn có lời rằng:

- Nhưng thôi được không sao. Có đến là được mà chuyện nhỏ...

- Hạ Uyên chêm vào:

- Có Diệp Thanh đón nhận là ổn cả mà.

- Đừng giỡn Uyên? Quay sang anh nói với Thể Cúc liền:

- Em có đem những bài thơ đó không? Đưa ra đây cho anh, và các chị coi. Tha cho em đó, chứ thời buổi bây giờ là em phải email đó nha.

Thể Cúc cười nụ xấu hổ:

- Em bận lắm, vả lại em chưa biết dùng email.

Diệp Thanh nhìn xoáy vào mắt của Thể Cúc như là lạ. Anh lên tiếng:

- Đừng nói vậy nha. Thời đại vượt xa nguyên tử, mà không biết dùng email, là có nên tin hay không đó?

- Em nói thiệt, lo đi làm kiếm tiền. Với lại con em không biết set-up tiếng Việt.

Hạ Uyên liếc nhìn thấy Diệp Thanh ngồ ngộ. Anh có cái gì đó lúng túng một chút, xen vào Hạ bảo:

- Thôi bỏ qua đi cái chuyện đó. Sau này Thể Cúc sẽ học nhanh mà. Anh Diệp Thanh mà "dợt" cho Thể Cúc mấy hôm, thì không ai chạy theo kịp Thể Cúc đâu!

Thể Cúc không dám nhìn vào mắt Diệp Thanh. Nhưng anh đã nhìn, anh chú ý một chút vào khuôn mặt trái xoan của nàng. Và anh thật cố gắng nghiêm trang, để thốt nên lời:

- Thôi không nói văn chương lộn xộn nha Hạ Uyên? Ở đây đừng nói giỡn quá trớn đó. Hạ Uyên đọc thơ Thể Cúc cho tôi nghe đi.

Hạ Uyên bỗng phản ứng thật nhanh:

- Ô Thể Cúc đọc được mà. Anh này thật sao ép em vậy? Thể Cúc đọc đi, kìa Thể Cúc ... Phải không? Người đẹp thì phải biết đọc thơ hay chứ? Hi hi.

- Dạ không dám... Cúc bẽn lẽn.

- Hạ Uyên nói thế em đọc đi. Diệp Thanh quay nhìn Thể Cúc lần nữa. Anh dịu dàng ôn tồn, nhưng có vẻ ra lịnh.

- Không sao, vậy em xin đọc vài bài cũng được. Hay dở cũng đừng chê là được nha. Cúc nói, nhìn Diệp Thanh lại. Nàng đứng lên đọc ba bài. NNĐQ, MXT, ĐĐB lần lượt:

Nắng nhuộm đường quê

Chiều nay nắng nhuộm đường quê
Chiều nay nắng nhuộm đường về nhà em
Bướm vàng lả tả làm quen
Hoa sầu đa cảm nhá nhem gợi tình
Em ngồi bên giậu làm thinh
Đan tay trong tóc thấy mình kém xa
Làm sao em biết phân qua
Mình yêu đắm đuối biết là có phai.
Thương nhau tặng nhánh hoa nhài
Thử lòng để biết nghĩa ai thâm trầm...?
Cánh chuồn đang tựa bay râm
Thương anh một nẻo, giấu thầm trái tim.
Trái tim một chút ân cần
Thương hồn chú kiến thương thân cào cào...
Tình yêu một ước nghìn ao...

Bài Mùa xuân thắm

Chim non đang hót véo von ngoài bờ trúc?
Gió ngoài đồng cũng đưa hơi cỏ thơm tho!
Bên khung cửa sổ ai e thẹn thập thò
Như mơ tưởng một mùa xuân đang tới...
Một mùa xuân đất trời đang thay áo mới
Em dại khờ cũng phải biết điểm trang
Không lòe loẹt lắm, nhưng đủ chút dịu dàng
Và tươi nhã như mùa xuân đang thắm
Để cho anh mê... và ưa nhìn ngắm
Một mùa xuân và em đó cả hai
Để sau này anh khỏi thắc mắc chê bai:
Em chậm quá không theo kịp mùa xuân thắm
Một mùa xuân đất trời như đang tắm
Tắm da em và tắm cả da trời.

Mùa xuân tình đang rộng trải khắp nơi nơi
Mà anh muốn nơi em là khởi điểm...!
Mùa xuân đó, gió gọi xa về biển...

Tất cả lắng nghe. Đặc biệt là bài Mùa Xuân Thắm, bài Đom Đóm Bay. Mọi người thấy nét riêng, chú ý bài:

Đom Đóm Bay

Đom đóm bay ô kìa trong đêm tối/ Anh bắt giùm để tặng cho em?/ Sáng lập lòe và cứ mãi nhá nhem/ Em yêu quá như lân tinh tỏa sáng...?

Anh lại bảo: em ơi nó như bạn! Làm bầu trời thế giới đẹp nên thơ/ Em yêu ơi, hãy cứ tập giả vờ /Anh bắt nó rồi thả ra đó chứ?

Được không em hay có gì khó xử/ Một động vật nhỏ... vẫn sinh linh? Em hãy yêu nó như yêu một cuộc tình/ Em cứ tưởng khi yêu ai toan chia cắt?

Đau không em khi là một bước ngoặc/ Hạnh phúc không tròn trả lại nhớ thương? Em của anh hãy biết khiêm nhường / Hãy yêu thương dù là con bướm nhỏ...

Ngắm thôi em để chúng mình chứng tỏ/ Phước đong đầy, cho mộng đẹp tình yêu? Và tưởng nhé em trong những chiều/ Đóm bướm về là tình ta tròn mộng...!

Nghe xong Hạ Uyên xuýt xoa:

- Thơ của Thể Cúc cũng dễ thương lắm, có hồn sâu ghê, kết nạp được hả anh Diệp Thanh?

- Đây là ý kiến tập thể chứ đâu phải riêng Diệp Thanh.

- Tập thể gì? Em và anh đại diện là được rồi. Anh là chủ bút em là MC...

Thật sự thì Diệp Thanh là chủ bút, đồng thời người chủ trương cùng Dạ Thanh sáng lập ra hội thơ này. Hạ Uyên nhà thơ cũng là một MC trong hội. Ngọc Cầm là nhà thơ và là một thủ quỹ. Kim Quận là nhà thơ đồng thời thư ký luôn.

Ngay lúc này con của Ngọc Cầm lái xe tới rước. Ngọc Cầm cô nhìn thấy con, cô xin phép bắt tay từng người để ra về. Riêng Thể Cúc, Ngọc Cầm bịn rịn:

- Hôm nay mấy chị cùng anh Diệp Thanh tổ chức họp ở đây. Thể Cúc người mới chị hân hạnh biết em lần đầu tiên, cố gắng nhé.

Ngọc Cầm nghỉ chút như lấy hơi, rồi cười cười nói luôn cho hết ý mình:

- Tre già măng mọc mà em? Ở đây với Diệp Thanh, Hạ Uyên, Dạ Thanh nói chuyện đi. Chị về con đã tới rước rồi nha. Không biết lái xe, lệ thuộc con cũng khổ quá. Xin chào hết mọi người còn lại. Cầm về nha.

Hạ Uyên chen vào như phân tích:

- Được rồi về đi. Nhưng mà nè không lái xe, khỏi tốn tiền insurance, khỏi tốn tiền đổ xăng, khỏi tốn tiền sửa xe, khỏi cho ai quá giang, góp gió thành bão, sẽ giàu to đó chứ!

Ngọc Cầm cười he he mà rằng:

- Con quỷ nhỏ Hạ Uyên này. Đúng là MC thứ thiệt nha!

Hạ Uyên chỉ còn nở một nụ cười nhỏ, mà có hai đồng tiền ăn sâu trong má lúm.

Thể Cúc cũng bịn rịn nắm tay Ngọc Cầm. Thể Cúc cười nhẹ tâm tình:

- Em xin cám ơn chị nhưng em đâu, thế hệ trẻ gì nữa chị?

- Miễn là còn trẻ hơn mấy chị là được rồi. Đúng không? Ngọc Cầm khôi hài bảo. Và Ngọc Cầm giơ tay cao thêm, nói cho lần chót:

- Tạm biệt nhé, tạm biệt hết người thương. Hẹn gặp hết nha. Lời chót đó nha. Cầm nói vội vã nắm lấy xách tay bước ra đường vì con đợi. Ngọc Cầm còn mang theo chiếc nón lá để đội. Ai nhìn cũng trông dễ thương, lạ lắm chứ, và rất phụ nữ VN. Ngọc Cầm đi rồi Hạ Uyên tiếp tục, giọng cô rơi xuống rất vui:

- Ngồi xuống đi Thể Cúc. Hôm nay là cuộc họp tại nhà mình đó thôi.

- Thể Cúc biết.

- Ừa thì vậy đó, có làm dâu đâu mà đứng hoài. Nhưng làm dâu ở thời đại văn minh, ở nước Mỹ này cũng không như vậy đâu nha?

Một lần nữa Thể Cúc e lệ, như có gì lúng túng, xong cô nhè nhẹ ngồi, cô vén chiếc áo dài sẽ lén ngồi xuống.

Chị Dạ Thanh người giới thiệu Thể Cúc đến hội nhà thơ, giờ có dịp chị trình bày hơn:

- Thể Cúc em đừng ngại. Hạ Uyên thường làm MC nên nói năng hoạt bát, hơi bạo chút, đôi lúc lại pha trò giễu cho vui nghen em. Còn em, trời ơi nhà thơ thời đại này dũng mạnh lên. Đừng rụt rè thiếu chí khí lắm em. Thể Cúc ơi? Trời ơi thiệt tình...

Dạ Thanh im một chút, và nở nụ cười bảo tiếp luôn:

- Đông lắm đó nha. Người ta đi về hết rồi chỉ còn chị và anh Diệp Thanh, Ngọc Cầm, Kim Quận ráng ở lại chờ em đó. Hạ Uyên là chủ nhà rồi không tính?

Hạ Uyên xen vào:

- Thôi đừng có thuyết nữa, để mời Thể Cúc ăn chút gì cho vui đi.

Dạ Thanh xoay người nghiêng nói lại với Hạ Uyên với câu nói rất đùa:

- Con nhỏ này ăn hiếp người lớn hả ta? Hồi nãy giờ Dạ Thanh mới nói mấy câu mà thuyết thương gì? Ha ah. Bởi vậy cô nàng này làm MC mà, muốn nói gì nói. Vo tròn bóp méo, nói chuyện xoay xở, gỡ gạt linh tinh số một hà nha... Hi hi.

Hạ Uyên cười theo mắt, rồi chống chế:

- Thì như đang tập cho lên show mà...

Hạ Uyên tiếp tục cười nữa, nàng nhẹ háy mắt qua Thể Cúc, như thể có gì vui lắm. Rồi Hạ cầm miếng bánh cake đưa lên miệng. Nàng nhìn những món thức ăn in ít, bày ra bàn vuông đó. Và một số còn để ở dưới kitchen room. Hạ nói lần nữa:

- Thể Cúc ăn uống nước gì đi, bánh trái nước nôi này của anh Diệp Thanh mua đãi cho Thể Cúc đó. Trời ơi làm gì, như xấu hổ hay làm duyên vậy Thể Cúc? Rồi Hạ Uyên quay sang bảo Kim Quận luôn:

- Kim Quận ăn thêm đi. Sao cứ khách, ăn đi trời... Mời Thể Cúc ăn với nàng!

- Mình ăn hồi nãy giờ rồi. Mời Thể Cúc thôi. Dùng đi Thể Cúc.

- Thank you chị! Cúc dè dặt nhưng nhanh miệng đáp lễ.

Cúc nhìn những khay bánh chưa kịp nói gì nhiều hơn. Diệp Thanh lòng vui, mà vẫn phản đối lời Hạ Uyên:

- Của anh chỉ có một phần thôi nha. Với lại anh đãi chung hết chớ không riêng ai hết. Ăn đi em Cúc, còn ở dưới kitchen room nữa. Bàn nhỏ quá không bưng lên hết đó em.

- Bàn như thế kêu nhỏ còn bao nữa mới kêu bàn to anh.

- Chừng để được tượng Thích Ca năm tấn. Diệp Thanh nói, bỗng dưng muốn liếc nhìn một bình hoa Hạ Uyên có chưng hoa hồng, hoa cẩm chướng, hoa cúc vàng nơi gần đó. Anh trông nó thật đẹp...

- Trời trời, anh Diệp Thanh biết nói chơi hay quá. Vẫn Hạ Uyên vui vẻ phát biểu thêm.

- Nói vậy mới lại MC Hạ Uyên chứ. Anh đã hết nhìn hoa quay qua nhìn Hạ Uyên.

- Nói chơi chút không được sao mà biện luận giữ vậy, của mình đãi thì tự xưng của mình đi, cho người ta biết? Hạ Uyên vừa ăn bánh, vừa nói, và cười cười một cách thân ái. Cô như mãn nguyện lắm, trong lòng một cái gì đó hết sức...

Thể Cúc cũng ăn, uống nhưng rất khách. Sau đó Hạ Uyên cho Thể Cúc biết thêm ý nghĩa: Ra mắt tập thơ.

Và chị Dạ Thanh sôi nổi nói thêm:

- Nếu Thể Cúc thích. Diệp Thanh có thể chỉ cho Thể Cúc cách sử dụng email, bằng computer, bằng tiếng Việt.

- Em chẳng dám làm phiền ảnh đâu?

- Song nếu ảnh chỉ, em cứ học đi. Không sao, cơ hội em phải biết. Chị đề nghị.

Thể Cúc nhìn Diệp Thanh thấy anh mỉm cười nhìn trần nhà không nói gì. Cô càng thêm nhút nhát, ngại ngần hơn.

Hạ Uyên thì tâm trạng hôm nay quá là vui vẻ, đang lo gom các thức ăn, nước uống dọn dẹp lại, từ bếp và trên bàn. Kim Quận phụ với nàng MC này. Xong Hạ Uyên nói ké vào:

- Thể Cúc ơi không biết thì học có sao đâu? "Không thầy đố mày làm" đó Thể Cúc? Việc gì cũng vậy mà. Phải học thôi Cúc Thể. Xin cũng hoan nghênh tinh thần chị Dạ Thanh đề xuất nha.

- Dạ. Cúc xin cám ơn chị Dạ Thanh và Hạ Uyên có ý nghĩ cho Cúc.

- Không có gì đâu Thể Cúc ơi. Hạ Uyên nói và nhìn "nàng thơ mới" Thể Cúc thêm.

Cúc đến dự lần đầu tiên. Ngoài Dạ Thanh, nàng còn nghe MC là nhà thơ Hạ Uyên nói chuyện: tâm tình cởi mở, thân mật duyên dáng, tự nhiên nhiều tính tiếu, mang nhiều hài hước. Nàng cảm thấy ấm áp, vui hẳn.

Một đoạn Diệp Thanh xin về trước. Dạ Thanh, Kim Quận Thể Cúc rồi cũng lần lượt ra về sau đó một tý.

Diệp Thanh ra về, vẫn cứ mường tượng chiếc áo dài "nàng thơ mới." Thể Cúc mặc thật xinh xắn duyên dáng, thanh tú quá... Và mùi nước hoa cô xài nhẹ, nhưng quanh quẩn đâu đây chiếm lấy mũi chàng! Dù chàng biết nơi chàng một cảm nhận theo mỹ học, mỹ thuật mà thôi. Chàng cũng không cố ý nghĩ gì khác hơn, nhưng chàng thấy ngồ ngộ... trong chàng.

CHƯƠNG HAI

Riêng Thể Cúc sau giờ phút chia tay về nhà. Không biết sao Cúc nhớ mãi ánh mắt Diệp Thanh nhìn mình. Một ánh mắt Cúc không diễn tả hết bằng lời được! Như có vẻ yêu kiều tôn trọng, có chút tha thiết cộng thêm chút lạnh lùng. Ủa sao ông ta lại dành ánh mắt đó với mình? Tuy nhiên, nàng có cảm giác ánh mắt đó như có phần thiêu đốt ngấm ngầm trái tim nàng chứ không phải chơi! Thế rồi bỗng một hôm phone reo. Cúc bắt lên. Bên kia đầu giây nói:

- Xin lỗi đây phải là số máy của Thể Cúc đúng không ạ? Tôi là... Diệp Thanh.

- Alô, hello anh, dạ đúng em Cúc. Nàng nói hơi run.

- Cô khỏe, vẫn đi làm chứ?

- Dạ thưa em bình yên, và đi làm thường cám ơn anh.

- Xin lỗi em, nghe Hạ Uyên nói em chưa rành sử dụng computer. Anh có thể giúp em. Em bằng lòng học không?

- Dạ thưa em rất mừng, nhưng thời gian con em từ từ nó chỉ. Anh cũng phải bận việc chứ?

- Tôi muốn giúp cô, con cái ở Mỹ bận lắm. Chúng nó sẽ bổ sung cho cô, nếu tôi đi những cái căn bản cho cô trước?

- Dạ thưa nếu anh tận tình em rất biết ơn. Em sẵn sàng muốn học.

- Dạ được rồi, thưa làm chi nghe nó dong dài như ống tre và khách sáo quá. Cô Thể Cúc? Còn thưa thì đừng dạ, nghe nó cũng gọn hơn... Dài thì hết hơi à nha!

- Nhưng mà anh là người lớn, lớp lớn em phải ăn nói kính trọng.

- Không cần vậy đâu. Vả lại chúng ta tính cho cùng vẫn là một thế hệ thôi.

- Anh nói cho phép... Thì tốt cho em thôi... Thôi em bỏ chữ thưa còn chữ dạ nghen.

- Ừa. Vậy đó...

- Anh thật mau mắn nha!

- Vậy thì không để lãng phí thời gian. Thứ bảy tới tôi có thể bắt đầu hướng dẫn cho cô. Và tôi tới để set-up tiếng Việt cho cô nhé...

Thể Cúc vui như mở cờ trong bụng:

- Dạ còn gì vui bằng, em phải học thôi! Cám ơn anh. Em sẽ cố gắng nếu anh tận tình.

- Tôi muốn giúp đỡ cô vì tôi thấy cô có nhiều khả năng đó. Tôi biết cô muốn đợi mấy đứa nhỏ, nhưng vậy có thể muộn mất? Mình bắt tay đi chúng sẽ thấy vui cộng tác. Cô nhờ nó sau này lẹ hơn.

- Dạ em nghe lời anh. Thể Cúc trả lời thế.

Rồi sau đó thứ bảy saturday nàng đón Diệp Thanh đến nhà. Nàng thường chỉ trau chuốt mái tóc. Còn mặc đồ đơn giản, sạch sẽ nhưng thơm tho, ít kiểu cách. Song nàng vẫn dùng thêm tý nước hoa, để thấy tự quyến rũ mình hơn. Diệp Thanh đến set-up máy computer và dạy cho Thể Cúc cách sử dụng tiếng Việt. Qua hai tuần mỗi thứ bảy, chủ nhật. Cúc mau biết, tiến bộ rất nhiều. Nàng rất vui khi ghi bằng tiếng Việt, đánh được chữ những bài thơ trên computer ở document, vào phần words trông rất đẹp mắt, lạ lẫm quá... Nàng cảm giác yêu thích làm sao. Thấy lòng sung sướng hơn được tiền cho, hoặc tâm trạng như rung động trước một góc trời nho nhỏ...

Qua những lần tiếp xúc biết Thể Cúc ham hiểu biết về thơ ca. Diệp Thanh thường đem sách báo, thơ văn tặng cho nàng tìm hiểu thêm. Trong đó có một nhà văn viết hiện sinh, và lịch sử mà cô rất ham đọc. Những giờ rảnh, cô đọc gần bốn tác phẩm của người này.

Khi Diệp Thanh đang tới nhà dạy cô học. Bỗng một hôm Thể Cúc nói với anh:

- Anh Diệp Thanh ơi. Em cám ơn anh có tặng cho em, nhiều sách nhà thơ, nhà văn để đọc. Trong đó em thích nhất là lối văn của Hạnh Nguyên. Mặc dầu đa phần truyện anh ấy kết thúc không hay. Ngõ cụt quá... Ồ các nhà phê bình đều nói như vậy ở phía sau, chứ không phải em làm thầy nha?

- Vậy sao? Diệp Thanh hỏi và nhìn nàng anh ngạc nhiên.

- Nhưng em cũng thích lối văn đầy chất thơ của anh ấy. Lối diễn tả rất hình ảnh, kể cả rất ủy mị tha thiết của anh ta.

- Hạnh Nguyên là một chủ báo giấy Việt của thành phố này đó. Cúc bỏ đi mấy câu nói chê nho nhỏ kia ở phía sau. Hạnh Nguyên mà nghe em nói, em thích đọc truyện ông ta. Chắc hẳn Hạnh Nguyên hạnh phúc lắm đó nha! Vì tâm lý một người cầm bút.

- Vậy anh chuyển lời cho em, nói rằng em rất thích đọc sách truyện của ông ta nha.

Diệp Thanh cởi mở:

- Em có thể gọi điện chúc mừng, với lòng thành thật cảm mến văn tài của ông. Anh có số phone Hạnh Nguyên đây mà.

- Được không?

- Đương nhiên là được. Hơn nữa ông ta là nhà báo có gì ông ấy sẽ giúp Cúc được. Nếu bài em hay ông ta sẽ đăng tải em sẽ vinh dự hơn. Và nếu em muốn hoạt động văn học văn nghệ, chữ nghĩa, cũng có thể là một cơ hội cho em, dù không lớn lắm...

- Cúc chưa biết chuyện xa vời, nhưng em chỉ thấy những quyển sách anh cho em, về văn chương Việt Nam ở đây, em thấy ông ấy viết trội hơn. Em chỉ thích vậy thôi.

- Em muốn? Em học hỏi giao lưu tất cả nếu em thích. Là có thể những cơ hội mở mang tri thức. Em làm văn viết báo, anh đề nghị. Đâu có thể nào đóng khung một nơi mình, mà tự giỏi được... Tất cả phải biết nối kết, học hỏi em à.

- Ồ, thật sao? Anh tốt thật.

- Anh không tốt đâu?

- Sao vậy?

- Anh nói giỡn mà.

Hai người cười vui, rồi rơi vào im lặng làm việc. Mỗi người của những suy tưởng riêng tư. Diệp Thanh dạy Thể Cúc qua các phần: gõ chữ ghi, copy, save, paste, edit, scan, cut, drop, hình in ra v.v... Thấy Thể Cúc đi nhanh tiến bộ rõ rệt, anh mừng lắm, Thể Cúc cũng rất là vui. Nhưng họ chỉ coi nhau như người bạn tốt vẫn chưa có gì. Có lẽ là mỗi người có một cái duyên để đến với nhau. Diệp Thanh như một chức năng giáo sư, và Thể Cúc giống như một học viên đáng mến!

CHƯƠNG BA

Sau đó công việc đôi lúc huỡn hơn, Thể Cúc lại đọc kỹ sách của Hạnh Nguyên mà Diệp Thanh tặng. Nàng gọi điện cho Hạnh Nguyên như lời đề nghị của Diệp Thanh. Cô bảo: "Cô là một độc giả rất mê thích văn của anh, bởi vì truyện anh, văn anh đầy chất thơ, văn viết vẻ lưu loát nhuần nhuyễn nghề quá." Hạnh Nguyên nghe một độc giả khen thì mừng lắm, lại một phụ nữ trẻ biết làm thơ, biết hát, biết viết văn thì lòng càng mừng rơn "Như người nằm mộng. Như người phàm vào được núi động, gặp tiên không bằng!" Rồi Hạnh Nguyên mau chóng muốn có sự gặp gỡ giữa anh và nàng.

Thể Cúc ngần ngại nhưng rồi nàng nghĩ cũng nhận lời. Không sao, nàng cứ nghĩ như hai người ái mộ gặp nhau, là chuyện bình thường! Hết sức bình thường mà... Thể Cúc phá bỏ "bức tường cung cấm" để đi chơi, để đến hẹn hò với nhà văn Hạnh Nguyên, như một lời hứa cô trả lời với chàng.

Thể Cúc từ một "Phụ nữ hơi nhút nhát. Một phụ nữ hay e thẹn" đã tiến xa trước với lời lẽ dễ cảm của nhà văn, vòng tay yêu đương đường mật của Hạnh Nguyên. Đàn bà phụ nữ có cứng rắn mấy cũng xiêu lòng, nếu người đàn ông biết khai mở được trái tim họ đúng cách? Đàn bà phụ nữ đa số họ yêu bằng tai. Chính vì thế mà ngạn ngữ từng có câu: "Đàn ông yêu bằng mắt, nhưng phụ nữ yêu bằng tai." Thật quả không sai... Chẳng mấy chốc Hạnh Nguyên đem đến cho nàng một tình yêu ngọt ngào. Nàng cảm thấy thích. Rồi họ yêu nhau nồng nàn say đắm, cũng giống như bao mối tình khác trên thế gian! Thể Cúc biết nàng sa vào ân tình của Hạnh nguyên, nhưng nàng đã không thể vùng vẫy, hay chối từ được nữa...!

Sau khi hơn ba tháng yêu đương. Thể Cúc bỗng nói với Hạnh Nguyên một hôm:

- Anh ơi, em đã làm thêm thơ. Lúc trước em có khoảng năm chục bài thơ, sau ba tháng em làm nữa, em có được tổng cộng gần một trăm bài. Như em thấy có riêng một tập thơ cho mình, có thể em in được không? Anh thấy sao?

- Ừa anh đọc thơ em ngay từ buổi đầu, rất tình cảm, rất lung linh, anh muốn đăng tải cho em. Mà tại em muốn giấu kín thì thôi đi chứ! Vì anh biết Cúc đang duy trì câu nói nổi tiếng "Hữu xạ tự nhiên hương." Hoặc là câu cổ nhân dạy "Người có tài, người quân tử thì không nên sớm khoe thanh danh" Hi hi. Đúng không em?

- Hi hi... đúng anh! Cúc không muốn lật đật, nhưng bây giờ anh có thể đăng được rồi. Bài nào tùy anh thích. Em gởi qua email cho anh nhé. Còn tập thơ thì anh, anh khỏi layout vì anh bận lắm. Em thương anh, em để anh Diệp Thanh giúp em nha?

Hạnh Nguyên ngạc nhiên hỏi:

- Ủa Diệp Thanh? Diệp Thanh hã. Cúc nói sao? Tai anh nghe không trật chứ?

- Thì sao anh?

- Anh không thích ai giúp em ngoài anh cả. Để anh làm cho em.

- Đừng ích kỷ vậy, ai làm cho em cũng được. Trái tim em thuộc về anh ba tháng rồi có gì mà oan ức. Anh thiệt kỳ...

- Thôi thôi, anh không thể để em gần ai đâu? Kể cả thằng Diệp Thanh nữa.

- Lòng anh đó tốt lắm, dạy cho Cúc biết đánh chữ, và biết sử dụng tiếng Việt bằng computer đó?

- Trời ơi chết tôi rồi. Tại sao giờ này em mới nói?

- Trời ơi ảnh cho em sách của anh. Em mới biết anh, và yêu văn anh. Nếu không có ảnh, Cúc đâu biết anh văn hay mà quen? Biết nhau như giờ này!

Thể Cúc vùng vằng nói tiếp:

- Trời ơi ích kỷ vừa vừa, ảnh là ân nhân của anh. Anh nên cám ơn mới phải. Hi hi.

- Hừm. Không đâu. Em nói vậy mà nói được. Trời ơi kẻ thù, đối thủ thì có chứ ân nhân gì? Hắn kè em, gần gũi người em mỗi tuần, mỗi ngày?

Hạnh Nguyên không tán thành. Mặc cho Thể Cúc nói chân thành, mặc cho như nàng bào chữa:

- Không, trời ơi chỉ có mỗi thứ bảy và chủ nhật thôi. Có khi em bận cũng không học. Nói chung thứ bảy chủ nhật mỗi tuần, em gặp thoáng chốc một vài tiếng. Anh làm gì lên án giữ vậy. Trời ơi ảnh dạy em học đủ thứ chứ bộ?

- Chứ bộ gì? Thôi anh mướn người ta dạy em thôi. Mà lỡ rồi nay anh biết, anh cấm hắn tới. Với lại bài vở anh tự layout. Anh không cho Diệp Thanh, Diệp Thiết gì layout làm cho em đâu, nó không có quyền đụng vô cái gì của em cả. Anh không muốn, thật sự anh không muốn! Em có biết không?

- Tại sao vậy, ảnh tốt mà anh? Cái gì anh nóng như lửa đốt!

- Tốt cái gì? Ngày nào nó sẽ hốt hồn em, anh không cho nó vô nhà em? Em đừng có hòng!

- Trời ơi ảnh tốt lắm, anh đừng ghen ẩu nha.

- Anh chết lên được chứ ghen ẩu gì. Nó đã làm gì em?

- Không có gì hết, như anh trai thôi.

- Hứ, dễ anh trai. Em phải chấm dứt hắn, anh không tha cho nó đâu.

Hạnh Nguyên nhìn Thể Cúc lắc đầu, anh nói tiếp:

- Em nói em yêu anh? Không có người nào trong tim em ngoài anh. Vậy sao hai, ba tuần em mới cho anh gặp. Anh không thể tin nổi em, em đã làm gì?

- Cúc bận lắm, em đi làm hãng, làm nail, làm thơ, làm đủ thứ mà...

- Anh chẳng tin. Nếu một tuần mà chẳng được gặp em, anh không tin em chỉ có một mình anh?

- Ý trời ơi ghen gì dễ sợ luôn. Người ta bảo mà không tin thì ráng chịu...

- Nếu cho anh tin, thì một tuần cho anh gặp hai lần. Hạnh Nguyên nói và cười gượng trong thoáng buồn.

- Chắc là không được đâu, em bận lắm. Thể Cúc lắc đầu trả lời.

- Vậy thôi đi với hắn đi. Anh biết em lừa dối anh. Nói yêu anh sau lưng anh, có người khác.

- Anh điên rồi sao? Em nói em yêu anh, là một mình anh thôi. Tại sao anh nghi oan Cúc?

- Nghi oan gì, tôi khinh cô, có thể giả dối lường gạt. Giọng H. Nguyên trở nên cứng rắn như đá núi, và nghiêm.

- Em giả dối anh gì, lường gạt anh gì? Anh yêu em thì anh tặng tất cả, chứ em có đòi hỏi gì đâu?

- Em không nên nói lòng dòng nữa. Anh không muốn cho nó làm layout tập thơ của em, để đó anh làm. Anh không đồng ý với em. Thế thôi.

- Anh bận lắm. Anh lo tờ báo anh đủ thứ, Cúc chọn anh Diệp Thanh vì ảnh cẩn thận, dịu dàng và ít nóng nảy như anh. Em có thể phối hợp với ảnh để đem lại một tác phẩm cho mau lẹ. Nhưng tình yêu thì không ai thay thế anh trong em. Em xác định, chỉ có anh mới làm cho em rung động tột cùng và trọn vẹn. Trái tim em, anh đã là chủ...

- Nhưng có ngày? Có ngày? Tôi không tin, tôi không tin. Hạnh Nguyên còn bực tức la lên.

- Đó nóng nảy nữa, anh nghi ngờ quàng xiên hết sức. Em không hiểu anh làm sao? Em vừa nói hết cho anh nghe mà.

- Cúc cứ để anh làm layout cho tập thơ em. Tại sao anh người tình, em không cho anh làm layout chứ? Em muốn kề cận hắn có mục đích...

- Anh lại nói tầm bậy. Em không thể, trước khi gặp anh, em đã chọn anh ta. Diệp Thanh layout tập thơ mệt, chứ có sướng gì đâu mà anh tranh giành?

- Nhưng anh muốn. Hạnh Nguyên quả quyết.

- Nhưng Cúc không chọn anh làm layout, anh bận lắm, em thương anh? Anh biết không? Em chỉ báo cho anh hay. Vì anh phải lo tuần báo của anh nữa! Em nhắc lại.

- Làm lẹ lắm có gì em?

- Không, em chọn anh Diệp Thanh làm cái đó rồi! Ảnh phải chữa đi, chữa lại vì chính tả, và chấm phảy cũng nhiều. Ở Mỹ lâu nên tiếng Việt em lọng cọng chính tả. Mà Cúc lại ưa viết vội... anh phải biết chứ.

- Tôi sẽ chấp nhận sự khổ sở ấy. Tôi làm được mà. Nếu em không lay chuyển, thay đổi, thì đi về đi...Về đi...

Hai người đang ở trong khách sạn, nơi một căn phòng và đối chấp cãi cọ.

Thể Cúc nói tiếp vẫn còn bá cổ Hạnh Nguyên:

- Em không thể đổi ý định. Anh Diệp Thanh đang làm.

- Em cứng rắn như thép, vậy là sai.

- Em không sai.

- Thôi em đi về đừng nói nữa. Hãy để tôi yên... Hãy để tôi yên giùm, please! Leave me alone! Vậy em báo với tôi để làm gì?

- Em yêu anh như thế nào anh biết. Tại sao anh không thấy được em? Em báo để anh biết, em sống rất thật, em chân thành. Thể Cúc nói như muốn khóc, và tay nàng đã rời cổ Hạnh Nguyên.

Hạnh Nguyên vẫn im lặng.

Khi lúc giận, Thể Cúc lột hết tất cả vàng vòng kim cương, hột xoàn, bông tai, dây chuyền, nhẫn đeo, trả lại cho Hạnh Nguyên, mà anh đã sắm cho nàng ở những lúc đi chơi, mua làm quà kỷ niệm.

- Tôi không tiếc những cái đó đâu, cô đừng trả cho tôi. Tôi chỉ tiếc cái thân cô nó không thuộc về tôi hoàn toàn.

- Trời ơi em nói em thương anh như thế nào, anh hiểu em rồi? Sao bây giờ anh làm khó, làm khổ Cúc vậy?

- Chỉ đơn giản lấy lại tập thơ anh layout. Anh muốn toàn quyền. Và ít nhất anh có uy tín với em.

- Nhưng em thấy những thứ đó đâu liên quan gì tình yêu?

- Sao không liên quan chứ, em dối trá tôi tức lắm. Tôi thua thằng này tôi không chịu được?

- Có gì đâu mà thua hơn anh. Anh đừng suy luận vẩn vơ và sai lệch, hỏng mất.

- Vẩn vơ và sai lệch, hỏng... Hứ, không đời nào lầm đâu.

Lần này Hạnh Nguyên không đuổi Thể Cúc, mà anh lấy hai tay tự vuốt mặt, vuốt mũi, vuốt cằm và rồi im tự bỏ đi lẳng lặng. Anh đóng cửa lại một cái ầm. Thể Cúc giựt mình không kịp trở tay, không kịp nói gì hơn. Nàng đành quay vào... Nàng chỉ còn đơn chiếc mình ên khóc nơi phòng...

Sau đó Thể Cúc phải tự kêu taxi đi về. (Vì hôm nay hai người đi một xe chung của Hạnh Nguyên. Giờ thì giận hờn, Hạnh Nguyên đã bỏ nàng anh đi về trước.) Lòng Cúc đành tựa ngổn ngang trăm mối. Cúc không hiểu nổi thái độ Hạnh Nguyên, người tình của Cúc thiệt là kỳ lạ, về tâm tánh anh gì đâu? Thể Cúc nàng thật quá buồn bã. Buồn như một con nước sông mùa đông, ảm đạm, không còn chi thơ mộng nữa?

CHƯƠNG BỐN

Thật sự nàng đã yêu Hạnh Nguyên một cách kinh khủng. Khi xa nhau Thể Cúc mới thấy nhớ Hạnh Nguyên từng làn da thớ thịt. Từng tế bào báo hiệu của yêu đương! Nàng cảm giác. Sau lần sơ ngộ biết nhau và những lần tiếp đến nàng như tận hưởng những tình yêu mà Hạnh Nguyên dành cho nàng. Tuy những lúc bận rộn, không được gặp Hạnh Nguyên. Nàng nhớ chàng cồn cào, quay quắt như chết được. Nàng trăn trở đớn đau khôn xiết, thèm khát hương ái tình, từ hướng phía nơi Hạnh Nguyên, và thầm gọi tên chàng trong thiết tha, trong cơn sầu vời vợi nhớ nhung...! Nước mắt nàng chảy dài dài. Nỗi khổ đau vì nàng đã yêu một người có vợ, có con. Hơn nữa chàng lớn hơn nàng những mười lăm tuổi. Lại có những bất đồng trên quan điểm. Song nàng lại thấy yêu thật sự, yêu hơn ai hết...

Đêm ấy trời lại mưa. Cúc lại âm thầm nghĩ Hạnh Nguyên thật nhiều. Nhưng tại sao bỗng nhiên chàng lại khó với nàng như vậy. Người layout cho nàng tập thơ có sướng gì? Một cái tựa nàng cũng thay đổi mấy chục lần. Chưa nói đến câu cán. Nàng cũng thay đổi liên tục cả trăm lần, sướng ích gì đâu? Nàng không muốn người yêu mình khổ. Đằng này, ngược lại chàng không biết ơn lòng tốt của nàng nghĩ đến chàng, mà chàng lại còn ghen tuông vô lý? Cúc tức muốn điên lên, và chết được. Đúng yêu là bể khổ, yêu là cam go, yêu là bất trắc. Vậy sao giờ này nàng vẫn còn đam mê. Hơn ba ngày Hạnh Nguyên không gọi cho nàng. Thì ngày thứ tư Hạnh Nguyên gọi lại, giọng chàng buồn buồn cay đắng:

- Chúng ta không còn gì với nhau, em đi theo hắn đi...

- Trời ơi anh ấy có bao giờ yêu em mà đi với ảnh. Anh đừng nói năng kỳ cục vậy, lung tung vậy? Cúc nói giọng đau tức, cô run lên được.

Hạnh Nguyên còn quả quyết hơn:

- Chưa nói thì có ngày hắn nói mà, lo gì?

- Nhưng em nói với anh ta, em yêu anh rồi có gì đâu?

- Tôi nghĩ, em không can đảm.

- Có gì không can đảm chứ, anh muốn không? Em sẽ gọi nói ngay bây giờ cho anh nghe.

- Thôi. Tại sao em không chịu lấy, tập thơ lại cho anh?

- Em thích ảnh làm.

- Vậy thì thích hắn luôn, đi đi. Đừng nói gì với tôi nữa hết. Đừng gọi cho tôi nữa, tôi chán lắm rồi!

- Chán gì?

- Chán em.

- Tại sao lạ vậy chứ?

- Em không nghe lời.

- Bởi em đúng.

- Vậy đúng làm đi. Vĩnh biệt em...

- A..n.h

Hạnh Nguyên đã cắt phone... Nàng như lạc giọng. Nàng không kịp nói gì thêm.

Thể Cúc chỉ còn tức vỡ đầu lên mất. Nàng thực sự uể oải trong đau đớn vô ngần.

CHƯƠNG NĂM

Sau ngày hôm đó, một tuần, hai tuần, ba tuần. Hạnh Nguyên không gọi cho Thể Cúc. Nhưng chàng đi thẳng tới chỗ Diệp Thanh, bảo với Diệp Thanh:

- Thể Cúc là người tình của tôi. Tôi ngủ với cô ấy rồi. Anh đừng có lạng quạng.

Diệp Thanh vẫn lịch thiệp:

- Anh Hạnh Nguyên, anh đừng nói hồ đồ. Thể Cúc có nói là cổ yêu anh. Cô ấy muốn tôi giúp. Tôi giúp anh, giúp cô ấy. Tôi và anh từng là bạn bè...

- Tôi không cần tình thương anh. Anh đã thắng tôi, đạo đức giả tôi không thích.

- Tôi không thắng anh? Đạo đức giả? Hì anh quá đáng. Anh đừng hồ đồ, đừng làm cho cô ấy tổn thương, anh đừng làm cô ấy khổ.

- Đừng làm cho cô ấy tổn thương, đừng làm cho cô ấy khổ. Anh quá đáng lắm. Ha ha... Hừm, giả dối cả hai. Tôi không còn gì với cô ấy. Tôi không tin cô ấy yêu tôi mà không cho tôi layout tập thơ, để nhường cho anh làm. Đó là vinh dự của tôi? Anh phải biết điều này trên hết.

- Vinh dự gì của layout? Anh vinh dự cô ấy yêu, còn tôi vinh dự gì làm thuê cho cô ấy nhỉ?

- Nhưng tôi muốn mà cô ấy không cho tôi làm. Anh muốn yêu cô ấy cứ yêu. Dẫu sao tôi cũng ngủ trước anh.

- Không hiểu sao giọng Hạnh Nguyên đầy khiêu khích. Bất chợt Diệp Thanh phản công:

- Ngủ trước hay sau không đặt thành vấn đề. Anh đừng có điên. Tôi chưa yêu cô ấy. Nhưng anh làm tôi sẽ yêu Thể Cúc, anh làm gì tôi?

- Tôi biết sẽ có ngay mà, layout, lay em, yêu nhau đi. Tôi sẽ không cho mấy người yêu đâu. Tôi là chủ báo mà. Tôi có quyền viết về mấy người?

Diệp Thanh trở nên giận dỗi mạnh mẽ:

- Đừng ngông cuồng, hù doạ tôi. Quyền yêu là quyền cá nhân. Nếu yêu cô ấy, tôi bảo vệ cô ấy đến cùng. Cây bút anh không khá hơn tôi về chuyện này. Vì sự thật anh quả là điên rồ...

Hạnh Nguyên không biết có khóc hay không? Khút khít nơi mũi và bỏ đi. Chẳng nói gì nữa cả.

Đoạn này Diệp Thanh ghi và kể lại cho Thể Cúc nghe, nàng rất đau lòng với thái độ của Hạnh Nguyên như vậy.

Nói về Cúc sau khi chia tay Hạnh Nguyên, đêm ở khách sạn và sau đó chàng gọi điện mắng nàng xa xả. Thể Cúc lòng đau hơn cắt. Nàng không hiểu nổi tâm lý của Hạnh Nguyên!

Chàng có còn yêu mình nữa hay không? Hết rồi ư? Không, nàng dự đoán chàng vẫn còn đắm đuối vẫn yêu mình, mong gặp mình thường xuyên mà? Nhưng sao yêu lại ích kỷ đến thế? Yêu thì phải hiểu người mình yêu. Chàng hy sinh chấp nhận nguyện vọng của người yêu mới đúng chứ? Tại sao chàng không được như vậy. Chỉ một chuyện layout tập thơ nàng, mà trở nên nghiêm trọng gay gắt, mất nhau. Thể Cúc ngổn ngang trăm mối bên lòng. Nàng không sao tài nào lý giải hết được...

Từ ngày Hạnh Nguyên nói vĩnh biệt nàng. Nàng khóc rất là nhiều, như mưa tuôn vượt suối... Đau khổ rất là nhiều, như mây nghẹn nghẹn buổi giữa không trung, như trăng sầu viễn xứ, thương buồn chia hai mảnh...! Nhưng rồi nàng xin trời cho nàng bình yên, thanh thản để vượt lên cuộc sống. Cuộc sống đâu chỉ tình yêu không? Mà còn nhiều thứ con người phải đối đầu. Sự nghiệp, tiền tài, sức khỏe, danh vọng v.v... Danh vọng không cần lắm, nhưng đôi khi có, thì vẫn vẻ vang hơn!

Cúc đang cùng Diệp Thanh kết hợp làm cho tập thơ nàng ra đời "Một Thuở Để Yêu..." Đúng một thuở để yêu chứ không phải suốt đời để yêu. Nàng thấy cái tựa cũng hay hay, Diệp Thanh đặt cho mình rất đúng. Hàm súc một chủ đề tư tưởng là đây nhỉ? Cúc đang nghĩ, những gì đang xảy ra chung quanh nàng. Thì Diệp Thanh gọi tới. Nàng bắt lên.

- Hi em Thể Cúc.

- Dạ em chào anh.

- Thể Cúc khỏe không em?

- Thanks anh, em OK.

- Nói nghe nè. Vậy là anh làm phân nửa rồi, anh sẽ đánh ra photo cho em coi bản nháp thử, kiểu chữ kích thước, cách trình bày anh. Em có đồng ý như vậy không? Giọng Diệp Thanh thật nhỏ nhẹ dễ thương. Cúc tiếp ứng giọng chàng:

- Cả trong thiết kế design bìa, em cũng muốn anh định hướng cho tập thơ em. Em nhờ anh góp ý anh nha?

- Tùy em mà! Anh chỉ giúp em thôi. Hạnh Nguyên làm anh ghét quá, tức quá đi. Em biết không?

Tự nhiên Thể Cúc hỏi:

- Anh nghĩ anh Hạnh Nguyên có còn yêu em không?

- Anh đâu biết? Em gọi là biết mà. Có thể Hạnh Nguyên trông em gọi phone lắm đó?

- Thà em đau khổ, dù đến chết. Em vẫn không gọi. Anh có bao giờ khinh dể em không?

- Không, lúc nào anh cũng yêu quý trân trọng em. Anh chỉ mong em vui, và mọi chuyện em toại nguyện thôi...

Yên lặng tý Diệp Thanh nói tiếp:

- Mà hình như thơ em, anh thấy tình yêu em cho, dành về Hạnh Nguyên nhiều đó nha. Khi em yêu Hạnh Nguyên rồi thơ em mãnh liệt hơn? bức phá hơn, nồng nhiệt hơn. Hạnh Nguyên thật may mắn và hạnh phúc. Chỉ tiếc rằng Hạnh Nguyên làm em buồn?

- Nhưng rồi em sẽ quên ảnh, tại ảnh tất cả.

Thể Cúc lý luận tiếp:

- Mà anh Diệp Thanh! Cuộc đời với thơ ca khác nhau, thơ ca em mang trái tim để rung động phóng khoáng. Còn cuộc đời thì em cần sự can thiệp của khối óc để làm việc. Khối óc định hướng vượt ra xa, khỏi sai lầm…

- Em nói hay lắm, lý luận vững, nhưng thơ ca và cuộc đời hẳn có liên quan? Em biết chứ.

- Tất nhiên thơ bắt nguồn từ cuộc sống, từ một trái tim chân thành. Trái tim xúc cảm, chuyển qua ngôn ngữ… Chiều sâu của thế giới ngôn ngữ định hình, song nếu chú trọng ngôn ngữ, mà không bắt đầu từ những hạt tâm rung động thì thơ sẽ không có hồn, sáo rỗng hoặc đi tới chỗ tầm thường phải không anh?

- Hừm nói hay nha nàng thơ Cúc.

Thể Cúc mỉm cười nói sôi nổi:

- Anh ơi. Thơ là đòi hỏi sự cô đọng ngữ điệu của văn chương miêu tả, cần tính chính xác, mà cũng cần tính trừu tượng qua một tâm hồn thơ rung cảm, phải gạn lọc, dù lãng mạn tối ưu. Và cần nhất vẫn "chất hạt thật" sự chân thành từ trong cảm xúc, làm nên với cấu trúc nữa, đúng không anh?

- Học ở đâu mà em nói hay thế?

- Nhận biết, học từ sách anh tặng đọc thôi.

- Em chuyển từ thơ ca qua viết văn chương, viết truyện chắc cũng khá lắm, sâu sắc lắm. Em có thể xuất sắc cả hai. Truyện đôi lúc bán được tiền hơn, và đóng phim… Hi…

- Anh Diệp Thanh đừng nói chơi xa xôi quá. Em chưa có chủ trương đó, và em cũng không có thời gian.

- Từ từ em sẽ bay, bước đi. Em vững chãi anh hy vọng…

- Bây giờ em chỉ yêu thơ, mong ở thơ xuất bản một tập. Anh cố gắng giúp em.

- Chắc chắn rồi, anh sure về điều này với em chứ!

- Em xin cám ơn anh Diệp Thanh nhiều...

- Như vậy anh gọi báo em bấy nhiêu, làm gì làm đi há.

- Xin đa tạ ơn anh nhiều. Em muốn nói thêm lần nữa!

- Không có chi. Giúp được em một cái gì, là anh vui rồi.

Sau đó hai người đã cắt phone. Họ bye nhau, chia tay...

CHƯƠNG SÁU

Rồi bỗng một hôm khác. Diệp Thanh gọi cho Thể Cúc:

- Tập thơ em coi như xong anh đã layout, sửa sang hoàn tất rồi. Anh muốn em coi lại trước khi gởi đến nhà xuất bản. Được không em? Anh in bản thảo nháp ra rồi đây cho em dễ đọc, dễ coi hơn, như trang sách thật, em dễ ngắm nghía suy nghĩ hơn.

- Thanks anh, em cần những điểm đó mà anh Thanh!

- Vậy há em. Anh đem lại cho em nha?

- Thôi để em đi lại nơi anh. Cúc muốn đi thăm nơi anh ở.

- Được thôi. Anh rất hân hạnh, rất mừng nếu em đến.

Nói xong, thời gian đó nàng ăn mặc chải chuốt sơ thêm, và nàng vừa mở một bản nhạc nghe vui vui buồn buồn "Đừng Xa Em Đêm Nay" Nhạc trẻ của Đức Huy mà nàng khá thích. Không hiểu sao nghe một đoạn già hơn phân nửa bài, thì Thể Cúc suy nghĩ khác hơn, đổi ý nàng bấm nút chuyển qua một bài hát khác, nàng có vẻ khá chuộng hơn nữa, đó là khúc "Dư Âm" của Nguyễn Văn Tý, với tiếng hát sau này của Lệ Quyên sâu sắc nhiều chân tình mà khác lạ, nàng thích vô bờ... Và Lệ Quyên cũng đang là một giọng ca "hot" ăn khách hiện nay. Nghe xong hết một vòng, được hát lại hai vòng của mười lăm phút. Thể Cúc ra xe mình, nổ máy, nàng vẫn không quên mở lại "Dư Âm" nghe tiếp lần nữa. Phải nói rằng Thể Cúc quá ghiền nghe bài hát này đến mức kỳ lạ. Không biết ông nhạc sĩ đó còn sống hay chết? Nếu chết rồi ông cũng muốn hóa thánh sống dậy, và biết được nàng ghiền nhạc ông, chắc ông mừng lắm, còn nếu được còn sống, ở gần chắc ông không tiếc hoa hồng để tặng nàng mỗi ngày... Thể Cúc với con tim lãng mạn, thường hay nghĩ xa thực tế một chút vậy, nhưng ý tưởng so ra rất đúng và kỳ diệu chứ đâu có sai gì! Và chính nàng thông cảm cho nàng, cho lòng mình vui hơn. Cúc đã lái xe vừa nghe nhạc đến nơi Diệp Thanh đang ở.

Diệp Thanh trông đợi, anh cũng chải lại mái tóc, nhìn lại y phục, rồi anh mừng rỡ ra tận ngõ để chờ đón nàng.

Thể Cúc đã lái xe tới nơi. Anh ra hiệu, tay chỉ cho nàng đậu vào một parking trống. Diệp Thanh hôm nay thấy nàng ăn mặc hồn nhiên, đơn sơ mà đẹp lạ thường?

Diệp Thanh giang tay bảo, khi nàng khóa máy và tắt nhạc bước xuống xe:

- Hân hạnh chào người đẹp. Nơi anh ở nghèo, phòng ốc không gọn gàng, xin em đừng chê nghen.

Thể Cúc nhíu mày liền thưa:

- Đừng gọi em người đẹp, không dám đâu. À còn chê phòng ốc, em không dám chê đâu!

- Nhớ nghen! Diệp Thanh mỉm cười rạng rỡ.

Thể Cúc sánh bên chàng nói thêm:

- Không sao, với anh bận bịu mà. Đôi lúc chính em cũng vậy. Nếu gọn gàng quá, không có đủ thời gian làm việc. Nhưng phụ nữ thì tụi em phải tự khắc khe để dễ coi hơn!

Cúc vui vẻ gặp chàng lần này. Nàng đứng lại một tý, nhìn một căn phòng nho nhỏ cách nàng mấy mét trong đi tới, có chút gì đó như mơ màng, của sương chiều, song rất đẹp...

Diệp Thanh cùng đi bên nàng tiến vào. Căn nhà hiện ra rõ hơn. Căn nhà Diệp Thanh thuê, trông tội nghiệp, có vẻ nghèo và cơ hàn quá, làm nàng rúng động thương tâm...

Nàng đã theo chân Diệp Thanh vào nhà, phòng của anh đây. Trước hết nàng nhìn sách ơi là sách. Nàng lại rất vui, và mỗi chỗ Thể Cúc đều muốn ngồi xuống coi, rút ra ngắm nghía tựa đề của nó, cho thỏa mãn lòng mình, vì nàng vốn dĩ yêu quý sách... Thể Cúc như trầm trồ trong bụng "Ôi đủ loại sách, cô nhìn bắt mắt quá, và thấy ham thích thật, đã lắm..."

- Hãy ngắm phòng anh tý đi. Rồi anh đưa tập thơ anh in

nháp em nhìn sau nha. Diệp Thanh lên tiếng nói như thế.

- Dạ được, em rất mê sách. Thể Cúc nói mà không rời mấy kệ sách.

Diệp Thanh bảo tiếp:

- Em uống nước gì không? Anh lấy cho em uống, hoặc tự nhiên nơi tủ lạnh, em đừng ngại, thích cứ dùng.

- Em không khác nước, cám ơn anh. Em chỉ mê sách, cho em mượn quyển này được không? Cúc nói, cô đang cầm lấy trong tay quyển "Dòng Sông Thì Thầm." Một tác phẩm truyện ngắn nước ngoài được Nhật Chiêu dịch.

- Tất nhiên là được, em có thể lấy bất cứ quyển nào. Anh cũng thể tặng cho em, tất cả các loại sách em muốn.

Thể Cúc đang cắm cúi lục sách thì Diệp Thanh nhìn nàng. Anh thẫn thờ bỗng nhiên Diệp Thanh không muốn nói, mà tiếng lòng vẫn cứ thốt ra:

- Anh ước gì em là Mai Đình đến thăm, anh là Hàn Mạc Tử. Nhưng Hàn Mạc Tử người ta có nhiều người yêu. Còn anh chỉ mong em là một Mai Đình đến thôi. Mà anh đâu xứng Hàn Mạc Tử phải không em Thể Cúc?

Nghe Diệp Thanh nói nàng không dám nhìn mặt Diệp Thanh. Cúc cố gắng cầm lấy tập thơ - bản sao nháp từ tay Diệp Thanh trao. Nhìn sách khích thước dài rộng, chuẩn bị để cho đi in chuẩn, nhìn kiểu chữ, vài bức tranh kèm theo bài thơ v.v... Cúc say sưa ngắm nó, rồi hình như nàng muốn lảng sang chuyện khác một chút:

- Xin cám ơn anh tưởng tượng điều đó nhưng em không dám. Em rất vui, khi phần layout cho tập thơ em, coi như cơ bản mình đã hoàn tất anh nhỉ? Em thích phong chữ này, kích thước này lắm. Thể Cúc nói và biểu lộ vui nhiều. Cô có vẻ vui hết cỡ vì mãn nguyện lắm với tập thơ sắp in, để nó chào đời... Nhưng rồi cô không còn tập trung mấy, bị xao lãng một điều chi. Có lẽ là, một chút gì đang phân tâm nơi Thể Cúc. Cô nhìn ra bên ngoài mấy hàng cây, những cành lá đu đưa gợi lòng nàng có nhiều xúc cảm mơ hồ nhè nhẹ... Hương lá cây, như thoang thoảng đâu đây, như lọt vào phòng ốc, như quyến rũ cô hít thở để yêu thương...

Nhưng Cúc lại muốn đi về, nàng muốn rời phòng Diệp Thanh ngay. Nàng như sợ một điều gì xa xôi, hai chữ ân tình... Và Cúc không bao giờ muốn nó đánh thức trái tim nàng, để vực nàng dậy một lần nữa...

Nhìn thấy Thể Cúc bâng khuâng. Diệp Thanh hỏi:

- Hạnh Nguyên còn liên lạc với em không?

- Hạnh Nguyên đã quên, em cũng cố quên anh ấy. Chắc có lẽ vậy thôi. Nàng nói và khép đôi mắt trông thật hiền hòa.

Cô nói tiếp:

- Thăm anh bao nhiêu được rồi em về nghen. Sách sẽ in như thế là em vui lắm rồi.

- Vội vậy, nán lại chút. Đâu có ai ăn thịt Cúc đâu mà sợ?

Diệp Thanh nhớ lại giấc mơ của mình cách đây hai hôm trong giấc ngủ bỗng dưng thấy: Chàng và Thể Cúc đã yêu nhau "Hôn nhau môi trong môi" Diệp Thanh không dám nói với Thể Cúc điều ấy. Anh nói với Thể Cúc với cái hiện tại, anh sẽ tỏ bày dễ hơn. Anh sờ vào chiếc khăn quấn cổ ấm của mình như thói quen, Diệp Thanh nhỏ nhẹ mà rằng:

- Vội chi thong thả đi em. Em muốn ra về hã? Anh có chuyện này muốn nói với Cúc nhưng anh ngại.

- Chuyện gì anh?

Chàng ráng lấy hết sự bình tĩnh. Diệp Thanh đứng tréo chân lại. Hai mắt anh nhìn vào những lóng tay, kẽ tay của mình. Anh bảo:

- Thể Cúc, anh đã yêu em từ lâu, từ khi mới gặp nhà Hạ Uyên và sau đó, đến dạy em học sử dụng computer, nhưng anh nhút nhát. Anh muốn có một cơ hội lớn để nói cùng em. Song anh không ngờ Hạnh Nguyên lại đến với em sớm hơn. Thành thử anh...

Diệp Thanh đi đến trước mặt, đối diện nhìn vào mắt nàng. Tự nhiên chàng cảm thấy dũng mạnh hơn. Chàng lại tiếp tục mà nói:

- Em thông cảm cho tình yêu anh hay không? Đừng giận anh, anh yêu em. Anh yêu em nhiều và anh còn yêu em mãi mãi...

- Không thể, đã muộn rồi anh. Thể Cúc buồn bã đáp.

- Không muộn đâu. Diệp Thanh vẫn sẵn sàng trả lời.

Thể Cúc đưa tay vuốt tóc mình mà không nói. Nàng răng cửa trên như cắn lấy môi dưới của mình.

Diệp Thanh thỏ thẻ tiếp:

- Anh không muốn sống cô đơn nữa. Anh yêu em nhiều lắm Thể Cúc ơi...

- Tại sao anh không nói trước kia với em. Nàng như buồn hơn.

- Vẫn chưa bao giờ muộn mà em?

Cúc bất chợt không nói không rằng. Nàng đứng im, hai hàng lệ rưng rưng, ứa chảy! Nàng vốn giàu liên tưởng. Không biết là nàng còn thương Hạnh Nguyên nàng khóc? Hay là nàng khóc vì Diệp Thanh đã tỏ tình, kéo nàng về một lần nữa, nàng xúc động nơi con tim tình yêu!

Diệp Thanh tiến tới ôm đôi vai nàng, hơi gầy một chút của Thể Cúc. Nàng khóc nhẹ, thân run lên. Trông nàng thật mong manh đáng yêu. Diệp Thanh đang cảm nhận...

Diệp Thanh càng thấy xót xa ân hận vô cùng. Vì đâu chàng đến muộn tình yêu với nàng? Chàng cứ để nàng rơi những giọt lệ cho vơi đi cái gì nơi lòng đớn đau hay thổn thức. Nàng đang tin yêu hay khó xử đó chăng? Sau đó Thể Cúc không nói nhiều được, chỉ ngước nhìn Diệp Thanh qua màng lệ:

- Em cám ơn anh. Nhưng thôi...

Rồi Cúc chạy vội ra đường. Nàng lên xe để lái xe đi về. Cúc như nhìn bầu trời mùa thu hôm nay đẹp, đẹp mà lại mang một màu sắc u ám, miên man hoài vọng. Như chia sẻ trong lòng nàng bao điều thương xót, tiếc nuối, cưỡng bức, ngỡ ngàng...

CHƯƠNG BẢY

Sau lần chia tay với Diệp Thanh ở nhà trọ chàng. Thể Cúc về vẫn cứ một mình, khóc hoài. Nàng không hiểu tại sao hai con người này làm nàng thêm giông tố. Nàng không hiểu tại sao giờ này Diệp Thanh lại bỗng dưng tỏ tình yêu với nàng. Tại sao không là lúc trước kia? Tại sao nàng xa Hạnh Nguyên mà lòng nàng chẳng hề muốn như vậy?

Rồi bỗng dưng nàng so sánh, bóng dáng Diệp Thanh trở nên cao cả và đẹp đẽ hơn. Chàng hy sinh làm việc cho những người yêu thơ, yêu văn. Vậy mà cuộc đời chàng lắm bất công? Diệp Thanh chưa bao giờ kể cho Thể Cúc nghe, nhưng những người trong hội thơ kể cho nàng nghe. Thể Cúc biết sự thật. Diệp Thanh không vợ, không con, ở một mình, không ai săn sóc. Tại sao mình không yêu, gắn bó với chàng nơi cuộc đời còn lại? Nếu mình viết văn, làm thơ anh ấy khuyến khích tham gia, đó cũng là thuận lợi cho nàng? Còn Hạnh Nguyên có vợ, có con, có đủ thứ. Tại sao mình chui vô yêu? Thể Cúc đau khổ với cảm nhận phân tranh...

Hạnh Nguyên là một người tình ích kỷ chẳng hiểu mình. Chẳng bao giờ khuyến khích con đường văn học. Anh chỉ tranh giành layout tập thơ. Ngoài ra anh chẳng vạch ra một đề tài, hay định hướng nào, tiến tới tiền thân của văn chương cả. Vậy sao mình ôm lấy khư khư một chữ tình với người ấy không buông lơi nhỉ? Bằng trí tuệ khôn ngoan ẩn náu. Bằng một linh hồn sống thật. Thể Cúc sẽ cố gắng định đoạt cho mình hơn. Nàng tự hứa sẽ cứng rắn hơn để tự vệ. Nhất định không mềm yếu trước tình yêu. Để có một tương lai còn lại ý chỉ hơn! Bỗng dưng nàng muốn chia sẻ thôi thúc một cái gì mới với Diệp Thanh. Thể Cúc gọi báo Diệp Thanh qua phone. Chàng mau bắt phone và hỏi vui vẻ:

- Em gọi cho anh đấy hả? Có gì mới không em.

- - Dạ. Em nghĩ là sẽ đến để xem lại lần chót. Trước khi thơ được đưa đi in chính thức nha anh. Được không anh?

- Được chứ, good đó em. Anh mong thế đó.

- Vậy em sẽ đến nha?

- Vâng... Anh đợi em.

Nàng chải tóc thường lệ khi đi đâu, và đánh thêm chút phấn hồng, tô thêm làn môi cho dễ thương hơn. Khi vừa trang điểm nàng vừa thường nghe nhạc êm êm. Hôm nay nàng đang mở nghe bài "Gõ Cửa Trái Tim" của Vinh Sử qua tiếng hát của Quang Lê và Mai Thiên Vân mới đây. Nghe một vòng thôi, nàng thích lời văn đó vô cùng.

Gõ cửa trái tim van em được vào/ Dù tình xót đau chung thân huyệt đạo/ Ngủ vùi với chiêm bao/ Nỗi niềm mắt xanh xao/ Nhưng anh vẫn ngóng tim em mở cửa/ Gõ cửa trái tim sao em hững hờ/ Ngõ hồn tái tê năm canh thẫn thờ/ Nhện lòng mắc giăng tơ/ Để một mối bơ vơ/ Khi không em nhốt anh trong đợi chờ! Ôi cửa tim em bằng vàng/ Nên tiếng yêu nghe bẽ bàng/ Để anh gõ cửa miên man/ Mà em không chút hỏi han/ Anh buồn lang thang...! Gõ cửa trái tim nghe xa nghìn trùng/ Đèn mờ hắt hiu cô đơn tận cùng/ Đàn lỡ phím sai cung/ Tình này cũng mông lung/ Tim em ai khóa để anh lạnh lùng.

Xong nàng tắt máy, dừng âm nhạc. Nàng mạnh mẽ, xăm xăm băng mình ra xe nổ máy đi... Hôm nay thì nàng nghe nhạc ở nhà cũng đã rồi, và nàng không buồn mở khi lên xe nữa. Cúc chỉ muốn lẳng lặng nghe nhịp sóng con tim, như đang dâng đưa một cách bồi hồi, lạ lẫm. Và nàng muốn lái xe đến thăm căn nhà thuê, nhà share chàng hôm nay với bao dự định nơi nàng. Trong lòng Cúc vui lẫn có chút buồn. Cúc lái xe và nghĩ ngợi thoáng tý bao điều, chưa đầy mười phút thì đến nơi. Cúc đến nhìn dáng uể oải của Diệp Thanh. Không hiểu sao trông chàng hơi buồn, chàng đón Thể Cúc vào nhà. Chàng đã pha cà phê sẵn và nói:

- Mấy hôm nay cũng chả làm gì được. Nghỉ luôn một công ty hợp đồng phụ trách in ấn. Anh bịnh tương tư nhớ em sút mấy ký lô. Em đến đúng lúc quá.

Như có cơ hội Thể Cúc bỗng cười ý nhị:

- Nhưng sao vậy mà anh buồn, khi thấy em, khi gặp em? Nàng nói và nhìn vào chiếc áo len, cổ trái tim của chàng đang quàng khăn ấm kia.

Chàng lắng nghe và bảo:

- Buồn vì em đâu có bằng lòng yêu anh. Em còn yêu Hạnh Nguyên?

Tự nhiên Thể Cúc phản đối:

- Em hết yêu anh Hạnh Nguyên rồi.

- Bằng cách nào?

- Em vái ông trời, lòng can đảm của em...

- Thể Cúc nếu em bằng lòng và cảm thấy yêu anh, anh muốn cưới em. Anh yêu em từ lâu. Anh yêu em trước Hạnh Nguyên nhưng có lẽ anh âm thầm. Giờ thì anh muốn cưới em. Chúng mình sẽ làm lễ ở nhà thờ Baptist tin lành, anh sẽ đi mua áo cưới cho em. Mình sẽ sống chung nghe em...

Diệp Thanh nói rồi tiến tới cầm tay Thể Cúc như một ước vọng lớn trong đời. Như có thần hộ mệnh không bằng? Thể Cúc đang ngồi trên chiếc ghế mây, tay đang cầm tập thơ bản thảo- layout của cô sắp gởi đi in, mà trước khi vô nhà, Diệp Thanh đã chuẩn bị sẵn để đưa nàng mau.

Thể Cúc bỏ tập thơ đó xuống bàn nhẹ nhàng, mà chưa kịp coi kỹ. Nàng đứng lên không hiểu sao nàng nhìn vào mắt Diệp Thanh rồi bỗng khóc òa trên vai anh. Nàng dễ khóc nhưng làm sao cấm khi con tim nàng luôn yếu mềm. Hoặc giả như nàng cố tình nén nó từ lâu...

Diệp Thanh thong thả cắt nghĩa:

- Con thuyền định mệnh ngang trái. Buộc anh tới sau. Nhưng anh yêu em hơn bao giờ hết. Chúng ta hãy làm lại từ đầu Thể Cúc em?

- Em thật khó quyết định. Tại sao, tại sao ngày trước, em gặp anh trước, anh lại lặng thinh, để bây giờ anh đến sau. Em thật khó xử...

- Ăn thua là em có rung động ở anh hay không? Còn trước sau không đặt thành vấn đề. Sau mà bền chắc vẫn là một điều tốt. Trước mà vội vã hấp tấp sai lầm, thì trước làm chi em? Anh van em. Còn nếu như em không yêu anh thì thôi, không sao cả.

Thể Cúc nhìn chàng, nàng bảo:

- Em không còn gì cho anh cả. Em đã thoát thân từ Hạnh Nguyên cùng say đắm. Em chỉ là phấn thải hương thừa cho anh. Em thật hư và xấu hổ với anh... Em, em không thể...

Nàng thổn thức nói thêm:

- Kiếp này Cúc không xứng đáng với anh. Thôi thì em

hẹn lại kiếp sau. Em chỉ muốn sống lại với cô đơn. Làm thơ và viết truyện. Em thật chẳng xứng đáng với anh đâu. Em phải tự trọng chính mình là hơn...

- Không không, đừng bảo thế, em mãi xứng đáng với anh. Anh không chấp những gì đã qua. Vả lại em rất đáng yêu, đáng trọng mà. Anh, anh yêu em nhiều lắm Thể Cúc. Hãy nghe anh đi em một Thể Cúc! Một Thể Cúc anh đang yêu đắm say từ hình hài đến tận tâm hồn... Anh... anh.

- Tại sao? Tại sao như thế hỡi trời! Thể Cúc lắc đầu lia lịa như tự trách mình.

- Thôi đừng khổ và đặt nhiều câu hỏi nữa em ơi? Nếu yêu anh, anh sẽ mua áo cưới cho em, ta làm lễ ở nhà thờ.

Thể Cúc không nói nữa nàng bỏ chạy ra đường để đi về, mặt tràn đầy nước mắt, lần nào hầu như nàng đến thăm Diệp Thanh đều ra về như vậy. Cô còn nghe giọng Diệp Thanh vang vọng:

-"Anh muốn mua áo cưới cho em..."

- Nếu em bằng lòng em sẽ tự mua, và cho anh coi lại. Nhưng anh hãy chờ em. Cô dùng tay làm loa nói vô rồi leo lên xe mình. Cách đó một khoảng sân rộng, có vài ngọn cỏ dại vô tình, như rung rinh chứng minh điều huyền hoặc. Và vài cánh môn tươi lung lay trong gió nhỏ, khơi động nơi một góc nhà chủ trồng lâu rồi, cô nhìn chúng thật dễ thương, làm Cúc cảm động thêm. Cúc còn nghe giọng Diệp Thanh gởi đến nàng, rõ ràng rồi mất hút theo không trung...

Đó là chàng đi ra nửa đoạn đường thêm và đứng bảo:

- Nhớ lái xe cẩn thận em ơi!

Thể Cúc nghe, để ý đến tiếng Diệp Thanh gởi. Cô gục đầu trước tay lái năm phút, rồi cô đưa mắt ngắm mấy tàng lá môn xanh ngắt ấy lần nữa, trông thật đẹp và gợi cảm cho cô nhiều quá... Sau đó cô mới cho xe chuyển bánh từ từ chạy...

Diệp Thanh đứng tần ngần nhìn ngắm cô lái xe đi xa... Mà hồn anh như muốn gởi đến nàng, tận nơi sóng mắt...

**

Suốt mấy tuần nay Thể Cúc lòng như một thách thức

mới. Ân tình của Hạnh Nguyên còn gõ nhịp trong trái tim nàng. Kiểm nghiệm thỉnh thoảng nàng vẫn nhớ hình bóng Hạnh Nguyên, nhưng Hạnh Nguyên lại không xứng đáng với nàng? Bộ óc nàng đang đánh nhau rượt đuổi với trái tim, nó muốn điều khiển trái tim bướng bỉnh của nàng!

Thể Cúc biết điều đó. Nhưng tri thức vẫn thường không vượt qua tình yêu? Nàng lúng túng hoài. Lại là một câu hỏi lớn. Thể Cúc đưa ra giả luận, mà vẫn trong trạng thái, giải quyết không được? Khối óc nàng chọn Diệp Thanh, nhưng trái tim lại chọn Hạnh Nguyên. Hay là nàng còn sợ những câu nói linh tinh ngày xưa của Hạnh Nguyên, đang đâm thủng trái tim nàng "Có ngày Diệp Thanh nó sẽ hốt hồn em." Ô là bây giờ đây sao! Có thể chăng? Đang suy nghĩ, đang đau lòng với cách chọn của mình. Thì Diệp Thanh từ đâu gọi lại:

- Em ơi hôm ra mắt tập thơ của nhóm "Cụm Hoa Tình Yêu" Em mặc ít đồ quá, người ta mặc ba, bốn kiểu. Anh muốn đưa em đi mua thêm mấy kiểu, nhiều dịp khác em mặc. Anh muốn tặng em mấy kiểu áo cô dâu, anh vô tình vô cái shop này, anh trông nó đẹp lắm. Nếu em không chịu cho anh cưới. Anh cũng tặng em vậy?

- Trời ơi, em có nhiều kiểu đồ lắm. Em không muốn thay nhiều lần, khi không cần thiết? Kể cả áo dài em cũng có nhiều. Nhưng em chọn trong đêm đó chỉ một thôi. Ý em thích vậy mà, nhiều quá thì nó loãng, và sợ trở nên trơ trẽn. Em quan niệm như thế.

- Vậy hã, anh đâu có hiểu được?

Thể Cúc hỏi tiếp qua phone:

- Giờ hiểu chưa? Và cần cưới em thật sự không? Mà anh vô shop săn tìm đồ cô dâu? Nên cho em biết kỹ nha.

- Tại sao bây giờ em còn đặt lại câu hỏi ấy. Anh nhiều lúc ngồi suy nghĩ muốn đi tu. Sao bỗng gặp em, anh muốn kết hôn. Nếu em không chịu anh đành ôm sầu biển khổ thôi. Đâu phải ở đời mình muốn gì mà được hết đâu.

- Em chẳng muốn kết hôn. Nhưng em cần thử làm người bạn tình anh, nếu anh không phỉ báng. Anh cố gắng chờ đợi em một chút. Có thể từ đây đến một vài tháng nữa.

- Trời ơi vài tháng nữa, gì mà lâu vậy em.

- Để đo sức bền chí của anh chứ. Hai tháng mà lâu gì?

- Cũng được anh sẽ đợi.

- Em nói đùa đó, có thể không lâu lắm đâu.

- Anh sẽ vui, bằng lòng đợi em. À tập thơ riêng em anh đã gởi đi in rồi, báo cho em biết. Em có định ra mắt hay không? Thì em kết hợp làm việc với Hạ Uyên, Dạ Thanh cùng các hội viên khác.

- Em sẽ nói chuyện với Hạ Uyên sau. Cám ơn anh.

- Khi nào chúng ta gặp nhau, bây giờ hết làm tập thơ em rồi. Hết cần dạy em sử dụng computer, em đâu có đến với anh làm chi? Ngoại trừ em chịu yêu anh. Đúng không nè?

Thể Cúc mơ màng nàng đáp:

- Yêu anh hoặc không yêu? Nếu anh vui em vẫn tới mượn sách anh mà.

- À em nhắc sách báo anh mới nhớ anh Hạnh Nguyên có tặng cho Cúc tuần báo "Ánh Sáng- Tiếng Việt Thơm" của ảnh vừa rồi đưa qua tay anh. Lúc này có vẻ không ghét anh lắm. Mà còn chúc anh hạnh phúc mỗi ngày, anh không hiểu sao? Ảnh còn nói với anh ngày ra mắt tập "Cụm Hoa Tình Yêu" chung đó. Em không chào ảnh, ảnh vẫn vui, khi thấy em xinh đẹp bên anh trưởng ban tổ chức, trông anh vĩ đại...

- Anh ta mỉa mai chăng?

- Không! Anh ta nói thật thiện tâm.

- Anh nên nói, em xin cám ơn ảnh đi.

- Anh đã nói vậy chớ.

Im một chút chàng lại hân hoan:

- Anh đang nói vòng vo. Nhưng mục đích cuối cùng, anh hôm nay muốn lại thăm, và mời em đi ăn có được không?

- Chắc không có gì trở ngại lắm. Nhưng anh chờ em gọi nhé vì em bận một chút việc. Dù là sunday.

- Được mà, vậy em làm gì đi, anh đợi. Bye em, anh yêu em! Và rất muốn được em yêu lại.

- Cám ơn anh. Em, em có thể yêu anh. Nhiều đêm Cúc

suy nghĩ và quyết định. Em mong... Nếu có thể hôn nhân mình cũng bất ngờ lắm!

- Em đừng làm anh mừng hụt như trong đêm...

- Thì cứ cho một điều hụt cũng là niềm vui.

- Đừng nói càn đối với anh... Anh thật sự không muốn lo lắng, vì là sợ...

- Sợ gì anh? Có nhiều cái mình tưởng giả nhưng lại thật, nhưng nhiều thứ mình tưởng thật hóa ra lại giả.

- Anh không ngờ Cúc, lại thông minh cả ý niệm triết lý.

- Em quá tầm thường, chỉ là những điều nó đứng nấp sau lưng. Ý quên sau con tim đó thôi.

- Cám ơn Cúc chia sẻ. Hihi. Em cũng ưa hài hước đó Cúc.

- Nhưng có thể em yêu anh là một sự thật, anh cố ráng đợi tý nha.

- Anh đợi được mà!

Thể Cúc nói trong niềm vui. Vậy mà Diệp Thanh không biết là cô đang nói đùa hay nói thật.

CHƯƠNG TÁM

Hai người đã cắt phone. Thể Cúc bỏ phone xuống lòng thẫn thờ, không phải thẫn thờ vì những lời nói của nàng đối với Diệp Thanh vừa rồi, hay sự gặp gỡ của nàng sắp tới với Diệp Thanh mời nàng đi ăn riêng đầu tiên. Mà thẩn thờ vì tâm lý nàng hơi bất ổn, khiến nàng lo lắng. Có lẽ một cái gì đó ngổn ngang nơi lòng nàng. Vâng! Nó đang đi ngược lại... Nàng bỗng nhớ...

Ba tuần trước đây khi ra mắt tập thơ "Cụm Hoa Tình Yêu" của nhóm "Phụ Nữ Thời Nay" nàng nhớ đôi mắt buồn của nhà văn Hạnh Nguyên nhìn mình. Nhưng nàng quyết định tránh không gặp, không nói chuyện. Nàng luôn luôn gần gũi sát cánh với Diệp Thanh, còn chụp rất nhiều hình với Diệp Thanh nữa... Nàng còn nhớ hôm ấy nàng nói chuyện trước độc giả bạn hữu không hay, không giỏi, không lưu loát mấy. Song tất cả những người tham dự cổ vũ nàng với những tràng pháo tay dài thăm thẳm, nồng nhiệt nhất. Nàng rất biết ơn nơi họ kích lệ.

Thể Cúc nghĩ đó là lần đầu tiên nàng tham gia nói chuyện trên khán đài. Sau gần hai mươi năm nàng mới trở lại sân khấu. Yếu tố nào làm cho nàng dao động. Khi trước mắt nàng là Hạnh Nguyên đang ngồi hàng đầu. Là người tình từng làm cho nàng yêu thương, và đau đớn hơn hết. Dù chuyện đã qua. Ông đang nhìn mình...

Nàng rất biết ơn bốn tràng pháo tay khán giả dành cho nàng, khi nàng nói ngập ngừng, loạng choạng, không sắc bén và rất ư hạn chế! Phải chăng khán giả hiểu nội tâm của nàng đang xao động mạnh mẽ. Tuy nhiên, bốn mấu chốt mà Thể Cúc đưa ra. Với tính cách diễn đạt chân thành, và tiếng nói âm hưởng rất tình cảm, Thể Cúc đã chiếm được lòng độc giả, cùng bạn hữu tha thứ với những lỗi mình sai sót.

Nàng đã nói "Một là động lực nào đưa Cúc đến niềm rung cảm đối với thi ca? Thứ hai là làm sao nàng có mặt trong buổi hôm nay? Thứ ba là, Hạ Uyên đã tích cực giúp nàng như thế nào? Bốn là Diệp Thanh có những cố gắng giúp nàng sử dụng computer, để nàng tiến bộ bước vào tham gia hội thơ. Cái vận hành, cái dở nhất của Thể Cúc là nói không liên tục, đứt quãng, như có ai hốt hồn. Vậy mà niềm ưu ái khán giả đã ban tặng nàng, ngưỡng mộ nàng không nhỏ chút nào... Thể Cúc mừng khôn xiết thực tế những bó hoa, xinh đẹp rực rỡ, độc giả và bạn hữu mang đến cho nàng...!

Mới mà hai tuần trôi qua, nàng có video để coi nó. Cúc không bằng lòng mình lắm nhưng thôi cũng là một kỷ niệm. Chỉ có một điều nàng thích nhất là đoạn nàng vừa bước lên khán đài là Diệp Thanh có sẵn hoa ở đâu, chàng đem lên tặng nàng trước nhất. Chàng còn ghé sát vai Cúc nói "đừng run nha em "calm down, calm down nha." Thế mà nàng vẫn run như thường, ai đã hốt hồn nàng sau đó... Chính là Hạnh Nguyên, hay là Diệp Thanh làm nàng phân phối tư tưởng?

Thể Cúc có cuộc hẹn đi ăn với Diệp Thanh. Nhưng nàng nghĩ lại chắc là nàng dời lại buổi chiều tối thì hay hơn.

Nàng nghĩ ngợi mông lung về cái ngày ra mắt tập thơ "Cụm Hoa Tình Yêu" đó hoài, và đã xem video về nó. Với những hình ảnh quen thuộc chạy ra Hạ Uyên MC. Dạ Thanh, Ngọc Cầm, Diệp Thanh, Kim Quận và tất cả bạn bè trong hội 17 người, mặc áo dài hết ban đầu rất là đẹp. Tất cả khán giả tham dự ưa thích khâm phục chiếc áo dài truyền thống, và cả áo dài cách tân của VN (Tuổi lớn hơn chút các chị mặc áo dài truyền thống, tuổi trẻ hơn chút các nàng mặc áo dài cách tân.) Về Hạnh Nguyên hôm ấy, không biết ai mời hay tự ý mà Hạnh Nguyên ngồi vào hàng đầu, với vị trí người thứ nhì từ góc trái sân khấu nhìn xuống. Nàng cứ muốn nhớ lại hoài đôi mắt Hạnh Nguyên. Nàng không cho một cơ hội nào, Hạnh Nguyên nói chuyện với mình. Nhưng bây giờ Thể Cúc lại thích nhìn lại ông ta trong đĩa video. Đó cũng là một chuyện lạ của nàng. Mà nàng không lý giải nổi vì đâu? Còn nữa, Thể Cúc đang nghĩ ngày ra mắt tập thơ của cô, nếu được tiến hành vào cuối mùa thu tới, cô vẫn muốn gởi cho Hạnh Nguyên một cái thiệp không đây? Thể Cúc đang xếp những quần áo giặt sấy khô vô hộc tủ, và một số ít nàng phải móc treo lên giá quạ cho gọn gàng. Cô đang nghĩ. Bỗng nhiên có điện thoại reo. Nàng quay ra bốc phone lên tay, bên kia đầu phone nói:

- Mình là Hạ Uyên đây. Thể Cúc đó hả khỏe không nàng?

- Thể Cúc bình thường. Thanks bạn gọi.

- Mình có chuyện muốn nói với Thể Cúc. Thể Cúc hãy lắng nghe?

- Chuyện gì nghe giọng bạn nghiêm trang vậy. Thể Cúc nhướng mày hỏi lại.

Hạ Uyên trả lời giọng rất gấp:

- Anh Hạnh Nguyên đau nặng lắm, hình như bị chứng tim đột quỵ. Tất cả mọi người đều đi thăm hai hôm nay, nhưng ảnh nói ảnh nhớ Thể Cúc giữ lắm. Thể Cúc hãy đi thăm ảnh một tý đi. Có thể anh không sống nổi đâu, giờ này mình mới biết ảnh yêu Thể Cúc nhiều nhất nha.

Thấy Thể Cúc im lặng. Hạ Uyên giục:

- Đi thăm ảnh đi. Giờ này kể cả vợ con cũng không còn ghen tuông nữa. Thể Cúc nên đi thăm ảnh, kẻo tội nghiệp.

- Chắc là mình không đi gặp ảnh đâu. Ảnh có vợ con và bồ bịch đủ thứ hết mà.

- Nhưng anh ta nói chỉ cần gặp Cúc thôi. Ảnh nói nhớ Thể Cúc nhiều lắm, ảnh không sống được bao lâu nữa? Anh ấy đã nói với vợ con. Trước cái chết người ta nói sự thật.

Hạ Uyên ngừng lại lắng nghe từ Thể Cúc nói gì thử. Thể Cúc vẫn làm thinh. Hạ Uyên nói thêm:

- Nghe nói lúc này Thể Cúc mùi mẫn với Diệp Thanh phải không?

- Thì cũng có đó, song không đúng lắm đâu, vì mới mà!

Hạ Uyên nói tiếp:

- Tình cảm là rắc rối lắm ở đời là vậy rồi. Nhưng Thể Cúc ơi, đi gặp anh Hạnh Nguyên đi. Mình nhân danh là bạn của Thể Cúc, và là một MC khuyên Thể Cúc điều đó.

- Nhưng Thể Cúc không đi được. Thể Cúc có lời xin lỗi.

- Trời ơi bây giờ rồi còn muốn hát bài 'Xin lỗi anh." Người ta sắp chết rồi cô nương. Thể Cúc còn ích kỷ giữ vậy, hãy thương cho một người trước giờ hấp hối đi nàng.

- Anh ấy không chết đâu? Mà chết Thể Cúc vẫn không gặp. Thể Cúc khẳng định.

- Thể Cúc nhà thơ, nhà viết văn mà trái tim sắt đá. Hãy mở rộng lòng hào hiệp Thể Cúc ơi. Hạ Uyên cố thuyết phục.

- No no. Không được. Thể Cúc quyết định vậy đó. Nàng cứng rắn trả lời.

Hạ Uyên giục:

- Tại sao cho mình biết lý do chính đáng?

- Mình không còn gì với anh ấy. Mình không muốn gặp.

- Thì đã bảo, chỉ có anh ấy muốn gặp Thể Cúc thôi. Hạ Uyên có thể hiểu Thể Cúc mà. Cố gắng đi... đi Thể Cúc?

- Mình đã có người yêu mới, và sắp làm đám cưới. Nên không muốn đi.

- Trời ơi trớ trêu, sao mà ngang trái vậy? Thảo nào. Thôi

tùy bồ nhé, mình chỉ nói lời anh ấy muốn nhắn giùm thôi.

Sau đó Hạ Uyên và Thể Cúc cắt phone.

Thể Cúc chưa đủ thì giờ hoang mang cơn bịnh tình của Hạnh Nguyên. Nàng vẫn cảm thấy đau buồn. Song Thể Cúc chọn cho chính cô. Tiếp theo một cú điện thoại reo người bên kia đầu dây nói:

- Xin lỗi có phải số phone này của cô Thể Cúc không? Con là Minh Trang con của nhà văn Hạnh Nguyên. Ba con đau nặng ở bệnh viện, ba con muốn gặp cô. Con không biết ba Hạnh Nguyên con có sống được nữa không? Ba con muốn gặp cô lần cuối cùng.

Thể Cúc vẫn đứng nghe, nàng im như bức tượng lạnh. Chẳng phản ứng gì.

Minh Trang nói tiếp:

- Ba Hạnh Nguyên con, có nói với má. Má con không giận ba, má cũng rất thương cô. Không hiểu sao ba con đau đột quỵ về tim và có khả năng không sống nổi.

Minh Trang tiếp tục thuyết phục chân tình:

- Ba má con sống nhau vì nghĩa tình, bổn phận. Cô tin con đi. Ba Hạnh Nguyên yêu cô lắm. Gọi tên cô mấy lần trong mê sảng.

- Chắc cô không đến được. Ngày xưa cô yêu ba con lắm. Nhưng suy nghĩ ba con có vợ, có con hạnh phúc. Cô bỏ ba lâu rồi. Cô không còn quan hệ. Cô sắp đám cưới, cô sắp đi lấy chồng.

- Trời ơi chắc ba nghe cô đi lấy chồng, ổng ngã bịnh nặng chứ gì. Trời ơi tương tư đến thế là cùng. Con cũng không hiểu nổi trái tim gần sáu mươi của ba Hạnh Nguyên!

Rồi Minh Trang nói thêm:

- Cô ơi đi gặp người sắp chết không ai chấp đâu. Cô sợ chồng cô chứ gì?

Thể Cúc đáp:

- Cô không sợ ai. Nhưng cô sợ lòng cô thôi. Cô muốn minh chứng sự cứng rắn của cô.

- Ba con lúc bất tỉnh gọi tên cô miết. Con thấy tội quá, cô nỡ nào không cho ba con gặp. Tình yêu là một điểm riêng, dấu hiệu riêng, chỉ trái tim họ mới hiểu họ thôi. Mẹ con không ghen đâu. Cô Thể Cúc cứ đến, và con có thể muốn nói chuyện với người chồng của cô. Trang nghĩ chú đó cũng phải có lòng nhân. Để rất yên bình một thỏa hiệp tình cảm. Chỉ là quan tâm con người với nhau thôi mà! Con đang tìm kiếm, con nghĩ... Thì cô đừng ngại cô ơi... Cho ba con vui tý dù có chết. Dù ba con có xuôi tay nhắm mắt sau đó.

- Chắc Thể Cúc không đến được, hẳn vậy rồi. Cô xin lỗi đã làm con không đạt được ý.

Minh Trang vẫn cố gắng thuyết phục:

- Cô suy nghĩ lại, hy vọng cô thay đổi. Con nhớ có gặp cô một lần, cô thật dễ thương. Ba con, con biết nhiều về ổng lắm, rất đa cảm. Nhưng giờ đây con biết sự thật ổng yêu thích cô hơn ai hết. Tình yêu mà làm sao nói hết được. Cái chủ nghĩa ái tình luôn rắc rối, khó định nghĩa. Đó cũng là số kiếp hay định mệnh nơi trời, Trang nghĩ thế. Thôi Trang xin chào cô, một lần nữa cho Trang nói: "Cô không còn thương ba con. Thì dù sao cô làm ơn thương con, với những lời con đã nói."

Thể Cúc nghe đến đây hai hàng nước mắt nàng muốn lụy chảy ra, mà là nàng vẫn không thay đổi ý định. Nàng không đi gặp nhà văn Hạnh Nguyên đâu? Nàng đang suy nghĩ mấy phút, thả điện thoại xuống, thì điện thoại nàng reo lên nữa, từ tiếng nói của Diệp Thanh:

- Em ơi Thể Cúc ơi, anh Hạnh Nguyên đau nặng lắm. Anh ấy không gọi điện được nữa rồi. Em đến thăm một chút.

- Em không đi đâu. Em nghe từ hai người gọi em. Đừng bắt buộc em. Hãy để con tim em thật tự nhiên. Em với niềm rung cảm, ước vọng riêng của nó... Anh biết em mà. Em đã yêu anh và không muốn đi lại vết xe cũ, làm em khổ một thời... Im chưa được hai giây nàng nói tiếp:

- Chúng ta hãy bàn về những chuyện của chúng ta. Anh ấy không còn gì trong em nữa. Tất cả về ảnh, em xóa hết rồi, dĩ vãng lắm rồi. Hãy để chuyện đi qua ngủ yên, như người ngủ trong lâu đài nghìn kiếp xa xưa...

Diệp Thanh nghe tiếng nàng thật dịu dàng và tha thiết, không biết thể Cúc nói có thật không? Mà chàng bỗng thấy vui buồn lẫn lộn. Vui cho mình, mà buồn cho bạn. Nhưng sự quyết định không phải ở anh hoặc Hạnh Nguyên. Mà là nơi Thể Cúc, của sự thăm viếng này! Chàng nói lại với Thể Cúc:

- Cái đó tùy em. Giờ đây anh hiểu em nhiều. Trái tim em luôn luôn chứa đựng ân tình nhiều, song nó vẫn trong sáng đến tuyệt vời. Anh sẽ gọi lại cho em nha. Để phone ai còn gọi em không đó. Mình nói chuyện lâu thì bận phone cho ai?

Diệp Thanh cắt phone. Nàng chỉ kịp nói ú ớ... anh ơ...i...

Thể Cúc lại lên giường nằm suy nghĩ. Nàng yêu Hạnh Nguyên cách đây trên sáu tháng, một nửa của năm. Sau đó nàng mất Hạnh Nguyên, nàng đau khổ đến khờ dại. Nhưng nàng phải suy nghĩ để khác đi nhiều. Thể Cúc phải khó khăn lắm mới chiến thắng mình. Bây giờ nàng đang nhen nhúm một tình yêu với Diệp Thanh. Nàng không thể để mất một người như Diệp Thanh nữa. Nàng không thể phản bội chàng, và vô ý thức làm đau khổ một người như chàng. Với nàng cái nghĩa trọng hơn cái tình. Mà cái tình được gói trong cái nghĩa thì nàng phải trân quý lắm. Đó là Diệp Thanh của nàng hôm nay.

Thể Cúc biết cuộc tình của nàng và Hạnh Nguyên đẹp thật. Nhưng nó chỉ là giấc mơ. Nhắm mắt lại đôi khi nàng thấy nó hiện về. Nhưng nàng sợ hãi, lẩn tránh, chốt mối. Với tình hình này, nàng không biết nàng có nên đi thăm Hạnh Nguyên không? Không đi thì tội cho Hạnh Nguyên vì chàng không sống bao lâu nữa nếu như...

Còn nếu như đi thì tình yêu giữa nàng và Diệp Thanh có tổn thương không? Có sụp đổ hay không? Chính lòng nàng lại đưa một trách nhiệm, tuôn ra sự ích kỷ đó.

Diệp Thanh rất lịch sự, tế nhị. Nhưng nàng biết ít ra... Con người khi đã yêu, ai cũng có sự ích kỷ ngấm ngầm. Chẳng ai muốn trái tim người mình yêu, thuộc về người khác. Dù chia sẻ, chỉ một chút xíu nào đi chăng nữa. Cũng có thể gây ra rạn nứt, hoặc tổn thương lớn đến bạn tình...

Nàng suy nghĩ với những thách đố mới. Thể Cúc vẫn không biết mình chọn cách nào cho ổn thỏa đây?

Cúc đang nghĩ mình chưa bao giờ thấy hạnh phúc trong tình yêu thật sự. Mà toàn là khổ đau nàng phải gánh chịu. Bất giác điện thoại reo. Nàng bắt lên bên kia đầu giây bảo:

- Sao chị, có đến lấy áo cưới nơi shop Tân Tân em không chị Thể Cúc?

Thể Cúc nói như trong mơ:

- Có chứ, nhưng để vài hôm nữa nha...

- Oke! Mà áo cưới chọn rồi. Nhớ đừng quên, và thay đổi xui lắm đấy nha bà chị?

- Tôi biết! Thể Cúc trả lời. Nàng đưa tay lên môi, miệng nàng như cắn nhẹ sự suy nghĩ điều chi. Vì Cúc có đặt mua một chiếc áo cưới khi nhận lời Diệp Thanh yêu hôm nào. Nàng còn giữ trong bí mật chưa cho Diệp Thanh hay. Nàng định nói mấy lần, song nàng vẫn còn giấu chàng. Thể Cúc muốn thế. Muốn chàng một cơ hội ngạc nhiên, lạ lùng, đến thảng thốt...

- Vậy nhá, chưa thấy chị nói gì? Em gọi lại nhắc chị thôi. Nhớ nghen bà chị "Hoa Cúc" bye-bye chị. Em chỉ remind chị, đừng giận nha hi hi... Đang có đường dây khác gọi vô nè. Em bye bà chị Hoa Cúc, Hoa Mai à nhá!...

- Chị sẽ tới lấy mà. Sure với em. Thể Cúc nói và lắc đầu cười gượng, với cách nói chuyện và xưng hô thêm tên, thêm tuổi cho mình, ở cô gái trẻ bán hàng kia...

Cô gái còn tiếp tục bảo:

- Nhớ nha. Don't forget nha. Bye bye... Bà chị Hoa Cúc, hay Hoa Mai hoặc hoa Hồng đều đẹp nhất đất trời nha. Hi hi...

Thể Cúc rồi buông chiếc cell phone khi người bán hàng trẻ cắt nói. Cô lại cảm thấy thẩn thờ, mà không biết điều gì làm cho cô thẩn thờ... Lòng nàng như cũng muốn rũ rượi... mà nàng chẳng biết rũ rượi vì cái gì... Nàng thẩn thờ nằm lại trên giường. Nàng cầm phone muốn gọi, mà nàng cũng không biết phải gọi ai. Và nàng đã thì thầm nho nhỏ:

- "Diệp Thanh ơi anh có biết cho em...?"

HDT. Viết Cuối Thu 2012

THUYỀN VỀ BẾN NÀO?

Trên đời này không có gì tuyệt đối. Mà cũng không có thuyết tương đối? Như mặt trời luôn có điều di chuyển... Và mặt trăng kia bao sự khuyết đầy...

Lời giới thiệu HDT.

CHƯƠNG MỘT

Đi bán cá chưa tan chợ. Lài đã nôn về để lên mạng gặp nhà thơ mà cô yêu mến, cảm tình rồi bất chợt lại yêu. Để được chát được chiết với nhau, nói chuyện ở facebook là một thú vị. Cũng có thể là một điều hạnh phúc lớn. Từ khi mạng internet ra đời và bùng nổ, con người đã nghiện ngập nó như rồng được uống nước tiên, nói trần trụi hơn như nghiện ma túy khó rời. Kẻ yêu thơ, người thích văn, kẻ yêu nhạc, người yêu tranh, họa v.v... Họ ra sức "khùng điên" kiếm fans trên sân nhà mình. Và nhất là nhà thơ, chòi thơ, được coi như thần tượng, bung tỏa nhiều nhất, chiếm điểm lòng fans ái mộ nhiều nhất. Lắm người đã phải lòng yêu đắm thơ, yêu đắm người, say người. Lài cũng đã mắc phải vòng tình ái đó. Về đến nhà, Lài ném gánh bán cá một cái phịch qua một bên, và rửa tay mở máy để đó. Nàng đi tắm vội thay đồ, rồi thái độ lật đật mà như hiên ngang ngồi vào máy, tay thêm gõ lia lịa. Được thấy chàng trên facebook chờ. Lài mừng còn hơn như gái đón gió xuân... Khi thấy dòng chữ chàng xuất hiện "Em Yêu" ở tin nhắn hỏi nàng, dù không thấy mặt chàng, nhưng biết bên máy kia, chắc đang đánh gõ lốc cốc nữa:

- Em đấy à, anh chờ lâu đó nha. Khỏe không em cưng?

- Khỏe, nhớ anh bán đổ tháo cá về với anh đây. Với em bây giờ anh trở nên quan trọng bậc nhất.

- Thế à, anh vui lắm khi em nói ra điều này. Có bài thơ mới cho em đây cưng.

- Vậy hã, gởi vào em đọc đi.

- Khoan không vội, anh đưa lên trang nhà facebook hãy đọc. Anh muốn hỏi em có chuẩn bị sẵn sàng đến với anh không? Hay chỉ nói khơi khơi, nói cho qua loa.

- Có chứ, em yêu anh thì phải đi với anh thôi.

- Nhớ nghe, đừng để anh thất vọng, em chậm lắm đó. Khi anh dành tình cảm hết cho em.

Đang chát, phone reo Nguyên Linh rẽ ngưng bỏ cửa chát, đi nói chuyện phone. Lài chờ một đoạn, sau chàng mới lại ghi như nói trong message chát:

- Anh xin lỗi, có fans ái mộ gọi anh cưng ơi.

- Anh nhiều fans quá, biết anh có yêu em thật không? À anh gọi em đi, chát ở đây mỏi tay em quá.

- Tập chát đi, để em biết viết lanh lẹ chớ.

- Không cần đâu. Chỉ để khi cần thiết với anh thôi.

- Ừa được thôi, anh chỉ sợ em bị bất tiện.

- Không sao chồng em chưa về mà?

- Vậy há OK. Chàng vừa chát ở message câu cuối cùng và chuyển qua phone nói nhỏ:

- Em cưng ơi. Anh đào nhiều lắm, nhưng em là đào số một ưu tiên. Anh chọn em, em nên tự hào.

- Vâng em biết. Song tình yêu và fans hâm mộ rõ ràng nha. Không thì em khổ, em không thích đâu?

- Nghi ngờ gì em? Mình phải tin nhau chứ?

- Em dễ chứ không khó. Nhưng phải tôn trọng nhau.

- Đương nhiên rồi. Em nói vậy chừng nào đến sống bên anh nè. Cứ là cho anh leo "thang dởm" mãi chán quá. Hãy đến cùng nhau đi em.

- Hì, OK! Em thu xếp tuần sau em đến. Anh khỏi phải chờ lâu nữa.

- Nhớ nha.

Lại phone tay reo, chàng bỏ đi.

Lài chờ và chờ lâu, nóng cả ruột gan, vì thời gian nên... nàng buồn viết trong tin nhắn Fb là:

"Chờ lâu em mệt. Em bận rồi, chúc anh vui."

Thấy chàng không quay lại chát. Lài phải lo chuyện của mình. Lài cô đi làm cơm chiều cho chồng như thường ngày. Cô ra hái mấy quả cà chua, với hái mấy lá me non, chút ớt cay từ cây đang chín, vô để nấu món cá canh chua cho chồng, cùng con bé ăn cơm chiều.

Một lúc. Con bé đi học về chạy ùa vào lòng nàng nơi

bếp. Nó kêu lên:

- Má ơi con đi học về nè.

- Giỏi, con má ngoan.

- Ba chưa về hả má?

- Chưa.

Bé Na lui ra, nhìn mẹ đôi mắt buồn bé hỏi:

- Sao mắt má buồn vậy ta?

- Má bán cá ế nên buồn thôi. Giờ nhìn con vui, má vui...

- Thiệt nghen. Má đừng xạo. Bé nói và chạy ra vườn mãng cầu, hái hai, ba, bốn trái. Bé túm trong vạt áo vô khoe:

- Má ơi có mãng cầu nhà mình chín nè.

- Ừa, con hái đi. Giỏi của má...

Bé Na tìm cái rổ thật dễ thương ra vườn để hái, bé thơ thẩn vừa đi vừa hát:

Em sẽ là mùa xuân của mẹ,
Em sẽ là màu nắng của cha,
Em đến trường học bao điều lạ.
Môi mỉm cười là những nụ hoa...
í a, í a... í a, í a... là lá la...

Đoạn ba bé đã về, anh nghe bé hát loáng thoáng, anh dựng chiếc xe đạp hỏi:

- Ôi chao ơi, con gái ba giỏi quá, biết hái mãng cầu chín còn biết hát bài hát nữa ta? Hùng vui, anh ra hái mãng cầu cùng con. Được một ít khoảng mười trái. Một hồi, sau đó anh bồng con lên cao mà hôn, đi vào bếp hỏi vợ Lài. Anh để cái rổ trên cây giàn mướp đã hết mùa ngoài đó, mà rồi anh quay lại vừa bồng con vừa đem rổ vào luôn. Hùng hỏi vợ:

- Cá bán chiều nay được không em?

- Tạm thôi, em chia lại bán đâu có lời. Nhưng đủ nấu canh chua chiều nay ăn.

- Vậy được rồi, cuộc sống đơn giản tạm ổn, coi như ngon mà em. Cuộc sống hiện giờ khó khăn. Anh hiểu...

Anh nói và để rổ mãng cầu tạm một nơi bàn ăn. Hùng đã thả con bé đứng xuống.

- Anh đi tắm đi, em dọn cơm ăn cho ngon, canh mới

nấu. Lài nhìn Hùng cô bảo chàng thế.

- Con có tắm chưa em? Hùng lại hỏi vợ.

- Chưa. Nó mới về đó. Lài đáp.

- Thôi để anh tắm cho con cũng được. Hùng tỏ thái độ sốt sắng vui vẻ.

- Anh tắm đi, phần con để em lo.

- Ba không biết kỳ mình, để má tắm cho con. Bé Na phụng phịu bảo thế.

- Ừa chê ba nha. Mai mốt má đi đâu ba không tắm cho nha? Hi hi. Anh tươi tắn thêm, cười nhìn con.

- Con giỡn thôi. Hi hi.

Bé nói và cười tươi lắm. Ba Hùng hiểu anh tươi vui hơn nữa, lấy đồ đi tắm cho con trước.

Khi Hùng tắm bé Na vẫn cứ hát vài câu những bài hát nhi đồng nghêu ngao. Áo bé đã cởi, nhưng quần lót xí nhỏ, bé lúc nào cũng muốn mặc xối nước vào trông nó đẹp để nhìn, bé thích vậy. Hùng thương con nên anh lúc nào cũng chiều con, và chuyện đó không có gì lớn lao với anh. Anh chỉ chuẩn bị lau mình, mặc đồ mới khác cho bé thôi. Anh nhìn vào mắt con bé, trông nó có đôi mắt giống mình quá. Anh mỉm cười trong lòng sung sướng thêm. Anh mặc đồ cho bé, khi tắm xong và anh đã kỳ cọ cho con kỹ lắm, từ mặt mũi, tay chân, bụng ngực, trán cổ, lưng ót, khoảng gần 10 phút bé Na cứ vui cười rặt rặt nhìn ba Hùng xối nước. Hùng thì anh vui theo con bé, và bồng con bé vào nhà, anh nghĩ rồi anh đi tắm anh sau... Bé Na đi cũng được, nhưng anh muốn cưng hơn bồng con một chút nữa cho nó mừng. Đến gần cửa bếp anh mới thả bé xuống. Na còn cười khúc khích nhìn ba thêm, nhìn lại đồ đẹp mới mình. Bé đi nhanh vào trước bên mẹ. Bé như khoe:

- Má ơi con tắm rồi. Bộ đồ mặc ngủ này con thích lắm.

- Ừa. Con ngoan của má, con thì mặc đồ kiểu gì cũng đẹp rồi. Ở để má lo dọn cơm ăn há.

- Má khen cho con vui hay thiệt vậy má?

- Thiệt chứ. Con đẹp lắm nhất mà... Hi.

- Dạ cám ơn má. Bé Na vui tươi và loe to miệng đáp,

thói quen bé gần đây.

Hùng anh trở ra tắm riêng cho anh.

Bé cứ luôn quẩn bên mẹ. Bé vẫn rỉ rả miệng hát như thế "*Em sẽ là mùa xuân của mẹ, em sẽ là màu nắng của cha. Em đến trường học bao điều lạ... Môi mỉm cười là những nụ hoa*" Không biết bài hát này tự nhiên nó lại thịnh hành lúc này. Con nít hầu như biết hát, không đứa nào mà không thuộc bản này. Nó bắt nguồn từ trong phim Cho Cả Ngày Mai đã khá lâu. Nghĩ thoáng chốc nơi, nàng lại bảo:

- Con má xinh ngoan lại hát hay quá hà. Lài khen con như qua quít, nhưng trong lòng nàng, chiều sâu tứ ý có...

- Con hát hay thiệt hả má? Bé Na hỏi xoe tròn đôi mắt nhìn má lần nữa.

- Ừa hay lắm chứ. Lài đáp gọn.

Tắm xong. Hùng anh đi vào vẻ vui tươi mới nhất.

Lài vừa chuẩn bị xong, bữa cơm cô lo dọn sẵn. Hùng nhìn vợ bảo:

- Được em... Cơm há.

- Con cũng đói bụng rồi ba. Na chen vào nói thế.

- Ừa ngồi xuống ăn với ba má. Tắm mát không con? Lài hỏi, nhìn thương con, lại rờ đầu con bé.

- Mát lắm.

- Vậy sao?

- Hi hi. Bé cười thôi không thèm nói nữa.

Lài liền xới cơm ra chén cho từng người. Hai người và bé cùng ăn. Hùng và bé ăn ngon. Anh nhìn vợ, sao thấy gương mặt Lài hơi buồn song anh không hỏi. Vì chàng nghĩ có lẽ mấy tuần nay cá bán ế ẩm thôi... Con bé thì lủi thủi ăn, nhìn mẹ lại nhìn ba, hết nhìn ba rồi nhìn mẹ. Bé thấy hơi khác khác với mẹ, nhưng không biết chuyện gì. Bé chỉ lo nín thinh ăn, ít nói. Bé vui thì nói nhiều, song đôi lúc lại im lặng như tờ. Riêng Lài thì buồn. Nàng nghĩ, vì đây có thể là những bữa ăn cuối cùng nàng ăn với con và Hùng đây sao? Người chồng nàng ở với nhau bảy năm. Giờ nàng thấy có vẻ nguội lạnh, khi nàng lên mạng chơi thơ, quen biết nhà thơ Nguyên Linh mà nàng yêu mến. Con ma thần tình yêu đã đưa lối chỉ đường. Nàng chỉ nghĩ đến người đó hơn là chồng và con nàng bên cạnh. Thật nàng cũng không thể hiểu nổi!

Ăn xong nàng dọn dẹp. Con bé vẫn còn vui với ba. Nó đọc ôn bài đôi ba chữ, rồi lấy bút lông màu ra vẽ hai, đến ba tấm hình trên giấy trắng, theo ý nó học ở trường cô giáo dạy hôm nay; nó vẽ hoa và vẽ cái ghế ngồi. Chẳng mấy chốc ba Hùng bảo con:

- Con vẽ thì khá lắm rồi nha. Mai mốt thành họa sĩ lỗi lạc tỷ phú, cho ba nhờ nha. Ồ mà con thuộc bài chưa nào?

- Dạ con thuộc rồi. Còn tỉ phú là gì hã ba?

- Tỉ phú là người sẽ giàu có tiền bạc ở trần gian này nè.

- Vậy hã ba. Đã nha?

- Đúng rồi.

- Ba biết giải thích hay quá hà ba.

- Hì hì. Ba biết chút chút để nói với con thôi. Vậy con ngoan nha. À Na con muốn đi ngủ chưa?

- Con chưa buồn ngủ lắm, nhưng ba thích con ngủ, thì con ngủ.

Hùng nghe bé nói, anh bối rối cười thêm:

- Ba không thích nhưng con nghỉ ngơi, ngủ đúng giờ buổi tối, để mình có sức khỏe đến trường học. Để Na học tốt chứ.

- Dạ. Vậy con nghe lời ba ngủ há. Ba má ngủ sau nha! Phải hôn ba? Tranh con vẽ này ba đưa má coi với nha. Rồi ba cất đi mai con vẽ tiếp phần hai nghen. Hi hi.

- Ừa được rồi. Con nằm nghỉ rồi ngủ đi. Má lo dọn dẹp bếp núc chốc nữa ba đưa, hoặc khi rảnh má sẽ coi sau hĩ?

- Dạ. Bé Na nói và để bức tranh tại bàn, chỉ cất những dụng cụ, những cây bút lông màu cho gọn gàng thôi.

Bé lại đi vào lên giường đắp mền lên gần tới đầu, để ngủ sớm như thường ngày.

Hùng nằm bên con, vô tình anh lại ngủ luôn một góc bên.

CHƯƠNG HAI

Tối đó rất khó ngủ với Lài, dọn dẹp xong nàng lên bốc mấy bức tranh "vẽ hoa và ghế ngồi của con." Coi một đoạn nàng thương nét vẽ của con, nhưng để lại nhẹ nơi đó. Nàng ra bờ giếng ngồi. Nhìn con trăng đẹp, song nàng buồn khôn tả... Nàng sắp xa mảnh vườn thân yêu, mà nàng từng ai gắn bó. Lúc xưa chồng nàng là một chàng trai đi biển lực lưỡng. Nàng đã yêu anh từ hồi mới lên mười sáu, rồi được toại nguyện, rồi được cưới nhau, thành vợ chồng. Chàng đi biển là nghề chính... Chiến trường của chàng là đánh bắt cá tôm, chiều nàng ra biển đón chàng về, được nhìn những bờ cát mịn, nàng hóng biển trong gió chiều, được nhìn mùi tôm cá hắt lên từ biển mằn mặn, có lúc cũng được nhìn sóng nhỏ kêu lưa thưa lách tách... Và những khi khoang thuyền cá đầy ắp, hoặc thưa thớt nàng vẫn thấy vui làm sao khi nhịp sống của sóng biển... Thế rồi những mùa bão lụt, thuyền không đi đánh cá vì khi sóng gió lớn đổ về. Những người đi chết vì biển cả không ít? Những mùa tôm cá thất thu, khổ sở, đói kém thất thường xảy ra. Nàng chấn động, thương tâm và cũng yêu chồng mình. Nàng mạnh dạn bảo chàng đổi nghề, để khỏi vất vả hơn, đi vào sâu đất liền canh tác nương rẫy. Yêu biển để ngắm nhưng còn cuộc sống cơm áo, gạo tiền, an toàn nữa! Hùng đã nghe lời nàng...

Và chàng đã học lấy cái nghề thứ hai, là thợ hồ để nuôi vợ con đến giờ. (Nghề thợ hồ thì Hùng theo trộn hồ, và xách hồ, anh đêm đến cho thợ chính, thợ cái và thợ con, sau một năm thì anh được bốc lên làm thợ con.) Còn nàng vẫn phụ bán cá với dì Út Mận. Cá lấy từ nước sông lên. Dì Út Mận đã chủ thầu... Sỡ dĩ như vậy cũng là do dì Út Mận bảo Lài có giang bán cá. Một người làng xóm chứ chẳng họ hàng thân thích gì lắm, nhưng họ quý nhau từ một nơi lên. Họ cũng từ biển lên, đổi quê để sống thôi. Lài quen theo dì Út Mận từ hồi bán cá xóm biển, nên nàng mới chịu theo ý dì làm ăn. Hùng nghe theo vợ, theo nàng lên đây...

Thế mà giờ nàng lại không còn muốn ở với chàng. Đêm nay nàng ngồi một mình, nghĩ chuyện đời đã trải qua nhiều dâu bể!

Một chốc ngồi bên bờ giếng tư lự cho cuộc đời. Nàng vào thấy chồng ngủ ngon và con ngủ ngon. Lài liền bước ra sân vườn sau, đi thăm từng cây cà chua trong đêm. Từng lá mồng tơi trong đêm, từng cây đọt mì, ngọn lang trong đêm. Sương ướt lành lạnh, như ướm ướp tận đáy tâm hồn yêu thương, nhưng sao nàng như muốn nói lời từ giã tất cả? Phải chăng nàng hẹn hò với Nguyên Linh sáu tháng nay. Nhưng nào nàng thực hiện được. Không để tình yêu bị chết, hoặc bị tình yêu hờn trách nữa. Lần này nàng quyết chí ra đi. Nàng quyết định lên tới trăm phần trăm. Vô nằm lại với con và chồng ít phút. Lài vội dậy mở máy tiếp để chát:

- Anh vẫn chưa ngủ đó hã? Chiều đang chát, rồi gọi với em. Mà sao lại đi đâu?

- Anh có chuyện chút. Rồi quay chờ em đến giờ đây nè.

- Tội nghiệp anh. Nghe nói thương quá anh ơi. Em ráng thu xếp mai mốt, em đi để chúng mình được sống có nhau.

- Mai mốt. Mai mốt hoài anh chờ đến mỏi cổ với "bài ca mai mốt" của em... Cổ anh sẽ cao như hưu cao cổ rồi Lài.

- Đâu có dễ đi anh? Khó lắm. Song vậy, mà chắc tuần sau em đi lên đó, anh đón em nha. Em không để anh chờ sốt ruột nữa đâu. Khuya rồi ba giờ sáng rồi, em cũng nên ngủ.

- Ừa em ngủ đi, anh nhớ em! "Nhớ em nhiều, nhưng chẳng nói. Nói ra nhiều cũng vậy thôi..."

- Lại muốn hát bài không tên số 10; Ô bài không tên cuối cùng sao chứ.

- Ồ anh ca lẩm cẩm cho vui thôi mà. Ờ tình ca của Vũ Thành An là trở thành tình ca trong anh rồi còn gì. Hứa cho nhiều rồi lại quên nghen em?

- Ôi thiệt mà. Vậy mai mốt hay tuần sau anh đón em. Em biết anh chờ tím ruột lắm phải không? Thôi khuya ba giờ sáng rồi, em phải đi ngủ anh ơi. Không thì bại lộ sớm còn mệt nữa anh Linh. Lài nói và tư cách đã vui hẳn hơn.

- Ừa, chính xác em ngủ đi, anh nhớ em nhiều lắm, cưng

là cưng của anh ơi. Trời ơi nhớ khủng!

- Dữ dội há, vậy sao anh?

- Cái chắc rồi nhớ quá.

- Em hiểu. Chờ mấy hôm nữa thôi. Em xuống bàn nha.

Lài rời khỏi bàn máy vi tính, nàng vào nơi chồng con.

Nhưng chồng Hùng và con bé ngủ say trong phòng. Nàng liền sẽ lén đi thu xếp, chia đồ quần áo chuẩn bị để đem đi, và những cái tạm để lại. Lài làm việc rất nhẹ nhàng tránh gây tiếng động, vì nàng vẫn sợ tiếng động gây Hùng thức giấc bắt gặp...

Một đoạn xong nàng đi lòng dòng chỗ con bé hay ngồi học và vẽ, nơi có một cái giường tre nhỏ đẹp, bé thích thì vẫn nằm đó ngủ được, hoặc đôi lúc Hùng ngã lưng một tý cũng OK. Song chủ yếu dành riêng cho bé thôi. Nàng thì ít nằm nơi đây. Lài đưa mắt nhìn cảnh vật nơi nhà, lòng tự nghĩ:

"Thôi để hôm khác làm thêm. Biết đâu chồng bắt gặp sẽ khổ đời." Và rồi nàng lui lại bên chàng, Lài nằm xuống. Lài nằm xuống sát chồng, hai thể xác thật gần, mà nàng đã thấy tâm hồn xa cách muôn nơi bởi vì đâu? Nàng cố gắng gác tay trên trán, để dỗ dành giấc ngủ cho mình. Nhưng không ngủ được, nàng lại đi xếp chia đồ một lần nữa. Biết Hùng ngủ say giấc. Lài xếp chia xong, nàng trở về bên cạnh chàng lần thứ hai. Song con mắt nàng vẫn không chịu nhắm ngủ... Lài nhìn chồng nhìn con rồi lại cứ thao láo. Không ai buộc thức giấc để cho tiền, mà nàng cứ tình nguyện vô căn cứ, lạ ghê!

CHƯƠNG BA

Lài lén đi, một buổi sáng con đi học và chồng đi làm. Lài lên đến thành phố Sài Gòn tìm Nguyên Linh. Như đã phone cho nhau. Nguyên Linh đón Lài, đem vào tại một nhà trọ, mà chàng có ghi đưa số (gởi qua tin nhắn) cho Lài lâu rồi, để nàng đến. Nhà trọ cũng giữa trung tâm thành phố thôi. Nguyên Linh thuê một phòng. Căn phòng với cách trang trí mới của Nguyên Linh - Chủ nhân đón đợi người yêu. Lài lấy làm hài lòng trước, vì thấy cảnh trí Nguyên Linh bày biện dễ thương, khéo léo, hấp dẫn. Cũng tô điểm được chút hương vị tình yêu hai người mới gặp gỡ. Nhưng lần đó Lài mất bình thường, phải nghe Nguyên Linh phán ra một câu, bởi nàng tắm rửa xong và diện kiến với chàng. Khi mà lời Lài như chưa dứt:

- Em chỉ đem theo mười cây vàng thôi. Em để lại cho anh ấy và con hai cây. Em thấy cũng là...

- Trời ơi là trời, sao không đem hết mình làm ăn luôn em.

- Nhưng phải để cho chồng và con em chút chứ anh.

- Em dại thiệt, càng nhiều vàng mình dễ làm ăn. Để nhà cửa cho nó được rồi.

- Nhà đâu có ăn được anh? Khi tối lửa tắt đèn, ảnh biết nhờ ai. Nói vậy anh mê vàng em, chứ anh đâu thương gì em?

- Thương em chứ. Mà vàng bạc vẫn là mạch máu em à.

- Dù sao vợ chồng có con với nhau. Em để cho ảnh một tý. Anh phải nên vui.

- Anh chỉ nói thế thôi. Em cưng hôn cái đi nhớ quá. Được bên em từ nay hết ngày mong, đêm ngóng.

- Thiệt hôn anh yêu?

- Sao không thiệt em, sao cứ hỏi hoài hĩ? Kế hoạch mình là đi Đà Lạt chơi trước tiên. Rồi sau hãy tính gì em nha?

- Lâu lắm rồi em không được thăm Đà Lạt. Em nghe anh nói nôn nóng, và thích lắm.

- Không để lâu. Mai mốt gì mình đi liền thôi.

Vừa lúc phone reo. Nguyên Linh chạy xuống góc cầu thang để nghe phone và nói:

- Vâng anh vẫn nhớ đó chớ... Vâng anh đang bận chút, Vâng anh hiểu. Vâng Nguyên Linh cúp máy đây.

Anh đi vào với Lài.

Lài đón và bắt gặp chàng nơi đầu cầu thang thì hỏi:

- Ai gọi vậy?

- Vâng Fans ái mộ anh đó mà. Em thông cảm từ từ anh dẹp hết. Vâng khi có em rồi. Vâng mình xây lâu đài tình ái, đâu cần ai nữa phải không em cưng?

- Em mong vậy.

Lại phone reo tiếp. Nguyên Linh mở ra trả lời:

- Vâng anh đang bận. Vâng thông cảm nha. Vâng em... Vâng anh hiểu mà...

Lài lại hỏi:

- Vâng. Vâng hoài gì vậy... Ai nữa vậy anh?

- Vâng thì fans anh chứ ai. Anh là người của quần chúng. Em nên tự hào mà đừng để ý họ làm chi. Anh là của em rồi từ từ anh giũ hết mà. Khi em là Nữ Hoàng trong lòng anh rồi. Đúng không?

- Cám ơn anh nói nghen. Nhưng phải hạn chế đó, không thì em không vui đâu? Và dứt chữ vâng đi, em nghe thấy "Bắc Kỳ Cũ" muốn chết luôn há.

- Hi hi. Anh nhái người ta mà quen miệng rồi đó em. Mà em không thích thú khi nghe sao.

- Trời ơi ói, oải luôn, thích gì nổi anh?

- Hì hì anh tưởng khôi hài em thích chứ? He he...

- Trăm phần trăm là không đâu. Thích thơ thôi.

- Yêu nhà thơ thì phải chấp nhận chứ. Song OK ý em.

Anh hứa sẽ cài số "doe" từ người đến cách nói chuyện. Em yên tâm, những giờ phút thần tiên của mình đây mà em!

- Nhớ đừng xạo em nghen?

- Ai mà xạo chứ? Em điên quá.

- Ứ... ừa thiệt nghen...

- Đúng vậy em. Quân tử nhất ngôn.

- Em nghe người ta nói: "Quân tử nhất ngôn quân tử dại. Quân tử nói lại là quân tử khôn" Hi hi.

- Em nghe đâu những câu xàm vậy em? Mà thôi những câu nói cho vui đó mà. Chẳng ảnh hưởng vào ai. Kể cả câu nói hay nào Quân Tử, Tuẩn Tử, hay Khổng Tử, Mạnh Tử, Lão Tử, Tử Tử gì... Xí, đồ bỏ chán hết.

- Ảnh hưởng câu nói hay không là người chịu tiếp thu hoặc suy ngẫm. Không thì câu nói quý hay như ngọc cũng thành thừa cát anh ơi.

- Đúng vậy. Người yêu của tôi ơi... Anh vẫn ưa cà rỡn với em chút xíu cho vui thêm. Giờ đôi ta là hay nhất, và vui nhất thôi! Phải hôn em cưng?

Hai người lại say mê, tay trong tay họ dìu nhau sát gần như một thân thể, trong nựng nịu, trong đam mê, trong ôm ấp, những nụ hôn thật nồng ấm và lãng mạn, nàng cứ như đã chờ đợi lâu ngày...

Nguyên Linh lấy chút thì giờ đi mở nhạc tình. Họ phải mở nhạc tình để nghe con tim, để tình yêu họ lên tiếng gọi, thăng hoa thêm...!

Bất chợt chàng lại bảo rằng: Vâng tuyệt em!

Lài cười chọc chàng:

- Mãi vâng, vì, vẫn, vậy, vào, vô, và, vẹt, với, vòi vĩnh...

- Trời ơi sợ em luôn ghẹo há? Linh bụm miệng cười, rồi ha hả ra cười, bởi ý niệm nàng chọc ghẹo. Anh hôn nàng thêm. Hai người mãi say đắm bên giường họ, nhẹ nhàng rồi đến khi, có sự mãnh liệt như sóng thần...

CHƯƠNG BỐN

Cuộc đi Đà Lạt họ cũng đến nhanh, lên trên đó Nguyên Linh và Lài thăm tất cả những danh lam thắng cảnh nơi nổi tiếng của Đà Lạt. Hai người đi bên nhau mà Lài như nghe nhiều bản tình ca trổi lên một thời... Nàng cảm thấy hạnh phúc như được đóng bộ phim hay, với những lời nhạc tình tự bên người mình yêu dấu. Hai người, hai con tim sóng bước... Nàng nhìn chàng:

- Em muốn ở Đà Lạt sinh sống và làm ăn hơn anh Linh! Em không ưa náo nhiệt lắm. Hơn nữa Đà Lạt thơ mộng. Đà Lạt êm đềm em thích hơn. Anh nghĩ sao?

- Tùy vào em, Nữ Hoàng lòng anh thôi. Linh trả lời.

- Em sẽ mở một cửa hàng tạp hóa bán, anh phụ em làm, du khách đến Xứ Đà ưa mua đồ lưu niệm đó anh. Mình sống với nhau như thế, chiều cỏ hoa có nhau, qua các đồi thông hứng gió, là em vui rồi. Lài nói với một tâm trạng thật hạnh phúc.

- Em nói năng tâm tư lãng mạn, nên thơ lắm. Xứng cùng

anh gấp mười chồng em? Đúng không em?

Lài gật đầu:

- Thì vậy em mới bỏ chồng, bỏ con theo anh đây.

- Rất chính xác... Nguyên Linh thêm công nhận.

- À... Chắc không xa đâu, em sẽ làm ăn nghen anh. Để tiền đẻ ra tiền, chứ không thì tiền núi vẫn hết.

- Đúng thế. Xin tuân lịnh em. Nữ Hoàng...

- Anh biết không? Ngày trước em mua bán cá, lúc được, lúc mất thất thu. Nhưng em biết tần tiện để dành nhiều năm gộp thành. Em để dành từ hồi buôn bán tận xóm biển đó nha.

- Anh hiểu. Anh thương và quý em lắm chứ.

Hai người ôm eo đi trên các đồi thông, thì có một cô gái cũng ôm người tình đi ngược chiều. Linh thấy cô gái lòng rộn lên, ngước cổ nhìn lại và khen:

- Ôi cô gái có vòng eo đẹp quá em ơi.

- Đi bên em mà anh khen cô gái để làm gì anh?

- Anh là thi nhân, quyền rung động chứ em cấm vậy sao?

- Không được, ít ra anh phải lịch sự với em chứ. Nếu lòng có thích cũng không nên nói khen. Như thế em sẽ buồn chứ. Anh phải biết chứ? Anh yêu...

- Có gì đâu mà buồn, anh có nằm bên họ đâu em lo? Em chiếm anh hết ngày lẫn đêm bên nhau, anh nói vẩn vơ kệ...

- Anh không thể vẩn vơ vậy được. Phần hồn anh ngẩn ngơ em không thích, mình khó mà ở đời. Em nghĩ vậy anh ơi.

- Thôi thôi, anh sẽ bỏ tánh... Để em vui được chưa?

- Đương nhiên là vui và được.

Lại phone reo nữa.

- Cho anh nghe tý nha? Nguyên Linh nói, đi sang một góc nghe trả lời:

- Anh đi với bạn anh. Cám ơn em hẹn dịp khác nha.

- Sao mà cứ có cuộc gọi hoài vậy ta? Lài nhìn Nguyên Linh thắc mắc.

- Fans mà chưa cắt được. Kệ đi, em nên hãnh diện về

anh... Hi hi.

- Anh hứa với em, điều nhỏ vậy mà chưa được. Em sợ cái hãnh diện đó quá nha anh. Điện thoại cứ dồn dập, lại nói đi với bạn là sao? Không nói đi với người yêu hoặc vợ thì ai gọi nữa anh?

- Làm vậy cũng được, nhưng từ từ đã em. He he.

Nàng lắc đầu, rồi Lài mỉm cười nhìn chàng thơ của mình. Sau đó đến ngồi trên một đồi Cù. Lài nói:

Đà Lạt có hồ Than Thở, có mối tình bất tử được một bài hát hay anh há? Em rất cảm động khi nghe bài hát đó.

- Anh cũng mong chuyện tình mình bất tử như vậy.

- Chỉ mong một nửa thôi. Em cũng đủ vui rồi. Mối tình đó khó có.

- Đúng vậy cưng!

- Thôi ta về nghỉ. Em mỏi chân rồi anh Linh. Hoặc là anh đọc thơ em nghe đi nha.

- Em thích anh đọc thơ lắm không?

- Quá thích chứ chứ, còn hỏi.

- Ừa chuyện nhỏ mà, anh đọc một bài nha?

- Dạ em muốn nghe!

- Là Bài Mùa Xuân Sao Em Không Về? Được không?

- Ừa đọc đi, hỏi hoài ghét hà!

- Phải hỏi chứ, thơ anh nhiều, lỡ lộn không phải thì sao?

- Giỏi, nghĩ đúng đó em thương! Lài nhìn Linh khuyến khích chàng.

- Vậy há anh đọc đây:

Là xuân sao em nỡ không về phố
Để mình anh tha thiết với trăng ngần.
Là xuân sao anh sợ con bướm vong thân
Lại tiếc nuối khi một cánh hoa có thực!
Là mùa xuân sao? Hay mùa hương mật...
Mà em yêu xa tít mãi nghìn trùng!
Là xuân sao cây lá cứ rưng rưng
Để đón xuân đêm ai đếm tay nhung nhớ?
Là xuân sắc. Tím hoa, hoa mắc cỡ...
Đón xuân về đừng bỡ ngỡ cho nhau?

Em chưa về anh thức trọn tình đau!

*

Biết không em mùa xuân đó qua mau
Mùa xuân đến anh như dịp trẻ thơ nô nức.
Ngó ngoài đồng, mượt cỏ nhung thổn thức
Ngắm trăng trên cành, con sóc chẳng lao xao?
Như mùa thu qua đi mùa hạ đẹp năm nào
Như con sông lớn không sầu chia giọt nước.
Như hai ta là một mùa xuân của mơ ước!

- Thơ hay nức nở và tha thiết lắm anh! Em nghe cảm động ghê. Thank you.

Bài thơ này ở đây anh đọc hết cho em nghe vậy thôi. Chứ các trang chơi, anh chỉ gởi tới đoạn "Em chưa về anh thức trọn niềm đau" là đủ. Vì thơ không nên dài, nó loãng sẽ làm dở bài thơ, ý không tụ, cấu trúc lại hạ cấp xoàng mất em.

- Em thấy hay hết mà!

- Em không rành bằng anh đâu. Thơ tối kỵ ham quá dài, sẽ làm loãng, phá chất thơ, cấu trúc thơ, mạch lạc dễ đi vào rời rạc...

- Thơ của Vũ Hoàng Chương bài nào cũng dài thoàng loàng mà hay đấy anh.

- Em thật giỏi, thưởng thức điệu nghệ nha! Anh còn thua em đó chứ.

- Không, thiệt chứ em thấy mấy câu sau càng hay quá. Em thích quá.

- Ừa thôi anh chả cần ai, chỉ cần người yêu anh thích. Nữ Hoàng tình yêu anh thích, là đủ rồi phải không em dấu yêu!

- Nhưng em muốn nhiều người thích chứ? Tính đại chúng, tính phổ quát của thơ chứ anh?

- Muốn cả hai hơi bị khó đó người đẹp. Hỡi Nữ Hoàng của riêng anh nè nha.

- Thơ hay, nhiều người thích mới được gọi là hay anh à!

- Khổ cho em quá, anh hiểu lòng em rồi. Song mà đôi khi họ thưởng thức khác em.

- Là sao hã anh?

- Họ không dễ thông cảm, như một trái tim em đã yêu anh cháy... Khán giả, ôi độc giả thơ cũng mệt lắm em à. Nhưng nói tóm lại em thích là anh vui nhất rồi. Không cần ai nữa hơn em.

- OK. Em là nhất của anh mà? Thôi ta về há anh cưng!

- Được tuân lịnh em. Anh sẽ...

- Anh cũng nên thanks em chứ?

- Sure thôi. Không ai qua mặt em được mọi mặt đó nha.

- Yes good men, good honey! Nhớ nghen - Cho em mãi mãi, for ever love em nhé.

- Mãi mãi tốt bên em, với em mà thôi. Hứa mà.

- Em được nghe vậy là đã rồi. Thanks a lot! Hi hi.

- Em dân lao động, dân bán cá kiếm cơm lại có tiền bạc ngầm, mà đẹp gái, lại biết nhiều English quá ta ơi.

- Anh khen em quá vui nghen. Song bây giờ học English dễ mà nhiều cách lắm. Em biết vài chữ xài cho vui thôi.

- Khá lắm chứ. Hơn anh nhiều nha.

- Hổng dám đâu anh làm bộ.

- Thiệt tình chứ bộ tịch gì em? Thơ thì họa hằn hơn em, chứ tiếng Anh chắc không dám thi với em đâu.

- Em biết có vài câu, còn bèo lắm.

- Bèo nhưng vẫn hơn kẻ nghèo English như anh. Ha ha.

- OK anh! Nàng cầm lấy hôn lên bàn tay Linh, và thả lỏng xuống, nàng nhìn chàng như chưa chán mắt.

Cả hai lại dìu đi, họ trên các lối ra về.

Khách sạn khá gần, nên họ thong thả ôm đi, không cần thuê xe. Cả hai cũng cần những phút giây tình tứ đầy kỷ niệm này. Họ quý từng khắc của họ. Họ đan tay nhau đi, như nhân tình mới lớn với trái tim đang đập rộn ràng. Cả hai nhìn trời mây xanh lơ lửng yêu kiều, không có chim én bay, nhưng họ cảm giác như có chúng đang bay cao đẹp. Và đất trời, như có cả mùa xuân đâu đây trỗi về, thật là tuyệt mỹ... Họ lại nhìn nhau, nhìn nhau, họ hạnh phúc bồi hồi thêm, bồi hồi thêm, và ít nói lại...

Về đến nhà, tắm rửa xong. Ăn thì cả hai mới ăn bên

ngoài rồi. Chỉ tìm tới tủ lạnh, uống một vài món nước trái cây có sẵn, rồi họ enjoy với nhau, như sa mê chờ đợi lâu ngày. Lửa yêu đương tiếp tục ngùn ngụt bùng… Thời gian ơi, hai con tim muốn dành cho nhau trọn vẹn…

Đương lúc nằm bên nhau tay gác tay, chân gác chân, trán gác trán, mũi gác mũi, mắt gác mắt, thỉnh thoảng phone Nguyên Linh tiếp tục rung reng. Làm Lài ích kỷ bực mình khó chịu. Lài cầm phone vứt mạnh tay xuống góc phòng:

- Gọi hoài vậy anh? Anh nói đang ngủ với vợ đi.

- Chán em quá, ghen gì thấy sợ luôn đó. Họ ái mộ anh mà. Cho anh vui chút đi.

- Làm sao trơ người không ghen được chứ?

Nguyên Linh nói và đi lượm phone cầm lên trên tay. May mà anh kiểm tra phone vẫn chưa hư nứt. Linh bảo thêm:

- Anh nói đùa chứ yêu em thôi, ai gọi kệ xác. Giờ này là của chúng ta. He he. Tất cả anh sẽ bài trừ hết.

- Bài trừ hay gôm hết ô nhiễm.

- Ha ha. Em cưng tôi cũng biết nói chơi lạ quá.

Nguyên Linh nói, đưa tay ôm Lài hôn nịnh chút chít.

Phone lại reo. Nguyên Linh buông Lài ra, mà trả lời:

- Anh đang bận em cưng, khi khác ta nói chuyện.

- Lại em cưng?

- Nói cho vui vậy mà, chỉ có em cưng này là nhất thôi. Những người đó đâu ai bằng em? Hi hi. Trong lòng anh chỉ có một Nữ Hoàng. Trái tim anh đã có em là chủ tướng.

Nguyên Linh lại hôn dồn dập tình tự, như chưa bao giờ có cuộc hôn như thế… Lài cứ bị cuống quít trong vòng tay, nụ hôn Nguyên Linh ban tặng bất tận kia. Anh đả đớt, ngọng líu, vỗ về trong mơn trớn… Nhưng nàng lại thích, quý, và mê mẩn lắm!

CHƯƠNG NĂM

Phần về Hùng đang buồn bã. Bé Na lại hỏi:

- Má đi đâu lâu về vậy ba? Con nhớ má.

- Má sẽ về mà Na con.

- Ba nói hoài không thấy má về. Bộ má không nhớ ba và con hã ba?

- Chắc má nhớ chớ. Nhưng bận làm ăn để đem tiền về cho ba và con đó.

- Con nhớ. Má không về con nhớ má quá ba ơi. Ba nhớ má không?

- Ba vẫn nhớ, mà ráng chịu thôi.

- Má đi đâu vậy ba?

- Buôn cá ở biển đó.

- Vậy thì mình thăm má. Đi nhìn biển đẹp con thích nữa. Biển đẹp lắm ba ơi!

Nghe Bé Na nói mà anh đứt từng đoạn ruột. Anh chẳng hiểu vì sao vợ anh nỡ mà thay lòng đổi dạ ra đi. Để lại một lá thơ và hai cây vàng, còn mang theo hết. Những chiếc áo nàng để lại treo kìa, như chờ nàng về mặc. Nàng lại không nhớ nó hay sao mà đi không về? Những đôi giày, đôi dép, mũ nón, quang gánh v.v... Tất cả như chờ đợi nàng, nhưng nàng như có quyền, và cố tình quên nó hơn chăng! Chuyện này anh không thố lộ cho con biết. Tại sao nơi Lài đã hết tình yêu mình? Bao nhiêu năm vợ chồng đói khổ, chung sống có nhau, mặn nồng. Cái gì làm nàng thay đổi mà chàng không hề biết? Nàng là cô gái lãng mạn và đòi hỏi. Còn mình thì lười nhác khô khan chăng?

Hùng lắc đầu trong suy nghiệm. Mình thương vợ yêu cầu, cho vợ mua máy vi tính để lên mạng chơi đỡ buồn. Để nàng giải trí mình có sai lầm chăng? Nhưng biết bao người họ vẫn chơi như thế kia mà. Họ đâu có bị? Chàng không lý giải nổi, những câu hỏi chàng đặt ra như thế.

Cuộc sống có lẽ làm Hùng khô khan nhỉ? Vâng! Vì công việc tối về ăn cơm xong. Anh chỉ lên giường nằm, không mấy chốc anh lại ngủ say. Ngày xưa tuy làm biển cực khổ, anh vẫn biết đàn, đàn cho nàng hát trong gió đêm của biển... Còn bây giờ năm năm, anh chưa sờ lại phím cung, tơ như chùng, dây như nhạt mất. Thật là đàn vẫn còn treo đó mà người thương vời vợi ra đi. Nghĩ mà lòng Hùng thêm buồn tủi, não nề...

Bất giác anh lấy cây đàn guitar ngồi đánh lại cho con nghe, và muốn ca cho đỡ buồn. Song anh lại thôi móc cây đàn lên chỗ cũ, vì lòng buồn quá. Sự chán tẻ, làm tê cứng cả đôi tay anh.

Con bé nhìn anh. Bé nói:

- Ba hát đi ba. Con thích ba hát cho đỡ buồn, đỡ nhớ má.

Nghe con nói. Hùng tự nhiên anh đau đớn chen lẫn cảm động. Dù không muốn, anh ráng lấy đàn khảy cho con vui. Thật lâu anh mới hát, bài mà anh cho như là một tâm trạng, một thân phận ngay bây giờ. Anh cất lên tiếng ca và thao thức của lời nhạc:

Đập vỡ cây đàn. Giận người đổi trắng thay đen. Giận người trở như bàn tay. Chuyện ngày qua tôi quen người con gái có giọng ca thật buồn, em bảo tôi rằng:- Anh đi học đàn để đàn theo lúc em ca - Những ngày hoa mộng đời ta... Tôi thương nàng nên vội vàng lên tiếng, đi tìm buổi học đàn...

Anh ca hai vòng qua lại hết bài hát mới thôi. Hùng lẳng lặng trong cảm xúc như hờn trách xa xôi. Vậy mà bấy lâu nay cuộc sống lam lũ, nề hồ này, làm anh quên đi những kỷ năng vốn có của mình. Anh đàn xong để cây đàn đó. Con bé nhìn ba rồi nhìn cây đàn chưa kịp khen ba. Hùng đã bỏ, đi ra ngoài đứng dưới hiên nhà ngắm những mái vách...

Vừa lúc có cô ba Tài vào. Cô là giáo viên dạy học mẫu giáo cũng gần nhà. Cô thấy anh hoàn cảnh nên đem lòng thương hại, tự đến chơi. Tài đưa tay vuốt mái tóc dài, nhưng không dày của mình rồi bảo:

- Chào anh Hùng.

- Chào em. Hùng nhìn cô gái cô giáo, anh hơi ngạc nhiên.

- Chào cô. Bé Na chạy tới nắm tay Tài, bé vui vẻ mừng rỡ.

- Chào bé Na dễ thương của chúng ta.

Quay lại Tài nhìn Hùng đối diện. Tài như nhận định:

- Nè trông anh có vẻ buồn quá anh Hùng.

- Ừa buồn chứ em, sao vui nổi em.

- Chị đi rồi anh cũng không nên buồn, để lo cho sức

khỏe anh, cùng bé Na nữa chứ!

- Cám ơn em, nhưng nhạn lẻ đôi phải buồn chứ Tài?

- Chiều nay và mai em không đi dạy, vì thứ bảy chủ nhật cuối tuần. Để em đi mua gì nấu cho anh và bé Na ăn nha. Anh ốm rõ, bé Na cũng xuống dốc đó, nhịn ăn miết cha con chết luôn. Em thấy bé Na học. Bé nhớ má, buồn khóc thỉnh thoảng, tội quá anh Hùng ơi?

- Ừa cháu nhớ mẹ lắm anh biết.

Bé nghe làm thinh sau đó nói:

- Cô nấu con ăn chờ má về nha ba. Dạ cô nấu món gì cô?

- Nói chứ bây giờ nè. Cô đem cá lóc nấu cháo cho bé nè.

Tài nhanh nhẩu nhìn Hùng nói thêm:

- Vào nhà đi anh Hùng, xuống bếp đi anh. Em không nấu cho anh thì nấu cho bé Na thôi. Tuổi thơ mà cháu thiếu chăm sóc, thiếu ăn uống thì tội lắm. Không nạp được năng lượng sẽ kém trí nhớ, sẽ thiếu thông minh v.v... Anh biết không?

Hùng nghe Tài bảo. Anh như một kẻ ngẫu nhiên bước lọt vào nhà cùng Tài. Rồi xuống bếp...

Tài nhìn kiếm con dao vừa ý đâu đó. Cô vội ra sau áng nước, cô liền đánh vảy cá, làm mang, móc ruột, bỏ đuôi, chặt vây, lấy cá... Tài để cá vô thau nhựa kia lo rửa thêm nhiều nước cho sạch sẽ cá hơn. Nàng xác muối hột pha chanh kèm rửa, cho tẩy đi hết mùi tanh (Vì Tài biết cá lóc vốn dĩ mùi nó tanh lắm.) Hùng thì tự động đi nhen lửa, hai người tự động làm việc như vợ chồng sẵn sàng giúp nhau. Con bé Na thì cứ lanh chanh nơi hai người, đi ra vô nhìn ngó, tay bé vẫn cứ còn ôm khư khư con búp bê mắt xanh nho nhỏ, vừa đủ vòng ôm tay nó đó.

Tý tắc lửa bập bùng họ nấu... Họ chờ đợi... Họ coi như chờ đợi nấu cho xong món cháo cá. Tài nêm có sả, quế, có gừng, tiêu, tỏi hành, ngò gai, thơm phức. (Đương nhiên là có muối nêm gia vị rồi.) Gia vị nàng có mang theo tất cả, để nấu đủ... Tài cũng làm thêm đem theo nước mắm chấm chanh pha ớt nếu ai thích, và ít rau ngò gai bằm nhỏ sẵn, cùng với ít tiêu giã nhỏ để ra đĩa, nếu Hùng thích thì anh dùng.

Hùng lui cui chọn lấy, nhanh nhảu đem chén bát dọn đặt.

Tài nhìn anh, cô cười và nói:

- Chờ thêm tý nữa anh.

- OK. Anh biết nhưng mà mình cứ sẵn sàng chứ em.

- Làm vẫn nhanh mà anh há. Mùi thơm bốc lên thơm quá trời anh nhỉ?

- Chắc thơm là do em Tài biết nấu ngon thôi.

- Anh lại khen em nịnh nữa rồi. Nhưng em cũng thích.

- Đâu có anh khen thiệt chứ bộ.

- Vậy thì em cám ơn nha. Mong anh với bé phải ăn thật nhiều nha.

- Được, chuyện này tuân lịnh em thôi.

Họ nói chuyện vu vơ dăm ba phút, cháo cũng đủ chín tới. Bé Na thì chơi búp bê không để ý họ lắm. Tài nhìn đồng hồ đeo tay rồi reo lên:

- Chín rồi đó anh. Mình để cháo nhừ sẽ dở mất anh ơi. Vậy chúng ta chuẩn bị "xực phàm" đi anh há.

- "Xực Phàm" Em cũng biết tiếng Tàu nhỉ?

- Biết nói vài chữ cho vui thôi mà. Thôi em đi bưng cháo lên. Anh sẵn sàng múc ra cho bé Na trước nha. Để nguội tý bé ăn mới được anh à? (Tài nói và xuống bếp bưng nồi cháo lên liền.)

Đúng rồi. Anh cũng nghĩ như em. Cho con ăn trước.

- Mình cũng không lâu đâu. Nhưng ưu tiên cho con vài giây nó cũng vui rồi. Tài cười và nhìn nồi cháo cô đã mở nắp hơn.

- Tài chưa có con mà rành quá há? Hùng, anh lại nhìn nồi cháo hương thơm quá sức tỏa ra, và nhìn nàng.

Tài lại xúc động thưa:

- Em thương con nít lắm. Anh biết em là cô giáo, tâm lý em phải rành con nít một chút chứ?

- Có lẽ em là một cô giáo trẻ hoàn hảo lắm. Anh nghĩ vậy thôi đúng không em? Và anh mong em nên ăn thật nhiều bên anh, cho bé Na vui luôn nghen.

Tài mỉm cười, đưa tay trỏ và tay cái (của bàn tay phải) để tạo thành vòng tròn hình chữ O nhìn chàng như đồng ý, mà không nói nữa.

Hùng quay sang con mãi vui với búp bê. Anh bảo bé:

- Ơ kìa cất búp bê đi, ta ăn cháo cá con à!

- Dạ chín rồi hã ba?

- Ờ cháo xong rồi, chín rồi. Hùng tươi tắn thố lộ.

Tài gật đầu vẻ ủng hộ lời nói chàng. Rồi nàng đưa mắt nhìn bé Na đáng yêu...

- À chắc ngon quá nha! Phải không nào ba? Phải không cô Tài? Bé nhìn hai người bé vui hỏi vậy nữa.

Hùng đứng dậy rời ghế ngồi một chút. Mà rằng anh bảo:

- Đúng vậy con yêu, chuẩn bị ăn thôi.

Tài thì đưa tay sờ nhẹ tóc bé Na. Nàng như tâm sự hơn:

- Ừa cô muốn chia sẻ buồn vui với bé Na và ba Hùng không sao! Vậy ta cùng ăn chung nha! Bé vui với cô không?

- Chắc chắn là vui rồi.

- Thời gian còn chần chừ chi nữa. Cả ba chúng ta hãy dùng nhé... Tài như thốt ra niềm chân tình lần cuối.

Tài lanh lẹ cùng Hùng đi đến nơi bàn gần đó, họ ngồi xuống lại. Bé Na cũng hiểu đi theo, làm theo. Họ chuẩn bị múc ra cho bé trước rồi. Ơ hay, cũng là nơi một cái bàn của gia đình Hùng, Lài và con bé thường ngồi. Nhưng hôm nay Lài như biệt tích nơi mô. Chỉ thêm thế cô giáo Tài vào. Cả ba người bắt đầu thưởng thức hương vị... Họ ăn thật ngon như ý, vui vẻ như tình một gia đình. Song Tài ăn vẻ dè dặt làm khách thôi. Chỉ có Hùng và bé Na thì ăn như thiệt, còn thấy ngon nữa! Căn nhà của họ dường như cảm thấy đã ấm áp hơn một chút...

Bé đang ăn dừng lại cười khen:

- Ái chà cháo cá ngon quá. Ba ơi. Cô Tài ơi.

- Ngon bé ăn khỏe, thì hôm nào cô lại nấu nữa nghen.

Bé gật đầu làm thinh, bé quên nói lo ăn thôi.

Trong khoảnh khắc Hùng bỗng tươi tỉnh một ra nhiều. Chàng nghĩ Tài là cô giáo của Na tốt bụng nhất. Có lẽ không sai... Ăn xong hai người đứng lên đi dọn dẹp thật nhanh hơn nấu nữa. Chàng đổ nước vô thau, nàng rửa chén. Chàng rửa nồi, nàng quét dọn bếp núc sạch sẽ, chàng lau bàn, nàng gọn ngay ngắn ghế ngồi chung quanh v.v… (Còn một phần nhỏ, Tài múc vào tô lớn để dành khi đói cha con họ sẽ dùng.)

Bé thì lại uống nước và chơi búp bê tiếp.

Tối đó mặt trăng thượng tuần đã lên cao. Tài chưa về cô ngồi bên Hùng trước sân uống nước trà cúc. Bé Na đã ngủ sau khi ăn cháo cá, chơi búp bê và được cô Tài tắm rửa giùm. Đoạn Tài nhìn Hùng nói như thật để tỏ ý:

- Chị chắc không về đâu, nếu anh không chê em, thì em chịu làm vợ anh, lo cho bé Na. Anh chịu không?

Hùng bưng nước uống, để xuống và thành thật với Tài:

- Nếu em nghĩ tới. Anh xin cám ơn em, nhưng anh còn nhớ Lài nên chưa vội.

- Chị đã bỏ anh, bỏ con thơ lên năm mà đi, anh nhớ làm chi. Em thấy anh cô đơn tội nên đem lòng. Còn anh không muốn thì thôi, em không ép.

Chàng còn chân thành e ngại hơn mà rằng:

- Tạm coi em như bạn, hay em gái cũng được, siêng sắng qua, anh đỡ buồn. Và khi cháu đi học em lo giùm, anh mừng là đủ.

- Em còn có một mẹ một con, mấy chị đi có chồng hết. Mẹ em thấy hoàn cảnh anh cũng thương. Nên tối ngày mẹ cứ mong em cùng anh, kết nghĩa đoạn đường anh còn lại, nhưng anh… Thì thôi không sao?

- Anh hiểu tấm lòng của em và má em. Anh quý, anh thật sự chưa muốn làm phiền Tài.

- Nghĩa là anh mong chị đó về hã? Phải không anh?

- Chắc cô đã đi thì không về, nhưng anh không dám vội với em, lỡ bề gì hai chúng ta tiếc nuối. Anh thành thật. Anh Hùng không mong xạo Tài, để em khổ, chúng mình khổ…

Im một tý chàng nói tiếp:

- Hơn nữa em là một cô giáo trong sạch mới lớn, nên anh ngại… Từ từ hơn chút em… Em có hiểu cho lòng anh không chứ?

Tài làm thinh. Tài đưa mắt nhìn mông lung xa xa. Rồi quay lại nhìn Hùng, nàng bảo nhẹ nhàng:

- Vậy thôi khuya rồi, anh vô ngủ gần với con đi. Em về khi rảnh em qua... Còn anh muốn qua nhà em lúc nào. Má với em vẫn sẵn sàng đón anh và bé Na đó.

- Chân thành cám ơn em. Hùng nói anh đưa Tài ra tận cửa ngoài hướng đi. Hùng nắm tay Tài. Hùng cân phân thêm:

- Anh thật quý em lắm. Nhưng chờ anh một thời gian nghen em? Em nên tin anh.

Tài không nói lẳng lặng bước đi, lòng như đầy cảm động...

Trăng chênh chếch soi, tiếng côn trùng ban đêm nghe chúng rít lên, rên rỉ nỉ non thật thêm não ruột. Hùng nghe lòng mình thêm ray rức thoi thóp. Anh bước vào phòng cùng con, nhưng để bé nằm ngủ. Anh lại đi ra ngoài dọn bình nước, ly tách vào nhà. Rồi Hùng trở ra lần nữa, anh lặng ngắm con trăng đổ dài bóng trên hàng hiên. Hùng cảm thấy buồn hơn, anh tìm đến hàng hiên phía Đông đứng hút thuốc lá để suy nghĩ... Từng làn hơi thuốc lá được nhả bay kia, nó bay tán loạn như châm chích vào lòng Hùng nỗi nhớ ai thêm đong đầy hơn...

Tài thì cứ bước cứ đi, nơi ngoài đường kia trăng đang mờ một chút, lại thêm sáng khơi. Tài bước đi nhanh xa rồi... và về nhà. Nhà nàng cũng không xa lắm, Tài chợt thấy vài cánh dơi bay vội trên không trung, mà lòng cô lấy buồn làm sao, hơi hiu hắt thật...

CHƯƠNG SÁU

Lài mở tiệm bán tạp hóa tại khu du lịch Đà Lạt. Tối ngày nàng bận rộn mà Nguyên Linh chả tiếp nàng. Chàng cứ mãi hết quan tâm đến fans hâm mộ, lại làm thơ. Tìm hình để cân nhắc cho bài thơ post v.v... Nàng có lúc bực mình nhưng phải chịu. Ngày qua tháng lại, trên ba tháng Lài mang tiếng Nguyên Linh nói tiếng phụ giúp nàng. Nhưng chàng chỉ lo đứng đường nghe ngóng phone, và đi chơi mường tượng phong cảnh, thích thú làm thơ. Bực quá một hôm Lài la ngay trong sạp, khi khách ít vắng vẻ, coi như nàng xả hơi một trận...

- Anh nói giúp em, mà em làm lung tung, anh không giúp chi cả.

- Lài ơi anh chán nghề này rồi. Nghề thiên hạ coi chứ không mua bao nhiêu? Mất công lấy lên, treo xuống, đưa ra, để lại. Vậy em chuyển nghề đi. May anh tiếp phụ, hoặc hỗ trợ được cho em hơn?

- Chuyển nghề, là nghề gì? Anh giới thiệu em nghe coi?

- Nghề này em đỡ vất vả. Anh có đi uống coffee, có shop coffee tương đối lớn kia. Họ cần sang lại, em sang ngay đi. Chúng ta có thể hốt, và làm ăn thoải mái hơn, khi bán thứ linh tinh này em cưng!

- Vậy tiệm sạp mình đang bán thì sao?

- Em khờ quá, trăm người bán vạn người mua. Chỉ cần em chịu sang bán rẻ tý. Thất thoát tý, là có người mua ngay mà! Hoặc nếu hên, họ ào ào mua nữa là khác em ơi.

- Nhưng phải sang rẻ hơn hã anh?

- Thì vậy chứ. Rẻ hơn họ mới sang mua chứ? Coi như canh bạc đi.

- Ừa thôi, nhưng anh có chịu phụ giúp em nữa không? Anh phải lo phụ giúp cho em nghen?

- Nhất định anh sẵn sàng thôi. Còn việc bên đó các em út có sẵn. Em và anh làm chủ thôi. Lo chi cho mệt em?

- Hay là anh muốn qua đó để nhìn mấy em khác?

- Không có đâu, hằng ngày em ở đó mà. Mấy cô cũng dễ gì thèm anh... Mà làm ăn, em ghen chi cho mệt. Anh của em lâu rồi, và mãi mãi.

- Vậy em muốn cùng anh thăm nhìn thử. Hàng này cũng tạm, nhưng em đuối vì anh không phụ giúp.

- Anh Linh thấy chán quá. Toàn khách thử, nhìn rồi ngó lơ. Chứ số khách mua hàng có được bao nhiêu?

- Cũng có khách, có ăn đó chứ. Tại anh không chịu cực.

- Dại gì mình cực em? Phải biết bán gì để lời mà sướng hơn, thoải mái hơn tý chứ em.

- Thôi được nghe lời anh. Chiều nay chúng ta ghé qua bên tiệm coffee nhìn thử đi.

- Ừ em... Phải đổi cách làm ăn Lài em.

- Thì em muốn đi coi với anh đó.

- OK vậy nha...

Thế là sau khi ghé coi, Lài cũng tỏ ra thích thú và chịu thỏa hiệp sang shop coffee ngay.

Các em út trong shop đều có vẻ thích chủ mới, vì thấy Nguyên Linh vui tánh. Và thấy khuôn mặt Lài cũng không đến nỗi khó khăn lắm.

Nhanh như cắt, mấy ngày sau sang tiệm. Bán đổ tháo một chút quần áo, quày lưu niệm, xách giỏ, mũ nón, kẹp cài, còng kiềng, gương lược v.v... Lài thêm tiền, thêm vàng vô mua tiệm cà phê này ngay cấp kỳ, vì họ cần bán.

Cô đã làm chủ một tiệm cà phê "Hoa Hồng Đỏ" cũng có giá ở Đà Lạt đó chứ! Riêng Nguyên Linh thêm phấn chấn vô cùng. Vì tiệm coffee luôn lãng mạn, gặp nhiều tài tử giai nhân đẹp!

Từ hồi có tiệm coffee Hoa Hồng Đỏ, Nguyên Linh thêm sửa soạn ăn diện, trau chuốt hơn. Tối ngày anh thêm đàn đúm, vui chơi cùng các em trong tiệm, và không ngớt trốn ra phía sân sau nói chuyện qua phone tay.

Một hôm Lài kiếm không thấy thì hỏi:

- Chú đi đâu rồi tụi con. Lài vẫn trẻ, song nàng xưng thế vì đã thói quen.

- Chú đi nói chuyện phone phía sau. Một em phục vụ quán tên Ái Nhi nghe Lài hỏi, em đã trả lời.

- Kêu chú vô cho cô nha. Lài như nóng sốt nhưng cố làm ngơ nguội và bảo vậy.

- Dạ. Con bé Ái Nhi thưa và đi gọi ngay.

Lài ngồi nóng ruột chờ đợi khi Nguyên Linh vô.

Nàng nói khi chân Nguyên Linh chạm bước vào cửa sau, và cô thấy mặt anh:

- Anh ơi công việc anh không lo phụ em. Anh cứ ôm phone nói chuyện hoài, chắc em chết quá.

- Có mấy đứa lo mà. Lấy chồng nhà thơ mà em ràng rịt

quá, điên đầu em ơi!

- Vậy chứ hồi nào anh nói có em rồi. Anh lơ hết thiên hạ.

- Nói là nói vậy thôi.

- Ôi chao ơi chú làm thơ hả chú. Các em ở tiệm nhốn nháo hỏi.

- Chú làm thơ là nghiệp hồi giờ mà. Nguyên Linh đáp.

- Vậy chú làm đi để mấy cháu giúp cho. Cô cần gì? Cô gái tên Ái Thụy bảo miệng cười như te toét sải…

- Mấy em vị trí khác. Làm thơ có lúc, chứ đâu phải lúc nào cũng làm thơ, cũng nói chuyện thơ. Đó là thơ thẩn thôi.

- Ừa cô nói đúng đó chú, làm thơ phải có lúc chứ, chú làm 24/24 thì ngại quá. Bọn trẻ lại phá lên phì cười hỉ hả… Rồi Ái Son chọc tiếp:

- Nhưng làm thơ chắc 24/24 chỉ nghĩ đến em thơ, và nàng thơ. Chú không còn nghĩ đến ai. Một em uốn lưỡi, đó là Ái Son chọc thêm như vậy.

- Chính xác luôn. Nguyên Linh hiệu ứng như thế.

- Vậy mà cũng nói được. Lài bảo nhanh, nhìn Nguyên Linh lần nữa.

- Thôi mấy em nói hay đó, chú sẽ đãi một dịp nhé. Bây giờ làm việc đi. Tuân lịnh nè, nàng Hoàng Hậu muốn gì nào?

- Anh đừng làm hề tôi không thích đâu. Anh sắp xếp lại mấy cây cảnh, phụ với em đi cho nó đẹp hơn. Và khi khách đến anh chào họ. Khi về anh phải mỉm cười từ biệt họ chứ!

- Trời ơi cái đó anh làm ba giây.

- Nhưng anh có chịu làm đâu, mà ba giây, hay bảy giây?

- Em nói thì anh mới làm. Tại anh ít để ý thôi.

- Thật như em bé.

- Thì anh là bé của em mà.

Lài không nhịn cười được. Mặc dù nàng chưa hẳn muốn cười, khi thấy Nguyên Linh lăng xăng như một tên hề đặc điểm, chỉ còn kém Sác lô xa thôi…

Nhưng chứng nào tật nấy cho có lệ, làm còn tệ hơn làm thơ. Còn nữa Nguyên Linh cứ ham karaoke với mấy em trong tiệm lẫn mấy em bên ngoài. Nguyên Linh làm thơ tặng cho mấy em, anh lén trộm tiền, rủ đi chơi nữa. Gọi điện khắp nơi không rời facebook trên iPhone, chàng trở thành chai lì theo ý mình. Chàng muốn tạo sóng gió, không sợ chi đến lời than thở của Lài! (iPhone có này, chính là lúc nàng Lài mua cho chàng khi đi Đà Lạt lần thứ nhất. Khi họ sắp về lại Sài Gòn và bàn tính mua sạp tạp hóa ở Đà Lạt để bán cho khách du lịch…)

Nguyên Linh lại cặp được một em xinh như mộng, cũng nhờ thơ "dụ tình" tha thiết ấy.

Tiệm vẫn còn hoạt động mạnh. Lài, tiệm vẫn bận rộn. Chỉ Nguyên Linh rảnh, anh hẹn hò đi chơi với một cô gái trẻ, trên một miền của xứ sở Đồi Cù Đà Lạt. Họ cũng đang có trong tay một tình yêu mùi mẫn.

Nguyên Linh thỏ thẻ với nàng thơ mới của anh:

- Em là của anh mà… Được yêu nhau như vầy sướng biết chừng nào… Chết cũng cam!

- Ôi hình như em có chuyện anh.

- Chuyện gì hỡ em? Nguyên Linh xoe tròn đôi mắt và nhăn trán hỏi như thế.

- Hình như. Có lẽ... Em như đã...

- Em như đã... Đã sao? Nguyên Linh hỏi vẻ nôn nóng còn hơn trước.

- Em đã có mang.

- Làm gì có mau vậy? Và phải tẩy ngay nếu "mình lỡ kế hoạch." Nguyên Linh cảm giác như tay bị chạm lửa, niềm đau bất ngờ...

- Em không biết nhưng thấy là lạ anh ơi.

- Em là đàn bà con gái, thời buổi này dễ mà. Em phải để ý thận trọng tý thôi. Trời ơi em?

- Hưm!

- Em làm anh mất hứng chiều nay đó.

- Em sẽ đi khám nay mai mà anh hĩ?

- Ừa...Tiền bao nhiêu anh chi cho! Trời ơi...

- Gì mà trời ơi trời ơi mãi. Còn nữa có cho tiền em thiệt hôn. Còn nữa em đùa chút xíu vậy cớ gì xanh máu mặt ta?

- Sao không xanh được chứ?

- Hy vọng không có gì mà. Xanh chi uổng công vô ích.

- Trời ơi em. Làm anh lo chết luôn đó!

- Hứm, vậy mà nói yêu em. Yêu em thì phải gánh chịu nước non, ý quên trách nhiệm chung chứ. Yêu mà sướng thì cùng hưởng, khổ để một mình em gánh bán. Thử hỏi có công bằng cho em không? Hu hu. (Nàng giả đò khóc.)

- Nhưng mà có con kẹt lắm. Ta hưởng thụ đủ rồi. Sướng thôi em ơi...

- Ghét anh ghê hi hi, vậy mà tin ngon... Bắt được em đi hi hi, bắt được đi hi hi. Chạy nè, chạy nè...

Hai người lại chơi trò cút bắt như một cặp tình nhân tân thời son trẻ. Nguyên Linh đổ ra tươi, hơn gấp mười khi nãy.

Một đoạn đùa giỡn thở cười nhìn cho đã. Như Hoa bỗng nói:

- Mà nếu là sự thật.

- Em đi khám đi. Trời ơi cứ làm anh nhồi máu cơ tim. Tiền đây sẵn sàng.

- Ha ha, em lấy nghen. Nếu không có gì, tiền có trả lại cho anh không?

- Thôi cho em. Coi như thưởng cho em đó, cưng của anh! Mong sao đừng có thôi.

Như Hoa lại chủ động hôn Nguyên Linh. Và họ hôn hít như không biết chán, lòng họ thầm tính như được bao nhiêu cái hôn rồi?

Rồi bỗng dưng phone cũng reo. Như Hoa giật nảy kêu:

- Ai gọi vậy ta?

- Fans của anh. Em yêu! Anh đã nói, nên tự hào về anh.

- Đương nhiên. Mà trước mắt thì off máy đi nào.

- Anh off xong.

- Ừ fans thì còn OK. Chứ vợ thì em căm đó.

- Em nhỏ mà dữ nha.

- Phải giữ mới trị anh được chứ, hi hi.

Như Hoa nói thêm:

- Nè anh yêu, có định tính gì tương lai chúng ta không?

- Yêu được ngày nào mừng ngày nấy, định tính gì em?

- Không! Em không chịu, phải có hướng tương lai chứ?

- Có một câu nói rất nổi tiếng: "Khi yêu là yêu hết mình, không cần định liệu gì tương lai, mới là thật sự yêu!"

- Anh định đem triết lý yêu mù, để dụ em phải không?

- Phải vậy chứ, mà còn sợ em tẩu nữa đó chứ.

- Không tẩu đâu, nếu anh vẫn mãi yêu em và đừng làm em chán.

- Anh cũng sợ, làm em chán đó chứ?

- Làm sao chán được, khi tình yêu đang lên ngút ngàn, như đi lên trời xanh, mây xanh thế này. Và chịu chuộng cung phụng em thế này nè. Một niềm vui xanh hy vọng tràn ngập tim em thế này mà. Và thơ cũng đẹp, xanh như biển xanh nè.

- Hi. Em ưa xài chữ xanh lắm nha. Nhưng nhớ đừng xài xanh máu mặt nha em.

- Ha ha. Xanh gì cũng xanh. Xanh thì mướt chứ anh...

- Cũng có xanh xao, xanh xẩm vậy chứ.

- Làm gì có xanh xẩm anh?

- Anh đùa thôi. Hi hi xin cám ơn. Con chim sáo bé bỏng của anh. Yêu màu xanh như yêu từng mầm hy vọng đúng không nào?

- Xin cám ơn anh - Anh loài chim phượng hoàng đã che chở em. Làm cho em yêu đời xanh mướt.

- Em cũng văn hoa chán đó chứ?

- Hi hi, dĩ nhiên là lóc cóc vài câu.

- Thôi mình về khách sạn đi em.

- Ở đây thú vị hơn "Hương đồng gió nội bay ra ít nhiều." Cô bé nhại thơ của Nguyễn Bính để giỡn.

- Nhưng ta cũng cần nghỉ chứ em.

- Để lấy sức cho tình yêu phải không?

- Em thông minh lắm. Anh thật yêu câu này. Thanks em!

- Nhưng anh là thầy của thông minh nữa hi hi. Thầy thì hãy hơn rồi. Anh yêu dấu...

- Đôi lúc trò vượt thầy cũng có đó em?

- Hổng dám đâu! Hi hi.

- Hum.

Hai người trò chuyện rôm rả như đẳng cấp tuổi trẻ mới vào yêu, họ nói năng huyên thuyên bên những gốc cây thông già, và cả những cây thông non xanh, rồi dìu nhau xuống đồi, đi bên nhau tay trong tay tình tự. Cỏ chiều nơi đây đã lùa vào trong gió, muôn ngàn cây cối cũng nhả hơi theo nắng lụa, chiều tà... Chiều tà tim tím, xa xa những hồ nước gợi sóng xanh nhạt lăn tăn. Đà Lạt nơi nào cũng đẹp cũng thơ, cũng hấp dẫn theo một góc của nó, Đà Lạt đã đem đến bao ước mơ cho con người. Và con người đang thả hồn, trầm mình trong thế giới lãng mạn xanh yêu tím nhớ đó...

Khi ở tình hình tiệm tung, một hôm Lài nói:

- Anh ơi tiệm bán đắt không ế, nhưng sao em thấy không lời, tụt vốn quá nhiều, tụt sâu... Anh có lấy tiền em đi hoang phí không?

- Em nói chi lạ vậy, làm sao anh lấy tiền em. Có cũng lấy mấy đồng ăn sáng thôi. Lẽ nào em không cho anh ăn sáng?

- Vậy mà tiền đâu, thất thoát đi đâu anh Linh!

- Làm sao anh biết. Hơn nữa ban đầu, mình chắc chưa nắm hết kỷ năng, cuộc nghề. Nên có thể lạm một chút, từ từ.

- Kiểu này chắc không ăn anh ơi. Em lo ngại khách thì có, tiền đâu không có, dễ sợ quá? Em lại nghe anh dan díu với con nhỏ bán cà phê "Hoa Hồng Xanh" "Hoa Hồng Vàng" gì ở đâu đó.

- Làm gì có. Nó mê thơ anh thì anh làm tặng thôi. Em có biết nó đáng con cháu anh không?

- Có bà con gì đâu mà con cháu? Đàn ông mấy anh như ăn mày... Mà sao ai biết được cho đúng?

- Em đừng nói quá, hạ giá đàn ông. Nhưng em ơi đừng ghen nữa. Có sao đâu, nếu anh thích phóng túng em cũng nên chấp nhận. Vì là phong thái, tư cách nhà thơ để làm giàu cảm xúc.

- Nhưng hồi xưa anh nói có em rồi anh hạn chế. Và những nhà thơ nổi danh xưa nay, đâu tìm gái để tạo cảm xúc, một người họ thể làm cả đời. Họ thật đáng trân trọng.

- Cuộc đời đâu phải là bản sao. Mà anh cũng đâu tìm đến họ. Tại họ mê tìm đến anh thôi...

- Anh xạo quá rồi đấy. Nhưng nghe em nhắc lại: Có em rồi để cho em vui. Anh nên giảm quan hệ, phải đường đường chính chính chút đi.

- Anh làm gì không đường đường chính chính chứ? Em làm như thế thì mất hết cảm xúc. Thơ anh sẽ chết. Anh thấy em khó quá chịu không nổi, anh bung đó.

- Muốn ở với em thì điều chỉnh lại. Em không khó đâu. Song anh nói một đường làm một nẻo. Và anh ngày càng lộng hành quan hệ trai gái, nên em sợ. Thật sự anh làm mất đi niềm tin nơi em, và Lài thất vọng đi nhiều...

- Thì anh sửa lần lần, chứ cốt cách nhà thơ nổi tiếng làm sao chỉ khô như khúc gỗ được. Em đừng phân bì với những người khác khi đã chọn anh? Lãng mạn chút đâu có gì xấu. Chừng nào anh dẫn ai về, hay đánh đập em mới nói chứ.

- Anh Nguyên Linh...Trời ơi nói thế em thua rồi. Lời thề ngày xưa vàng đá như gió thoảng mây trôi rồi...

- Anh nói cho hết lý thôi. Anh vẫn đi nơi vòng quỹ đạo của em mà.

- Ừa phải sửa tiếp đi, không thì em chán anh lắm. Yêu đương ngày nào như mau tắt ngấm.

- Tại em thôi, cứ làm cho nghiêm trọng. Trong khi anh thấy không đáng để mà nghiêm trọng?

- Anh cứ chữa lửa đó thôi, sao lại không nghiêm trọng, quan trọng kia chứ?

- Quan trọng cái con khỉ khô.

- Anh lại ăn nói thua một thằng cày ruộng rồi.

- Tại em làm anh hết sức bực mình.

- Em có phần chán anh rồi đó.

- Chán gì? Tại em cố tình làm ra nghiêm trọng, quan trọng thôi?

- Thôi em mệt quá, nói chuyện với anh như muốn lên tăng xông, lên máu không bằng.

- Ai biểu em đem nuôi cái tức vô lý chi?

- Mệt quá thôi để em nghỉ ngơi. Em không muốn cãi cọ hơn thua với anh nữa.

CHƯƠNG TÁM

Rồi một hôm nàng nói với Nguyên Linh:

- Em thấy không chịu nổi, em làm cực khổ mà không có tiền... Em muốn sang tiệm để kiếm một nghề gì độc lập hơn. Bán hàng rong, bán quán lóc cóc cũng OK hơn, để còn giữ lại tiền. Kiểu này có ngày em đi xin ăn.

- Làm gì em lo thế. Anh vẫn thấy mình còn làm ăn OK mà, khách đông mà.

- Khách là khách, nhưng tiền vô, như lọt lủng anh lấy nuôi gái hết. Em không biết được, nên thua lỗ bù dài dài vào liên tục. Em nghĩ buồn lắm, chán quá.

- Em đừng có ẩu, anh cho ai? Nói vậy là hỗn nha. Xúc phạm anh đó? Lài biết không?

- Lài giờ chỉ muốn bán một thứ, bên lề đường khỏi thuế, khỏi má, khỏi lo, và đủ hai ta sống ô may còn hạnh phúc hơn? Em thích vậy. Có tiền em cũng khổ với anh? Và chắc không tiền cũng khổ với anh?

- Muốn giàu sang em không muốn. Em muốn ăn mày tùy em thôi.

- Còn gì nữa mà em giàu sang. Em thấy tiền không đẻ ra tiền, mà lủng thấy sợ.

- Thôi, mặc em quyết định. Tiền đi ngõ nào mà lủng. Riêng anh nghĩ là em nên suy nghĩ lại. Làm ăn thì phải có lúc lên, lúc xuống, lúc này lúc nọ. Nước thủy triều còn phải phân đoạn, và thời tiết... Tánh tình phải biết đằm thắm hơn chứ em. Nóng như lửa đốt như em, là hỏng bét hết.

- Em đâu muốn nóng. Nhưng buộc thế em phải nóng.

Rồi một hôm nàng Lài nằm ngủ thì mê thấy. Nàng đã

thấy trong giấc mơ sự việc diễn ra. Một cô gái đang năn nỉ nơi căn phòng bác sĩ:

- Bác sĩ ơi làm ơn giúp con. Chú đó làm thơ hay, nhưng tư tưởng không muốn có con nữa.

- Con đã phá mấy lần rồi nha. Không tốt đâu, phải nghĩ đến hậu quả nha. Bác sĩ lên tiếng phúc đáp.

- Dạ con biết. Mà bác sĩ cứ giúp con đi...

- Thiệt là tuổi trẻ bây giờ điên dại nhiều quá. Tôi bác sĩ nhưng tôi muốn khuyên mong cô, đề phòng phải tốt hơn không? Và yêu đương cũng nên chọn lựa chứ. Sao mà cứ nhắm mắt vui chơi vậy được...

- Dạ con biết. Nhưng đường vào tình yêu thiên hạ từng nói, có trăm lần vui có vạn lần sầu mà? Làm sao con tỉnh táo hết được.

- Lý luận tình yêu điên khùng rồi. Trời ơi tuổi trẻ bây giờ hư hoại, loạn lạc nhiều. Băng hoại cả đạo đức khắp chốn...

Bừng giấc mơ nàng hồi tưởng sơ qua, Lài hốt hoảng nhìn Nguyên Linh như con thú, và lòng Lài đầy tức bực. Đầu óc nàng cơn giận phừng phừng không nguôi, nàng muốn đánh vô mặt khi Nguyên Linh ngủ say cho đã. Nhưng nàng lại thôi. Lài đi ra phía ngoài suy nghĩ vẩn vơ tiếp, không cắt bỏ được ý buồn. Vì buồn quá, Nàng đi lấy đồ, đi giặt đồ, làm công chuyện khác... Chuyện giấc mơ nàng, bây giờ chỉ để một mình mình biết, là hay hơn.

Trời thật không dung, ngay ngày đó. Lài giặt áo cho chàng, lục thì trong túi áo thấy mảng giấy nhỏ màu xanh nhạt, để chung nơi của bọc thuốc được viết:

"- *Em dùng cái này nghe anh chỉ dẫn. Không thì khó ổn cho tình yêu chúng ta. Cẩn thận nha. Mãi mãi yêu em... Anh!*

Có lẽ là mới mua chưa kịp đưa. Thì cởi bỏ áo đó, nàng lấy đi giặt kiểm tra thấy. Lài đọc cầm rồi la toáng lên:

- Anh ơi sao có chuyện này nữa, không thể tác tệ nào bằng. Lài không nói thêm, ném bọc thuốc với mảng giấy nhỏ đó vào mặt của Nguyên Linh để mắng. Chàng né không kịp, nó va vào mắt mũi, rớt xuống sàn nhà, rồi chàng phải lắng tai nghe. Lài xé giọng tiếp:

- Anh tệ lắm, tôi nuôi anh, lo cho anh, quần lành áo lặn. Mướn nhà cao đẹp anh ở đàng hoàng. Anh lại đi kiếm gái trẻ khác nuôi. Anh phản bội tôi trắng trợn, bằng chứng đấy.

- Anh mua giùm cho người ta mà.

- Chữ anh viết, còn mua giùm ai?

- Thôi mệt quá cái gì em cũng rình rập được. Anh nói chỉ là loại bỏ hết, chỉ có em mà thôi. Tin đi, hơi đâu ghen với đám gái làng chơi.

- Làng chơi, làng nước. Hứ anh dùng văn mỹ miều nhưng thô lậu cho họ quá. Nhưng anh là nhà thơ hay. Coi như đã có tiếng, phải giữ tư cách chứ!

- Ôi... Càng có tiếng vẫn càng có thể tồi, em biết không? Anh là hiền nhất em thông cảm đi. Vẫn ở với em, và không gạt em mà...

- Anh nói thế tôi sáng mắt và thua rồi. Chắc tôi không làm mọi cho anh nữa đâu, tôi mở quán cóc quán nhái gì bên lề đường cho yên thân. Anh phải phụ bán với tôi khổ nhọc, để anh hết sung sức.

- Tùy Lài thôi. Tôi mệt mỏi vì em ghen bóng gió quá rồi.

- Thật đó chứ sao anh kêu bóng gió gì?

- Thật đâu mà thật.

- Giấy tờ chứng cớ rành rành, mà anh chối phăng. Tôi ghê anh thật! Tôi chưa kể anh nghe giấc mơ tôi thấy con bé kia, khi anh lỡ làm rớt hình cho tôi xem, có hôm nọ...

- Trời ơi con bé nó đẹp. Nó mê thơ anh. Nó tặng anh cái hình coi cho vui thôi mà.

- Ý, kiểu yêu đừng kêu anh bằng chú của mấy người đó?

- Sợ em luôn. Phiền ghê...

- Phiền gì? Anh không chân chính nên tôi bực. Chứ tôi là hiền lành...

- Hiền lành mà? Ngọc Linh nhái lại như câu hỏi thì hơn.

- Sao? Lài thắc mắc mơ màng. Nhưng trông cô ngây thơ khờ dại chứ không phải đanh đá, hoặc hung hãn.

- Thì OK, anh cám ơn em thế thôi. Nguyên Linh đáp.

- Được... Lài trả lời lắc đầu và phải bấm trán mình...

CHƯƠNG CHÍN

Rồi sau đó Lài sang tiệm, đi bán hàng như các mệ đi bán hàng rong. Nàng mở một chỗ bán cháo lòng và đồ biển nhỏ để nhậu, bên lề đường, góc mé ngoài trước một tiệm ăn lớn. (Đúng ra là một nhà hàng lớn tên là Hoa Viên.) Nguyên Linh vẫn luôn đi đọc sách. Nàng bán buôn bận rộn mà chàng dửng dưng đọc sách xem hoa. Chàng đi rông lạ lẫm nhìn cảnh vật, mò kiếm ở các tạp sách lề đường như một cơn ghiền. Nguyên Linh đi tìm chất liệu khai nguồn, khai ý, làm thơ. Đối với cuộc sống nàng, Nguyên Linh như tương phản. Chàng như tên hề trí thức mất rồi... Bực quá, khách đang có. Nhưng nàng bỏ tìm Nguyên Linh và mắng:

- Trời ơi sao anh không phụ tôi, tìm đi đọc sách. Trời ơi đúng là tôi mang nợ anh mấy kiếp.

- Có gì đâu anh phải phụ giúp? Anh chỉ phụ em khi nào lúc đông người thôi.

- Anh có đọc sách. Anh cũng nên về đó ngồi một cái ghế đọc, phụ với tôi ít công việc chứ!

- Được.

Nguyên Linh theo về bên Lài bán cháo lòng heo, và ít đồ biển nhậu nơi đó. Nguyên Linh vẫn dửng dưng đọc sách tỉnh bơ. Buồn bực quá nàng nói:

- Trời ơi là trời, thứ gì đâu trôi tấp cho tôi khổ giữ vầy nè. Cha mẹ ơi, thà chết đi tôi còn khỏe hơn. Nàng nói trong hai giọt lệ nhỏ ra. Vì quá cực mà Nguyên Linh thì ngày càng như vô tâm, không ngó ngàng...

Tuy nhiên anh nghe nàng nói, tự ái lại nổi dựng lên. Nguyên Linh không dằn được, anh đá tung mấy xoong nồi, chảo đĩa, chén bát, muỗng nĩa, chanh tỏi, ớt tiêu, nước chấm, nước mắm, nước pha, rơi đổ lung tung và phản đối:

- Em không được hỗn với anh, quá mức xúc phạm anh nha! Chán quá thà anh về với con anh. Mà anh làm thơ tự do không ràng buộc, không bị nhọc trí!

- Tại anh sống không thành thật. Không cùng tôi chia sớt nên tôi phải nói. Trời ơi anh đá đổ, khốn nạn với tôi như vầy.

- Khốn nạn cái gì. Cô quá quắt ai chịu nổi. Cô cũng chỉ là mê tôi thôi. Có chi đâu, đồ bỏ chồng theo tôi. Hứm, có hiền lành gì? Tôi đâu có cần. Cô đi kiếm người khác mà ưng đi. Hãy trả lại tôi tự do. Hay về với chồng đi...

- Trời ơi anh Nguyên Linh.

- Được rồi. Đừng có gọi Linh, Liếc gì nữa, tìm kiếm tôi chi nữa, chia tay bye-bye nơi đây là vừa. Tôi không thèm trở về với cô nữa đâu, hãy tự lo đi. Chán quá, nên stop...

Nàng nghe Nguyên Linh nói, những ít lời, nhưng như làm lủng tai nàng. Nàng gắng gượng thốt lên:

- Anh khốn nạn như thế là cùng. Tôi không ngờ anh.

- Ngờ cái gì nữa?

Nguyên Linh liền bỏ đi, không thèm nhìn lại. Những kẻ qua đường ngơ ngác ngó trông. Họ đứng coi một vài người. Lài như ở cơn ác mộng, cô chết lặng người không nói được gì nữa. Với nàng và Nguyên Linh bây giờ chỉ là con số không. Rồi cô u sầu ngồi khóc một đoạn, rồi cô tự dọn dẹp đồ đạc gọn gàng mà gánh về... Coi như cô không còn sức để ngồi bán nổi sáng nay. Một sáng bất ngờ làm khốn nạn đời nàng! Hay một sáng định hình nàng lại trong nhiều mặt...

Về đến nhà Lài lại ngồi khóc một mình. Trong ba ngày nàng không ăn uống, lẳng lặng buồn tênh như một bóng ma, hoặc một mình đứng ngồi bối rối, như sợi dây tơ đứt đau cho thân phận. Nàng chờ Nguyên Linh quay lại. Nàng vẫn cố nuôi hy vọng cuối cùng, nhưng chẳng hề có điều đó. Nàng quá u buồn đem tượng Phật mà nhắn nhủ, cầu nguyện:

- Hãy cứu lấy đời con. Con chẳng còn chi, bởi con sai lầm. Nam Mô A Di Đà Phật. Con đã sai lầm. Nam Mô Quan Thế Âm Bồ Tát...

CHƯƠNG MƯỜI

Sau đó nàng trả lại phòng trọ, nhà mướn, chỉ cần mình khóa cửa ra đi, để chìa khóa lại nơi phòng là họ biết mình trả lại. Tiền bao giờ cũng được trả căn bản, trước một tháng theo quy định. Lài buồn chỉ còn một cách là nàng vô chùa đi tu là yên tĩnh, là xong. Nàng không còn gì, khi mà Nguyên Linh đã phản bội trắng trợn trước mặt. Lài lặn lội tìm đến một ngôi chùa triền núi, để thưa với một sư cô:

- Dạ xin sư cô thương xót con giùm. Con tên là Nguyễn Thị Lài. Con vì nghiệp chướng đeo mang. Con có gia đình nhưng lại mê một người đàn ông khác, đi theo họ, giờ thì họ hất hủi, coi thường khinh dể. Con không còn cách nào sống, nên con muốn vào đây.

Vị sư cô lắng nghe và trả lời:

- Đi tu sư không cấm, nhưng sao con có thể tìm về gia đình. "Đánh kẻ chạy đi không đánh người trở lại."- "Ai nên khôn mà không từng có dại đôi lần." Hãy thử đi. Sư mong con lấy lại điều phúc hậu sau cùng. Lẽ nào con bỏ đời sớm.

- Nhưng con bỏ đi lâu rồi. Và đời như muốn bỏ con.

Nhìn cô gái đẹp nhưng buồn khổ hốc hác đau thương, đôi mắt còn sung vù vì dấu vết, như lệ ứa đã nhiều. Sư cô quá động lòng nhưng vẫn cố gắng an ủi nàng.

- Gia đình là nền tảng là tổ ấm hạnh phúc. Khi nào con thất bại tất cả, nơi này sẽ không bỏ con. Vậy đó nghen...

- Con sợ chồng con không nhận.

- Con còn thương họ không?

- Thương, con đã nhớ nhiều.

- Vậy thì nên làm theo duyên. Ở đời này chữ duyên là trời "xuôi dòng" như thuyền bườm tặng cho ta. Nhưng định mệnh chính là nơi ta tạo ra một số phận của nó. Hy vọng duyên lành sẽ đến với con. Chùa không chối từ con. Khi bỏ trần gian để đến với chùa, với Phật. Nhưng con còn cơ hội làm lại, thử một cách trước. Cứ ở đây mấy hôm cho lòng lắng dịu rồi về nhà. Con nhớ hãy kiên nhẫn và thành tâm là điều cần... Vì thật ra, đi tu không dễ đâu. Ngoại trừ là...

Ngoài kia mùa giáng sinh cũng sắp về. Từng mái ấm gia đình đi xa sẽ trở về sum hợp. Nàng cảm tưởng mà nghe như lòng quặn thắt. Và rồi được ăn ở tụng kinh trong chùa mấy ngày, lòng Lài cũng nhẹ xuống. Song nàng đang nhớ lại đứa con, cùng người chồng kinh khủng. Nàng nhớ xa tít hình bóng chồng. Hùng đi biển về, nàng bồng con ra biển đón chồng, tuy khổ sở nhưng hạnh phúc vô biên, lòng biển khơi như ôm lấy thương yêu, từng che chở niềm hạnh phúc của hai người... Và nàng bỗng nhớ đến hình ảnh chàng làm gà mừng birthday cho con thôi nôi. Bé Na bốc cục xôi, hai vợ chồng ngồi cười. Nàng nhớ đến những kỷ niệm gần hơn - Cứ những chiều vàng về, nàng hay ra vườn hái lá me non, hái cà chua xanh, cà chua đỏ trên cây, hái vài trái ớt hiểm xanh đỏ tươi giòn nữa, để nấu canh cho chồng cơm chiều. Và có đứa con thơ dại đứng đó nói bí ba bí bô nhoẻn miệng vui tươi... Kỷ niệm ùa về... Lài biết mình đã lầm đường, lạc lối, ngây thơ nhẹ dạ, tâm tưởng hoang dại, trót hư hại đời quá rồi...

**

Vào một ngày của một đêm. Một đêm đó Hùng suy nghĩ về những lời Tài nói. Quần áo nàng sắm cho cha con chàng trong mùa giáng sinh. Chàng nghĩ những gì bé Na nói khi chiều khi cô ấy đến thăm và tặng quà:

- Cô Tài thương nhớ con nhất, Cô tặng quà cho con nè. Phải không ba?

- Đúng rồi cô giáo Tài thương con nhất.

- Ừa mà sao má không thương nhớ mình, mình nhớ làm chi ba. Con giận má lắm. Giờ con thích cô Tài, cô ấy thương con... Má đi biền biệt ba ơi. Má đâu có thương con nhiều, đúng không ba?

- Ba không biết nữa...

- Sao ba không biết được chứ? Má thương con thì má đâu có đi xa, má phải về với con chứ ba! Con thích đồ này của cô Tài nè, con sẽ mặc ngủ đêm nay cho đẹp nha.

- Ái chà. Không sao con cứ mặc đi. Con ngoan của ba.

- Con muốn ăn bánh cô Tài cho nữa. Ba cho con ăn hôn?

- Con cứ ăn đi không sao.

Hùng nói nhìn con bé, rồi anh lấy bánh mở nút cột bì ra. Đưa cho con những bánh bông lan ngọt ngào thơm phức, bé Na cắn đưa vào miệng và gục đầu ngoảm ngảm khen:

- Ôi chao ơi bánh ngon tuyệt lắm ba ơi.

- Con từ từ ăn khéo nghẹn. Ba lấy nước cho nghen!

- Dạ! Bé Na gật đầu thêm.

Chàng đi tìm nước nóng, pha lạnh tý vừa ấm để con uống.

Trong giây phút này làm Hùng cứ nhớ về xa xôi, chàng nhớ thoáng đến ngày thôi nôi bé Na. Chàng làm gà luộc dọn lên hai vợ chồng phải phì cười, khi giây phút hồi hộp bé bốc phải cục xôi đỏ, còn tay nữa bốc cục xôi vàng. Sau đó thật lâu, nó mới bỏ xuống, để bốc cây viết, và cào cào lên trang giấy...

Giây phút hồi tưởng đó vụt mất, anh lại đi chỉ cho con học thêm. Khi bé đã ăn xong hai bánh bông lan nhỏ một lượt. Anh đọc một bài văn nhỏ bằng tranh truyện Cây Khế, có minh họa hình vẽ cho tuổi thơ. Và trắc nghiệm vài câu, để coi bé trí nhớ như thế nào?

- Ba sẽ hỏi con để con nhớ gì không nha? Chàng hỏi con.

- Dạ. Ba hỏi đi ba. Bé Na vui vẻ trả lời.

- Vậy qua câu truyện, quạ giúp người anh hay giúp người em, con biết không nào?

- Dạ quạ giúp người em thưa ba. Bé đáp.

- Tại sao quạ không giúp người anh?

- Người anh không tốt, vì tham lam ba à. Đúng không ba?

- Đúng con hay lắm. Nghe ba hỏi tiếp đây:

- Cha mẹ của hai anh em mất hay còn?

- Dạ thưa ba cha mẹ hai anh em đã mất hết.

- Ai bị trừng phạt phải chết.

- Dạ người anh.

- Con thương ai trong câu chuyện.

- Dạ người em.

- Hoan hô. Hoan hô con. Con biết trả lời hay, chính xác khi cô giáo đã giảng.

Bé Na nói trúng hết. Chàng phải khen con giỏi, vỗ tay để khuyến khích, với nỗi mừng đứa con thơ của mình, nó nhớ dai, trả lời dạ thưa lưu loát, và lanh trí quá.

Tiếp đến anh cho con súc miệng, giờ đi ngủ của con đến... Anh đưa con đi ngủ trước... Bé Na lúc nào cũng đắp mền lên tới cổ nhắm mắt để dễ ngủ. Còn anh giờ thì đan tay trước ngực mà suy nghĩ ngày mai của mình. Hổng hiểu sao đây? Ngày mai anh phải qua bên đó, nhà Tài. Có thể anh sắp lấy vợ, một cô gái mới lớn khá xinh đẹp, làm cô giáo mầm non, đã có lòng thương anh nhiều, và nơi mẹ cô nữa, cũng đã dành tình cảm mến yêu, đồng thuận cho anh làm rể. Vậy mà tại sao anh lại thấy buồn buồn? Noel đã đến mà lòng anh buồn hơn lá phong liễu rũ, chơi vơi... Anh muốn tìm album coi hình ngày xưa anh và Lài từng yêu nhau, đến giờ này, anh vẫn chưa quên được! Hùng đang coi xong, xếp quyển album lại duy nhất đó cất, rồi mơ màng. Hình chụp thì không nhiều trong album, chỉ độ 15 tấm, nhưng anh cứ muốn nhìn miết để tưởng nhớ tới ai? Rồi lòng anh không từng muốn có chút rối ren, mà cứ phải chịu nỗi ren rối, lo âu lạ lùng? Anh ở tâm trạng thắc mắc, chuyện riêng tư của mình... Anh cũng không hiểu nổi vì sao? Lài phản bội anh, nhưng anh vẫn còn thương yêu nàng ngập tràn nơi tim...

Hùng phải đốt hai điếu thuốc, hút xong mới chịu đi ngủ, để chuẩn bị cho sáng mai... Và anh nghĩ ngày mai là anh sẽ qua bên đó. Bên nhà Tài - Một cuộc đời mới của anh sao ta? Hay là mình cứ như bao ngày trôi qua đi đã. Anh phải bắt Tài chờ đợi thêm đến tội nghiệp... Hay là mình bằng lòng cho Tài vui, con vui. Ôi chàng như chưa tìm ra lối thoát nào đi cho đúng.

Rồi chàng vào phòng gắng vỗ về giấc ngủ cho mình, để quên đi niềm hiện hữu.

CHƯƠNG MƯỜI MỘT

Lài đêm đó, cô tìm về khoảng một giờ sáng. Lài đi thăm chung quanh vườn. Kỷ niệm ngày xưa như còn thao thức đâu đây, Lài vô tình bỏ đi, nó như rơi vào trong đau thương tàn phế. Lài cảm nhận cô có phần hối hận nhiều... Lài về thăm từng cây mãng cầu, từng gốc mì, từng nhánh chuối, từng bụi tre cuối vườn, với giàn cà chua ngày nào. Giàn cây, cắm hờ theo tháng ngày đã xiêu vẹo. Lòng Lài cũng dâng lên cảm xúc như ngày cô ra đi. Và còn mạnh hơn nữa... Lài đứng lẳng lặng ngắm vườn thật lâu. Cuối cùng là Lài lội đến cụm hoa Dạ Lý Hương đứng gần cây khế kia... Sau giàn mướp thuở nào. Nàng để chiêm ngưỡng mùi hương tuyệt vời. Ở đó một mùi hương dịu dàng, khiêm nhã, đáng say mê hết sức không thể triệt hạ được? Vậy mà nàng đành bấy lâu nay xa vắng nó, nàng quá nhớ mùi hương ấy. Nàng bước tới nâng cành hoa lên như nói lên lời xin lỗi với nó, khi nhìn nó, và Lài muốn xin lỗi tất cả hết cây trái trong vườn...

Sau đoạn nàng đi vào nhà. Lặng nhìn con, nhìn chồng ngủ khá lâu với chiếc lồng màu hồng đèn treo hiu hắt. Rồi nàng đặt một nụ hôn nhẹ lên môi Hùng, mà hình như bản năng nàng sai khiến. Dù rằng Lài chưa muốn nó vẫn cứ tha thiết, nó lôi cuốn muốn nàng... Bắt nàng phải hôn, một sự trăn trối đến thành thật của nàng, trên mặt chàng! Để chàng bỗng cảm giác khó chịu, nhột nhạt, chợt tỉnh... Hùng ngạc nhiên:

- Ai đây?

- Em, em đã về! Lài không đi xa anh nữa.

- Em là...

- Vâng! Em xin lỗi anh, anh ngủ đi, để con ngủ nữa. Sáng mai ta nói chuyện. Em muốn thế.

Nàng nói xong, ra hiên phía Đông trước, nằm tấm phản cũ ngày xưa, những đêm trăng nàng cũng có khi, thường ngồi bên chàng ở đây. Thuở bé Na lên ba, lên bốn tuổi...

Hùng không ngủ được lại ra hiên nhà. Hai vợ chồng cứ tưởng như mơ mà là thật.

- Em về với anh ư? Hùng hỏi.

- Vâng! Em Lài đây thật mà.

- Tại sao em bỏ anh và con đi lâu thế?

- Đừng hỏi em như thế em đau lòng lắm. Nhưng em biết, em sai lầm. Em mê muội một hình bóng, em có tội với anh. Anh có sẵn sàng tha thứ cho em không?

- Em là người vợ yêu thương của anh. Sao lại không tha

thứ chứ! Em ốm và gầy đi nhiều quá.

- Lỗi của em hết, xin anh tha thứ. Nếu không em chỉ về thăm con rồi đi lại chùa thôi.

- Không, anh vẫn yêu em, chúng ta cần nhau, con cần.

- Em khát nước quá, anh cho em miếng nước nóng được không? Lài nói trong hơi thở thật chân tình.

- Được chứ. Hùng lấy nước từ bình thủy rót ra, pha chút nước nguội thêm vào. Anh đem ra đưa cho Lài. Lài cầm lấy từ tay anh để bưng uống. Nàng thấy một cảm giác hạnh phúc như xoa dịu trái tim đau của nàng... Xong nàng bảo:

- Em xin cám ơn anh.

Lài nhìn chồng nói tiếp:

- Những kỷ niệm bên anh vẫn ngọt ngào, mà em không nhìn thấy nó. Để rơi vào tình trạng mê thương người khác. Em về cách đây một tiếng, em thăm vườn tược mình, thật không nguôi kỷ niệm. Nhưng em lỗi lầm nhiều anh Hùng ơi?

- Có thể do anh một phần nào chăng? Hãy quên đi đau buồn em. Về lại với anh cùng con, coi như vết đau ta thả trôi sông, trôi suối. Hiện tại ta có thể làm lại. Anh vẫn yêu em... Còn em vẫn còn yêu anh chứ?

- Vâng em yêu anh! Và em yêu hơn năm xưa.

Chàng lại nhìn Lài như không chớp mắt.

Vừa lúc đó Tài lại sang, cô sang để chuẩn bị đưa Hùng, bé Na sang nhà mình, cô hơi nôn một chút. Nên qua sớm, tuy nhiên trời cũng đã gần về sáng. Khi Tài nhìn đồng hồ đeo tay, rời khỏi nhà mình... Nhà Hùng cách đó khoảng năm đám mì lớn của dân trong vùng. Và vài đám mãng cầu ta thấp thoáng, lớn nhỏ của ông Ba Trạc... Nhưng nàng đi bộ, theo lộ lối mòn thì phải non mười lăm phút.

Khi Tài sang, Hùng đã vào nơi nhà cùng Lài. Tài sang thì cô đứng phía sân trước, phía Nam cách nhà vài mét. Cô gọi, lúc đôi chân cô đang bước gần vào nhà hơn:

- Anh Hùng ơi em đến nè.

Nghe tiếng Tài, Hùng quay ra. Lài lại hỏi chàng:

- Ai vậy anh?

- Tài em gái dạy học. Em dạy cho bé Na đó.

- Ồ em nhớ rồi!

- Chào em, vợ anh, Lài về trong đêm qua. Hùng sốt sắng chia sẻ. Khi thấy Tài đứng trước cửa sân.

- Vậy sao? Em chúc mừng cho anh và bé.

- Vào đây đi em.

Lài cũng bước ra nói:

- Chào em!

- Chào chị! Tài tiếp tục chân thành. Cô như không có gì để giấu giếm:

- Chị đi lâu quá. Em thương bé Na và anh Hùng vì hoàn cảnh. Nên cũng nghĩ tới như má em muốn... Nhưng nếu chị đã về thì thôi, em không nghĩ gì đâu. Mong anh chị hạnh phúc còn lại. Anh chị nắm tay nhau để lo cho bé Na. Mong coi em Tài như em gái không sao?

Im một chút Tài nói tiếp:

- Vậy sáng nay, mời anh chị sang nhà em vui chơi cũng OK. Giáng sinh sắp đến mà!

- Thanks em. Anh sẽ tính lại nhé. Hùng bảo anh nhìn vợ Lài, rồi liếc nhẹ qua Tài.

- Vậy nhá, thôi để chị nghỉ ngơi đi. Em thấy chị hơi đuối mắt thiếu ngủ kìa. Còn anh làm gì đi, em về nha. Nói với bé Na, em nhớ bé đó. Khi nào em gặp lại nghen.

- Chào em, Hùng nói.

- Chào em, Lài nói. Cám ơn em nhiều. Em thật là giàu tình cảm, rộng lượng và tư cách, chị mang ơn...

- Không có chi chị. Chị có thể lỗi lầm nhưng biết đâu sống lại với anh Hùng sâu đậm hơn, thắt chặt hơn, rút kinh nghiệm hơn. Phần em, vì cô giáo thương bé Na trong hoàn cảnh thôi. Mọi chuyện bây giờ còn tốt đẹp mà.

- Anh, anh cám ơn em nhiều lắm Tài à.

- Tình người, tình cô giáo mà anh! Thôi em về cho chị Lài nghỉ đi. Mắt chị nhắm khờ kìa.

- Không sao, từ từ chị ngủ mà em. Lài bảo thế.

- Thôi em về, em công chuyện nữa bye nha! Hẹn gặp lại. Anh chị và bé Na có qua Noel bên em thăm chơi, thì càng tốt... Tài nói gật đầu thêm rồi ra đi.

Tài đưa mắt về phía trước những lối mòn như hiện ra hơn, những chú cánh kiến, những chị cào cào đang thức giấc thể dục vươn mình. Ánh sáng như đâu đó chen chân ra, đuổi lấy làm tan biến nhanh lần, màu tối sẫm sót lại của đêm trường. Nàng như thấy rõ hơn, những cây cỏ dại ẩm mình qua đêm, đưa mùi thơm ngai ngái, và sương che như ngần ngại còn luyến tiếc vuốt ve chúng trong một hình thức, một cách diễm kiều...

Hai vợ chồng đứng nhìn Tài đi cho tới khuất bóng. Hùng quên đi những gì đau đớn xảy ra trong đời chàng! Anh quay lại ôm vợ vào lòng, anh vân vê mấy sợi tóc nàng đang rối, lòa xòa mà anh lấy tay vuốt nó xuống... Riêng Lài xúc cảm yêu vô bờ. Nàng ôm anh, Lài run lên không nói được lời. Cô cảm thấy yêu anh hơn bao giờ hết... Hùng vẫn thấy, vẫn cảm giác như nàng, như thế luôn! Hai người đã đi vào giường để họ ôm nhau cho thật sướng, và nồng nàn vì nhớ thương xúc động với nhau trở về, của họ, của chờ đợi bao ngày tháng...

Đang trong vòng tay âu yếm, mơm trớn. Bỗng Lài như giật mình, một cái gì đó tâm lý, nàng lại kêu:

- Anh Hùng ơi!

- Gì đó em?

- Em muốn hỏi anh một chuyện nha.

- Chuyện gì em?

- Khó nói quá. Tự nhiên sao em lại nghĩ...

- Em khùng. Nghĩ gì mà khó nói chứ em?

- Chuyện là vầy nè anh ơi. Lài vẫn còn ôm cổ chàng cứng ngắt nơi tay.

- Nói đi. Hùng thúc bách.

- Thiệt hôn? Khó nói lắm. Đừng la em nha.

- Nói đi gì mà lấp lửng, anh không hiểu. Anh muốn nghe em thành lời đi.

- Chuyện đó mà em khó hở môi thiệt nha...

- Chuyện gì hã em? Chàng lại nắm lấy tay nàng kéo xuống hỏi.

- Ôi chuyện là... Em muốn hỏi anh có ngủ với cô Tài chưa vậy anh? Em sợ lỡ như anh ngủ rồi?

- Sao mà em hỏi như thế? Ồ mà có rồi em.

- Thiệt hôn anh? Vậy sao? Nàng lại đưa tay lên ôm cổ chàng tình tứ lần nữa.

- Thiệt chứ. Hùng vẫn cười nhìn vào mắt Lài.

- Mấy lần rồi anh? Lài hơi ghen và rối rít.

- Thiệt hai lần thôi.

- Trời ơi có thiệt hã anh? Lài vẫn không thôi rối rít.

- Thiệt. Chàng đáp.

- Cái đó của cô ta có đẹp không? Lài như chất vấn chàng thêm nhiều.

- Cái đó là cái gì? Hùng hỏi lại nàng.

- Cái... hi hi. Có đẹp hơn em không? Hai cái ấy mà. Nàng bỗng vui vẻ nơi môi, mà có lẽ Lài phải cười gượng mắc cỡ để hỏi chồng. Nhưng Lài vẫn toát lên một vẻ thơ ngây, ghen tuông ẩu xị, mà lại hiền thục nơi nàng.

Chàng lại cười đổng rời tay Lài, rồi ôm lại bảo:

- Thôi mệt quá. Anh đùa với em thôi có ngủ bao giờ đâu. Đàn bà như em ưa bạc tình lại đi lo cho anh phụ tình... Ôi chán ghê nha. Chàng nói mà vẫn ở trạng thái vui vẻ, hân hoan.

- Đàn bà theo em nghĩ thích lãng mạn, ưa ngọt ngào. thường dẫn đến nhẹ dạ chứ không bạc tình đâu. Nhưng cũng tự nơi anh đó thôi?

- Tự nơi anh sao. Hì em? Vậy bây giờ anh hiểu, anh riết em chặt. Và anh ráng cột chặt em không cho em đi nữa nha. Đúng không?

- Cái chắc em chịu rồi. Em cũng phải nắm cột anh thật chặt. Chứ không anh báo thù em sao?

- Hi hi. Hư quá hà, nói lung tung không hà vợ của tôi yêu. Thôi em ngủ đi nha Lài. Anh với cô ta không có gì cả. Ngoài chức năng là một cô giáo. Tài đến chia sẻ nỗi buồn nơi anh. Và chăm sóc giúp đỡ bé Na con mình thôi.

- Ồ vậy sao anh? Em cám ơn ông trời cao nha. Ồ hôn em hơn đi, cho em ngủ ngon hơn một chút nhé anh.

- Chắc em mới đi đường về mệt. Chàng vừa hôn nàng nhẹ nhàng vừa nói.

- Em không có mệt lắm đâu.

Nàng lại tự nhiên như một bản năng, mở hai cúc áo của chàng. Lài vân vê lồng ngực nơi chàng nửa kín nửa hở, nàng như vô cùng xúc động mới mẻ... Trong giường ngủ anh đã dời bé ra một nơi một góc. Và anh cũng đã dời đến nơi giường phía trước lúc nãy rồi. (Phía trước phòng khách nhà anh có một cái giường tre nơi cạnh bàn để sẵn khi bé Na học bài mỏi thì lên nằm nơi đó.) Bé Na vẫn say giấc tuổi thơ ở đó. Bé chẳng hề hay biết má Lài đã về là gì?

Hai người nằm lại bên nhau. Lài siết mạnh chàng hơn. Nàng cung vòng, người như nở ra và siết mạnh ôm chàng vào người mình. Nàng là một phụ nữ không thể thường trong lúc này, với trái tim lỡ lầm rồi lại hưng phấn khác hơn nhiều...! Nàng trở nên táo bạo cuồng nhiệt, chủ động đền bù tất cả cho chàng...

Sau đó hai người quyện vào nhau như một. Nhớ nhung vắng đợi. Bây giờ họ như những trận mưa rào tuôn chảy, tưới mát...

Ngoài trời sương như khai thông bởi ánh nắng. Và tiếng chim họa mi đâu đó đang hót véo von trong vườn nhà, làm cho căn nhà chàng như ấm lên. Dầu chưa phải thuộc về chiều, với những làn khói bay trên nóc nhà nhè nhẹ, mà chàng từng yêu dấu...

Và tiếp theo là những ngày tháng họ trở lại hạnh phúc bên nhau, cùng đứa con thơ dại của họ... Cuộc đời hai người vẫn đẹp sao dưới bầu trời này.*/.

HDT. Viết 2013.

Nhân Ảnh
2025

Liên lạc tác giả
tranhieuthaovi@gmail.com
(678) 462-4754

Liên lạc Nhà xuất bản
han.le3359@gmail.com
(408) 722-5626

www.ingramcontent.com/pod-product-compliance
Lightning Source LLC
LaVergne TN
LVHW090217051026
849517LV00001B/94
* 9 7 9 8 3 4 8 5 8 4 6 1 0 *